ನಾನಲ್ಲದ ನಾನು

ಎಸ್.ಜಿ.ಶಿವಶಂಕರ್

Made with ♥ on the Notion Press Platform
www.notionpress.com

ಪರಿವಿಡಿಗಳು

1. ಅಧ್ಯಾಯ 1   1

2. ಅಧ್ಯಾಯ 2   6

3. ಅಧ್ಯಾಯ 3   12

4. ಅಧ್ಯಾಯ 4   16

5. ಅಧ್ಯಾಯ 5   22

6. ಅಧ್ಯಾಯ 6   27

7. ಅಧ್ಯಾಯ 7   32

8. ಅಧ್ಯಾಯ 8   37

9. ಅಧ್ಯಾಯ 9   42

10. ಅಧ್ಯಾಯ 10   47

11. ಅಧ್ಯಾಯ 11   52

12. ಅಧ್ಯಾಯ 12   57

13. ಅಧ್ಯಾಯ 13   63

14. ಅಧ್ಯಾಯ 14   67

15. ಅಧ್ಯಾಯ 15   71

16. ಅಧ್ಯಾಯ 16   76

17. ಅಧ್ಯಾಯ 17   81

18. ಅಧ್ಯಾಯ 18   86

19. ಅಧ್ಯಾಯ 19   91

20. ಅಧ್ಯಾಯ 20   96

21. ಅಧ್ಯಾಯ 21   101

22. ಅಧ್ಯಾಯ 22   106

23. ಅಧ್ಯಾಯ 23   111

ಪರಿವಿಡಿಗಳು

24. ಅಧ್ಯಾಯ 24   116

25. ಅಧ್ಯಾಯ 25   121

26. ಅಧ್ಯಾಯ 26   126

27. ಅಧ್ಯಾಯ 27   131

28. ಅಧ್ಯಾಯ 28   136

29. ಅಧ್ಯಾಯ 29   141

30. ಅಧ್ಯಾಯ 30   146

31. ಅಧ್ಯಾಯ 31   151

32. ಅಧ್ಯಾಯ 32   156

33. ಅಧ್ಯಾಯ 33   161

34. ಅಧ್ಯಾಯ 34   167

35. ಅಧ್ಯಾಯ 35   172

36. ಅಧ್ಯಾಯ 36   177

37. ಅಧ್ಯಾಯ 37   182

38. ಅಧ್ಯಾಯ 38   188

39. ಅಧ್ಯಾಯ 39   193

40. ಅಧ್ಯಾಯ 40   199

41. ಅಧ್ಯಾಯ 41   205

42. ಅಧ್ಯಾಯ 42   210

43. ಅಧ್ಯಾಯ 43   215

44. ಅಧ್ಯಾಯ 44   218

1

ಗಾಢ ನಿದ್ರೆಯಲ್ಲಿದ್ದವನಿಗೆ ಯಾವ ಕಾರಣಕ್ಕೂ ಒಮ್ಮೆಲೇ ಎಚ್ಚರವಾಯಿತು! ಹಾಗೆ ಎಚ್ಚರವಾಗಲು ಕಾರಣವೇನು ಎನ್ನುವುದು ಅವನಿಗೆ ಸರಿಯಾಗಿ ತಿಳಿಯಲಿಲ್ಲ. ಆದರೆ ಸುಖ ನಿದ್ರೆಯ ಆಳದಿಂದ ಈಚೆ ಬಂದಿದ್ದು ಮಾತ್ರ ನೆನಪಾಯಿತು. ಗಲ್ಲದ ಬಳಿ ಚುರುಕಾದ ತುರಿಕೆಯ ಅನುಭವ! ಏಕೆ? ಅವನ ಕೈಯಾಗಲೇ ಗಲ್ಲವನ್ನು ತುರಿಸಲು ಅನುವಾಗಿತ್ತು. ಒಮ್ಮೆಲೇ ವಿಚಿತ್ರವಾದ ಅನುಭವ. ನುಣುಪಾದ ಗಲ್ಲವನ್ನು ಸ್ಪರ್ಶಿಸಿದ ಅನುಭವ! ತನ್ನ ಫ್ರೆಂಚ್ ದಾಡಿ ಏನಾಯಿತು? ಅದಕ್ಕೆ ಯಾವಾಗ ತಾನು ಕತ್ತರಿ ಹಾಕಿದೆ? ನೆನಪೇ ಇರಲಿಲ್ಲ!

ಆತ ಜಗ್ಗನೇ ಎದ್ದು ಕೂತ!

ಇನ್ನೊಂದು ಆಶ್ಚರ್ಯ!?

ಸುತ್ತ ನೋಡಿದಾಗ ಆತನಿಗದು ತನ್ನ ಮನೆಯೇ ಅಲ್ಲ ಎನ್ನಿಸಿತು!

ಬೇರೆ ಯಾವುದೋ ಮನೆ!

ಬೇರೆ ಯಾರದೋ ಮನೆ!

ಯಾವನೋ ಶ್ರೀಮಂತನ ಮನೆ!

ಅವನ ಮನೆಯಲ್ಲಿ ತಾನು?

ವೃತ್ತಾಕಾರದ ಐಷಾರಾಮಿ ಫೋಮ್ ಹಾಸಿಗೆಯಲ್ಲಿ ಮಲಗಿದ್ದ! ಅವನಿಗೆ ಆಶ್ಚರ್ಯದ ಮೇಲೆ ಆಶ್ಚರ್ಯ! ಪಕ್ಕದಲ್ಲಿ, ಅದೇ ಹಾಸಿಗೆಯಲ್ಲಿ ಹೆಂಗಸೊಬ್ಬಳು ಮಲಗಿದ್ದಳು! ಹಾವನ್ನು ತುಳಿದಷ್ಟೇ ಭೀತಿಯಾಯಿತು! ಅವನಿಗೆ ಇದೆಲ್ಲ ಏನು? ತಾನು ಇಲ್ಲಿಗೆ ಹೇಗೆ ಬಂದೆ? ಈಕೆ ಯಾರು?

ಧಿಗ್ಭ್ರಮೆಯಾಯಿತು! ಆಕೆ ನಿದ್ರೆಯ ಆಳದಲ್ಲಿದ್ದಳು. ಸೀರೆಯ ಸೆರಗು ದೇಹದಿಂದ ಸರಿದು ಹಾಸಿಗೆಯ ಮೇಲೆ ಬೆಡ್ ಶೀಟಿನಂತೆ ಹಾಸಿಕೊಂಡಿತ್ತು. ತುಂಬಿದ ಅವಳ ಮೈ ಕಂಡು ಅವನಿಗೆ ಬವಳಿ ಬಂದಂತಾಯಿತು? ಆದರೆ ಆಕೆ ಯಾರು? ತನ್ನ ಇಡೀ ಜೀವಮಾನದಲ್ಲೇ ಅವಳನ್ನೆಂದೂ ನೋಡಿರಲಿಲ್ಲ! ಆದರೆ

ಈಗ ಒಂದೇ ಹಾಸಿಗೆಯ ಮೇಲೆ ತಾವಿಬ್ಬರು ಮಲಗಿದ್ದೇವೆ!! ಇದೆಲ್ಲ ಹೇಗಾಯಿತು? ನಾನೇನಾದರೂ ಕಳ್ಳತನದಿಂದ ಈ ಮನೆ ಪ್ರವೇಶಿಸಿ, ಮೈತಿಳಿಯದೆ ಈ ಹೆಂಗಸಿನ ಪಕ್ಕದಲ್ಲಿ ಮಲಗಿದ್ದೇನೆಯೆ?! ಆಕೆಗಿದು ತಿಳಿದಿದೆಯೇ? ಆಕೆ ಯಾವಾಗಿನಿಂದ ಎಚ್ಚರತಪ್ಪಿ ಮಲಗಿದ್ದಾಳೆ? ಇದು ಸಾಧ್ಯವೇ? ಅವನಿಗೆ ತಲೆ ಸುತ್ತಿದಂತಾಯಿತು! ಆದರೆ ಏನೂ ಮಾಡುವಂತಿರಲಿಲ್ಲ, ಹಾಗೆಂದು ಸುಮ್ಮನೆ ಇರಲೂ ಆಗಲಿಲ್ಲ! ಆಕೆಗೇನಾದರೂ ಎಚ್ಚರವಾದರೆ? ತನ್ನನ್ನು ನೋಡಿ ಚಿಟ್ಟನೆ ಚೀರಿದರೆ? ಪೊಲೀಸರಿಗೆ ಫೋನ್ ಮಾಡಿದರೆ? ತನ್ನ ಗತಿ ಏನಾಗುತ್ತೆ!?

ಮಂಚದಿಂದ ಇಳಿಯಲು ಅನುವಾದಾಗ ಜೋಲಿ ಬಂದಂತಾಯಿತು. ಆದರೂ ಸಹ ಹಾಸಿಗೆಯಿಂದ ಕೆಳಗಿಳಿದು ಆ ಕೋಣೆಯ ಸುತ್ತ ಕಣ್ಣು ಹಾಯಿಸಿದ!

ಹಿತವಾದ ಮಂದ ಬೆಳಕಿನಲ್ಲಿ ಆ ರೂಮನ್ನು ನೋಡಿ ಅವನ ಮೈಯಲ್ಲಿ ನಡುಕ ಉಂಟಾಯಿತು!

ಅದು ಯಾವನೋ ಶ್ರೀಮಂತನ ಮನೆ! ತಾನಿಲ್ಲಿಗೆ ಹೇಗೆ ಬಂದೆ? ಏಕೆ ಬಂದೆ? ಯಾವಾಗ ಬಂದೆ? ಕೋಣೆಯ ತುಂಬಾ ಬೆಲೆ ಬಾಳುವ ವಸ್ತುಗಳು ತುಂಬಿದ್ದವು! ಸುಂದರವಾದ ಒಂದು ಡ್ರೆಸ್ಸಿಂಗ್ ಟೇಬಲ್ ಒಂದು ಕಡೆ ಇತ್ತು, ಮಂದವಾದ ಸಂಮೋಹನಕ್ಕೆ ಒಳಪಡಿಸುವಂತ ಬೆಳಕು ಕೊಠಡಿಯ ತುಂಬೆಲ್ಲ ತುಂಬಿತ್ತು! ಸುವಾಸನೆಯನ್ನು ಬೀರುವ, ಮಾದಕತೆಯನ್ನು ಉಂಟುಮಾಡುವಂತಹ ಪರಿಮಳ ರೂಮನ್ನು ತುಂಬಿತ್ತು.

ಅವನು ಭೀತಿಯಿಂದ ತತ್ತಾಡುವ ದೇಹವನ್ನು ಸಮತೋಲನಕ್ಕೆ ತಂದುಕೊಂಡು ಮುಂದೆ ನಡೆದ. ಬಾಗಿಲು ತೆರೆದು ಆಚೆ ಓಡಿ ಬಿಡುವುದು ಅವನ ಆಶಯವಾಗಿತ್ತು! ಮುಂದೆ ಆಗಲಿರುವ ಅನಾಹುತವನ್ನು ತಪ್ಪಿಸಬೇಕೆಂದರೆ ಅವಶ್ಯವಾಗಿ ಅವನು ಆ ಕೆಲಸ ಮಾಡಲೇಬೇಕಾಗಿತ್ತು.

ಗೋಡೆಯ ಮುಂದಿದ್ದ ಟೇಬಲ್ ಮೇಲೆ ಆಳೆತ್ತರದ ಟಿವಿ ಇತ್ತು! ಮ್ಯೂಸಿಕ್ ಸಿಸ್ಟಮ್ ಮತ್ತಿತರ ಎಲೆಕ್ಟ್ರಾನಿಕ್ ಉಪಕರಣಗಳು ಕಂಡವು. ಇನ್ನೊಂದಡೆಯಲ್ಲಿ ಸುಂದರವಾದ ಕೆತ್ತನೆಯ ಬಾಗಿಲುಗಳುಳ್ಳ ವಾರ್ಡ್ರೋಬುಗಳು!

ಆತ ತೂರಾಡುತ್ತಿದ್ದ ತನ್ನ ದೇಹವನ್ನು ಹತೋಟಿಗೆ ತಂದುಕೊಂಡು, ಮೆಲ್ಲನೆ ಬಾಗಿಲ ಕಡೆಗೆ ಹೆಜ್ಜೆ ಹಾಕಿದ. ಟೀಪಾಯಿ ಮೇಲಿದ್ದ ವಸ್ತುವೊಂದು ಅವನ ಕೈಗೆ ತಗುಲಿ ಕೆಳಗೆ ಬೀಳುವುದರಲ್ಲಿ!! ಇತ್ತ ಆತ ಆ ವಸ್ತುವನ್ನು ಚಕ್ಕನೆ ಹಿಡಿದು ಅದು ನೆಲಕ್ಕೆ ಬೀಳುವುದನ್ನು ತಡೆದ! ಸದ್ಯಕ್ಕೆ ಬಚಾವ್... ಸ್ವಲ್ಪವಷ್ಟೇ ಶಬ್ದವಾಗಿದ್ದರೂ ನಿಸ್ಸಂಶಯವಾಗಿ ಆಕೆ ಏಳುತ್ತಿದ್ದಳು!

ಬಾಗಿಲ ಬಳಿ ಬಂದು ಒಮ್ಮೆ ಹಿಂತಿರುಗಿ ನೋಡಿದ ಎದೆ ಜಲ್ಲೆಂದಿತು!

ಅವನ ಹಿಂದೆಯೇ ಒಂದು ಆಕೃತಿ ನಿಂತಿತ್ತು!

ಅವನು ಬೆದರಿ ಬೆಂಡಾದ!! ನಾಲಿಗೆಯಲ್ಲಿ ದ್ರವ ಆರಿತು! ಕೂಗಬೇಕೆಂದರೂ ಸ್ವರ ಈಚೆಗೆ ಬರಲಿಲ್ಲ!

ಆದರೆ ಆಕೃತಿ ಸ್ಥಿರವಾಗಿತ್ತು ಚಲನೆ ಇರಲಿಲ್ಲ ಧೈರ್ಯ ಬಂತು ಮಂದ ಬೆಳಕಿನಲ್ಲಿ ಅದೇನೆಂದು ದಿಟ್ಟಿಸಿ ನೋಡಿದ.. ನಾಚಿಕೆಯಾಯಿತು ಆಕೃತಿ ಬೇರೆ ಯಾರು ಅಲ್ಲ! ಡ್ರೆಸ್ಸಿಂಗ್ ಟೇಬಲ್ ಪ್ರತಿಫಲಿಸಿದ್ದ ಅವನದೇ ಪ್ರತಿಬಿಂಬ!

ಛೆ... ಒಂದು ನಿಮಿಷ ಜೀವವೇ ಹಾರಿ ಹೋಗುವುದರಲ್ಲಿ ಇತ್ತು ಸದ್ಯ ಬಚಾವಾದೆ ಎಂದುಕೊಂಡ

ಮೆಲ್ಲನೆ ಬಾಗಿಲ ಹಿಡಿಯನ್ನು ಹಿಡಿದು ತಿರುಗಿಸಿ ಬಾಗಿಲನ್ನು ಹಿಂದಕ್ಕೆ ಎಳೆದ ಅದೇ ಅವನು ಮಾಡಿದ್ದ ತಪ್ಪು!

"ಡಾರ್ಲಿಂಗ್...?"

ಆಕೆಯ ಸ್ವರ ಅವನ ಮೈಯನ್ನು ಕಲ್ಲಾಗಿಸಿತು! ಶೀತಲವಾದ ಮೈನಡುಗಿಸುವಂತಹ ಸ್ವರ!

"ಹಾ,,," ಎಂದು ಮಾರುತ್ತರವೇನೋ ನೀಡಿದ.... ಆದರೆ ತನ್ನ ಸ್ವರಕ್ಕೆ ತಾನೇ ಅಚ್ಚರಿಗೊಂಡ! ಸ್ವರ ಬದಲಾಗಿತ್ತು!! ಅದು ತನ್ನ ಸ್ವರ ಅಲ್ಲ! ನನ್ನ ದನಿ ಹೇಗೆ ಬದಲಾಯಿತು! ತನಗೇನಾದರೂ ಖಾಯಿಲೆ ಆಗಿತ್ತೆ? ಅದರಿಂದ ಸ್ವರ ಬದಲಾಗಿದೆಯೆ?

ಅವನು ಹಿಂದೆ ತಿರುಗಿ ನೋಡಲು ಹೆದರಿ ನಿಂತಿದ್ದ! ಆಕೆ ಮಂಚದಿಂದ ಕೆಳಗಿಳಿದಿದ್ದ ಶಬ್ದ ಕೇಳಿಸಿಕೊಂಡ.

"ಯಾಕೆ? ಮೈಯಲ್ಲಿ ಚೆನ್ನಾಗಿಲ್ಲವೇ?"

ಅವಳ ದನಿಯಲ್ಲಿ ಆತಂಕವಿತ್ತು! ಅವಳ ಮಾತಿಗೆ ಏನೆಂದು ಉತ್ತರಿಸಬೇಕು ತೋಚದೆ ಆತ ಮಾತಾಡದೆ ನಿಂತಿದ್ದ. ಅವಳು ಅವನ ಹತ್ತಿರ ಹಿಂದಿನಿಂದ ಅವನ ಭುಜ ಹಿಡಿದು ತನ್ನತ್ತ ತಿರುಗಿಸಿಕೊಂಡಳು

"ಯಾಕೆ ಒಂತರಾ ಇದ್ದೀರಿ"

ಎಂದು ಚಪ್ಪಾಳೆ ತಟ್ಟಿದಳು. ಅವಳ ಚಪ್ಪಾಳೆಗೆ ಸ್ಪಂದಿಸಿದ ಬೆಳಕಿನ ವ್ಯವಸ್ಥೆ ಪ್ರಕಾಶಮಾನವಾಯಿತು. ರೂಮಿನ ತುಂಬಾ ಬೆಳಕು ತುಂಬಿತು

ಆ ಬೆಳಕಿನ ಪ್ರಕಾಶದಲ್ಲಿ ಅವಳ ಮುಖ ನೋಡಿದ. ಅವಳನ್ನು ಹಿಂದೆಂದೂ ನೋಡಿದ ನೆನಪಿರಲಿಲ್ಲ! ಅವಳು ಸುಂದರಿಯಲ್ಲ.. ಆದರೆ ಕುರೂಪಿಯು ಅಲ್ಲ... ಅವನ ಕುತ್ತಿಗೆಯ ಎತ್ತರಕ್ಕಿದ್ದಳು, ತೆಳ್ಳಗಿದ್ದಳು, ಮೈ ಮಾಟವಾಗಿತ್ತು

ಯಾರೀಕೆ? ತನಗೂ ಇವಳಿಗೂ ಏನು ಸಂಬಂಧ?

ತನ್ನನ್ನೇಕೆ 'ಡಾರ್ಲಿಂಗ್' ಎಂದು ಕರೆದಳು? ಆಕೆ ತನ್ನ ಪ್ರೇಯಸಿಯೆ? ಆದರೆ ತಾನು ಈಕೆಯನ್ನು ಪ್ರೀತಿಸಿಲ್ಲ! ಆಕೆ ನಡೆದುಕೊಳ್ಳುತ್ತಿರುವ ರೀತಿ ನೋಡಿದರೆ ಆಕೆಗೂ ತನಗೂ ಬಹಳ ದಿನಗಳ ಸಂಬಂಧವಿದೆಯೇನೋ ಎನ್ನುವ ಭಾವನೆ ಬರಲು ಸಾಧ್ಯವಿತ್ತು! ಅದೇ ಅವನಿಗಿನ್ನು ಅರ್ಥವಾಗದ ವಿಷಯ... ತನ್ನ ಅರಿವೇ ಇಲ್ಲದೆ ಅವಳೊಂದಿಗೆ ಹೇಗೆ ಇದ್ದೀನಿ..? ಎಷ್ಟು ಕಾಲದಿಂದ ಇದ್ದೇನೆ?

ಅವಳು ಅವನ ಹಣೆಯ ಮೇಲೆ ಕೈಯಿಟ್ಟು ನೋಡಿದಳು.

"ಹಣೆ ಸ್ವಲ್ಪ ಬೆಚ್ಚಗಿದೆ ಬನ್ನಿ ಅಮೃತಾಂಜನ ಹಚ್ಚಿ ಸ್ವಲ್ಪ ಮಸಾಜ್ ಮಾಡುತ್ತೇನೆ"

ಎನ್ನುತ್ತಾ ಆಕೆ ಅವನ ಕೈ ಹಿಡಿದು ಮಂಚದ ಕಡೆಗೆ ಕರೆದುಕೊಂಡು ಹೋದಳು. ಅವನಿಗೆ ಏನೋ ಒಂದು ರೀತಿಯ ಮಂಕು ಕವಿದಿತ್ತು. ಅವಳು ಎಳೆದತ್ತ ಹೋದ... ಪ್ರತಿಭಟನೆಯ ತುಣುಕೂ ಇರಲಿಲ್ಲ! ಆಕೆ ಯಾರೆಂದು ತಿಳಿದೂ ಇರಲಿಲ್ಲ!

ಅವನನ್ನು ಮಂಚದ ಮೇಲೆ ಮಲಗಿಸಿ ಅವನ ತಲೆಯನ್ನು ತನ್ನ ತೊಡೆಯ ಮೇಲಿಟ್ಟುಕೊಂಡು ಅಮೃತಾಂಜನ ಹಚ್ಚಿ ಮೃದುವಾಗಿ ಹಣೆಯ ಮೇಲೆ ನೀವತೊಡಗಿದಳು. ಅವನಿಗೆ ಹಿತವಾಗಿ ಕಾಣಿಸಿತು. ನಿಜವಾಗಿಯೂ ತಲೆ ನೋಯುತ್ತಿತ್ತು ಎನಿಸಿತು.

"ನೆನ್ನೆ ಪಾರ್ಟಿಯಲ್ಲಿ ಅಷ್ಟೊಂದು ಯಾಕೆ ಕುಡಿಯಬೇಕಿತ್ತು? ಮನೆಗೆ ಬಂದ ಮೇಲೆ ನನ್ನ ಮೇಲೆ ಗಲಾಟೆ ಬೇರೆ... ನೀವು ನನ್ನ ಮಾತನ್ನು ಈ ನಡುವೆ ಒಂದಿಷ್ಟೂ ಕೇಳುತ್ತಿಲ್ಲ...ನಾನು ಹೇಳುವುದು ನಿಮ್ಮ ಹಿತಕ್ಕಾಗಿ..ನಿಮ್ಮ ಒಳ್ಳೆಯದಕ್ಕಾಗಿ..ಅದೆಲ್ಲಾ ನಿಮಗೇಕೆ ಅರ್ಥವಾಗುತ್ತಿಲ್ಲ..?"

ಆಕೆ ಮೃದುವಾಗಿ ತನಗೆ ತಾನೇ ಏನೋ ಎಂಬಂತೆ ಹೇಳಿಕ್ಕೊಳ್ಳುವಂತಿತ್ತು! ಆದರೆ ಆ ಮಾತುಗಳು ಅವನ ಮೇಲೆ ಪ್ರಭಾವ ಬೀರಿದ್ದವು.

ಆಕೆ ಅದೇಕೆ ಅಷ್ಟೊಂದು ಅಸಂಬದ್ಧವಾಗಿ ಮಾತನಾಡುತ್ತಿರುವಳು? ರಾತ್ರಿ ಪಾರ್ಟಿಯಲ್ಲಿ ತಾನು ಮದ್ಯ ಕುಡಿದೆನೆ? ಎಂಥ ಪಾರ್ಟಿ? ತಾನಂತೂ ಇದುವರೆಗೂ ಒಂದು ಪಾರ್ಟಿಗೂ ಹೋಗಿಲ್ಲ... ಮದ್ಯವನ್ನಂತೂ ತುಟಿಗೂ ಸೋಂಕಿಸಿಲ್ಲ! ಅವಳು ಹಾಗೆ ಮಾತಾಡಲು ಕಾರಣವಾದರೂ ಏನಿರಬಹುದು?

ಮನಸ್ಸಿನಲ್ಲಿ ಅಷ್ಟೆಲ್ಲ ಗೊಂದಲವಿದ್ದರೂ ಅವನಿಗೆ ಅಪರಿಚಿತ ಹೆಣ್ಣಿನ ಸಾನಿಧ್ಯ ಒಂದು ವಿಚಿತ್ರವಾದ, ಆದರೆ ಹಿತವಾದ ಸಂವೇದನೆಯನ್ನು ತಂದಿತ್ತು! ಆಕೆ ಅಪರಿಚಿತಳಲ್ಲ ಎನಿಸತೊಡಗಿತ್ತು. ಮತ್ತು ತಾನು ಅವಳ ಜೊತೆಯಲ್ಲಿ ಬಹಳ

ಕಾಲದಿಂದ ಇರುವೆ ಎನ್ನಿಸಿತೊಡಗಿತ್ತು. ಆದರೆ ಎಷ್ಟು ಕಾಲದಿಂದ ಎನ್ನುವ ನೆನಪು ಇರಲಿಲ್ಲ.

ಆಕೆಯ ಬೆರಳುಗಳಲ್ಲಿ ಏನೋ ಮಂತ್ರಶಕ್ತಿ ಇದೆ ಎನ್ನಿಸಿತು. ಮತ್ತೇರಿದಂತಾಗಿತ್ತು. ಮೆಲ್ಲನೆ ಕಣ್ತೆರೆದು ನೋಡಿದ. ರೂಮು ನಿಧಾನವಾಗಿ ತಿರುಗುತ್ತಿರುವ ಅನುಭವ! ವಿಚಿತ್ರವೆನಿಸಿತ್ತು. ಆತ ಕಣ್ಣು ಮುಚ್ಚಿಕೊಂಡ. ಕೆಲವು ನಿಮಿಷಗಳ ನಂತರ ಅವನನ್ನು ಗಾಢ ನಿದ್ರೆ ಆವರಿಸಿತ್ತು!

ಆಕೆ ತನ್ನ ತೊಡೆಯ ಮೇಲಿದ್ದ ಅವನ ತಲೆಯನ್ನು ಮೆಲ್ಲನೆ ದಿಂಬಿಗೆ ವರ್ಗಾಯಿಸಿದಳು. ನಂತರ ಲೈಟ್ ಆರಿಸಿ ತಾನು ಮಲಗಿದಳು ಇದೆಲ್ಲಾ ಅವಳಿಗೆ ಹೊಸದೇನು ಆಗಿರಲಿಲ್ಲ; ಬಹಳ ವರ್ಷ ಅವನ ಜೊತೆ ಜೀವನ ನಡೆಸಿದಳು

2

ಅವನಿಗೆ ಮಾಮೂಲಿಗಿಂತಲೂ ಬೇಗನೆ ಎಚ್ಚರವಾಯಿತು. ಹಿಂದಿನ ರಾತ್ರಿ ಜೊತೆಯಲ್ಲಿ ಮಲಗಿದ್ದ ಹೆಂಗಸು ಪಕ್ಕದಲ್ಲಿರಲಿಲ್ಲ. ಅವನು ಎದ್ದು ಕುಳಿತು ಮೈಮುರಿದ, ಮೈ ಹಗುರವಾಗಿತ್ತು. ಮಂಚದಿಂದ ಕೆಳಗಿಳಿದು ಡ್ರೆಸ್ಸಿಂಗ್ ಟೇಬಲ್ ಮುಂದೆ ನಿಂತು ಮುಖ ನೋಡಿಕೊಂಡ. ಒಮ್ಮೆಲೇ ದಿಗ್ಭ್ರಮೆಯಾಯಿತು!

ಕನ್ನಡಿಯಲ್ಲಿ ಕಂಡ ಮುಖ ಅವನದಾಗಿರಲಿಲ್ಲ!

ಅವನಿಗಿಂತಲೂ ಹೆಚ್ಚು ವಯಸ್ಸಾದ ವ್ಯಕ್ತಿಯದು!

ಕನಿಷ್ಠವೆಂದರೆ ಎಂಟು ವರ್ಷಗಳಾದರೂ ಹೆಚ್ಚಿರಬೇಕು! ಅಷ್ಟೇ ಅಲ್ಲದೆ ಮುಖದಲ್ಲಿ ಬದಲಾವಣೆಯಾಗಿತ್ತು. ಹುಬ್ಬುಗಳು ತೆಳುವಾಗಿದ್ದವು. ಅವನು ಬಹಳ ವರ್ಷದಿಂದ ಕಾಪಾಡಿಕೊಂಡು ಬಂದಿದ್ದ ಫ್ರೆಂಚ್ ದಾಡಿ ಮಾಯವಾಗಿತ್ತು. ಮುಖ ಮೊದಲಿಗಿಂತ ತುಂಬಿಕೊಂಡಿತ್ತು ಕೆನ್ನೆಗಳು, ಉಬ್ಬಿದ್ದವು.

ಇದು ನಾನೇ? ಆತ ತನ್ನನ್ನೇ ಪ್ರಶ್ನಿಸಿಕೊಂಡ!

ಆದರೆ ಅದು ಅವನೇ ಆಗಿದ್ದ ಏಕೆಂದರೆ ಕನ್ನಡಿಯ ಮುಂದೆ ನಿಂತಿದ್ದವ ಅವನೊಬ್ಬನೇ! ಅಂದರೆ ಪ್ರತಿಬಿಂಬವೂ ಅವನದೇ! ಆಗಿರಬೇಕು ಇಷ್ಟೊಂದು ಬದಲಾವಣೆ ಹೇಗಾಯಿತು? ನಾನು ಈ ಮನೆಗೆ ಹೇಗೆ ಬಂದೆ? ತನಗೆ ವಯಸ್ಸಾಗಿದೆ ಅಂದರೆ ಇಷ್ಟೂ ಸಮಯ ತಾನು ಹೇಗೆ ಕಳೆದಿರುವೆ? ಎಲ್ಲಿ ಕಳೆದಿರುವೆ? ಅವನು ಡ್ರೆಸ್ಸಿಂಗ್ ಟೇಬಲ್ ಮುಂದಿದ್ದ ಕುರ್ಚಿಯಲ್ಲಿ ಕುಸಿದ ಕೂತ!

'ಏ...ಆ ಫ್ರೆಂಚ್ ದಾಡಿ ಬೋಳಿಸಿಬಿಡೋ..' ಎಂದೋ...ಎಲ್ಲೋ..ಯಾರೋ ಹೇಳಿದ್ದು ನೆನಪಿಗೆ ಬಂತು.

'ಇಲ್ಲ ಆ ಕೆಲಸ ಮಾತ್ರ ನಾನು ಮಾಡೋದಿಲ್ಲ. ಅದು ಇರೋದ್ರಿಂದಾನೇ ನಾನು ನಾನಾಗೇ ಉಳಿದಿರೋದು, ಜೀವ ಬಿಟ್ಟೇನು ಆದರೆ ಗಡ್ಡ ತೆಗೆಯಲಾರೆ'

ಮಾತುಗಳು ಅವನ ಕಿವಿಯಲ್ಲಿ ಉಲಿದಂತಾಯಿತು! ಅವು ಯಾವ ಮಾತುಗಳು? ಯಾರ ಮಾತುಗಳು? ಅದನ್ನು ಆಡಿದವನು ತಾನೇ...!

ಹೌದು...ಆದರೆ...ಇನ್ನೂ ಎಷ್ಟೊಂದು ವಿಷಯಗಳಿರಬೇಕು! ಆದರೆ ಯಾವುವೂ ನೆನಪಾಗುತ್ತಿಲ್ಲ! ನನ್ನ ನೆನಪಿಗೇನಾಗಿದೆ? ಕಂಪ್ಯೂಟರಿನಲ್ಲಿ ಡಿಲೀಟ್ ಆಲ್ ಎನ್ನುವ ಕಮ್ಯಾಂಡ್ ಕೊಟ್ಟಂತೆ ಆಗಿದೆಯಲ್ಲ?

ಇನ್ನೂ ಆಳದಿಂದ ಬಲವಾದ ನೆನಪಿನ ಪ್ರವಾಹ ನುಗ್ಗಿ ಬರುತ್ತಿರುವಂತೆ ಭಾಸವಾಯಿತು! ಆದರೆ ಅದರ ಮುಂದೆ ಬಲವಾದ ತಡೆಗೋಡೆಯೊಂದಿತ್ತು! ನೆನಪಿನ ಪ್ರವಾಹ ಅಪ್ಪಳಿಸುತ್ತಿತ್ತು... ಆದರೆ ಅದನ್ನು ತಡೆದು ನಿಲ್ಲಿಸಿದ ಗೋಡೆ ಅಷ್ಟೇ ಬಲಶಾಲಿಯಾಗಿತ್ತು!!

ಕುಸಿದಿದ್ದವ ಎದ್ದು ನಿಂತು ಮತ್ತೆ ಕನ್ನಡಿಯಲ್ಲಿ ತನ್ನ ಮುಖವನ್ನು ತದೇಕ ಚಿತ್ತನಾಗಿ ನೋಡಿದ. ಏನೋ ನೆನಪಾಗುತ್ತಿತ್ತು... ಮತ್ತೆ ದೂರವಾಗುತ್ತಿತ್ತು! ತಲೆಯಲ್ಲಿ ಸಣ್ಣದಾಗಿ ನೋವು ಕಾಣಿಸಿತು. ಆತ ತಲೆಯನ್ನು ಎರಡು ಕೈಗಳಿಂದಲೂ ಒತ್ತಿ ಹಿಡಿದುಕೊಂಡ.

ಹಕ್ಕಿಯೊಂದು ಕೂಗಿದಂತೆ ಶಬ್ದವಾಯಿತು. ಶಬ್ದ ಬಂದಡೆಗೆ ತಿರುಗಿ ನೋಡಿದ ಇಂಟರ್ಕಾಮ್ ಶಬ್ದ ಮಾಡುತ್ತಿತ್ತು. ಹತ್ತು ಹೆಜ್ಜೆ ನಡೆದು ರಿಸಿವರ್ ಕೈಗೆತ್ತಿಕೊಂಡ.

"ಹಲೋ..? ಯಾರು..?" ಅನುಮಾನಿಸುತ್ತ ಕೇಳಿದ.

"ಗುಡ್ ಮಾರ್ನಿಂಗ್ ಡಾರ್ಲಿಂಗ್... ಎದ್ದಿದ್ದೀರಿ ತಾನೆ? ಹೌ ಆರ್ ಯು ಫೀಲಿಂಗ್? ಕೆಳಗೆ ಪಾರ್ಟಿ ಬಂದಿದೆ ನಿಮಗೆ ಮೈಯಲ್ಲಿ ಚೆನ್ನಾಗಿಲ್ಲ ಅಂತ ಹೇಳಿದೆ... ಶೂಟಿಂಗ್ ಕ್ಯಾನ್ಸಲ್ ಮಾಡಿಸಲೇ..?"

ಹೆಣ್ಣು ದನಿ ಉಸುರಿತು. ಅವನಿಗೆ ಮತ್ತೆ ಗಾಬರಿಯಾಯಿತು. ಆಕೆ ಯಾರು..? ಹಿಂದಿನ ರಾತ್ರಿ ತನ್ನೊಂದಿಗೆ ಮಲಗಿದ್ದವಳೇ ಇರಬೇಕು! ಆದರೆ ಈ ಶೂಟಿಂಗ್ ಯಾವುದು? ಆ ಪಾರ್ಟಿ ಯಾರು? ಅವನು ಗೊಂದಲದಲ್ಲಿ ಸಿಕ್ಕಿಕೊಂಡಿದ್ದ!

"ಡಾರ್ಲಿಂಗ್ ಕೇಳ್ತಿದ್ದೀರಿ ತಾನೆ? ಅಷ್ಟೊಂದು ಯೋಚನೆ ಯಾಕೆ...? ಪ್ರೋಗ್ರಾಮ್ ಕ್ಯಾನ್ಸಲ್ ಮಾಡಿದರಾಯಿತು"

ಆಕೆ ಮತ್ತೆ ಹೇಳಿದಳು.

ಅವನು ಯೋಚಿಸಿದ. ತಾನು ತಿಳಿಯಬೇಕಾದದ್ದು ಬಹಳ ಇದೆ! ಎಲ್ಲಾ ತಿಳಿಯಬೇಕೆಂದರೆ ತಾನು ಈ ಸಮಯದಲ್ಲಿ ತಾನು ಸಹನೆಯಿಂದ ಇರಬೇಕು.

"ಪರವಾಗಿಲ್ಲ ತಾನೆ?"

ಅರ್ಥವಾಗದಿದ್ದರೂ ಸಹ ಮಾತನಾಡಿದ.

"ಅಯ್ಯೋ ಅದಕ್ಕೇನಂತೆ... ಕಾಯಲ್ಲಿ ಬಿಡಿ"

"ಹಾಗಾದ್ರೆ ಕ್ಯಾನ್ಸಲ್ ಮಾಡೋದಕ್ಕೆ ಹೇಳಿಬಿಡು"

ಏನೋ ಅಂದಾಜು ಮಾಡುತ್ತಾ ಹೇಳಿದ.

"ಆಗಲಿ ಬೇಕಾದರೆ ಇನ್ನೊಂದು ಸ್ವಲ್ಪ ಹೊತ್ತು ಮಲಗಿ, ಬೆಡ್ ಕಾಫಿ ಕಳಿಸ್ತೇನೆ"

ಕ್ಲಿಕ್...! ಇಂಟರ್ಕಾಮ್ ಲೈನು ತುಂಡಾಯಿತು. ಆತ ಕೈಯ್ಯಲ್ಲಿದ್ದ ರಿಸೀವರ್ನೊಂದಿಗೆ ಕೆಲವು ನಿಮಿಷ ಹಾಗೆ ನಿಂತಿದ್ದ. ತಾನಿರುವ, ತನಗರ್ಥವಾಗದ ಸ್ಥಿತಿಯನ್ನು ವಿಶ್ಲೇಷಣೆ ಮಾಡಲು ಪ್ರಯತ್ನಿಸುತ್ತಿದ್ದ. ಆದರೆ ಮಿದುಳು ಜಡವಾಗಿತ್ತು; ಯೋಚನೆ ಮಾಡಲು ಸಾಧ್ಯವಾಗಲಿಲ್ಲ. ನೆನಪಿನ ತೆರೆಯೇ ಖಾಲಿಯಾಗಿತ್ತು! ಆತನಿಗೆ ಏನೊಂದೂ ನೆನಪಿಗೆ ಬರುತ್ತಿರಲಿಲ್ಲ. ನೆನಪು ಮಾಡಿಕ್ಕೊಳ್ಳಲು ಪ್ರಯತ್ನಿಸಿದಷ್ಟು ಹಿಡಿತಕ್ಕೆ ಸಿಗದೆ ಜಾರುತ್ತಿತ್ತು. ತನ್ನ ಗಮನ ಕೇಂದ್ರೀಕರಿಸಲು ಪ್ರಯತ್ನಿಸಿದಷ್ಟು ಮೆದುಳಿನ ನರನಾಡಿಗಳೆಲ್ಲ ಪಟಪಟನೆ ಮಿಡಿದಂತಾಯಿತು! ತಲೆಯ ಒಂದು ಮೂಲೆಯಲ್ಲಿ ನೋವು ಮತ್ತೆ ಪ್ರಾರಂಭವಾಯಿತು!

ಇಂಟರ್ಕಾಮ್ ರಿಸೀವರ್ ಅದರ ಜಾಗದಲ್ಲಿಟ್ಟು ಹಾಸಿಗೆಯತ್ತ ಬಂದ.

ಬಾಗಿಲನ ಮೇಲೆ ಲಘುವಾದ ಶಬ್ದ! ಈಗ ಯಾರು ಬರುತ್ತಾರೋ..? ಆ ವ್ಯಕ್ತಿ ಯಾರಿರಬಹುದು? ಇದುವರೆಗೂ ತಾನು ನೋಡಿರುವುದು ಆಕೆಯೊಬ್ಬಳನ್ನು ಮಾತ್ರ.

ಬಾಗಿಲ ಮೇಲಿನ ಮೃದುವಾದ ಕಟ್..ಕಟ್ ಶಬ್ದದ ನಂತರ ಬಾಗಿಲು ತೆರೆಯಿತು. ಕೆಲಸದ ಆಳಿನಂತೆ ಕಾಣುತ್ತಿದ್ದವನೊಬ್ಬ ಕಾಫಿಯನ್ನು ಪಾಟ್ ಹೊತ್ತ ಟ್ರೇ ತಂದು ಮಂಚದ ಪಕ್ಕದಲ್ಲಿದ್ದ ಟೇಬಲ್ ಮೇಲಿಟ್ಟ.

"ಕಾಫಿ ಬೆರಸಲೆ ಮಾಲಿಕ್..?"

"ಹಾ...ಹೂಂ.."

ಆತ ಕಾಫಿ ಬೆರೆಸ ತೊಡಗಿದ. ಅವನ ಚರ್ಯೆಯನ್ನು ಆತ ಗಮನಿಸಿದ. ಅಚ್ಚರಿ ಎಂದರೆ ಕಾಫಿ ಬೆರೆಸುತ್ತಿದ್ದಾತ ಪರಿಚಿತ ಎನಿಸಿತು. ಆದರೆ ಅವನ ಹೆಸರು ಗೊತ್ತಿಲ್ಲ. ಆದರೆ ಆ ಕೆಲಸದಾಳಿಗೆ ಇವನ ಪರಿಚಯ ಚೆನ್ನಾಗಿಯೇ ಇರುವಂತೆ ಕಂಡಿತು.

"ರಾತ್ರಿ ಚೆನ್ನಾಗಿ ನಿದ್ದೆಯಾಯಿತೆ ಮಾಲಿಕ್?" ಆತ ಹಿಂದಿಯಲ್ಲಿ ಮಾತಾಡಿದ.

ಆತ ಯಾರನ್ನು ಕುರಿತು ಮಾತನಾಡಿದನೆಂದು ಇವನಿಗೆ ಅನುಮಾನ! ಯಾವ ಪ್ರತಿಕ್ರಿಯೆಯನ್ನು ತೋರಿಸದೆ ಸುಮ್ಮನಿದ್ದ.

"ಯಾಕೆ ಮಾಲಿಕ್? ಮೇಮ್ ಸಾಬ್ಗೂ ನಿಮಗೂ ಏನಾದರೂ ಜಗಳ ಆಯಿತಾ? ವಿಷಯ ಏನಿದ್ದರೂ ನೀವು ಈ ಹೀರಾಗೆ ಹೇಳಬಹುದು ಮಾಲಿಕ್... ಹೀರಾ ತಮ್ಮ ಉಪ್ಪು ತಿಂದವನು.."

ನಡುವಯಸ್ಸು ಮೀರಿದ್ದ ಅವನ ಹೆಸರು ಹೀರ ಎಂದು ಅವನಿಗೆ ಅರ್ಥವಾಯಿತು! ಜೊತೆಗೇ ಅವನು ಈ ಮನೆಯ ಕೆಲಸದ ಆಳು ಎನ್ನುವುದು ಕೂಡ ತಿಳಿಯಿತು.

"ಇಲ್ಲ ಹಿರಾ... ಹಾಗೇನು ಆಗಿಲ್ಲ ಕಾಫಿ ಸ್ಟ್ರಾಂಗ್ ಆಗಿರಲಿ"

ತನ್ನ ದನಿಯಲ್ಲಿ ವಿಶ್ವಾಸವಿಲ್ಲ ಎನಿಸಿತು! ಏಕೆ..?

"ಏಕೆ ಮಾಲಿಕ್? ಯಾವಾಗ್ಲೂ ಲೈಟ್ ಕಾಫಿ ಕುಡಿಯುತ್ತಿದ್ದವರು ನೀವು ಇವತ್ತು ಸ್ಟ್ರಾಂಗ್ ಕಾಫಿ ಕೇಳುತ್ತಿದ್ದೀರಿ..?"

ಆತ ನಕ್ಕು ಕೇಳಿದ. ತುಂಬಾ ಒಳ್ಳೆಯವರಂತೆ ಕಂಡ. ಮೃದುವಾಗಿ ಮಾತನಾಡುತ್ತಿದ್ದ

"ಯಾಕೋ ಗೊತ್ತಿಲ್ಲ...ಇವತ್ತು ಸ್ಟ್ರಾಂಗ್ ಕಾಫಿ ಕುಡಿಬೇಕು ಅಂತ ಅನ್ನಿಸ್ತಾ ಇದೆ"

"ಅಚ್ಛಾ ಮಾಲಿಕ್.."

ಅವನಿಗೊಂದು ವಿಲಕ್ಷಣ ಯೋಚನೆ! ಇವನನ್ನೇ ಉಪಯೋಗಿಸಿಕೊಂಡು ತನ್ನ ನೆನಪಿನ ರಹಸ್ಯದ ಬೀಗವನ್ನೇಕೆ ತೆರೆಯಬಾರದು?

"ಮೇಮ್ ಸಾಬ್ ಎಲ್ಲಿದ್ದಾರೆ.."

ಕೆಲಸದವನೊಂದಿಗೆ ಮಾತು ಬೆಳೆಸಿದ.

"ಕೆಳಗಿದ್ದಾರೆ ಮಾಲಿಕ್, ಬೆಳಗ್ಗೆನೇ ಜಾಕ್ ಬಂದಿದ್ದಾನೆ.."

ಹೀರಾನ ಮಾತಿನಲ್ಲಿ ಕೋಪವಿತ್ತು.

"ಜಾಕ್..?"

ಅವನು ತನಗರಿವಿಲ್ಲದೆ ಉದ್ಗರಿಸಿದ.

"ಹೌದು ಮಾಲಿಕ್, ಇವತ್ತು ಅವನಿಗೇನು ರೋಗ ಬಂದಿದೆಯೋ ಗೊತ್ತಿಲ್ಲ... ದಿನ ರಾತ್ರಿ ಹೊತ್ತು ಬರ್ತಿದ್ದೋನೋ ಇವತ್ತು ಬೆಳಗ್ಗೆನೇ ವಕ್ಕರಿಸಿಕೊಂಡಿದ್ದಾನೆ"

ಹೀರ ಕಾಫಿಯ ಕಪ್ಪನ್ನು ದಣಿಯ ಮುಂದೆ ಹಿಡಿದ

ಜಾಕ್... ಜಾಕ್... ಯಾರವನು? ತನ್ನಲ್ಲೇ ಯೋಚಿಸಿದ..ತನಗವನು ಗೊತ್ತೆ..?

"ಈ ದರಿದ್ರದ ಜಾಕ್ನ ಒಂದಲ್ಲ ಒಂದಿನ ಈ ಹೀರೋನೇ ಕೊಲ್ಲೋದು"

"ಏನು ಕೊಲ್ಲೋದಾ..?"

ತನ್ನ ಗರಿವಿಲ್ಲದೆಯೇ ಗಾಬರಿಯಿಂದ ಕೇಳಿದ! ಆತನಿಗೆ ಆಗಲಷ್ಟೇ ಅರಿವಾಗಿದ್ದು ತಾನು ಹಿಂದಿಯಲ್ಲಿ ಮಾತನಾಡುತ್ತಿದ್ದೇನೆ ಎನ್ನುವುದು! ಅವನ ಮಾತೃ ಭಾಷೆ ಹಿಂದಿ ಅಲ್ಲ ಬೇರೆ ಯಾವುದೋ ಭಾಷೆ... ಅದು ಯಾವುದೆಂದು ನೆನಪಿಗೆ ಬರುತ್ತಿಲ್ಲ, ಆದರೆ ಹಿಂದಿ ಮಾತ್ರ ತನ್ನ ಮಾತೃಭಾಷೆ ಅಲ್ಲ ಎನ್ನುವುದು

ಚೆನ್ನಾಗಿ ಗೊತ್ತಿತ್ತು!

"ಮಾಲಿಕ್ ಹೀರಾನ ವಂಶ ಸ್ವಾಮಿ ಭಕ್ತರ ವಂಶ... ಆ ಹರಾಮ್ ಜಾಕ್ನಾ ನಾನೇ ಕೊಂದು, ನಿಮಗೆ ನಿಶ್ಚಿಂತೆಯಾಗೋ ಹಾಗೆ ಮಾಡ್ತೀನಿ"

ಈತನನ್ನು ತಾನು ಉಪಯೋಗಿಸಿಕೊಳ್ಳಬಹುದು! ಸ್ವಾಮಿ ಭಕ್ತಿಯ ಬಗ್ಗೆ ಮಾತನಾಡುವ ಇವನು ತನ್ನನ್ನು ಯಜಮಾನನೆಂದು ತಿಳಿದಿದ್ದಾನೆ! ತಾನು ಏನು ಕೇಳಿದರೂ ಇಲ್ಲ ಎನ್ನಲಾರ...ಎಂದು ಯೋಚಿಸುತ್ತಲೇ ಅವನ ತಲೆಯಲ್ಲಿ ಹತ್ತಾರು ಯೋಚನೆಗಳು ಸುಳಿದವು.

"ಕಾಫಿ ಕುಡೀರಿ ಮಾಲಿಕ್ ನಾನು ಬರ್ತೀನಿ ಆಮೇಲೆ ಯಾರಿಗಾದರೂ ಅನುಮಾನ ಆಗಬಹುದು"

ಎನ್ನುತ್ತಾ ಹೀರಾ ಬಾಗಿಲಿನತ್ತ ನಡೆದ.

ಆತನ ಬಗ್ಗೆ ಯಾರಿಗಾದರೂ ಅನುಮಾನವೇ? ಯಾರಿಗೆ... ಏತಕ್ಕಾಗಿ? ಅವನ ಯೋಚಿಸಿದ ಹೀರಾ ಬಾಗಿಲನ ಬಳಿಯಿದ್ದಾಗ ಅವನನ್ನು ವಾಪಸ್ಸು ಕರೆಯುವ ಮನಸ್ಸಾಯಿತು. ಆದರೆ ಈ ಸಮಯದಲ್ಲಿ ಬೇಡ ಎನಿಸಿತು. ಅದರ ಜೊತೆಗೆ ಯಾರಿಗಾದರೂ ಅನುಮಾನವಾದೀತು ಎಂದು ಹೀರಾ ಹೇಳಿದ್ದು ನೆನಪಾಯಿತು.

ಕಾಫಿ ಗುಟುಕರಿಸಿದ. ಕಾಫಿ ಚೆನ್ನಾಗಿತ್ತು...ಆ ರುಚಿ ಕೂಡ ತನಗೆ ಪರಿಚಿತ ಎನಿಸಿತು.

ತಾನು ಯಾರು?

ಆ ಹೆಂಗಸು ಯಾರು?

ತಾನೆಲ್ಲಿಗೆ ಹೇಗೆ ಬಂದೆ?

ಜಾಕ್ ಯಾರು?

ಹೀರಾ ತನಗೆ ತೋರಿಸುತ್ತಿರುವ ಸ್ವಾಮಿನಿಷ್ಠೆ ನೋಡಿದರೆ ಹಲವಾರು ವರ್ಷಗಳಿಂದಲೂ ಈ ಮನೆಯಲ್ಲಿ ಅವನು ಕೆಲಸಮಾಡುತ್ತಿರಬೇಕು! ಆದರೆ ಆ ನೆನಪು ತನಗೇಕಿಲ್ಲ?

'ಜಾಕ್... ಜಾಕ್...' ಹೆಸರು ಎಲ್ಲೋ ಕೇಳಿದಂತಿದೆ! ಯಾವನು ಈ 'ಜಾಕ್?'!

ಅವನು ಕೆಳಗಿದ್ದಾನೆ ಎಂದು ಹೀರಾ ಹೇಳಿದ್ದು ನೆನಪಿಗೆ ಬಂತು. ತಾನವನನ್ನು ಈಗಲೇ ಏಕೆ ನೋಡಬಾರದು? ಯೋಚನೆ ಬಂದೊಡನೆ ಅವನು ಬೇಗನೆ ಉಳಿದ ಕಾಫಿ ಒಂದೇ ಗುಕ್ಕಿಗೆ ಮುಗಿಸಿದ! ಕನ್ನಡಿಯ ಮುಂದೆ ನಿಂತು ತಲೆ ಕೂದಲು ಬಾಚಿಕೊಂಡ, ನೈಟ್ ಗೌನನ್ನು ಧರಿಸಿ ರೂಮಿನಿಂದ ಈಚೆ ಬಂದ!

'ಯಾರು ಆ ಜಾಕ್..? ನೋಡಿಯೇಬಿಡುತ್ತೇನೆ!' ಎಂದುಕೊಂಡು ರೂಮಿನಾಚೆ ನಿಂತು ನೋಡಿದ.

3

'ಯಾರು ಆ ಜಾಕ್..? ನೋಡಿಯೇಬಿಡುತ್ತೇನೆ!' ಎಂದುಕೊಂಡು ರೂಮಿನಾಚೆ ನಿಂತು ನೋಡಿದ.

ತಾನಿರುವುದು ಅತ್ಯಂತ ವೈಭವದ ಬಂಗಲೆ ಎನ್ನುವುದು ಅವನಿಗೆ ಅರಿವಾಯಿತು. ಆಚೆ ಹತ್ತು ಹೆಜ್ಜೆ ನಡೆದರೆ ದಪ್ಪನೆಯ ಕಾರ್ಪೆಟ್ ಹಾಸಿದ್ದ ಮೆಟ್ಟಿಲುಗಳು ಕಂಡಿವು. ಅವನು ಮಲಗಿದ್ದು ಮಹಡಿಯ ಮೇಲಿನ ಬೆಡ್ ರೂಮಿನಲ್ಲಿ. ಅವನು ಮೆಟ್ಟಿಲುಗಳನ್ನು ಇಳಿಯುತ್ತಾ ಕೊನೆಯ ಮೆಟ್ಟಿಲಿನಲ್ಲಿ ನಿಂತು ನೋಡಿದ

ದಟ್ಟ ತಲೆಗೂದಲು, ಅರ್ಧ ಮುಖ ಮುಚ್ಚಿಕೊಂಡಿದ್ದ ಕಪ್ಪು ಕನ್ನಡಕ, ಗಡ್ಡ ಮತ್ತು ಮೀಸೆಯ, ಕಪ್ಪು ಬಣ್ಣದ ಜರ್ಕಿನ್ ಧರಿಸಿದ್ದ ವ್ಯಕ್ತಿಯೊಬ್ಬ ಕೆಳಗೆ ಸೋಫಾದಲ್ಲಿ ಕುಳಿತಿದ್ದ. ಅವನ ಎದುರಿನಲ್ಲಿ ಸೋಫಾದಲ್ಲಿ ರಾತ್ರಿ ಅವನೊಂದಿಗೆ ಕಳೆದ ಹೆಂಗಸು ಕುಳಿತು ಮಾತನಾಡುತ್ತಿದ್ದಳು.

ಈತನೇ ಜಾಕ್?

ಹೀರಾ ಇವನನ್ನು ಕೊಂದು ತನಗೆ ನೆಮ್ಮದಿ ನೀಡುವ ಭರವಸೆ ನೀಡಿದ್ದ! ಅಂದರೆ ಜಾಕ್ ತನಗೇನೋ ತೊಂದರೆ ಮಾಡುತ್ತಿರಬಹುದು! ಏನಿರಬಹುದು..? ಯಾವ ಕಾರಣಕ್ಕೆ ಅವನು ತನಗೆ ತೊಂದರೆ ಕೊಡುತ್ತಿದ್ದಾನೆ? ಅವನಿಗೂ ನನ್ನ ನಡುವೆ ಏನು ವ್ಯವಹಾರ?

ಜಾಕ್ ನ ದೃಷ್ಟಿ ಮಹಡಿಯ ಮೆಟ್ಟಿಲಿಳಿದು ಬಂದ ಅವನನ್ನು ನೋಡಿದ. ನೋಡುತ್ತಲೇ ಭಕ್ತಿಯಿಂದ ಎದ್ದು ನಿಂತ! ಇವನಿಗೆ ಮತ್ತಷ್ಟು ಆಶ್ಚರ್ಯವಾಯಿತು! ಆತ ತನ್ನನ್ನು ಕಂಡು ಎದ್ದು ನಿಂತನೆ..? ಆತ ತನಗೆ ಅಷ್ಟೊಂದು ಮರ್ಯಾದೆ ಕೊಡುತ್ತಿರುವುದು ಕಂಡರೆ ಆತ ತನಗೆ ತೊಂದರೆ ಮಾಡಲು ಸಾಧ್ಯವೇ? ಏನೋ ವಿಚಿತ್ರ ಎನಿಸಿತು! ಯಾವುದೋ ಅರ್ಥವಾಗುತ್ತಿಲ್ಲ.

ಆಕೆ ಕೂಡ ಎದ್ದು ನಿಂತಳು. ಇವನು ಉಳಿದ ಮೆಟ್ಟಿಲಿಳಿದು ನಡೆಯುತ್ತಾ ಅವರನ್ನು ಸಮೀಪಿಸಿದ.

ಒಮ್ಮೆಲೇ ಜಾಕ್ ಇವನ ಕಾಲು ಮುಟ್ಟಿ ನಮಸ್ಕಾರ ಮಾಡಿದ. ಇದು ಅವನಿಗೆ ಅನಿರೀಕ್ಷಿತವಾಗಿದ್ದು, ಆಶ್ಚರ್ಯ ಕೂಡ ಆಯಿತು!

"ಆಶೀರ್ವಾದ ಮಾಡಿ ದಾದಾ.."

ಜಾಕ್ ಬಾಯಿಂದ ಬಂದ ಮಾತುಗಳು ಅವನನ್ನು ಅವಕ್ಕಾಗಿಸಿದವು! 'ದಾದಾ' ಎನ್ನುವ ಪದ ಹಲವಾರು ಕಥೆಗಳನ್ನು ಅವನ ನೆನಪಿಗೆ ತಂದವು!

ತಾನು ಯಾರೆಂಬುದು ಅವನಿಗೆ ಮೊದಲ ಬಾರಿಗೆ ಅರಿವಾಗಿತ್ತು!

ತಾನೆಷ್ಟು ಪ್ರಭಾವಶಾಲಿಯಾದ ವ್ಯಕ್ತಿ ಎನ್ನುವುದೂ ತಿಳಿದುಹೋಗಿತ್ತು!

ಹೌದು ತಾನು ದೇಶದ ಅತ್ಯಂತ ಪ್ರಭಾವಶಾಲಿ ವ್ಯಕ್ತಿ!

ಮಹಾನ್ ವ್ಯಕ್ತಿ! ಕೋಟ್ಯಾಧೀಶ್ವರ....ಕೋಟಿ ಕೋಟಿ ಜನರ ಆರಾಧ್ಯ ದೈವ! ಲಕ್ಷಾಂತರ ಯುವಕ ಯುವತಿಯರ ಕನಸಿನ ವ್ಯಕ್ತಿ! ಹಲವರಿಗೆ ಆದರ್ಶ ಹೀರೋ...ಕೆಲವರ ಕನಸಿನ ರಾಜ! ಹೌದು ಅದು ತಾನೇ...? ದಾದಾ..ಅದೇ ತನ್ನ ಹೆಸರೇ..?

"ಮೇಲೇಳು ನನ್ನ ಆಶೀರ್ವಾದ ನಿನಗೆ ಯಾವಾಗಲೂ ಇದೆ.."

ಸಾಂಪ್ರದಾಯಿಕವಾದ ಮಾತುಗಳನ್ನು ಆಡಿದ. ಆದರೆ ಆ ಮಾತಿನಲ್ಲಿ ಭಾವನೆ ಇರಲಿಲ್ಲ. ಅಷ್ಟಕ್ಕೂ ಅವನ ಹಿನ್ನೆಲೆ ತಿಳಿದಿರಲಿಲ್ಲ! ಹಾಗಾಗಿ ಜಾಕ್ಗೆ ಏನೆಂದು ಆಶೀರ್ವಾದ ಮಾಡಲಿ ಎಂದು ಕೆಲವು ಕ್ಷಣ ಗೊಂದಲವಾಗಿತ್ತು.

ಹಿಂದಿನ ರಾತ್ರಿ ತನ್ನೊಂದಿಗೆ ಮಲಗಿದ್ದ ಆಕೆಯ ಮುಖ ನೋಡಿದ. ಅವಳ ಮುಖದ ಮೇಲೆ ತಿಳಿ ನಗೆ ಕಾಣಿಸಿತು. ಆದರೆ ಜಾಕ್ ಮುಖದ ಮೇಲಿನ ಭಾವ ನೋಡಲಾಗಲಿಲ್ಲ. ಕಪ್ಪು ಕನ್ನಡಕ ಗಡ್ಡ ಮೀಸೆಗಳ ಹಿಂದೆ ಅವನ ಮುಖ ಮರೆಯಾಗಿತ್ತು! ಆದರೂ ಆ ಜಾಕ್ ಸ್ವಭಾವ ಕೊಂಚ ಕೃತಕ ಎನಿಸಿತು.

"ದಾದಾ ಮುಂದಿನ ತಿಂಗಳು ತಮ್ಮ ಜನ್ಮದಿನ. ಅದನ್ನು ಆಚರಿಸಲು ಅದ್ದೂರಿಯ ವ್ಯವಸ್ಥೆ ನಡೆದಿದೆ... ಖುದ್ದಾಗಿ ಟೈಗರ್ ಅದರ ಮೇಲ್ವಿಚಾರಣೆ ವಹಿಸಿಕೊಂಡಿದ್ದಾರೆ.."

ಜಾಕ್ ಅತಿ ವಿನಯ ಪ್ರದರ್ಶಿಸುತ್ತಾ ಹೇಳಿದ.

'ಅತಿ ವಿನಯಂ ದೂರ್ಥ ಲಕ್ಷಣಂ' ಎನ್ನುವ ಗಾದೆ ನೆನಪಾಯಿತು! ಅರೆ ನನ್ನ ನೆನಪು ಪೂರಾ ಅಳಿಸಿಲ್ಲ..ಏನೇನೋ ನೆನಪಲ್ಲಿದೆ..ಆದರೆ ಬೇಕಾದುದ್ದ ನೆನಪಿಲ್ಲ!

"ಗುಡ್ ಒಳ್ಳೆಯದು, ಏನೇನು ಕಾರ್ಯಕ್ರಮ ಹಮ್ಮಿಕೊಂಡಿದ್ದೀರಾ?"

ತಾನು ಯಾರೆಂಬುದು ಈಗ ಅವನಿಗೆ ಅರ್ಧಮರ್ಧ ತಿಳಿದಿತ್ತು! ಅವನು ಈಗ ವಿಶ್ವಾಸದಿಂದ, ಧೈರ್ಯದಿಂದ ಜಾಕ್ ಕೇಳಿದ. ಇದೀಗ ಹೊಸದೊಂದು ಹೆಸರು ಅವನ ಕಿವಿಗೆ ಬಿದ್ದಿತ್ತು 'ಟೈಗರ್'! ಯಾರವನು? ಆತನೊಬ್ಬನ ಪರಿಚಯ ಆಗಬೇಕು ಎಲ್ಲಿದ್ದಾನೆ? ತನಗೂ ಅವನಿಗೂ ಏನು ಸಂಬಂಧ? ಅವನಿಗೂ ಜಾಕ್ ಇಬ್ಬರಿಗೂ ತನ್ನ ಜೊತೆ ಏನೋ ಸಂಬಂಧ ಇದೆ! ಅದು ಯಾವ ರೀತಿಯದು? ವ್ಯವಹಾರವೆ? ಎಂತ ವ್ಯವಹಾರ? ತನ್ನ ಬರ್ತ್ಡೇ ಆಚರಿಸಲು ಇವರು ಯಾರು?

ಜಾಕ್ ಉತ್ಸಾಹದಿಂದ ಕಾರ್ಯಕ್ರಮದ ವಿವರಗಳನ್ನು ಹೇಳಲು ಪ್ರಾರಂಭಿಸಿದ.

ದಾದಾ ಅದೀಗ ತನ್ನ ಹೆಸರು ಎಂಬುದನ್ನು ಅವನು ಅರ್ಥ ಮಾಡಿಕೊಂಡ! ಅದು ಆ ಜಾಕ್ ಹೇಳಿದ್ದರಿಂದ! ಆಗ ತಾನೇ ಮಾತನಾಡಲು ಕಲಿತ ಮಗುವಿನಂತೆ ಮನಸ್ಸಿನಲ್ಲಿ ಹೇಳಿಕೊಂಡ 'ನನ್ನ ಹೆಸರು ದಾದಾ...ದಾದಾ'! ನೆನ್ನೆ ರಾತ್ರಿ ಕಂಡ ಹೆಂಗಸೇ ತಾನು ಮೊದಲು ಕಂಡ ವ್ಯಕ್ತಿ! ಆ ಹೆಂಗಸು ತನ್ನ ಮಡದಿ ಇರಬಹುದು... ನಂತರ ಮನೆ ಕೆಲಸದ ಹೀರೋನ ಪರಿಚಯವಾಗಿತ್ತು . ಇದೀಗ ಜಾಕ್ ಎಂಬುವನನ್ನು ನೋಡಿದೆ, ಪರಿಚಯವಾಯಿತು! ಇದೀಗ ಕೇಳಿದ ಇನ್ನೊಂದು ಹೊಸ ಹೆಸರು ಟೈಗರ್!

ಜಾಕ್ ನೋಡಲು ಸಿನಿಮಾದಲ್ಲಿ ಕಾಣಿಸಿಕೊಳ್ಳುವ ಖಳನಾಯಕನಂತೆ ಇದ್ದ! ಇನ್ನೂ ಈ ಟೈಗರ್ ಹೇಗಿರಬಹುದು ಜಾಕ್ ಹೇಳುತ್ತಿದ್ದಿದ್ದು ಅವನು ಕೇಳಿಸಿಕೊಳ್ಳಲೇ ಇಲ್ಲ.

****

"ದಾದಾ... ದಾದಾ... ದಾದಾ..."

ಜನರು ಹುಚ್ಚೆದ್ದು ಕಿರುಚುತ್ತಿದ್ದರು! ಭಾವ ಪರವಶರಾಗಿ ಅವನ ಕಡೆಗೆ ನೋಡುತ್ತಿದ್ದರು... ಅದು ಅವನಿಗೆ ಅರಿವಿಲ್ಲದೆ ಇರಲಿಲ್ಲ. ಆದರೆ ಆತನಿಗೆ ಸದ್ಯಕ್ಕೆ ಜನರ ಕಡೆಗೆ ನೋಡಲು ಬಿಡುವಿರಲಿಲ್ಲ. ಅವನ ಸುತ್ತ ಅವನ ಆಪ್ತ ಜನರಿದ್ದರು. ಅವರು ಅವನನ್ನು ಸುತ್ತುವರಿದಿದ್ದರು.

"ದಾದಾ..ದಾದಾ.."

ಜನರು ಕೇಕೆ ಸೀಟಿಗಳು ಮೆರೆದವು! ಮೊರೆದವು!

ದಾದಾ ಜನರ ಕಡೆಗೆ ತಿರುಗಿ ನೋಡಿದ! ಅವರಿಗೆ ಖುಷಿಯಾಯಿತು! ದಾದಾ ಕೈ ಎತ್ತಿ ಜನರತ್ತ ಆಡಿಸಿದ! ಜನ ಹುಯಿಲಿಟ್ಟರು! ಅವರಿಗೆ ಸಂತೋಷ... ತಮ್ಮ ಆರಾಧ್ಯ ತಮ್ಮತ್ತ ತಿರುಗೆ ನೋಡಿದ ಎಂದು!

ದಾದಾನ ಕಾರು ತನ್ನ ಸಂಗಡಿಗರೊಂದಿಗೆ ಎಸ್ಕೆ ಸ್ಟುಡಿಯೋದ ಗೇಟ್ ಅನ್ನು ದಾಟಿ ಒಳಗೆ ಸೇರಿತು.

ದಾದಾ ಒಳಗೆ ಹೋಗುತ್ತದೆ ಸ್ಟುಡಿಯೋದ ಗೇಟುಗಳು ಮುಚ್ಚಿದವು! ಜನರು ಒಳಗೆ ನುಗ್ಗಲು ಪ್ರಯತ್ನಿಸುತ್ತಿದ್ದರು! ಸೆಕ್ಯೂರಿಟಿಯವರು ಅವರನ್ನು ತಡೆದು ಆಚೆ ತಳ್ಳುತ್ತಿದ್ದರು.

ಇದು ಮುಂಬಯಿಯ ಪ್ರತಿಷ್ಠಿತ ಎಸ್ಕೆ ಸ್ಟುಡಿಯೋ ಮುಂದೆ ಪ್ರತಿದಿನವೂ ಸಾಮಾನ್ಯವಾಗಿ ನಡೆಯುವ ಘಟನೆ! ಆ ಸುತ್ತಲಿನ ಜನರಿಗೆ ಅದೇನು ಹೊಸದಾಗಿರಲಿಲ್ಲ. ಈ ಘಟನೆಯಿಂದ ಅವರ್ಯಾರಿಗೂ ಆಶ್ಚರ್ಯವಾಗಲಿ ಅಥವಾ ಕುತೂಹಲವಾಗಲಿ ಆಗಲಿಲ್ಲ.

ಎಸ್ಕೆ ಸ್ಟುಡಿಯೋ ಹೊಂಬಾಯಿನ ಅತಿ ದೊಡ್ಡ, ಸುಸಜ್ಜಿತವಾದ ಸ್ಟುಡಿಯೋ. ಅಲ್ಲಿ ಪ್ರತಿಷ್ಠಿತ ಚಲನಚಿತ್ರ ನಿರ್ಮಾಪಕರು ತಮ್ಮ ಚಿತ್ರಗಳನ್ನು ತಯಾರಿಸುತ್ತಾರೆ. ನಿರ್ದೇಶಕರು ಕೂಡ ಅದೇ ಸ್ಟುಡಿಯೋದಲ್ಲಿ ತಮ್ಮ ಚಿತ್ರಗಳನ್ನು ದೃಶ್ಯಗಳನ್ನು ಚಿತ್ರೀಕರಿಸಲು ಬಯಸುತ್ತಾರೆ. ಕಾರಣ ಅಲ್ಲಿಯ ಅನುಕೂಲತೆಗಳು. ಎಸ್ಕೆ ಸ್ಟುಡಿಯೋದಲ್ಲಿ ಪೌರಾಣಿಕ, ಚಾರಿತ್ರಿಕ, ಸಾಮಾಜಿಕ, ಫ್ಯಾಂಟಸಿ- ಎಲ್ಲಾ ರೀತಿಯ ಸಿನಿಮಾಗಳಿಗೆ ಬೇಕಾಗುವ ವಸ್ತುಗಳೂ ದೊರೆಯುತ್ತವೆ! ಸಣ್ಣಪುಟ್ಟ ವಸ್ತುಗಳಿಗಾಗಿ ಚಿತ್ರೀಕರಣ ತಡವಾಗಲು ಕಾರಣ ಇರುವುದಿಲ್ಲ! ಗಂಟೆಗಟ್ಟಲೆ ಚಿತ್ರೀಕರಣಕ್ಕೆ ಅಗತ್ಯವಾಡ ವಸ್ತುಗಳಿಗಾಗಿ ಮುಂಬೈ ಸುತ್ತಬೇಕಾದ ಅವಶ್ಯಕತೆ ಇರುವುದಿಲ್ಲ. ಈ ಕಾರಣಕ್ಕಾಗಿಯೇ ಎಲ್ಲರೂ ಎಸ್ಕೆ ಸ್ಟುಡಿಯೋವನ್ನೇ ಬಯಸುತ್ತಿದ್ದರು ಚಲನಚಿತ್ರ ನಿರ್ಮಾಣಕ್ಕೆ ಎಲ್ಲರೂ ದಾವಿಸುತ್ತಿದ್ದುದು, ಬಹು ಬೇಡಿಕೆಯ ಎಸ್ ಕೆ ಸ್ಟುಡಿಯೋಗೆ.

ಪ್ರತಿದಿನ ಬೆಳಗ್ಗೆ ಎಸ್ಕೆ ಸ್ಟುಡಿಯೋ ಮುಂದೆ ಜನ ಶೂಟಿಂಗಿಗೆ ಬರಲಿರುವ ತಮ್ಮ ಮೆಚ್ಚಿನ ನಟ ನಟಿಯರನ್ನು ನೋಡಲು ಕಾಯುತ್ತಿರುತ್ತಾರೆ. ಅವರು ಒಳಗೆ ತೆರಳಿದ ನಂತರ ಜನ ಚದುರುತ್ತಾರೆ.

ಇಂದು ಅವರ ಅದೃಷ್ಟಕ್ಕೆ ಎಣೆ ಇರಲಿಲ್ಲ. ಶೂಟಿಂಗಿಗೆ ಬಂದಿದ್ದವ ಸಣ್ಣಪುಟ್ಟ ನಟ ಅಲ್ಲ! ಸೂಪರ್ ಸ್ಟಾರ್, ಹಿಂದಿ ಚಿತ್ರರಂಗದ ಅದ್ವಿತೀಯ ನಟ ದಾದಾ! ಅವನ ನಿಜವಾದ ಹೆಸರು ದಾದಾ ಅಲ್ಲ ಅವನ ನಿಜವಾದ ಹೆಸರು ಗೋಪಾಲ ಶರ್ಮ. ಅವನ ಬೆಳ್ಳಿ ತೆರೆಯ ಹೆಸರು ವಿವೇಕ್! ಅದು ಸಿನಿಮಾ ಸೇರಿದ ಮೇಲೆ ನಾಮಕರಣ ಮಾಡಿಕೊಂಡಿದ್ದು! ನಂತರ ಜನರು ಪ್ರೀತಿಯಿಂದ ಕರೆದದ್ದು 'ದಾದ' ಎಂದು. ನಿಜವಾಗಿಯೂ ಇಂದು ಚಿತ್ರರಂಗದಲ್ಲಿ ಅವನು ದಾದಾನೇ ಆಗಿ ಅಗಾಧ ಜನಪ್ರಿಯತೆಯನ್ನು ಸಂಪಾದಿಸಿದ್ದ. ಹಾಗೆಯೇ ಅಪಾರ ಹಣ ಕೂಡ ಸೇರಿತ್ತು!

ದಾದಾ ಸ್ಟುಡಿಯೋದೊಳಗೆ ಹೋಗುವುದನ್ನೇ ನೋಡುತ್ತಿದ್ದವರಲ್ಲಿ ಒಬ್ಬ ವಿಲಕ್ಷಣವಾಗಿ ನಗುತ್ತಿದ್ದ!

4

ಅಭಿಮಾನಿಗಳ ಜಾತ್ರೆ ಮುಂಬಯಿಯ ಪ್ರತಿಷ್ಠಿತ ಎಸ್ಕೆ ಸ್ಟುಡಿಯೋ ಮುಂದೆ ಪ್ರತಿದಿನವೂ ಸಾಮಾನ್ಯವಾಗಿ ನಡೆಯುವ ಘಟನೆ! ಆ ಸುತ್ತಲಿನ ಜನರಿಗೆ ಅದೇನು ಹೊಸದಾಗಿರಲಿಲ್ಲ. ಈ ಘಟನೆಯಿಂದ ಅವರ್ಯಾರಿಗೂ ಆಶ್ಚರ್ಯವಾಗಲಿ ಅಥವಾ ಕುತೂಹಲವಾಗಲಿ ಆಗಲಿಲ್ಲ.

ಎಸ್ಕೆ ಸ್ಟುಡಿಯೋ ಹೊಂಬಾಯಿನ ಅತಿ ದೊಡ್ಡ, ಸುಸಜ್ಜಿತವಾದ ಸ್ಟುಡಿಯೋ. ಅಲ್ಲಿ ಪ್ರತಿಷ್ಠಿತ ಚಲನಚಿತ್ರ ನಿರ್ಮಾಪಕರು ತಮ್ಮ ಚಿತ್ರಗಳನ್ನು ತಯಾರಿಸುತ್ತಾರೆ. ನಿರ್ದೇಶಕರು ಕೂಡ ಅದೇ ಸ್ಟುಡಿಯೋದಲ್ಲಿ ತಮ್ಮ ಚಿತ್ರಗಳನ್ನು ದೃಶ್ಯಗಳನ್ನು ಚಿತ್ರೀಕರಿಸಲು ಬಯಸುತ್ತಾರೆ. ಕಾರಣ ಅಲ್ಲಿಯ ಅನುಕೂಲತೆಗಳು. ಎಸ್ಕೆ ಸ್ಟುಡಿಯೋದಲ್ಲಿ ಪೌರಾಣಿಕ, ಚಾರಿತ್ರಿಕ, ಸಾಮಾಜಿಕ, ಫ್ಯಾಂಟಸಿ- ಎಲ್ಲಾ ರೀತಿಯ ಸಿನಿಮಾಗಳಿಗೆ ಬೇಕಾಗುವ ವಸ್ತುಗಳೂ ದೊರೆಯುತ್ತವೆ! ಸಣ್ಣಪುಟ್ಟ ವಸ್ತುಗಳಿಗಾಗಿ ಚಿತ್ರೀಕರಣ ತಡವಾಗಲು ಕಾರಣ ಇರುವುದಿಲ್ಲ! ಗಂಟೆಗಟ್ಟಲೆ ಚಿತ್ರೀಕರಣಕ್ಕೆ ಅಗತ್ಯವಾಡ ವಸ್ತುಗಳಿಗಾಗಿ ಮುಂಬೈ ಸುತ್ತಬೇಕಾದ ಅವಶ್ಯಕತೆ ಇರುವುದಿಲ್ಲ. ಈ ಕಾರಣಕ್ಕಾಗಿಯೇ ಎಲ್ಲರೂ ಎಸ್ಕೆ ಸ್ಟುಡಿಯೋವನ್ನೇ ಬಯಸುತ್ತಿದ್ದರು ಚಲನಚಿತ್ರ ನಿರ್ಮಾಣಕ್ಕೆ ಎಲ್ಲರೂ ದಾವಿಸುತ್ತಿದ್ದುದು, ಬಹು ಬೇಡಿಕೆಯ ಎಸ್ ಕೆ ಸ್ಟುಡಿಯೋಗೆ.

****

ಇಡೀ ಹಿಂದಿ ಚಿತ್ರರಂಗ ಅವನ ಮೇಲೆ ಕೇಂದ್ರೀಕೃತವಾಗಿತ್ತು.

'ದಾದ' ಹೀರೋ ಎಂದರೆ ಕೋಟ್ಯಾಂತರ ರೂಪಾಯಿ ಹಣ ಹೂಡಲು ನಿರ್ಮಾಪಕರು ಮುಂದೆ ಬರುತ್ತಿದ್ದರು.

ಚಿತ್ರರಂಗದಲ್ಲಿ ಅವನು ಹೇಳಿದ್ದು ನಡೆಯುತ್ತಿತ್ತು.

ತನಗೆ ಬೇಕಾದವರನ್ನು ಮೇಲೆತ್ತಿ, ಬೇಡವಾದವರನ್ನು ಪಾತಾಳಕ್ಕೆ ತುಳಿಯಲು ದಾದಾನಿಗೆ ಬಹಳ ಸುಲಭ! ಅವನಿಗೆ ಅಸಾಧ್ಯವಾದುದ್ದೇ ಇರಲಿಲ್ಲ!

ಇಡೀ ಚಿತ್ರರಂಗ ಅವನ ಮುಂದೆ ಮಂಡಿಯೂರಿ ಕುಳಿತಿತ್ತು! ಬರಿ ಚಿತ್ರರಂಗ ಮಾತ್ರವಲ್ಲ..ದೇಶದ ಯಾವುದೇ ರಂಗದಲ್ಲೂ ಅವನಿಗೆ ಪ್ರಭಾವ ಬೀರಲು ಸಾಧ್ಯವಿತ್ತು. ದಾದಾನಿಗೆ ಎದುರಾಗಿ ಯಾರೂ ಬದುಕಲು ಸಾಧ್ಯವಿರಲಿಲ್ಲ!

'ದಾದಾ...ದಾದಾ..'

ದೇಶದಾದ್ಯಂತ ರಸಿಕರು ಅವನ ಹೆಸರನ್ನು ದಿನದಲ್ಲಿ ಎಷ್ಟೋ ಸಲ ಜಪಿಸುತ್ತಿದ್ದರು.

ಅವನ ಚಿತ್ರ ಬಿಡುಗಡೆಯಾದ ದಿನ ಕನಿಷ್ಠ ಮೂರು ನಾಲ್ಕು ಸಾವುಗಳು! ಕೇವಲ ಟಿಕೆಟ್ ಪಡೆಯಲು ಜನರ ನೂಕು ನುಗ್ಗಾಟದಿಂದ ಜನ ಜೀವ ಕಳೆದುಕ್ಕೊಳ್ಳಲು ಸಿದ್ಧರಾಗಿರುತ್ತಿದ್ದರು. ಹಾಗೆ ಸತ್ತವರ ಸಂಸಾರಕ್ಕೆ ದಾದಾ ಧಾರಾಳವಾಗಿ ಹಣ ನೀಡುತ್ತಿದ್ದ!

ದಾದಾ ದಂತಕತೆಯಾಗಿದ್ದ! ಅವನ ಬಗೆಗೆ ನೂರಾರು ಕಥೆಗಳು ಜನರ ಬಾಯಲ್ಲಿ ಹರಿದಾಡುತ್ತಿದ್ದವು!

ರಾತ್ರಿ ಚಳಿಯಲ್ಲಿ ನಡುಗುತ್ತಾ ಬೀದಿಬದಿ ಮಲಗಿದ್ದವರಿಗೆ, ತನ್ನ ಮೈಮೇಲೆ ಧರಿಸಿದ್ದ ಬೆಲೆ ಬಾಳುವ ಜಾಕೆಟ್ ತೆಗೆದು ಹೊದಿಸಿ ಬಿಡುತ್ತಿದ್ದ. ಬೇಡಲು ಬಂದವರಿಗೆ ಜೇಬಿನಲ್ಲಿ ಇದ್ದಷ್ಟನ್ನು ತೆಗೆದುಕೊಟ್ಟು ಬಿಡುತ್ತಿದ್ದ!

ಒಟ್ಟಾರೆ ದಾದಾ ಚಿತ್ರರಂಗದ ದಂತಕಥೆ!

ನಿರ್ಮಾಪಕರು ದಾದಾನಾ ಕಾಲ್ಶೀಟಿಗಾಗಿ ವರ್ಷಗಟ್ಟಲೆ ಕಾಯುತ್ತಿದ್ದರು! ದಾದಾ ಮುಂದಿನ ಐದು ವರ್ಷಗಳಿಗೂ ಕಾಲ್ ಶೀಟ್ ನೀಡಿದ್ದ.

ಅವನು ಸೂಪರ್ ಸ್ಟಾರ್!

ಸೂಪರ್ ಹೀರೋ!

****

“ಸಾರ್ ಡೈಲಾಗ್...”

ವಿನಯದಿಂದ ನಡುಬಾಗಿಸಿ ನುಡಿದ ಅಸಿಸ್ಟೆಂಟ್ ಡೈರೆಕ್ಟರ್.

ಅವನಿಗೆ ಎದೆಯಲ್ಲಿ ಅಳುಕು.

ಹೊಸದೊಂದು ಪ್ರಪಂಚಕ್ಕೆ ಬಂದಿದ್ದ! ಎಲ್ಲವೂ ಹೊಸತು...ಎಲ್ಲ ಜನರೂ ಹೊಸಬರು! ಆತನಿಗೆ ಅವರನ್ನು ನೋಡಿದ ನೆನಪೇ ಇರಲಿಲ್ಲ! ಆದರೆ ಅವರು ಯಾರೂ ಹೊಸಬರು ಎನಿಸುತ್ತಿರಲಿಲ್ಲ. ಪರಿಚಯವಾಗುತ್ತಿದ್ದ ಅವರೆಲ್ಲರ ಹೆಸರುಗಳನ್ನು ನೆನಪಿನಲ್ಲಿ ಇಟ್ಟುಕೊಳ್ಳುವುದು ಅವನಿಗೆ ಪ್ರಯಾಸವಾಗುತ್ತಿತ್ತು.

ತಾನು ಯಾರೆಂದೇ ತಿಳಿದಿಲ್ಲ! ಆದರೆ ಇದೀಗ ಸೂಪರ್ ಸ್ಟಾರ್ ವಿವೇಕನ ಸ್ಥಾನದಲ್ಲಿದ್ದ!! ಚಿತ್ರದಲ್ಲಿ ನಟಿಸಲು ಬಂದಿದ್ದ!

ಶೂಟಿಂಗಿಗೆ ಎಲ್ಲವೂ ರೆಡಿಯಾಗಿತ್ತು. ಅವನ ಮೇಕಪ್ ಕೂಡ ಮುಗಿದಿತ್ತು. ಅಸಿಸ್ಟೆಂಟ್ ಡೈರೆಕ್ಟರ್ ಸಂಭಾಷಣೆಯ ಫೈಲ್ ತಂದಿದ್ದ.

ತಾನು ಯಾವಾಗ ಚಿತ್ರದಲ್ಲಿ ನಟಿಸಿದ್ದೆ? ಅವನ ಹಣೆಯಲ್ಲಿ ಬೆವರು ಮೂಡಿತು! ತಾನು ಚಿತ್ರದಲ್ಲಿ ನಟಿಸಬಲ್ಲೆನೇ..? ಅನುಮಾನ! ಆದರೆ ದಾದಾ ವಿವೇಕ್ ನಟಿಸಿದ ಸಿನಿಮಾಗಳು ಈವರೆಗೆ ಐವತ್ತಕ್ಕೂ ಮೇಲೆ ಬಂದಿವೆ. ಎಲ್ಲ ಸಿನಿಮಾಗಳೂ ಬಾಕ್ಸ್ ಆಫೀಸಿನಲ್ಲಿ ಕೊಳ್ಳೆ ಹೊಡೆದಿವೆ! ಎಲ್ಲ ದಾಖಲೆಗಳನ್ನು ಮುರಿದು ಹಣ ಗಳಿಸಿವೆ! ಅದರಲ್ಲೆಲ್ಲ ತಾನು... ಅಂದರೆ ದಾದಾ, ವಿವೇಕನ ಸ್ಥಾನದಲ್ಲಿ ಇರುವವನು ನಟಿಸಿದ್ದೇನೆಯೆ? ಇಲ್ಲ...ನಾನು ನಾನಲ್ಲ..! ಖಂಡಿತಾ..? ನಾನು ಬೇರೆ ಯಾರೋ..? ಆದರೆ ಯಾರು ಅದೇ ತಿಳಿದಿರಲಿಲ್ಲ! ತಾನು ಸಿನಿಮಾದಲ್ಲಿ ನಟಿಸಬಲ್ಲೆ ಎಂಬ ನಂಬಿಕೆ ಬಂದಿರಲಿಲ್ಲ!

"ಡಾರ್ಲಿಂಗ್... ಆರ್ ಯು ಆಲ್ರೈಟ್?"

ಪಕ್ಕದಲ್ಲಿ ಕುಳಿತಿದ್ದ ತಾನು ಪತ್ನಿ ಎಂದು ನಂಬಿದ್ದವಳು ಕಾಳಜಿಯಿಂದ ಪ್ರಶ್ನಿಸಿದಳು. ಅವಳ ಮುಖದಲ್ಲಿ ಆತಂಕದ ಗೆರೆಗಳು ಕಾಣಿಸಿದವು. ನಾಲ್ಕು ದಿನಗಳಿಂದ ಅವಳು ತನ್ನ ಗಂಡನ ನಡತೆಯನ್ನು ಗಮನಿಸುತ್ತಿದ್ದಳು. ಹಲವಾರು ಬದಲಾವಣೆಗಳು ಕಂಡಿದ್ದವು! ಏಕೆ..? ಆತನಿಗೆ ಏನಾಗಿದೆ? ತನ್ನಲ್ಲಿಯೂ ಹೇಳಲಾರದವನಾಗಿದ್ದಾನಲ್ಲ..? ಇದುವರೆಗೂ ಯಾವುದನ್ನೂ... ಒಂದು ಸಣ್ಣ ಸಂಗತಿಯನ್ನೂ ಮುಚ್ಚಿಡದಿದ್ದವನು ಇಂದು ತನ್ನಲ್ಲಾಗುತ್ತಿರುವ ಬದಲಾವಣೆಯನ್ನು ಏಕೆ ಹೇಳುತ್ತಿಲ್ಲ! ಅವನ ಈ ವಿಚಿತ್ರ ವರ್ತನೆಗೆ ಎರಡು ದಿನ ಶೂಟಿಂಗ್ ಕ್ಯಾನ್ಸಲ್ ಮಾಡಿಸಿದ್ದಳು. ಆದರೆ ಎಷ್ಟು ದಿನ ಮನೆಯಲ್ಲಿ ಕೂತಿರಲು ಸಾಧ್ಯ?

"ನನಗೆ ಏನಾಗಿದೆ? ನಾನು ಸರಿಯಾಗಿರುವೆ" ಆತ ಗಟ್ಟಿ ದನಿಯಲ್ಲಿ ಹೇಳಿದ.

"ಓಕೆ ನನ್ನ ಡೈಲಾಗ್ಸ್ ಹೇಳಿ..."

"ದಾದಾ ಇವತ್ತಿನ ಸೀಕ್ವೆನ್ಸ್ ಹೀಗಿದೆ... ನೀವು ಹೀರೋಯಿನ್ ಮನೆಗೆ ಬಂದಿದ್ದೀರಿ, ಅವರ ಅಪ್ಪನನ್ನು ಮದುವೆಯ ಬಗ್ಗೆ ಕೇಳಲು..."

ಅಸಿಸ್ಟೆಂಟ್ ಡೈರೆಕ್ಟರ್ ಹೇಳತೊಡಗಿದ. ದಾದಾ ವಿವೇಕ್ ಅದನ್ನು ಗಮನವಿಟ್ಟು ಕೇಳಿಸಿಕ್ಕೊಳ್ಳತೊಡಗಿದ. ನಂತರ ಡೈಲಾಗ್ ರಿಪೀಟ್ ಮಾಡಿದ. ಸುಲಲಿತವಾಗಿ ಮಾತುಗಳು ಬಂದವು! ತನ್ನ ಬಗ್ಗೆ ನಂಬಿಕೆ ಬಂತು! ತಾನು ನಿಜವಾಗಿಯೂ ವಿವೇಕನೆ, ತಾನು ದಾದಾನೇ ಇರಬೇಕು! ಇಲ್ಲದಿದ್ದರೆ ಇಷ್ಟು ಸುಲಭವಾಗಿ ಸಂಭಾಷಣೆಯನ್ನು ಹೇಳಲು ಸಾಧ್ಯವಾಗುತ್ತಿರಲಿಲ್ಲ!

ತಂದೆಯ ಪಾತ್ರ ವಹಿಸಲು ಬಂದಿದ್ದ ಪ್ರತಿಷ್ಠಿತ ಕ್ಯಾರೆಕ್ಟರ್ ಆಕ್ಟರ್ ಚಕ್ರವರ್ತಿಯ ಜೊತೆ ಒಂದು ರಿಹರ್ಸಲ್ ನಡೆಯಿತು ನಂತರ ಅವರಿಬ್ಬರು ಎದ್ದು ಸೆಟ್ಟಿಗೆ ನಡೆದರು.

ಒಂದೇ ಟೇಕ್ನಲ್ಲಿ ಚಿತ್ರೀಕರಣ ಮುಗಿಯಿತು. ಪ್ರಸಿದ್ಧ ಬಾಕ್ಸ್ ಆಫೀಸ್ ನಿರ್ದೇಶಕ ದೇಸಾಯಿ ಬಂದು ವಿವೇಕನನ್ನು ಅಭಿನಂದಿಸಿದರು

"ಯು ಆರ್ ಗ್ರೇಟ್ ದಾದಾ.."

"ಥ್ಯಾಂಕ್ ಯು!"

ವಿವೇಕ್ ಅವನ ಅಭಿನಂದನೆಯನ್ನು ಸ್ವೀಕರಿಸಿದ.

"ಚಿತ್ರಾಜಿ ನೆಕ್ಸ್ಟ್ ಸೆಟ್ ರೆಡಿಯಾಗೋತನಕ ದಾದಾ ರೆಸ್ಟ್ ತಗೊಳ್ಳಲಿ.."

ದೇಸಾಯಿ ದಾದಾನ ಮಡದಿಗೆ ಹೇಳಿದ.

ಓ ಹಾಗಾದರೆ ತನ್ನ ಮಡದಿಯ ಹೆಸರು ಚಿತ್ರ! ಈಗ ಇನ್ನೊಂದು ಪಾತ್ರದ ಪರಿಚಯ ಆಯಿತು.

"ಅಚ್ಚಾಜಿ.." ಎಂದು ಹೇಳಿ ಆಕೆ ವಿವೇಕನ ಕಡೆಗೆ ನೋಡಿದಳು.

"ಬನ್ನಿ ಡಾರ್ಲಿಂಗ್, ಮುಂದಿನ ಸೀಕ್ವೆನ್ಸಿಗೆ ಅವರು ರೆಡಿಯಾಗುವವರೆಗೆ ರೆಸ್ಟ್ ತಗೊಳ್ಳುವಿರಂತೆ"

ಅವನ ಕೈ ಹಿಡಿದು ವಿಶ್ರಾಂತಿ ಗೃಹಕ್ಕೆ ಕರೆದುಕೊಂಡು ಬಂದಳು ಚಿತ್ರಾ.

ಸೆಟ್ ಮೇಲೆ ಕೆಲಸದಲ್ಲಿ ನಿರತನಾಗಿದ್ದ ನೂರಾರು ಜನ ತಾಂತ್ರಿಕರು, ಸಹ ನಟರು ತನಗೆ ತೋರಿಸುತ್ತಿದ್ದ ಗೌರವಕ್ಕೆ ಅವನಿಗೆ ಅಚ್ಚರಿ! ಅವನಿಗೀಗ ನಂಬಿಕೆ ಬರತೊಡಗಿತ್ತು... ನಿಜಕ್ಕೂ ತಾನು ವಿವೇಕನೇ ಇರಬಹುದು! ಆದರೆ ಹಿಂದಿನ ನೆನಪು ಏಕೆ ಬರುತ್ತಿಲ್ಲ?

ಹಾಗಿದ್ದರೆ ತಾನು ವಿವೇಕ ಅಲ್ಲ ಎನ್ನುವ ಭಾವನೆ ಏಕೆ? ತಾನು ಯಾವುದೋ ಹೊಸ ಪರಿಸರಕ್ಕೆ ಬಂದಿರುವಂತಿದೆ... ಈ ಜನರೆಲ್ಲ ಹೊಸಬರಂತೆ ಅನ್ನಿಸುತ್ತಿದೆ...ಬೇರೆ ಯಾರದೋ ಸ್ಥಾನದಲ್ಲಿ ತಾನು ಇರುವಂತೆ! ಇಂಥ ಭಾವನೆಗಳು ತನಗೇಕೆ ಬರುತ್ತಿವೆ?

ಅವರು ಪ್ರವೇಶಿಸಿದ್ದು ಏರ್ ಕಂಡಿಷನ್ ರೂಮು. ಬಾಗಿಲ ಮೇಲೆ 'ವಿವೇಕ" ಎಂಬ ಫಲಕ.

"ನೀವು ಸ್ವಲ್ಪ ಹೊತ್ತು ರೆಸ್ಟ್ ತೆಗೆದುಕೊಳ್ಳಿ"

ಚಿತ್ರ ಅನುಕಂಪದಿಂದ ಹೇಳಿದಳು.

ಅವನಿಗೆ ಮತ್ತೆ ಅನುಮಾನ ಬರತೊಡಗಿತ್ತು! ತಾನು ನಿಜವಾಗಿಯೂ ವಿವೇಕನೆ ಇರಬಹುದೆ? ಈಕೆ ತನ್ನ ಮಡದಿಯೆ..? ಹಾಗಿದ್ದರೆ ಇವಳ ವಿಷಯದಲ್ಲಿ

ತಾನು ಪರಕೀಯನಂತೆ ವರ್ತಿಸಿದರೆ ಅವಳಿಗೆ ನೋವಾಗಬಹುದು. ಆಕೆ ಹೆಣ್ಣು, ಅವಳ ಭಾವನೆಗಳನ್ನು ತಾನು ಗೌರವಿಸಬೇಕು.

ಅವನು ಚಿತ್ರಾಳನ್ನು ತನ್ನ ಕೈಗಳಿಂದ ಬಳಸಿ, ಮುಖವನ್ನು ತನ್ನತ್ತ ತಿರುಗಿಸಿಕೊಂಡ. ಆಕೆಯ ಮುಖ ಪ್ರಸನ್ನವಾಯಿತು

"ರೆಸ್ಟ್ ತಗೊಳ್ಳೋ ಅಂತಾದ್ದು ಏನು ಆಗಿಲ್ಲ ಚಿನ್ನ.."

ಎಂದು ಹೇಳುತ್ತಾ ಅವಳ ತುಟಿಗಳನ್ನು ಚುಂಬಿಸಿದ. ಅವಳು ಅವನ ತೋಳುಗಳಲ್ಲಿ ಮೇಣದಂತೆ ಕರಗಿದಳು; ಅವಳ ಕೈಗಳು ಅವನ ಕೊರಳಿಗೆ ಮಾಲೆಯಾದವು. ಅವಳ ಬಿಸಿಯುಸಿರು ಅವನನ್ನು ಆಯಸ್ಕಾಂತದಂತೆ ಸೆಳೆಯಿತು. ಅವಳನ್ನು ಇನ್ನೂ ಹತ್ತಿರಕ್ಕೆ ಎಳೆದುಕೊಂಡ. ಲಘು ಚುಂಬನ ದೀರ್ಘವಾಯಿತು.

ಆತನ ಬಗೆಗೆ ಅವಳಲ್ಲಿ ಮೂಡಿದ್ದ ಆತಂಕ ದೂರವಾಯಿತು. ಅವನ ಆತುರ ಕಂಡು ಒಳಗೊಳಗೆ ಸಂತೋಷ! ಮೆಲ್ಲನೆ ಅವನಿಂದ ಬಿಡಿಸಿಕೊಂಡು ದೂರ ಸರಿದಳು.

"ಏಕೆ..?" ಅವನು ಕೇಳಿದ.

"ಏಕೆಂದರೆ ಇದು ಸ್ಟುಡಿಯೋ..ಹೊರಗೆ ಎಷ್ಟು ಜನ ಇದ್ದಾರೆ ಗೊತ್ತಾ?"

ಆಕೆಯ ತುಂಟ ಪ್ರಶ್ನೆ!

"ಹೊರಗೆ ಸಾವಿರಾರು ಜನ ಇರಬಹುದು, ಆದರೆ ಒಳಗೆ ಇರುಳು ನೀನೊಬ್ಬಳೇ"

ಅವನು ತನ್ನ ಎದೆಯನ್ನು ತೋರಿಸಿದ.

"ಓ..ವಿಕ್ಕಿ... ಐ ಲವ್ ಯು"

ಆಕೆ ಮತ್ತೆ ಅವನ ಸೆಳೆತಕ್ಕೆ ಒಳಗಾಗಿ ಅವನ ತೆಕ್ಕೆಗೆ ಬಂದಳು.

"ಐ ಟೂ ಲೌವ್ ಯೂ ಡಾರ್ಲಿಂಗ್

ಅವಳನ್ನು ಬಿಗಿದಪ್ಪಿದ. ಆದರೂ ಅನುಮಾನ..'ನಾನು ನಿಜಕ್ಕೂ ಅವಳನ್ನು ಪ್ರೀತಿಸುತ್ತಿದ್ದೇನೆಯೆ?'

ಹಿತವಾದ ಆಲಿಂಗನದಲ್ಲಿದ್ದ ಅವರಿಬ್ಬರಿಗೆ ಕೆಲವು ನಿಮಿಷ ಜಗತ್ತು ಮರೆಯಾಗಿತ್ತು.

ಬಾಗಿಲ ಮೇಲೆ ಕಟ್ ಕಟ್ ಶಬ್ದವಾಯಿತು! ಅವರಿಬ್ಬರೂ ಬೇರೆಯಾದರು.

"ಯಾರವನು ..ಈಡಿಯಟ್"

ತಾನು ವಿವೇಕ ಎಂದು ನಂಬಲು ಶುರು ಮಾಡಿದ್ದವ ಸಿಡುಕಿದ.

"ಡಾರ್ಲಿಂಗ್...ಪಾಪ ಅವನ ತಪ್ಪೇನು..?"

ಎಂದಾಕೆ ನಕ್ಕು ಹೋಗಿ ಬಾಗಿಲು ತೆರೆದಳು.

ಸಮವಸ್ತ್ರ ಧರಿಸಿದ್ದ ಕೇಟರಿಂಗ್ ಹುಡುಗ ನಿಂತಿದ್ದ. ಅವನ ಕೈಯಲ್ಲಿ ಟ್ರೇ ಮತ್ತು ಅದರಲ್ಲಿ ತಂಪು ಪಾನೀಯದ ಎರಡು ಬಾಟಲುಗಳಿದ್ದವು.

"ಮೇಮ್ ಸಾಬ್ ಆಪ್ಕೆ ಲಿಯೆ.."

"ಒಳಗೆ ಟೀಪಾಯ್ ಮೇಲಿಡು"

ಹುಡುಗ ವಿನಮ್ರನಾಗಿ ಒಳಗೆ ಬಂದು ಟೀಪಾಯ್ ಮೇಲೆ ಬಾಟಲುಗಳನ್ನಿಟ್ಟು ವಂದಿಸಿ ಹೋದ.

"ನೋಡಿ, ಅಷ್ಟಕ್ಕೆ ಅವನ ಮೇಲೆ ರೇಗ್ತಾ ಇದ್ರಲ್ಲ..?"

ಚಿತ್ರಾ ನಗುತ್ತಾ ಹೇಳಿದಳು.

ಅದೇಕೋ ಅವನ ಅಸಮಾಧಾನ ಕರಗಲಿಲ್ಲ. ಚಿತ್ರಾ ಬಾಟಲೊಂದನ್ನು ವಿವೇಕನಿಗೆ ನೀಡಿದಳು. ಮರುಮಾತಿಲ್ಲದೆ ಅದನ್ನು ಕೈಗೆ ತೆಗೆದುಕೊಂಡ. ಆಕೆ ತಾನೂ ಒಂದು ಬಾಟಲನ್ನು ತೆಗೆದುಕೊಂಡು ಸ್ಟ್ರಾ ಮೂಲಕ ಜ್ಯೂಸ್ ಹೀರತೊಡಗಿದಳು.

ಅವನು ಕಣ್ಣು ಮುಚ್ಚಿಕೊಂಡು, ದೇಹ ಪ್ರವೇಶಿಸುತ್ತಿದ್ದ ಪಾನೀಯದ ತಣ್ಪನ್ನು ಗಮನಿಸುತ್ತಿದ್ದ. ಈಗ ನಡೆಯುತ್ತಿರುವುದು ನಿಜವೆ? ಅಥವಾ ಕನಸೆ..? ತಾನು ನಿಜವಾಗಿಯೂ ಸೂಪರ್ ಸ್ಟಾರ್ ವಿವೇಕ್ ಇರಬಹುದೆ? ತನಗೇಕೆ ನಂಬಿಕೆ ಬರುತ್ತಿಲ್ಲ?

5

ಆಕೆ ಜ್ಯೂಸ್ ಕುಡಿಯುತ್ತಾ, ಮ್ಯಾಗಜೀನ್ ಒಂದನ್ನು ತೆಗೆದುಕೊಂಡು ನೋಡತೊಡಗಿದಳು.

"ಅರೆ, ನಿಮ್ಮ ಫೋಟೋನೇ ಕವರ್ ಪೇಜ್ ಮಾಡಿದ್ದಾರೆ ನೀವು ಇದನ್ನು ನೋಡಿದಿರೇನು?"

ಚಿತ್ರ ಉದ್ಗರಿಸಿ ವಿವೇಕನಿಗೆ ಮ್ಯಾಗಜೀನ್ ನೀಡಿದಳು. ಅವನು ಅದನ್ನು ಅಷ್ಟೇನೂ ಆಸಕ್ತಿಯಿಲ್ಲದೆ ನೋಡತೊಡಗಿದ.

ನಿಜ, ಅವನದೇ ಫೋಟೋ ಸಿನಿಮಾ ಪತ್ರಿಕೆಯ ಮುಖ ಚಿತ್ರದಲ್ಲಿ ಅದ್ಭುತವಾಗಿ ಮೂಡಿತ್ತು. ಫೋಟೋಗ್ರಾಫರ್ ತುಂಬಾ ಕಾಳಜಿಯಿಂದ ವಿವೇಕನ ಮೂಡ್ ಸೆರೆಹಿಡಿದಿದ್ದ. ಆಸಕ್ತಿಯಿಂದಲೇ ಒಳಗಿನ ಪುಟಗಳನ್ನು ತಿರುಗಿಸಿದ.

'ಸೂಪರ್ ಸ್ಟಾರ್ ಕೆ ಸೂಪರ್ ಕಹಾನಿ' ಎಂಬ ಲೇಖನ, ಬೇರೆ ಹಲವಾರು ಸಿನಿಮಾಗಳಿಂದ ಆರಿಸಿದ ಫೋಟೋಗಳು ಮುದ್ರಿತವಾಗಿದ್ದವು. ಅದನ್ನು ನೋಡಿ ಖುಷಿಯಾಯಿತು! ಅದರ ಜೊತೆಗೇ ಇನ್ನೊಂದು ಯೋಚನೆ ಬಂತು. ಈ ಪತ್ರಿಕೆಯವರಿಂದ, ಈ ಲೇಖನ ಬರೆದ ಲೇಖಕನಿಂದ ತನ್ನ ಬಗೆಗೆ, ತನಗೇ ತಿಳಿದಿಲ್ಲದ ಮಾಹಿತಿ ದೊರೆಯುಬಹುದೆ? ಕತ್ತಲು ತುಂಬಿದ ತನ್ನ ಪ್ರಜ್ಞೆಯ ಒಳವಲಯದಲ್ಲಿ ಬೆಳಕು ಮೂಡಬಲ್ಲದೆ ಎಂದು ಯೋಚಿಸಿದ.

ಮತ್ತೆ ಬಾಗಿಲಿನ ಮೇಲೆ ಶಬ್ದ.

"ವಿಶ್ರಾಂತಿ ತಗೊಳ್ಳಿ ಅಂತ ಹೇಳಿದರೂ ಈ ಜನ ಬಿಡಲಾರರು" ಎಂದು ಗೊಣಗಿದ ವಿವೇಕ್. ಈ ಹಂತದಲ್ಲಿ ತಾನು ಯಾರೆಂದು ತಿಳಿಯುವವರೆಗೂ ತಾನು ವಿವೇಕ್ ಎಂದೇ ನಂಬುತ್ತೇನೆ..ಮತ್ತು ಅದೇ ರೀತಿಯಲ್ಲಿ ವರ್ತಿಸುತ್ತೇನೆ ಎಂದು ನಿರ್ಧರಿಸಿದ.

ಚಿತ್ರಾ ವಿಚಲಿತಳಾಗದೆ ಎದ್ದು ಹೋಗಿ ಬಾಗಿಲು ತೆಗೆದಳು.

ಖಳನಾಯಕನಂತೆ ಕಾಣುತ್ತಿದ್ದ ಜಾಕ್ ಬಾಗಿಲಲ್ಲಿ ನಿಂತಿದ್ದ!

ಇವನೇಕೆ ಇಲ್ಲಿಗೆ ಬಂದ? ನನಗೂ ಈತನಿಗೂ ಏನು ಸಂಬಂಧ? ಅವನಿಗೆ ಮತ್ತೆ ಅನುಮಾನ ಪ್ರಾರಂಭವಾಯಿತು! ಆದರೆ ಅವನು ಮಾತಾಡುತ್ತಿದ್ದುದು ಮಾತ್ರ ಚಿತ್ರಳೊಂದಿಗೆ. ಅವಳೊಂದಿಗೇ ಏಕೆ ಈತ ಮಾತಾಡುತ್ತಾನೆ? ಏನು ಮಾತನಾಡಬಹುದು? ಚಿತ್ರಾಳನ್ನೇ ಒಮ್ಮೆ ಕೇಳಬೇಕು.

ಒಳಗೆ ಬಂದು ಜಾಕ್ ವಿವೇಕನ ಕಾಲು ಮುಟ್ಟಿ ನಮಸ್ಕರಿಸಿದ. ಅವನ ಧೂರ್ತ ಲಕ್ಷಣ ಎದ್ದು ಕಾಣಿಸುತ್ತಿತ್ತು.

"ಏನು ಜಾಕ್..?"

ಚಿತ್ರ ಕೇಳಿದಳು

"ಸಂಜೆ ಪ್ರೋಗ್ರಾಮ್ ದಾದಾಗೆ ನೆನಪು ಮಾಡೋಕೆ ಬಂದೆ. ಅಖಿಲ ಭಾರತ ನಾಟಕೋತ್ಸವದ ಉದ್ಘಾಟನೆ ಸಂಜೆ ಷಣ್ಮುಖ ಹಾಲಿನಲ್ಲಿದೆ. ಸಂಘಟಕರಿಗೆ ನಾನು ಹೇಳಿ ಬಂದಿದ್ದೇನೆ, 'ದಾದಾ ತುಂಬಾ ಬಿಜಿ ಶೆಡ್ಯೂಲಿನಲ್ಲೂ ಬರೋದಕ್ಕೆ ಒಪ್ಪಿರೋದೇ ನಿಮ್ಮ ಪುಣ್ಯ, ಸರಿಯಾದ ಸಮಯಕ್ಕೆ ಕಾರ್ಯಕ್ರಮ ಶುರು ಮಾಡಿಬಿಡಬೇಕು' ಅಂತ. ಅವರೂ ಒಪ್ಪಿಕೊಂಡಿದ್ದಾರೆ.

ತನಗೆ ಅಷ್ಟೊಂದು ಗೌರವ ತೋರಿಸುವ ಈ ಕೆಟ್ಟ ಜಾಕ್ ತನಗೇ ಏಕೆ ಹೇಳಬಾರದು? ಉದ್ಘಾಟನೆ ಮಾಡಬೇಕಾದವನು ತಾನಲ್ಲವೇ? ಅವಳಿಗೇಕೆ ವಿಷಯ ಹೇಳಬೇಕು? ಅದೂ ಅಲ್ಲದೆ ಇನ್ನೊಂದು ವಿಲಕ್ಷಣ ಕಾಣಿಸುತ್ತಿದೆ. ತಾನು ವಿವೇಕನೇ ಆಗಿದ್ದರೂ, ಸೂಪರ್ ಸ್ಟಾರ್ ಆಗಿದ್ದರೂ ತಾನು ಹೋದ ಕಡೆಯೆಲ್ಲಾ ತನ್ನ ಜೊತೆ ಚಿತ್ರ ಏಕಿರುತ್ತಾಳೆ? ಅವಳೇಕೆ ಎಲ್ಲಾ ಕಡೆಗೂ ಬರಬೇಕು? ಗಂಭೀರವಾಗಿ, ಗೃಹಣಿಯಂತೆ ಮನೆಯಲ್ಲಿ ಇರಬಹುದಲ್ಲ? ವಿಶೇಷ ಕಾರ್ಯಕ್ರಮಗಳಿಗೆ ತಾನೇ ಅವಳನ್ನು ಕರೆದುಕೊಂಡು ಹೋಗುತ್ತಿರಲಿಲ್ಲವೆ? ಆದರೆ ಸದ್ಯದ ಪರಿಸ್ಥಿತಿ ನೋಡಿದರೆ ಅವಳು ತನ್ನನ್ನು ಬಿಟ್ಟು ಒಂದು ಕ್ಷಣವೂ ಬೇರೆ ಇರುತ್ತಿಲ್ಲ. ಮೇಲಾಗಿ ಈ ಜಾಕ್ ಕೂಡ ಕೇವಲ ಚಿತ್ರಾ ಜೊತೆಗೆ ಮಾತ್ರ ಮಾತಾಡುತ್ತಾನೆ! ಇದರ ಜೊತೆಗೆ ತಾನು ಇನ್ನೂ ನೋಡಬೇಕಾದ ಆ ಟೈಗರ್ ಎಲ್ಲಿಯೋ ಇದ್ದಾನೆ. ಅದೆಂತಾ ಹೆಸರು? ಟೈಗರ್..ನಿಜಕ್ಕೂ ಹುಲಿಯೆ...? ಅಥವಾ ಇಲಿಯೆ..? ತೆಳ್ಳಗೆ ನರಪೇತಲನಂತಿರುವವನು ಭೀಮಸೇನ ಎಂದು ಹೆಸರಿಟ್ಟುಕೊಂಡರೆ ಹೇಗೆ ಹಾಸ್ಯಾಸ್ಪದವಾಗುತ್ತದೆಯೋ ಅದೇ ರೀತಿ ಈ ಹುಲಿ..ಇಲಿಯಾಗಿರಬಹುದೆ? ತನ್ನಲ್ಲಿ ಮೂಡಿದ ಟೈಗರ್ ಹೆಸರಿನ ಹೋಲಿಕೆಗೆ ಮುಖದ ಮೇಲೆ ನಗು ಸುಳಿಯಿತು.

"ಏನಾಯಿತು..? ಖುಷಿಯಾಗಿದ್ದೀರಲ್ಲ..?"

"ಏನೂ...ಇಲ್ಲ..ಸುಮ್ಮನೆ ಏನೋ ನೆನಸಿಕೊಂಡು ನಗು ಬಂತು"

ಎಂದು ಚಿತ್ರಾಗೆ ಹೇಳಿದ.

ಎಲ್ಲಿಯೋ ಏನೋ ರಹಸ್ಯ ಇದೆ! ಖಂಡಿತವಾಗಿ ಈ ಜಾಕ್ ಮತ್ತು ಟೈಗರ್ ಇವರಿಬ್ಬರ ನಡುವೆ ಏನು ರಹಸ್ಯ ಇದೆ. ಅದು ಚಿತ್ರಾಗೆ ಗೊತ್ತಿರಬಹುದು. ಅದನ್ನು ತಾನು ಬೇಗನೆ ತಿಳಿದುಕೊಳ್ಳಬೇಕು! ಮತ್ತೆ ಈಕೆ, ಈ ಚಿತ್ರ ಇವಳು ತನ್ನ ಬಗ್ಗೆ ಎಷ್ಟು ತಿಳಿದಿರುವಳು, ಜಾಕ್ ಮತ್ತು ಟೈಗರ್ ಬಗ್ಗೆ ಎಷ್ಟು ತಿಳಿದಿರುವಳು..? ತನ್ನ ಮತ್ತು ಅವಳ ಮದುವೆಯಾಗಿದೆಯೆ? ಆಗಿದ್ದರೆ ಎಷ್ಟು ವರ್ಷ ಆಗಿದೆ? ಅವಳನ್ನು ಬಿಟ್ಟರೆ ತನ್ನವರು ಬೇರೆ ಯಾರೂ ಇಲ್ಲವೆ? ತನ್ನ ತಂದೆ-ತಾಯಿ, ಅಣ್ಣ-ತಮ್ಮಂದಿರು, ಅಕ್ಕ-ತಂಗಿಯರು ಯಾರೂ ಇಲ್ಲವೆ? ತಾನು ಅನಾಥನೆ? ಅದೆಲ್ಲ ನೆನಪು ತನಗೇಕಿಲ್ಲ?

ನೂರಾರು ಪ್ರಶ್ನೆಗಳು ಅವನ ತಲೆಯಲ್ಲಿ ಧಿಮಿ..ಧಿಮಿ ಎಂದವು. ಅವನ ತಲೆಯಲ್ಲಿ ಸಣ್ಣದಾಗಿ ನೋವು ಪ್ರಾರಂಭವಾಯಿತು! ಆತ ಎರಡು ಕೈಗಳಿಂದಲೂ ತಲೆಯ ಎರಡು ಪಾರ್ಶ್ವಗಳನ್ನೂ ಗಟ್ಟಿಯಾಗಿ ಒತ್ತಿ ಹಿಡಿದುಕೊಂಡ.

"ದಾದಾ... ದಾದಾ..!"

ಅವನ ಸ್ಥಿತಿಯನ್ನು ಕಂಡ ಜಾಕ್ ಆತಂಕ ವ್ಯಕ್ತಪಡಿಸಿದ.

"ಏನಾಯ್ತು...?"

ಚಿತ್ರಾಳ ದನಿಯಲ್ಲಿ ಆತಂಕವಿತ್ತು.

"ಏನಿಲ್ಲ ಸ್ವಲ್ಪ ತಲೆನೋವು ಅಷ್ಟೇ.."

"ಡಾಕ್ಟರ್ ಗೆ ಫೋನ್ ಮಾಡ್ತೀನಿ"

"ಏನೂ ಬೇಡ, ಒಂದು ಸ್ವಲ್ಪ ಹೊತ್ತು ಅಷ್ಟೇ...ಸ್ವಲ್ಪ ಹೊತ್ತಿಗೇ ಎಲ್ಲಾ ಸರಿಯಾಗುತ್ತೆ... ಸುಮ್ಮನೆ ಪ್ರತಿಯೊಂದುಕ್ಕೂ ಔಷಧ, ಇಂಜೆಕ್ಷನ್ ಸರಿಯಲ್ಲ ಅದು ನಂಗಿಷ್ಟವೂ ಇಲ್ಲ.."

ಬೇಸತ್ತವನಂತೆ ಹೇಳಿದ ದಾದಾ!

ಚಿತ್ರ ಅವನ ಮಾತಿಗೆ ಆತಂಕಗೊಂಡಳು! ಎಂದೂ ಹೀಗೆ ಮಾತಾಡದ ವಿವೇಕ್, ಇಂದೇಕೆ ಹೀಗೆ ಮಾತನಾಡುತ್ತಿದ್ದಾನೆ? ಹಿಂದೆ ಯಾವತ್ತೂ ತಾನು ಕೊಟ್ಟ ಔಷಧವನ್ನು ಬೇಡ ಎಂದು ಹೇಳಿರಲಿಲ್ಲ! ಏಕೆ ಎಂದು ಕೇಳಿರಲಿಲ್ಲ! ಎಂಥ ಸಮಯದಲ್ಲಿ ಯಾವುದೇ ಔಷಧ ಕೊಟ್ಟರೂ ಸೇವಿಸುತ್ತಿದ್ದ! ಈವರೆಗೆ ಒಂದು ದಿನವೂ ಪ್ರತಿಭಟನೆ ತೋರಿಸಲಿಲ್ಲ... ಇಂದು ಇದ್ದಕ್ಕಿದ್ದಂತೆ ಈ ರೀತಿ ಏಕೆ ಮಾತಾಡಿದ?

"ದಾದಾ...ಇದು ಟೈಗರ್ ಗೆ ಗೊತ್ತಾದರೆ ತೊಂದರೆ ಆಗುತ್ತೆ! ನೀವು ಡಾಕ್ಟರ್ ಗೆ ಬರೋದಕ್ಕೆ ಒಪ್ಪಿಕ್ಕೊಳ್ಳೋದು ಒಳ್ಳೆಯದು"

"ಏನೆಂದೇ ಇನ್ನೊಂದ್ಸಲ ಹೇಳು"

ಜಾಕ್ ಮಾತಿಗೆ ವಿವೇಕ್ ಕೆರಳಿ ಕೆಂಡವಾದ!

"ಟೈಗರ್ ಗೆ ತಿಳಿದರೆ ವೃಥಾ ತೊಂದರೆ"

ಜಾಕ್ ಪುನಃ ಹೇಳಿದ.

ಏನು..ಟೈಗರ್ಗೆ ತಿಳಿದರೆ ತೊಂದರೆ!? ಯಾವನವನು ತನ್ನನ್ನು ನಿಯಂತ್ರಿಸುವವನು..? ತನ್ನ ದೇಹಕ್ಕೆ ಸಂಬಂಧಿಸಿದಂತೆ ಔಷಧ ತೆಗೆದುಕೊಳ್ಳೋದು, ಬಿಡೋದು ತನಗೆ ಸಂಬಂಧಿಸಿದ್ದು! ಇವನು ಯಾವನೋ ಟೈಗರ್ ಆದೇಶದಂತೆ ಅಲ್ಲ! ಆದರೆ ಎಲ್ಲ ತಿಳಿದುಕೊಳ್ಳುವವರೆಗೂ ತಾನು ದುಡುಕಬಾರದು, ತಾನಿರುವ ಪರಿಸ್ಥಿತಿಯ ಅರಿವೇ ಪೂರ್ಣವಾಗಿ ತನಗಿಲ್ಲ! ಟೈಗರ್ ಯಾವನೋ? ತನ್ನ ಮತ್ತು ಅವನ ನಡುವೆ ಏನಿದೆಯೋ..? ತಾನು ದುಡುಕಬಾರದು. ಒಮ್ಮೆಲೇ ಅಚ್ಚರಗೊಂಡು ತನ್ನ ಸ್ಥಿತಿ ಅರ್ಥಮಾಡಿಕೊಂಡು ವಿವೇಕ್ ಮೌನ ತಾಳಿದ.

ಅದು ಜಾಕ್ಗೆ ಪ್ರಿಯವಾಯಿಗಿ ಎಂಬಂತೆ ಕಂಡಿತು. ಚಿತ್ರಾ ಮೆಲ್ಲನೆ ನಿಟ್ಟುಸಿರಿಟ್ಟಳು. ಒಂದು ದೊಡ್ಡ ಭಾರವನ್ನು ತಲೆಯ ಮೇಲಿಂದ ಇಳಿಸಿದಂತ ಭಾವನೆ ವ್ಯಕ್ತಪಡಿಸಿದಳು.

"ಡಾರ್ಲಿಂಗ್, ನೀವು ಸುಮ್ಮನೆ ಏನೇನೋ ಮಾತಾಡೋದಕ್ಕೆ ಹೋಗ್ಬೇಡಿ, ಆರಾಮಾಗಿರಿ. ನಾನಿಲ್ಲವೆ..? ಎಲ್ಲಾ ನನಗೆ ಬಿಟ್ಟುಬಿಡಿ, ನಾನು ಇವನ್ನೆಲ್ಲಾ ನೋಡ್ಕೋತೀನಿ"

ಚಿತ್ರ ಅವನ ತಲೆಯನ್ನು ನೇವರಿಸುತ್ತಾ ಹೇಳಿದಳು. ಅವನು ಆಗಲಿ ಎಂಬಂತೆ ತಲೆ ಆಡಿಸಿದ.

"ಅರೆ, ಜಾಕ್ ಈ ಮ್ಯಾಗ್ಜಿನ್ ಕವರ್ ಪೇಜ್ ನೋಡಿದಿಯಾ? ನೋಡು ದಾದಾ ಕವರ್ ಪೇಜಲ್ಲಿ ಹೇಗೆ ಕಾಣ್ತಿದ್ದಾರೆ..?"

ವಿಷಯ ಬದಲಿಸಲು ಚಿತ್ರಾ ಹೇಳಿದಳು. ಚಿತ್ರ ವಿವೇಕನ ಕೈಯಲ್ಲಿದ್ದ ಮ್ಯಾಗಜಿನ್ ತೆಗೆದುಕೊಂಡು ಜಾಕ್ಗೆ ತೋರಿಸಿದಳು.

"ಓ ಸೂಪರ್...ಮ್ಯಾಮ್'

ಮ್ಯಾಗಜೈನ್ ಕವರ್ ಪೇಜ್ ನೋಡಿ ತನ್ನ ಮೆಚ್ಚುಗೆಯನ್ನು ವ್ಯಕ್ತಪಡಿಸಿದ ಜಾಕ್. ವಿವೇಕನಿಗೆ ಆ ಸಮಯದಲ್ಲೇ ಯೋಚನೆಯೊಂದು ಹೊಳೆಯಿತು.

"ಜಾಕ್, ನಾನು ಟೈಗರ್ನ ನೋಡಬೇಕು"

"ಏನಂದ್ರಿ ದಾದಾ..?"

ಜಾಕ್ಗೆ ತನ್ನ ಕಿವಿಯನ್ನೇ ನಂಬಲಾಗಲಿಲ್ಲ!

"ಏನಂದ್ರಿ ದಾದಾ..?"

ಜಾಕ್ ಮತ್ತೆ ಕೇಳಿದ.

"ಯಾಕೆ ಕಿವಿ ಮುಚ್ಕೊಂಡಿದೆಯಾ..? ನಾನು ಟೈಗರ್ ನ ನೋಡಬೇಕು"

ವಿವೇಕನ ಅಸಹನೆ ಸಿಡಿಯಿತು!

"ಡಾರ್ಲಿಂಗ್....?" ಚಿತ್ರ ಆತಂಕದಿಂದ ಕೇಳಿದಳು.

"ನೀನು ಎಲ್ಲದಕ್ಕೂ ಬಾಯಿ ಹಾಕಬೇಡ, ನಾನು ಏನು ಮಾತಾಡ್ತಾ ಇದ್ದೀನಿ ಅನ್ನೋದು ನನಗೆ ಚೆನ್ನಾಗಿ ಗೊತ್ತು"

ಅವರಿಬ್ಬರ ಪ್ರತಿಕ್ರಿಯೆ ನೋಡಿ, ತಾನು ಆ ಮಾತು ಆಡಬಾರದಾಗಿತ್ತೇನೋ ಎನಿಸಿತು. ಆದರೆ ಮಾತುಗಳು ಅವನ ಬಾಯಿಂದ ಈಚೆ ಬಂದಿದ್ದವು!

"ಜಾಕ್ ನೀನು ಹೋಗಿ ಆ ಡೈರೆಕ್ಟರ್ಗೆ ಹೇಳಿ ಶೂಟಿಂಗ್ ಕ್ಯಾನ್ಸಲ್ ಮಾಡ್ಸು"

ಚಿತ್ರ ಆತಂಕದಿಂದ ಹೇಳಿದಳು.

"ಶೂಟಿಂಗ್ ಮುಂದುವರಿಯುತ್ತೆ ಅದರ ಬಗ್ಗೆ ಚಕಾರ ಎತ್ತಬೇಡ... ಹೋಗಿ ಟೈಗರ್ ಗೆ ಹೇಳು"

ಗಟ್ಟಿಯಾಗಿ ಹೇಳಿದ ವಿವೇಕನ ಸ್ಥಾನದಲ್ಲಿದ್ದವನು.

6

ವಿವೇಕನ ಮಾತುಗಳಲ್ಲಿದ್ದ ಧೈರ್ಯಕ್ಕೆ ಜಾಕ್ ಅಚ್ಚರಿಗೊಂಡಿದ್ದ! ವಿವೇಕ್ ತುಂಬಾ ಬದಲಾಗಿದ್ದಾನೆ! ಇಂದಿನ ಅವನ ವರ್ತನೆ ಅನಿರೀಕ್ಷಿತ! ಹಿಂದೆಂದೂ ವಿವೇಕ್ ಹೀಗೆ ಮಾತಾಡಿರಲಿಲ್ಲ! ತಾನಾಗಿಯೇ ತೊಂದರೆಯನ್ನು ತಲೆಯ ಮೇಲೆ ಎಳೆದುಕೊಳ್ಳುತ್ತಿದ್ದಾನೆ! ಅದಕ್ಕೆ ತಕ್ಕ ಬೆಲೆ ಕೂಡ ತೆರುತ್ತಾನೆ!

"ಹಾಗೆ ಆಗಲಿ ದಾದಾ, ಇವತ್ತು ಸಂಜೆಯ ಪ್ರೋಗ್ರಾಮ್ ಮುಗಿಯಲಿ"

"ಅದೆಲ್ಲಾ ಬೇಕಾಗಿಲ್ಲ, ಸಂಜೆ ಪ್ರೋಗ್ರಾಮ್ ಕ್ಯಾನ್ಸಲ್ ಮಾಡಿಸು"

ಚಿತ್ರ ಆತಂಕದಿಂದ ಹೇಳಿದಳು.

"ಯಾಕೆ ಸಂಜೆ ಪ್ರೋಗ್ರಾಮ್ ಯಾಕೆ ಕ್ಯಾನ್ಸಲ್ ಆಗಬೇಕು? ಪಾಪ ಎಷ್ಟೊಂದು ಜನ ಕಾಯ್ತಾ ಇರ್ತಾರೆ..."

ಇದು ತನ್ನ ವಿವೇಕನೆ ಮಾತಾಡ್ತಾ ಇರೋದು? ಚಿತ್ರ ಅಚ್ಚರಿಯಿಂದ ಅವನನ್ನು ನೋಡಿದಳು. ಅಬ್ಬ..! ಅವನ ಮುಖದಲ್ಲಿ ಎಷ್ಟೊಂದು ಕಾಠಿಣ್ಯ ಎದ್ದು ಕಾಣುತ್ತಿದೆ!? ವಿವೇಕ್ ಹಿಂದೆಂದೂ ಹೀಗಿರಲಿಲ್ಲ! ತೀರಾ ಸೌಮ್ಯ ಸ್ವಭಾವದವನು ಒಮ್ಮೆಂದೊಮ್ಮೆಲೆ ಹೀಗೇಕೆ ಬದಲಾದ?

"ಆಗಲಿ, ಅದಕ್ಕೆ ಯಾಕೆ ಜಗಳ?" ಚಿತ್ರಳ ಅಸಹನೆ ವಿವೇಕನನ್ನು ಕೆರಳಿಸಿತು.

"ನಾನೆಲ್ಲಿ ಜಗಳ ಆಡಿದೆ?"

ಅವನ ಮಾತು ಹರಿತವಾಗಿತ್ತು! ಚಾಟಿ ಏಟಿನಂತಿತ್ತು!

ಮಾತು ವಿರಸಕ್ಕೆ ಎಡೆ ಮಾಡುತ್ತಿದೆ ಎನಿಸಿತು ಚಿತ್ರಾಳಿಗೆ. ಈಗಲೇ ಡಾಕ್ಟರ್ ಬ್ಯಾನರ್ಜಿಗೆ ಕರೆ ಕಳಿಸಬೇಕು. ಅವರು ಬಂದರೆ ವಿವೇಕ್ ಸರಿಯಾಗುತ್ತಾನೆ, ಇಲ್ಲದಿದ್ದರೆ ಇನ್ನೂ ಎಷ್ಟು ತೊಂದರೆ ಆಗುವುದೋ..?

"ಜಾಕ್ ನೀನು ಹೋಗು"

"ಆಗ್ಲಿ ಮ್ಯಾಮ್.."

ಜಾಕ್ ಎದ್ದು ಆಚೆ ಹೋದ. ಅವನು ಹೋದ ಎರಡು ನಿಮಿಷಗಳ ನಂತರ ಏನು ನೆನೆಸಿಕೊಂಡವಳಂತೆ ಚಿತ್ರ ಆಚೆ ಬಂದಳು.

ದೂರದಲ್ಲಿ ಜಾಕ್ ಕಾಯುತ್ತಿದ್ದ.

"ಯಾವಾಗಿನಿಂದ ಹೀಗೆ...?"

ಆಕೆ ಹತ್ತಿರವಾಗುತ್ತಲೆ ಜಾಕ್ ಕೇಳಿದ.

"ನಾಲ್ಕು ದಿವಸದಿಂದ. ಅರ್ಜೆಂಟಾಗಿ ಡಾಕ್ಟರ್ ಬ್ಯಾನರ್ಜಿ ಕಳಿಸು, ನನಗೆ ಭಯವಾಗ್ತಾ ಇದೆ!"

"ಭಯಪಡೋ ಅಂತದ್ದು ಏನೂ ಇಲ್ಲ, ನಾನು ಸ್ವತಃ ಹ್ಯೋಗಿ ಬ್ಯಾನರ್ಜಿಯವರನ್ನ ಕರ್ಕೊಂಡೇ ಬರ್ತೀನಿ"

"ಸರಿ, ಬೇಗ ಹೋಗು"

ಜಾಕ್ ತಕ್ಷಣ ಹೊರಟ. ಹತ್ತು ಹೆಜ್ಜೆ ದೂರ ಹೋಗಿದ್ದ ಅವನನ್ನು ಚಿತ್ರ ಪುನಃ ಕರೆದಳು.

"ಈ ವಿಷಯ ಯಾರಿಗೂ ತಿಳಿಯಬಾರದು..." ಎಚ್ಚರಿಸಿದಳು.

"ಅದು ನನಗೆ ಗೊತ್ತಿದೆ"

"ಅದನ್ನಲ್ಲ ನಾನು ಹೇಳಿದ್ದು, ಈ ವಿಷಯ ಟೈಗರ್ಗೆ ತಿಳಿಸಬೇಡ ಪ್ಲೀಸ್.."

ಅವಳ ದೈನ್ಯತೆಯನ್ನು ಕಂಡು ಅವನ ಮುಖದಲ್ಲಿ ವಿಲಕ್ಷಣವಾದ ನಗೆ ಮಿಂಚಿತು. ಅವನು ತಲೆಯಾಡಿಸಿ ಹೊರಟ!

ದಾದಾ ವಿವೇಕ್ ಬಾಗಿಲಲ್ಲಿ ನಿಂತು ಅವರಿಬ್ಬರನ್ನು ನೋಡಿದ. ಅವನ ಅನುಮಾನ ಬಲವಾಯಿತು!

ತಾನು ವಿವೇಕನಲ್ಲ!! ಅವನ ಸ್ಥಾನದಲ್ಲಿ ನಿಂತಿರುವ ಒಬ್ಬ ವ್ಯಕ್ತಿ! ತನ್ನ ಮೂಲ ಗೊತ್ತಿಲ್ಲ! ತಾನು ಈ ಸ್ಥಳದಲ್ಲಿ ಬರಲು ಯಾವುದೋ ಒಂದು ನಿಗೂಢವಾದ ರಹಸ್ಯ ಇರಲೇಬೇಕು! ಇಲ್ಲವಾದರೆ ಟೈಗರ್ ಹೆಸರು ಹೇಳಿ ಜಾಕ್ ಹೆದರಿಸಬೇಕಾಗಿರಲಿಲ್ಲ! ತಾನು ಕೋಪದಿಂದ ಒಂದು ಮಾತಾಡಿದ್ದಕ್ಕೆ ಚಿತ್ರ ಗಾಬರಿಯಾಗುತ್ತಿರಲಿಲ್ಲ! ಯಾವನು ಈ ಟೈಗರ್? ಇವನ ರಹಸ್ಯ ಬಗೆದು ಬಯಲು ಮಾಡಬೇಕು!

ತಾನು ಈಚೆ ಬಂದಿದ್ದನ್ನು ಚಿತ್ರಾ ನೋಡಿರುವ ಸಾಧ್ಯತೆ ಇದೆಯೇ... ಇಲ್ಲ? ಆಕೆ ತನ್ನತ್ತ ನೋಡಲೇ ಇಲ್ಲ. ಅವಳಿಗೆ ತನ್ನ ಮೇಲೆ ಅನುಮಾನ ಬಂದಿಲ್ಲ, ಬರಲಾರದು ಕೂಡ! ಎಷ್ಟು ದಿನಗಳಿಂದ ಈ ರಹಸ್ಯದ ಮೊಗ್ಗಿನೊಳಗೆ ತಾನು ಅಡಗಿ ಕುಳಿತಿದ್ದೇನೆ... ಗೊತ್ತಿಲ್ಲ! ಈಗ ರಹಸ್ಯದ ಮೊಗ್ಗು ಅರಳಬೇಕು! ರಹಸ್ಯ ಬಯಲಾಗಬೇಕು! ಆದರೆ ತಾನು ಅವಸರ ಪಡಬಾರದು! ಹಾಗೆ ಮಾಡಿದರೆ

ಅಪಾಯ!

ಬಾಗಿಲ ಬಳಿ ಶಬ್ದ!

ಚಿತ್ರ ಒಳಗೆ ಬಂದಳು. ಅನುಮಾನಿಸುತ್ತಲೇ ವಿವೇಕನ ಮುಖ ನೋಡಿದಳು. ಅವನ ಮುಖ ಶಾಂತವಾಗಿರುವುದು ಕಂಡು ನೆಮ್ಮದಿಯಾಯಿತು. ಇನ್ನೇನು ಅರ್ಧ ಗಂಟೆಯಲ್ಲಿ ಬ್ಯಾನರ್ಜಿ ಬರುತ್ತಾರೆ. ಅವರು ಬಂದರೆ ಎಲ್ಲಾ ಮಾಮೂಲಾಗುತ್ತದೆ. ಆದರೆ ಜಾಕ್ ಇಲ್ಲಿನ ಪರಿಸ್ಥಿತಿಯನ್ನು ಟೈಗರ್ಗೆ ಹೇಳಿದೆ ಇರುತ್ತಾನೆಯೇ..?

ಚಿತ್ರ ಆತಂಕದಲ್ಲಿ ಇರುವುದನ್ನು ಕಂಡು ವಿವೇಕ್ ಆಕೆಯನ್ನು ಕರೆದ.

"ಚಿತ್ರ ಬಾ ಇಲ್ಲಿ, ನನ್ನ ಪಕ್ಕದಲ್ಲಿ ಕೂತ್ಕೋ.."

ವಿವೇಕ್ ತುಂಬ ಸಮಯದಿಂದ ಮೃದುವಾಗಿ ಹೇಳಿದ. ಚಿತ್ರ ಮೆಲ್ಲನೆ ಅವನ ಬಳಿಗೆ ಬಂದಳು. ಅವನು ಆಕೆಯ ಕೈಹಿಡಿದು ತನ್ನ ಪಕ್ಕದಲ್ಲಿ ಕೂರಿಸಿಕೊಂಡ.

"ನಾನು ವಿಚಿತ್ರವಾಗಿ ಬಿಹೇವ್ ಮಾಡ್ತಾ ಇದ್ದೀನಿ ಅಂತ ನಿಮಗೆ ಅನ್ನಿಸ್ತಾ ಇದೆಯಾ..?"

"ಇಲ್ಲ, ಹಾಗೇನು ಇಲ್ಲ.."

ಅರೆ ಮನಸ್ಸಿನಿಂದ ಹೇಳಿದಳು ಚಿತ್ರ

"ಮತ್ತೆ ಯಾಕೆ ಯೋಚನೆ ಮಾಡ್ತಾ ಇದ್ದೀಯಾ.?"

ಅವಳ ಉತ್ತರ ಮೌನವಾಗಿತ್ತು!

"ನಾನು ಯಾರ್ಯಾರೊಂದಿಗೆ ಹೇಗೆ ಮಾತಾಡ್ತೀನಿ.... ಹೇಗೆ ವರ್ತಿಸುತ್ತೇನೆ ಅನ್ನೋದರ ಬಗ್ಗೆ ಯೋಚನೆ ಮಾಡಬೇಡ, ನಾನು ನಿನ್ನ ಪ್ರೀತಿಸ್ತೀನಿ ಅದನ್ನು ಮಾತ್ರ ಮನಸ್ಸಿನಲ್ಲಿ ಇಟ್ಕೋ"

ಬಾಗಿಲ ಹತ್ತಿರ ಶಬ್ದ!

ಅಸಿಸ್ಟೆಂಟ್ ಡೈರೆಕ್ಟರ್ ಬಂದಿದ್ದ.

"ದಾದಾ ನೆಕ್ಸ್ಟ್ ಸೀಕ್ವೆನ್ಸ್ ಶೂಟಿಂಗಿಗೆ ಎಲ್ಲ ರೆಡಿಯಾಗಿದೆ, ತಾವು ಮೂಡಲ್ಲಿದ್ದರೆ ಬರಬಹುದು.."

ಆತ ಅಷ್ಟೊಂದು ಭಯ ಭಕ್ತಿಯಿಂದ ಹೇಳಿದ್ದಕ್ಕೆ ವಿವೇಕನಿಗೆ ನಾಚಿಕೆಯಾಯಿತು! ಹಣ, ವರ್ಚಸ್ಸು ಇವುಗಳ ಮುಂದೆ ಮನುಷ್ಯ ಎಷ್ಟು ಸಣ್ಣವನಾಗಿಬಿಡುತ್ತಾನೆ ಎಂದು ಅಚ್ಚರಿಪಟ್ಟ!

"ಓಕೆ ಐ ಯಾಮ್ ಇನ್ ಮೂಡ್... ಚಿತ್ರಾ..ನೀನು ಬೇಕಾದರೆ ಇಲ್ಲೇ ಇದ್ದು ಅರೆಸ್ಟ್ ತಗೋ.."

ಸೋಫಾದಿಂದ ಏಳುತ್ತಾ ವಿವೇಕ್ ಹೇಳಿದ.

"ಇಲ್ಲ, ನಾನೂ ಬರ್ತೀನಿ... ಇಲ್ಲಿ ಒಬ್ಬಳಿಗೆ ಬೇಜಾರು"

"ಸರಿ ಹಾಗಿದ್ರೆ ಬಾ"

ವಿವೇಕ್ ಅವಳ ಕೈ ಹಿಡಿದು ಏಳಿಸಿದ. ಇಬ್ಬರೂ ಜೊತೆಯಾಗಿ ರೂಮಿನ ಆಚೆ ನಿಂತಿದ್ದ ಬ್ಯಾಟರಿ ಟ್ರಕ್ ಏರಿ ಕುಳಿತರು. ಬ್ಯಾಟರಿ ಚಾಲಿತ ಟ್ರಕ್ಕು ಸ್ಪುಡಿಯೋದ ಎಂಟನೆಯ ಫ್ಲೋರಿನ ಕಡೆಗೆ ಚಲಿಸಿತು.

****

ರಾತ್ರಿ ಬಹಳ ಹೊತ್ತಾಗಿತ್ತು.

ಕತ್ತಲು ಗಾಢವಾಗಿತ್ತು.

ಒಂದೇ ದಿನದಲ್ಲಿ ನಡೆದ ಎರಡು ಶೆಡ್ಯೂಲುಗಳ ಶೂಟಿಂಗ್ ಮುಗಿಸಿ ಬಂದ ಸೂಪರ್ ಸ್ಟಾರ್ ವಿವೇಕ ಆಯಾಸದಿಂದ ನಿದ್ರಿಸಿದ್ದ. ಅವನು ತನ್ನಿಂದ ದೂರವಾಗಲೇಬಾರದು ಎನ್ನುವಂತೆ ಚಿತ್ರ ಅವನ ಮೈಯನ್ನು ಬಳಸಿಕೊಂಡು ಮಲಗಿದ್ದಳು

ಗಾಢ ನಿದ್ರೆಯಲ್ಲಿ ದಂಪತಿಗಳು ಮುಳುಗಿದ್ದರು.

ಚಿತ್ರರಂಗದ ಮಹಾನ್ ನಟ ದಾದಾ ವಿವೇಕನ ಬಂಗಲೆಯ ಮುಂದೆ ಬಿಸ್ಕೆಟ್ ಕಲರ್ ಟೊಯೋಟೊ ಕಾರು ಶರವೇಗದಿಂದ ಬಂದು ನಿಂತಿತು.

ಕಾರಿಂದ ಮೊದಲು ಇಳಿದವನು ಜಾಕ್. ಅವನ ಜೊತೆಯಲ್ಲಿ ಇನ್ನೂ ಇಬ್ಬರು ವ್ಯಕ್ತಿಗಳು ಇಳಿದರು. ಅವರಲ್ಲಿ ಒಬ್ಬ ಎತ್ತರಕ್ಕೆ ಬಲಿಷ್ಠನಾಗಿದ್ದ, ಇನ್ನೊಬ್ಬ ಅದಕ್ಕೆ ತದ್ವಿರುದ್ಧವಾಗಿದ್ದ ಕುಳ್ಳನೆಯ ಕೃಶಗಿದ್ದ. ದೇಹ ಸಣ್ಣಗಿದ್ದವ ಸೂಟ್ ಧರಿಸಿದ್ದ, ಅಜಾನುಬಾಹು ಕಪ್ಪನೆಯ ಚರ್ಮದ ಜರ್ಕಿನ್, ಮುಖದ ಮೇಲೆ ದಪ್ಪನೆಯ ಕಪ್ಪು ಕನ್ನಡಕ ಹಾಕಿಕೊಂಡಿದ್ದ.

ಜಾಕ್ ಅವರಿಬ್ಬರಿಗಿಂತ ಎರಡು ಹೆಜ್ಜೆ ಮುಂದಿದ್ದ. ಗೇಟ್ ಬಳಿ ವಾಚ್ಮನ್ ಓಡಿ ಬಂದು ಜಾಕ್ನ ನೋಡಿ ಪರಿಚಯ ಇರುವಂತೆ ಸಲ್ಯೂಟ್ ಹಾಕಿ ಗೇಟು ತೆರೆದ.

ಸಮಯ ರಾತ್ರಿ ಹನ್ನೊಂದನ್ನು ಮೀರಿತ್ತು. ಮುಂಬೈಯಂತ ಮಹಾನಗರಗಳಲ್ಲಿ ಹಗಲು ರಾತ್ರಿಗಳಿಗೆ ಭೇದವೇ ಇರುವುದಿಲ್ಲ.

ವಿವೇಕನ 'ಸಪ್ನ' ಬಂಗಲೇ ಇದ್ದುದು ಕೆಲವೇ ಶ್ರೀಮಂತರು ಇರುವಂತಹ ಏರಿಯಾ. ದೊಡ್ಡ ದೊಡ್ಡ ಬಂಗಲೆಗಳೇ ಸುತ್ತಲೂ. ಬಂಗಲೆಗಳಿಗೆ ಅಷ್ಟೇ ದೊಡ್ಡ ಗಾರ್ಡನ್ಗಳಿದ್ದುವು. ಇಡೀ ಏರಿಯಾದಲ್ಲಿ ಮನೆಗಳು ವಿರಳವಾಗಿದ್ದವು ಆ ಕಾರಣದಿಂದಲೇ ಏನೋ ಅಲ್ಲಿ ಜನ ಸಂಚಾರ ಶೂನ್ಯವಾಗಿತ್ತು. ಅಲ್ಲಿಗೆ ಜಾಕ್ ಜೊತೆ ಬಂದವರು ಯಾವುದೋ ಕಾರಣಕ್ಕಾಗಿ ಆ ಅವೇಳೆಯನ್ನು ಉಪಯೋಗಿಸಿಕೊಳ್ಳಲು ನಿರ್ಧರಿಸಿದಂತಿತ್ತು!

ತಮ್ಮ ನಡಿಗೆ ಹೆಚ್ಚು ಶಬ್ದ ಮಾಡದಂತಿರಲು ಅವರು ಪ್ರಯತ್ನಿಸಿದ್ದರು, ಅದರಲ್ಲಿ ಅವರು ಯಶಸ್ವಿಯೂ ಆಗಿದ್ದರು. ಬಂಗಲೆಯ ಬಾಗಿಲಿಗೆ ಬಂದು

ಕಾಲಿಂಗ್ ಬೆಲ್ ಒತ್ತಿದರು.

ವಿವೇಕನಂತಹ ಸೂಪರ್ ಸ್ಟಾರ್ ಮನೆ ಕಾಯಲು ಒಂದೇ ಒಂದು ನಾಯಿಯೂ ಇಲ್ಲದಿರುವುದು ಯಾರಿಗಾದರೂ ಆಶ್ಚರ್ಯವೇ! ನಾಯಿಗಳ ಸ್ವಾಮಿಭಕ್ತಿ, ನಿಯತ್ತು ಪ್ರಶ್ನಾತೀತ! ಅಂತ ನಾಯಿಗಳಿದ್ದರೆ ಆ ಮೂವರು ತಮ್ಮ ಕಾರ್ಯಕ್ಕೆ ಅಡ್ಡಿ ಎನ್ನುವ ನಂಬಿಕೆಯಲ್ಲಿದ್ದರು.

ನಾಯಿಗಳಿಲ್ಲದಿರುವುದು ಅವೇಳೆಯಲ್ಲಿ ಬಂದವರಿಗೆ ತುಂಬಾ ಅನುಕೂಲವಾಗಿರುವಂತೆ ಕಂಡಿತು.

ಕಾಲಿಂಗ್ ಬೆಲ್ ಸೌಮ್ಯವಾಗಿ ಶಬ್ದ ಮಾಡಿತು.

ಒಳಗಿನಿಂದ ಕೆಲಸದವನೊಬ್ಬ ಬಂದು ಬಾಗಿಲು ತೆರೆದ ಆಚೆ ನಿಂತಿದ್ದವರನ್ನು ನೋಡಿ ಒಂದು ಕ್ಷಣ ಬೆಚ್ಚಿದ! ನಂತರ ಭಯದಿಂದ ನಮಸ್ಕಾರ ಮಾಡಿ ಅವರಿಗಾಗಿ ಬಾಗಿಲು ಪೂರಾ ತೆರೆದ.

ಅಜಾನುಬಾಹು, ಜರ್ಕಿನ್ ಧರಿಸಿದ ವ್ಯಕ್ತಿ ತಲೆಯನ್ನು ಕೊಂಚ ಅಲುಗಿಸಿದ. ಆ ರಾತ್ರಿಯಲ್ಲಿಯೂ ವಿವೇಕನ ಬಂಗಲೆಯಲ್ಲಿ ಅರ್ಧದಷ್ಟು ವಿದ್ಯುತ್ ದೀಪಗಳು ಬೆಳಕು ಚೆಲ್ಲುತ್ತಿದ್ದವು. ಆ ಬೆಳಕಿನಲ್ಲಿ ಬಂಗಲೇ ಮನೋಹರವಾಗಿ ಕಾಣಿಸುತ್ತಿತ್ತು. ಅದು ಆಗ್ರಾದ ತಾಜ್ ಮಹಲಿನಷ್ಟೇ ಸುಂದರವಾಗಿ ಕಾಣುತ್ತಿತ್ತು.

ಆ ಮೂವರು ಮಹಡಿಯನ್ನು ನಿಶಬ್ದವಾಗಿ ಹತ್ತಿದರು. ತಾವೇನು ಮಾಡಬೇಕು ಎಂಬುದನ್ನು ಆ ಮೂರು ಜನ ಮೊದಲೇ ಮಾತಾಡಿಕೊಂಡು ಬಂದಂತೆ ಇತ್ತು. ನಿಶಬ್ದವಾಗಿ ಅವರು ಮಹಡಿ ಹತ್ತಿ ನೇರ ವಿವೇಕನ ಶಯನ ಗೃಹದ ಬಾಗಿಲ ಮುಂದೆ ನಿಂತರು.

ಮುಂದೆ ಮಾಡಲಿರುವ ರಹಸ್ಯ ಕಾರ್ಯಾಚರಣೆಯನ್ನು ಮನನ ಮಾಡಿಕೊಂಡರು!!

7

ಜಾಕ್ ಒಮ್ಮೆ ಆ ಅಜಾನುಬಾಹುವಿನ ಕಡೆ ನೋಡಿದ.

ಅವನ ಅಪ್ಪಣೆಯನ್ನು ಕಾಯುವಂತೆ ನಿಂತದ್ದರು ಜಾಕ್ ಮತ್ತು ಕುಳ್ಳನೆಯ ವ್ಯಕ್ತಿ. ಅಜಾನುಭಾವು ತಲೆ ಆಡಿಸಿ ತನ್ನ ಒಪ್ಪಿಗೆಯನ್ನು ಸೂಚಿಸಿದ. ಬೆಡ್ರೂಮ್ ಬಾಗಿಲನ್ನು ಮೆಲ್ಲನೆ ಟ್ಯಾಪ್ ಮಾಡಿದ ಜಾಕ್.

ನಿದ್ರೆಯ ಆಳದಲ್ಲಿದ್ದ ಚಿತ್ರಾಗೆ ಅದು ಕರ್ಕಶವಾಗಿ ಕೇಳಿಸಿತು! ಯಾರಿರಬಹುದು..? ಈ ಅವೇಳೆಯಲ್ಲಿ ? ಅವಳು ಮೆಲ್ಲನೆ ಎದ್ದಳು. ಒಮ್ಮೆಲೇ ಏನೋ ನೆನಸಿಕೊಂಡು ಹೆದರಿದಳು...ಮೈ ಕಂಪಿಸಿತು! ಹಿಂದಿನ ಅನುಭವಗಳ ನನಪಾಯಿತು. ಬಂದವರು ಯಾರೆಂಬುದು ಅವಳಿಗೆ ತಿಳಿದುಹೋಗಿತ್ತು! ಅವಳ ಮುಖ ಬಿಳುಪೇರಿತ್ತು! ಮನಸ್ಸಿಲ್ಲದ ಮನಸ್ಸಿನಿಂದ, ಕಂಪಿಸುತ್ತಲೇ ಬಾಗಿಲ ಬಳಿಗೆ ಬಂದಳು. ಬಾಗಿಲು ತೆರೆಯಲೋ ಬೇಡವೋ ಎಂದು ಕೆಲವು ಕ್ಷಣ ಅನುಮಾನಿಸಿದಳು. ಆದರೆ ಬಾಗಿಲು ತೆರೆಯದೆ ಬೇರೆ ದಾರಿ ಇರಲಿಲ್ಲ.

ಮತ್ತೆ ಬಾಗಿಲಿನ ಮೇಲೆ ಶಬ್ದ.

ಚಿತ್ರ ಆತಂಕದಿಂದ ಬಾಗಿಲು ತೆರೆದಳು.

ಅವಳ ಎಣಿಕೆ ನಿಜವಾಗಿತ್ತು! ಬಂದವರು ಅವರೇ ಆಗಿದ್ದರು!

ಟೈಗರ್! ಮತ್ತವನ ಪರಿವಾರದ ಕುಳ್ಳನೆಯ ವ್ಯಕ್ತಿ, ಜೊತೆಗೆ ಜಾಕ್!

ಅವಳೆಷ್ಟು ಹೆದರಿದ್ದಳೆಂದರೆ ಅವಳ ಬಾಯಿಂದ ಪಿಸು ಮಾತಷ್ಟೇ ಬಂದಿದ್ದು.

"ಟೈಗರ್...?"

"ಹಾ...ಜಿ..ಮೈ ಹೂ ಟೈಗರ್.."

ಆಜಾನುಬಾಹು ನುಡಿದ. ಅವನ ದನಿ ಕರ್ಕಶವಾಗಿತ್ತು. ಒಡಕಲು ವಾದ್ಯದಿಂದ ಹೊರಟ ದನಿಯಂತಿತ್ತು.

ಅವಳು ಬೇಗನೆ ರೂಮಿನಿಂದ ಈಚೆ ಬಂದಳು. ವಿವೇಕನಿಗೆ ಅವರು ಬಂದಿದ್ದು ತಿಳಿಯದಷ್ಟು ಗಾಢ ನಿದ್ರೆ!

"ಈಗ ಯಾಕೆ ಬಂದಿದ್ದು.."

ಅವಳು ಸ್ವಲ್ಪ ಧೈರ್ಯ ತೆಗೆದುಕೊಂಡು ಕೇಳಿದಳು.

"ಯಾಕೆ ಅನ್ನೋದು ನಿನಗೇ ಗೊತ್ತು! ನೆನ್ನೆ ಬೆಳಗ್ಗೆ ವಿವೇಕ ನನ್ನ ಮೇಲೆ ಕೆಂಡ ಕಾರಿನಂತೆ! ನನ್ನನ್ನು ನೋಡಬೇಕು ಅಂತ ಹೇಳಿದ್ನಂತೆ...? ಅವನಿಗೆ ಅಷ್ಟೊಂದು ಧೈರ್ಯ ಹೇಗೆ ಬಂತು ಅಂತ ಕೇಳೋದಕ್ಕೆ ಹಾಗೂ ಅವನ ನನ್ನನ್ನು ಸ್ಪಷ್ಟವಾಗಿ ನೋಡಲಿ ಅಂತ.."

ಆತ ವಿಕಾರವಾಗಿ ನಕ್ಕ.

ಚಿತ್ರ ಕಿವಿ ಮುಚ್ಚಿಕೊಂಡಳು

"ಮೆಲ್ಲಗೆ ಮಾತನಾಡಬಾರದಾ..? ಅವರಿಗೆ ಎರಡು ದಿವಸದಿಂದ ಮೈಯಲ್ಲಿ ಸರಿ ಇಲ್ಲ... ಮತ್ತೆ ಈ ವಿಷಯ ನಿನಗೆ ಹೇಳಿದ್ದು ಯಾರು?"

ಅವಳು ಜಾಕ್ನ ದುರುಗುಟ್ಟಿಕೊಂಡು ನೋಡಿದಳು.

"ಹಾಗೆ ನೋಡಿದರೆ ಅವನೇನು ಸುಟ್ಟು ಬೂದಿಗೊಲ್ಲ....ನೀನು ಸತೀಸಾವಿತ್ರಿಯಲ್ಲ" ಟೈಗರ್ ಮತ್ತೆ ನಕ್ಕ.

"ನಾನವರಿಗೆ ಎಲ್ಲ ತಿಳಿಸಿ ಹೇಳ್ತೀನಿ, ನೀವು ಹೋಗಿ, ಪ್ಲೀಸ್...ಅವರು ಮತ್ತೆ ಈ ರೀತಿ ಯಾವತ್ತೂ ಮಾತಾಡದ ಹಾಗೆ ನೋಡಿಕೊಳ್ಳೋದು ನನ್ನ ಜವಾಬ್ದಾರಿ" ಅವಳು ದೀನಳಾಗಿ ಹೇಳಿದಳು

"ಜಾಕ್ ನಮ್ಮ ಚಿತ್ರಾದೇವಿಗೂ, ಅವರ ಪತಿ ಸೂಪರ್ ಸ್ಟಾರ್ ವಿವೇಕರಿಗೂ ಒಂದಿಷ್ಟು ರುಚಿ ತೋರಿಸೋಣ? ಏನಂತೀಯಾ?"

ಟೈಗರ್ ಮಾತಿಗೆ ಜಾಕ್ ಮುಸಿಮುಸಿ ನಕ್ಕ.

ಚಿತ್ರ ಹೆದರಿದಳು. ಇವರು ತನ್ನ ಮಾತಿಗೆ ಬೆಲೆ ಕೊಡೋದಿಲ್ಲ, ಈಗ ತಾನೇನು ಮಾಡಬೇಕು?

"ಡಾಕ್ಟರ್ ಪೇಷಂಟ್ ನೋಡ್ತೀರೇನು..?"

ಟೈಗರ್ ತನ್ನ ಪಕ್ಕದಲ್ಲಿ ನಿಂತಿದ್ದ ಕೃಶಕಾಯನನ್ನು ಕೇಳಿದ.

"ನೋಡು ಎಂದರೆ ನೋಡ್ತೀನಿ..."

"ನನ್ನ ಅಭಿಪ್ರಾಯ ಬೇಡ, ನಿಮ್ಮ ಅಭಿಪ್ರಾಯ ಹೇಳಿ.."

"ನನ್ನ ದೃಷ್ಟಿಯಿಂದ ಹೇಳೋದಾದರೆ ಈ ಸಮಯದಲ್ಲಿ ಏನು ಮಾಡಬೇಕಾದ ಅವಶ್ಯಕತೆ ಇಲ್ಲ... ಇಟ್ ಇಸ್ ಟೂ ಅರ್ಲಿ, ಇನ್ನೂ ಸ್ವಲ್ಪ ದಿವಸ ಬಿಟ್ಟು ನೋಡಬಹುದು"

"ಚಿತ್ರಾದೇವಿ, ನಿಮ್ಮ ಅಭಿಪ್ರಾಯವೇನು?"

ಟೈಗರ್ ನಾಟಕೀಯವಾಗಿ ವ್ಯಂಗ್ಯವಾಗಿ ಕೇಳಿದ.

"ಹಿ ಈಸ್ ಆಲ್ ರೈಟ್....ಲಿವ್ ಹಿಮ್ ಅಲೋನ್... ನಾನು ಅವರಿಗೆ ಬುದ್ಧಿ ಹೇಳ್ತಿನಿ"

"ಮತ್ತೆ ಟೈಗರ್ ನೋಡಬೇಕು ಅಂತ ಅವನು ಹೇಳಿದರೆ..?"

"ಅವರು ಹಾಗೆ ಹೇಳದ ಹಾಗೆ ನಾನು ನೋಡ್ಕೋತೀನಿ.."

"ಗುಡ್, ದಟ್ ಈಸ್ ವೆರಿ ನೈಸ್..ಹಾ...ನೆನ್ನೆ ಒಂದು ಹೊಸ ಫಿಲಂ ಕಾಂಟ್ರಾಕ್ಟ್ ಗೆ ವಿವೇಕ್ ಸೈನ್ ಮಾಡಿದ್ನಂತೆ..? ಜಾಕ್ ಬೇಡ ಅಂದ್ರೂ ಕೇಳ್ಲಿಲ್ವಂತೆ..?"

"ಅದನ್ನು ನಾನು ಹೇಳ್ತೀನಿ... ನಿನಗೆ ಅದು ಇಷ್ಟ ಇಲ್ಲ ಅಂದ್ರೆ... ಆ ಫಿಲಂ ಕಾಂಟ್ರಾಕ್ಟ್ ಕ್ಯಾನ್ಸಲ್ ಮಾಡಿಸ್ತೀನಿ"

ಚಿತ್ರ ಆತಂಕದಿಂದ ಹೇಳಿದಳು.

"ಬೇಡ ಅದರ ಅವಶ್ಯಕತೆ ಇಲ್ಲ, ನೆನ್ನೆ ಎಷ್ಟು ಅಡ್ವಾನ್ಸ್ ಬಂತು?"

"ಎರಡು ಕೋಟಿ"

"ಬ್ಲ್ಯಾಕ್ಮನಿ...?"

ಐದು ಕೋಟಿ

" ಓಕೆ ಈಗ ಆ ಐದು ಕೋಟಿ ಕೊಡು. ಮತ್ತೆ ನಾನು ಹೇಳೋವರೆಗೂ ಯಾವ ಹೊಸಾ ಸಿನಿಮಾನೂ ಒಪ್ಪಿಕೋಬಾರದು.... ಅಕಸ್ಮಾತ್ ಮಾತು ಮೀರಿದರೆ...?"

"ಇಲ್ಲ, ನಿನ್ನ ಮಾತು ಮೀರೋದಿಲ್ಲ ಖಂಡಿತವಾಗಿ"

ಟೈಗರ್ ಮಾತು ಮುಗಿಸುವ ಮುಂಚೆ ಆತರದಿಂದ ಚಿತ್ರ ಹೇಳಿದಳು.

"ಈಗ ಒಳ್ಳೆ ಹುಡುಗಿ ಹಾಗೆ ಓಡಿ ಹೋಗಿ ಹಣ ತೆಗೆದುಕೊಂಡು ಬಾ..."

ಚಿತ್ರ ಒಂದೇ ಓಟಕ್ಕೆ ಮಹಡಿಯ ಮೆಟ್ಟಿಲುಗಳ ಕಡೆಗೆ ಓಡಿದಳು. ಕೆಳಗಿರುವ ಬಾತ್ರೂಮಿನಲ್ಲಿ ಆಕೆ ಅಡಗಿಸಿಟ್ಟಿದ್ದ ಹಣ ತರಲು ಓಡಿದಳು!

"ಆದರೆ ಟೈಗರ್ ಮನಸ್ಸಿನಲ್ಲಿದ್ದುದೇ ಬೇರೆ"

"ಡಾಕ್ಟರ್ ಹರಿಯಪ್..."

ಟೈಗರ್ ಅವಸರಸಿದ. ಡಾಕ್ಟರ್ ಬ್ಯಾನರ್ ಮತ್ತು ಜಾಕ್ ಮೆಲ್ಲನೆ ವಿವೇಕ್ ಮಲಗಿದ್ದ ರೂಮಿನೊಳಗೆ ನುಸುಳಿದರು. ರೂಮಿನಾಚೆ ಆಚೆ ಟೈಗರ್ ಸರ್ಪಗಾವಲು ಕಾಯುತ್ತಾ ನಿಂತಿದ್ದ!

ಡಾಕ್ಟರ್ ಬ್ಯಾನರ್ಜಿ ಬೇಗನೆ ಸಿರಂಜು ರೆಡಿ ಮಾಡಿಕೊಂಡರು. ಅಕಸ್ಮಾತ್ ವಿವೇಕನಿಗೆ ಏನಾದರೂ ಎಚ್ಚರವಾದರೆ ಅದನ್ನು ನೋಡಿಕೊಳ್ಳಲು ಜಾಕ್ ಸಿದ್ದನಾಗಿ ನಿಂತಿದ್ದ. ಅವನು ಗ್ಲೌವ್ಸ್ ಧರಿಸಿದ್ದ. ಕೈಯಲ್ಲಿ ದಪ್ಪನೆಯ ಬಟ್ಟೆ ಇತ್ತು.

ಬ್ಯಾನರ್ಜಿ ಜಾಕಿಯ ಸೂಚನೆ ಕೊಟ್ಟ ತಕ್ಷಣ ಜಾಕ್ ಕೈಯಲ್ಲಿದ್ದ ಬಟ್ಟೆಯಿಂದ ವಿವೇಕನ ಬಾಯಿಯನ್ನು ಬಲವಾಗಿ ಒತ್ತಿ ಹಿಡಿದ.

ಬ್ಯಾನರ್ಜಿ ಇಂಜೆಕ್ಷನ್ ಸೂಜಿಯನ್ನು ವಿವೇಕನ ತೋಳಿಗೆ ಚುಚ್ಚುವ ಸಮಯಕ್ಕೆ ಜಾಕ್ ವಿವೇಕನ ಬಾಯನ್ನು ಬಟ್ಟೆಯಲ್ಲಿ ಮತ್ತಷ್ಟು ಬಲವಾಗಿ ಒತ್ತಿ ಹಿಡಿದ! ಮೊದಲು ಸೆಣಸಿದ ವಿವೇಕನ ಪ್ರತಿಕ್ರಿಯೆ ಕ್ರಮೇಣ ಕ್ಷೀಣವಾಯಿತು. ಸಿರಂಜಿನಲ್ಲಿದ್ದ ದ್ರವ ಅವನ ವಿವೇಕನ ದೇಹಕ್ಕೆ ಇಳಿಯಿತು!

ಒಂದು ಚೂರು ಹೆಚ್ಚೂಕಮ್ಮಿಯಾಗದಂತೆ, ಯಾರಿಗೂ ಅನುಮಾನ ಬರದಂತೆ ಕೆಲಸ ಮುಗಿಸಿದ ತೃಪ್ತಿ ಇಬ್ಬರ ಮುಖದ ಮೇಲೆ ಮೂಡಿತು. ಬ್ಯಾನರ್ಜಿ ಬಲಗೈ ಹೆಬ್ಬೆಟ್ಟು ಮೇಲ್ಮುಖ ಮಾಡಿದ. ಜಾಕ್ ತಲೆ ಆಡಿಸಿದ. ಇಬ್ಬರು ರೂಮಿನಿಂದ ಈಚೆ ಬಂದರು.

ರೂಮಿನಾಚೆ ನಿಂತಿದ್ದ ಟೈಗರ್ ಪೈಪ್ ಎಳೆಯುತ್ತಿದ್ದ. ಅವನ ಒಂದು ಕೈ ಸದಾ ಕೋಟಿನ ಜೇಬಿನಲ್ಲಿಯೇ ಇರುತ್ತಿತ್ತು.

"ಕೆಲಸ ಮುಗಿತಾ?"

ಟೈಗರ್ ಕೇಳಿದ.

"ಎಸ್ ಬಾಸ್"

ಜಾಕ್ ಹೆಮ್ಮೆಯಿಂದ ಹೇಳಿದ.

"ಗುಡ್..."

ಟೈಗರ್ ಚುಟುಕಾಗಿ ಮೆಚ್ಚುಗೆ ತೋರಿಸಿದ.

ಮೂವರು ಚಿತ್ರ ಬರುವುದನ್ನು ಕಾಯುತ್ತ ನಿಂತರು. ಚಿತ್ರ ಐದು ನಿಮಿಷ ಸಮಯ ತೆಗೆದುಕೊಂಡಿದ್ದಳು. ಅವರು ಆತಂಕವಿಲ್ಲದೆ, ಆತುರವೂ ಇಲ್ಲದೆ ಕಾಯುತ್ತಿದ್ದರು.

ಚಿತ್ರಾ ಬಂದಳು. ಕೈಯಲ್ಲಿ ಒಂದು ಸೂಟ್ಕೇಸ್ ಇತ್ತು.

"ತಗೋ...ಐದು ಕೋಟಿ..ಆದರೆ ವಿವೇಕನ ತಂಟೆಗೆ ಮಾತ್ರ ಬರಬೇಡಿ ಪ್ಲೀಸ್.."

ಸೂಟ್ ಕೇಸ್ ಟೈಗರ್ ಕೈಗೆ ಕೊಟ್ಟು ಕೇಳಿಕೊಂಡಳು ಚಿತ್ರ.

"ಡೋಂಟ್ ವರಿ ಬೇಬಿ, ಟೈಗರ್ ಯಾವತ್ತಿಗೂ ಮಾತು ತಪ್ಪೋದಿಲ್ಲ"

ಅವನ ಮುಖದಲ್ಲಿ ತೃಪ್ತಿ ಮಿನುಗುತ್ತಿತ್ತು. ಸೂಟ್ ಕೇಸ್ ಜಾಕ್ನತ್ತ ಎಸೆದ. ನುರಿತ ಕ್ರಿಕೆಟ್ ಪಟುವಿನಂತೆ ಜಾಕ್ ಅದನ್ನು ನೀಟಾಗಿ ಕ್ಯಾಚ್ ಹಿಡಿದ.

"ಓಕೆ ಹೋಗೋಣವೇ..?"

ಟೈಗರ್ ತನ್ನ ಅನುಯಾಯಿಗಳ ಕಡೆಗೆ ನೋಡಿದ. ಅವರು ಅವನ ಆದೇಶಕ್ಕಾಗೇ ಕಾಯುತ್ತಿದ್ದರು!

ಆ ಮೂವರೂ ಮನೆಯಿಂದ ಆಚೆ ಬಂದರು.

ಚಿತ್ರ ಅವರು ದೃಷ್ಟಿಯಿಂದ ಮರೆಯಾಗುವುದನ್ನು ಸಿಸಿ ಟಿವಿ ಕ್ಯಾಮರಾದಲ್ಲಿ ನೋಡುತ್ತಿದ್ದು ಆನಂತರ ಬಿಕ್ಕಳಿಸಿ ಅಳಲಾರಂಭಿಸಿದಳು!

****

ಅವನು ಕ್ಲಾಸ್ ರೂಮಿನಲ್ಲಿ ಕುಳಿತಿದ್ದ. ಕ್ಲಾಸ್ ರೂಮಿನ ತುಂಬಾ ಜನರಿದ್ದರು; ಎಲ್ಲಾ ಅವನ ಸಹಪಾಠಿಗಳು. ಅವರೆಲ್ಲರನ್ನು ಅವನು ಬಲ್ಲ. ಬೋರ್ಡಿನ ಮುಂದೆ ಅಧ್ಯಾಪಕರು ಪಾಠ ಮಾಡುತ್ತಿದ್ದರು. ಅವರ ಹೆಸರನ್ನೂ ಆತ ಬಲ್ಲ. ಅವರೇನೋ ಜೋಕ್ ಮಾಡಿದರು...ಹುಡುಗರೆಲ್ಲ ಬಿದ್ದು ಬಿದ್ದು ನಗುತ್ತಿದ್ದರು. ಅವನೂ ಹೊಟ್ಟೆ ಹುಣ್ಣಾಗುವಷ್ಟು ನಕ್ಕ. ಆಮೇಲೇಕೋ ಮನಸ್ಸಿನಲ್ಲಿ ಚಿತ್ರಗಳು ಕಲಸಿಕೊಂಡವು! ಕ್ಲಾಸ್ ರೂಮಿನ ಚಿತ್ರ ಮರೆಯಾಯಿತು. ಆ ನೆನಪಿಗೆ ಅವನಿಗೆ ಆಶ್ಚರ್ಯ! ಮತ್ತೆ ಮನಸ್ಸಿನಲ್ಲಿ ಗೊಂದಲ! ಆ ಅಧ್ಯಾಪಕರು...? ಅವರ ಹೆಸರು ಯಾವುದೂ ನೆನಪಿಗೆ ಬರಲಿಲ್ಲ!

ಆತ ನೀರಿನಲ್ಲಿ ಈಜುತ್ತಿದ್ದ. ಅದು ಸಮುದ್ರವೇ ಇರಬೇಕು...ಏಕೆಂದರೆ ಎತ್ತ ನೋಡಿದರು ಬರೀ ನೀರೇ ಕಾಣುತ್ತಿತ್ತು! ಈ ನೆನಪು ಎಲ್ಲಿತ್ತು? ಅದು ಯಾವ ಜಾಗ? ಅವನ ನೆನಪಿಗೆ ಬರಲಿಲ್ಲ! ನೆನಪುಗಳು ಬ್ರುತ್ತಿದ್ದವು, ಆದರೆ ಅಸ್ಪಷ್ಟ! ಮಂಜು ಮುಸಿಕಿದಂತೆ! ಒಮ್ಮೆಲೇ ಭಾರಿ ಅಲೆಯೊಂದು ಇವನತ್ತ ನುಗ್ಗಿ ಬಂದು ಅಪ್ಪಳಿಸಿತು! ಅವನನ್ನು ಎತ್ತಲೋ ಎತ್ತಿ ಎಸೆಯಿತು! ಅವನ ಶಕ್ತಿ ಉಡುಗಿತು! ನೀರಿನ ಆಳಕ್ಕೆ ಅವನು ಮುಳುಗಿದ!

ಗುಳುಗುಳುಗಳು ಶಬ್ದ! ಉಸಿರು ಸಿಕ್ಕಿಕೊಂಡಂತೆ ಆಯಿತು.... ನಾನು ಸತ್ತೆ ಎಂದುಕೊಂಡ! ಅವನಿಗೆ ತುಂಬಾ ಹೆದರಿಕೆಯಾಗಿತ್ತು!

8

ವಿಲವಿಲನೆ ಒದ್ದಾಡುತ್ತಿದ್ದ ವಿವೇಕನನ್ನು ನೋಡಿ ಗಾಬರಿಯಿಂದ ಚಿತ್ರಾ ಅವನ ಹತ್ತಿರ ಓಡಿದಳು. ಅವನ ದೇಹದ ಮೇಲೆಲ್ಲಾ ಕೈ ಆಡಿಸಿದಳು, ಎದೆ ನೀವಿದಳು... ಆದರೂ ಅವನ ಒದ್ದಾಟ ನಿಲ್ಲಲಿಲ್ಲ! ಮುಖದ ಮೇಲೆ ನೀರು ಚುಮಿಕಿಸಿದಳು....ಆದರೂ ಅವನಿಗೆ ಎಚ್ಚರವಾಗಲಿಲ್ಲ!!

ಅವಳ ಕಣ್ಣುಗಳಲ್ಲಿ ನೀರಿಳಿಯುತ್ತಿದ್ದವು! ಹೋಗಿ ಮನೆಯ ಕೆಲಸದವರನ್ನೆಲ್ಲ ಕೂಗಿ ಕರೆದಳು. ನಂತರ ಪಕ್ಕದ ಬಂಗಲೆಯ ಡಾಕ್ಟರ್ಗೆ ಫೋನ್ ಮಾಡಿದಳು.

ಕೆಲಸದಾಳುಗಳಲ್ಲಿ ಮೊದಲು ಬಂದವನೇ ಹೀರಾ. ಅವನಿಗೂ ತನ್ನ ಧಣಿಯ ಸ್ಥಿತಿ ನೋಡಿ ಗಾಬರಿ! ನಂತರ ಮನಸ್ಸು ಸ್ಥಿಮಿತಕ್ಕೆ ತಂದುಕೊಂಡ, ಬಾಯಿ ಬಲವಂತವಾಗಿ ತೆರೆದು ಬಟ್ಟೆ ತುರುಕಿ ವಿವೇಕ್ ನಾಲಿಗೆ ಕಚ್ಚಿಕೊಳ್ಳಲಾರದಂತೆ ಮಾಡಿದ. ಆಳುಗಳು ಓಡಿ ಬಂದರು. ಅವರೆಲ್ಲರೂ ವಿವೇಕ ಒದ್ದಾಡದಂತೆ ಬಲವಾಗಿ ಹಿಡಿದುಕೊಂಡರು.

ಪಕ್ಕದ ಬಂಗಲೆಯಲ್ಲಿದ್ದ ಖ್ಯಾತ ವೈದ್ಯರು ಬಂದರು. ಅವರಿಗೂ ವಿವೇಕನ ಸ್ಥಿತಿ ನೋಡಿ ಯೋಚನೆಯಾಯಿತು. ಇಂಜೆಕ್ಷನ್ ನೀಡಿದರು. ವಿವೇಕನ ಒದ್ದಾಟ ಕ್ರಮೇಣ ಹತೋಟಿಗೆ ಬಂತಾದರೂ ಪ್ರಜ್ಞೆ ಬರಲಿಲ್ಲ!

"ಡಾಕ್ಟರ್ ಅವರಿಗೆ ಏನಾಗಿದೆ?"

ಚಿತ್ರ ವ್ಯಾಕುಲದಿಂದ ಕೇಳಿದಳು.

"ಏನೂ ಅರ್ಥವಾಗ್ತಾ ಇಲ್ಲ. ಜೀವಕ್ಕೆ ತೊಂದರೆ ಇಲ್ಲ. ಮೊದಲು ಅವರಿಗೆ ಪ್ರಜ್ಞೆ ಬರಲಿ. ಬಂದ ತಕ್ಷಣ ನನಗೆ ಫೋನ್ ಮಾಡಿ, ಆನಂತರ ಬೇಕಾದ್ರೆ ಒಳ್ಳೆ ನರ್ಸಿಂಗ್ ಹೋಮಿಗೆ ಸೇರಿಸೋಣ"

ಡಾಕ್ಟರ್ ಧೈರ್ಯ ಹೇಳಿದರು.

"ಅವರಿಗೆ ಏನಾಗಿದೆ?" ಕಂಪಿಸುತ್ತಿದ್ದ ದನಿಯಲ್ಲಿ ಕೇಳಿದಳು!

"ಈಗಲೇ ಏನು ಹೇಳೋದಕ್ಕೆ ಆಗೋಲ್ಲ. ಯೋಚನೆ ಮಾಡುವಂತಾದ್ದು ಏನು ಇಲ್ಲ. ರಾತ್ರಿ ಅವರೇನು ಮೆಡಿಸನ್ ತಗೊಂಡ್ರು ನೆನಪಿದೆಯೇ?"

"ಅವರು ಯಾವ ಔಷಧನೋ ತಗೊಳ್ಲಿಲ್ಲ. ಇತ್ತೀಚೆಗೆ ಮೆಡಿಸನ್ ತಗೊಳ್ಳೋದು ಕಮ್ಮಿ ಮಾಡಿದ್ದಾರೆ. ಎರಡು ಶಿಫ್ಟ್ ಶೂಟಿಂಗ್ ಮುಗಿಸಿ ಮನೆಗೆ ಬಂದಿದ್ದರು. ಅವರಿಗೆ ತುಂಬಾ ಆಯಾಸವಾಗಿತ್ತು ಊಟ ಮಾಡಿ ಮಲಗಿದರು ಅಷ್ಟೇ.."

ಚಿತ್ರ ಆತಂಕದಿಂದ ಹೇಳಿದಳು

ಡಾಕ್ಟರ್ ಕೆಲವು ಕ್ಷಣಗಳು ಯೋಚನೆ ಮಾಡಿದರು.

"ನೋಡೋಣ, ಈಗ್ಲೇ ಏನೂ ಹೇಳೋದಕ್ಕಾಗಲ್ಲ. ನನ್ನ ಅನುಮಾನ ಅವರೇನೋ ಮೆಡಿಸನ್ ತಕೊಂಡಿರಬಹುದು...ಅದರ ಎಫೆಕ್ಟೇ ಇದೆಲ್ಲ.."

"ಜೀವಕ್ಕೆ ಅಪಾಯ ಆಗೋವಂತದ್ದು ಏನು ಇಲ್ಲ ತಾನೆ..?"

"ಇಲ್ಲ ಅಂತದೇನು ಇಲ್ಲ. ನಾನು ಬೇಕಾದ್ರೆ ಮತ್ತೆ ಬರ್ತೀನಿ, ಕಾಲ್ ಮಾಡಿ. ಇವತ್ತು ರಾತ್ರಿ ಚೆನ್ನಾಗಿ ವಿಶ್ರಾಂತಿ ತಗೊಳ್ಳಲಿ"

"ಸರಿ ಡಾಕ್ಟರ್, ತುಂಬಾ ಥ್ಯಾಂಕ್ಸ್.."

ಚಿತ್ರ ಕಣ್ಣೀರು ಒರೆಸಿಕೊಂಡಳು!

****

"ಡಾಕ್ಟರ್ ಬ್ಯಾನರ್ಜಿ ನೆನ್ನೆ ರಾತ್ರಿ ವಿವೇಕನಿಗೆ ನೀವು ಇಂಜೆಕ್ಷನ್ ಕೊಟ್ಟಿದ್ರಲ್ಲ?"

ಟೈಗರ್ ಆಗತಾನೆ ಬಂದಿದ್ದ ಡಾ. ಬ್ಯಾನರ್ಜಿಯನ್ನು ಕೇಳಿದ.

"ಹೌದು ನೆನಪಿದೆ ಯಾಕೆ?"

"ಅವನ ಸ್ಥಿತಿ ಚೆನ್ನಾಗಿಲ್ಲ! ರಾತ್ರಿ ಮತ್ತು ಬೆಳಗ್ಗೆ ವಿಪರೀತ ಒದ್ದಾಡಿದನಂತೆ... ಬಾಯಲ್ಲಿ ನೊರೆ ಬಂತಂತೆ.."

"ಅಷ್ಟೇ... ತಾನೇ? ಅದು ನಿರೀಕ್ಷಿಸಿದ್ದ ರಿಸಲ್ಟ್"

"ಜೀವಕ್ಕೆ ಅಪಾಯವಿಲ್ಲ ತಾನೇ?"

"ನೋ ವರಿ ಅಟ್ ಆಲ್..."

"ಆರ್ ಯು ಶೂರ್ ಡಾಕ್ಟರ್ ಬ್ಯಾನರ್ಜಿ?"

"ಎಸ್ ಟೈಗರ್, ಹಂಡ್ರೆಡ್ ಪರ್ಸೆಂಟ್ ಶೂರ್! ನಾನೇನು ಮಾಡ್ತೀನಿ ಅನ್ನೋದು ನನಗೆ ಚೆನ್ನಾಗಿ ಗೊತ್ತು"

"ಬ್ಯಾನರ್ಜಿ, ವಿವೇಕ್ ನಮ್ಮ ಚಿನ್ನದ ಗಣಿಯಲ್ಲ..ಅದಕ್ಕಿಂತಲೂ ಬೆಲೆಬಾಳೋ ವಜ್ರದ ಗಣಿ! ಅವರ ಬಗ್ಗೆ ನಾವು ಹುಷಾರಾಗಿರಬೇಕು! ಅವನ ದೇಹದ ಒಂದೊಂದು ಜೀವಕೋಶಕ್ಕೂ ಕೋಟ್ಯಾಂತರ ರೂಪಾಯಿ ಬೆಲೆ ಇದೆ!! ಅವನನ್ನ

ನಾನು ಯಾವುದೇ ಕಾರಣಕ್ಕೂ ಕಳೆದುಕೊಳ್ಳೋಕೆ ತಯಾರಾಗಿಲ್ಲ! ಅವನಿಗೆನಾದರೂ ಹೆಚ್ಚು ಕಮ್ಮಿ ಆದರೆ ನಾನು ನಿಮ್ಮನ್ನು ಜೀವ ಸಹಿತ ಉಳಿಸೊಲ್ಲ..ಗೊತ್ತಾಯಿತೇ...?"

ಟೈಗರ್ ಮಾತು ವಜ್ರದಷ್ಟೇ ಕಠೋರ! ಹೇಳಿದ್ದನ್ನು ಮಾಡಿಯೇ ತೀರುವ ಹಠವಾದಿ ಅವನು.

"ಟೈಗರ್ ನನ್ನನ್ನೂ ನೀವು ನಂಬೋದಿಲ್ಲವಾ?"

"ನಾನು ನನ್ನ ಕೈಗಳನ್ನು ಕೂಡ ನಂಬೋದಿಲ್ಲ! ಇದು ಜೀವನ ಕಲಿಸಿರೋ ಮರೆಯಲಾರದ ಪಾಠ.."

"ಆದರೆ ನನ್ನನ್ನು ನೀವು ನಂಬಲೇಬೇಕು...ವಿವೇಕ್ ಹೆಚ್ಚು ಯೋಚಿಸದಂತೆ ನಾನೇ ಫಾರ್ಮುಲೇಶನ್ ಮಾಡಿದ ಡ್ರಗ್ಸ್ ಮಾತ್ರ ಅವನ ದೇಹಕ್ಕೆ ಸೇರಿಸಿದ್ದೇನೆ"

"ಸದ್ಯಕ್ಕೆ ನಿಮ್ಮ ಮಾತು ನಂಬುತ್ತೇನೆ...ಮುಂದೆ ನಿಮ್ಮ ಪ್ರಯೋಗ ಇಷ್ಟು ಸೀರಿಯಸ್ ಪರಿಣಾಮ ಮಾಡಬಾರದು"

"ನಾನು ನೆನಪಲ್ಲಿ ಇಟ್ಟುಕೊಂಡಿರುತ್ತೇನೆ"

"ಯು ಕ್ಯಾನ್ ಗೋ"

"ಥ್ಯಾಂಕ್ ಯು ಟೈಗರ್"

ಡಾ.ಬ್ಯಾನರ್ಜಿ ಟೈಗರ್ಗೆ ವಂದಿಸಿ ತೆರಳಿದ.

"ಜಾಕ್...?"

ದೂರದಲ್ಲಿದ್ದ ಜಾಕ್ ಓಡಿ ಬಂದ.

"ಎಸ್ ಬಾಸ್...?"

"ಬ್ಯಾನರ್ಜಿಗೆ ಹೇಳಿದ್ದು ಕೇಳಿಸಿಕೊಂಡೆ ತಾನೇ?"

ಪ್ರತಿಯೊಂದು ಶಬ್ದವನ್ನೂ ಕೇಳಿಸಿಕೊಂಡೆ.

"ಗುಡ್, ಈ ಎಚ್ಚರಿಕೆ ನಿನಗೂ ಕೂಡ! ವಿವೇಕ್ ಇಲ್ಲವಾದರೆ ನಾವು ಮುಂಬೈ ಫುಟ್ಪಾತಲ್ಲಿ ಬಿಕ್ಷೆ ಬೇಡಬೇಕಾಗುತ್ತೆ! ಅವನು ನನ್ನ ವಜ್ರದ ಗಣಿ! ಅವನನ್ನು ತುಂಬಾ ಎಚ್ಚರಿಕೆಯಿಂದ ಕಾಯೋದು ನಿನ್ನ ಕೆಲಸ... ಮೈಯೆಲ್ಲಾ ಕಣ್ಣಾಗಿ ಅವನನ್ನ ವಾಚ್ ಮಾಡು. ಅವನ ಪ್ರತಿಯೊಂದು ಮೂವ್ಮೆಂಟೂ ನನಗೆ ತಿಳಿಯಬೇಕು"

"ಸರಿ ಬಾಸ್, ನೀವು ಹೇಳಿದ್ದು ಚಾಚು ತಪ್ಪದೇ ಮಾಡ್ತೀನಿ...ಈ ಕ್ಷಣವೇ ಹೊರಟೆ"

"ಪ್ರತಿದಿನ ಎರಡು ಗಂಟೆಗೊಮ್ಮೆ ಸುದ್ದಿ ತಿಳಿಸು. ಆ ಜವಾಬ್ದಾರಿ ನಿನ್ನದು"

"ಆಗ್ಲಿ ಬಾಸ್"

"ಜನ ಬೇಕಾದರೆ ಕಾಲ್ ಮಾಡು, ಅದಕ್ಕೆ ಅರೇಂಜ್ ಮಾಡ್ತೀನಿ. ನಿನ್ನ ಕಣ್ಣ ತಪ್ಪಿ ಒಂದೇ ಒಂದು ಕೆಲಸವನ್ನು ವಿವೇಕ್ ಮಾಡಬಾರದು! ಅಷ್ಟೇ ಅಲ್ಲ ಮತ್ತೆ ಈ ಪ್ರೆಸ್ ರಿಪೋರ್ಟರುಗಳ ಬಗ್ಗೆ ನೀನು ಎಚ್ಚರಿಕೆಯಿಂದ ಇರಬೇಕು. ಅವರು ವಿವೇಕ್ನ ಮೀಟ್ ಮಾಡದಂತೆ ನೋಡ್ಕೋ... ಅವರು ಚಾಣಾಕ್ಷರು.. ಒಂದೇ ಒಂದು ಸಣ್ಣ ಎಳೆ ಸಿಕ್ಕಿದ್ರು ಸಾಕು, ನಮಗೆ ಅಪಾಯ ಕಟ್ಟಿಟ್ಟ ಬುತ್ತಿ!"

ಜಾಕ್ ವಿಧೇಯನಾಗಿ ಎಲ್ಲವನ್ನು ಕೇಳಿಸಿಕೊಂಡು ಹಾವಾಡಿಗನ ಪುಂಗಿಗೆ ತಲೆದೂಗುವ ನಾಗರ ಹಾವಿನಂತೆ ತಲೆಯಾಡಿಸುತ್ತಿದ್ದ!

****

ಬಹಳ ದಿನಗಳವರೆಗೆ ವಿವೇಕನಿಗೆ ಹಾಸಿಗೆಯಿಂದೇಳಲು ಸಾಧ್ಯವಾಗಲಿಲ್ಲ. ಒಂದು ರೀತಿಯ ಮಂಕು ಅವನನ್ನು ಆವರಿಸಿತ್ತು! ಯಾವುದನ್ನೂ ಸ್ಪಷ್ಟವಾಗಿ ಯೋಚಿಸಲಾರದ ಸ್ಥಿತಿಗೆ ಬಂದಿದ್ದ. ಹಿಂದೆ ಅವನನ್ನು ಕಾಡುತ್ತಿದ್ದ ಪ್ರಶ್ನೆಗಳು ಮಾಯವಾಗಿದ್ದವು! ತಾನು ಯಾರು? ಎನ್ನುವುದನ್ನು ಚಿಂತಿಸುವ ಗೋಜಿಗೆ ಹೋಗದೆ ನಿರ್ಲಿಪ್ತನಾಗಿದ್ದ. ಅದಕ್ಕಿಂತಲೂ ಅಂತಾ ನೆನಪೇ ಅವನಿಗೆ ಬರಲಿಲ್ಲ ಎನ್ನುವುದೇ ಸರಿ.

ಅವನು ಎಲ್ಲವನ್ನೂ ಒಪ್ಪಿದ್ದ. ತಾನು ವಿವೇಕ! ತಾನೇ ವಿವೇಕ...ತನ್ನ ಆರೋಗ್ಯ ಸಧ್ಯಕ್ಕೆ ಕೆಟ್ಟಿದೆ... ತಾನು ಸೂಪರ್ ಸ್ಟಾರ್... ಜನ ತನ್ನನ್ನು ದಾದಾ ಎಂದು ಪ್ರೀತಿ ಮತ್ತು ಗೌರವದಿಂದ ಕರೆಯುತ್ತಾರೆ. ಚಿತ್ರ ತನ್ನ ಹೆಂಡತಿ. ತನ್ನ ಎಲ್ಲಾ ವ್ಯವಹಾರವನ್ನು ಅವಳೇ ನೋಡಿಕೊಳ್ಳುತ್ತಾಳೆ.

ಜಾಕ್ ವಿವೇಕನ ಮನೆಯಲ್ಲಿ ಶಾಶ್ವತವಾಗಿ ತಳವೂರಿದ್ದ. ಈಗವನ ವೇಷ ಬದಲಾಗಿತ್ತು, ಜರ್ಕಿನ್, ಕೂಲಿಂಗ್ ಗ್ಲಾಸ್ ಎಲ್ಲ ಮಾಯವಾಗಿದ್ದವು. ಈಗ ಅವನು ಮಾಲಿ! ಸೂಪರ್ ಸ್ಟಾರ್ ವಿವೇಕಾನ ಬಂಗಲೆಯ ಗಾರ್ಡನ್ನಿನಲ್ಲಿ ಹೂ ಗಿಡಗಳನ್ನು ನೋಡಿಕೊಳ್ಳುವುದು, ಲಾನ್ ಸಂರಕ್ಷಣೆ ಮುಂತಾದವೆಲ್ಲ ಅವನ ಕೆಲಸ. ಅವನೀಗ ಸ್ವಲ್ಪ ಮಟ್ಟಿಗೆ ಸಾಮಾನ್ಯ ಮನುಷ್ಯನಂತೆ ಕಾಣಿಸುತ್ತಿದ್ದ. ಎರಡು ಮೂರು ಗಂಟೆಗಳಿಗೊಮ್ಮೆ ಫೋನ್ ಮೂಲಕ ಟೈಗರ್ ನೊಂದಿಗೆ ಮಾತಾಡುತ್ತಿದ್ದ.

ಹೀರಾಗೆ ತನ್ನ ಯಜಮಾನನ ಸ್ಥಿತಿಗೆ ತುಂಬಾ ದುಃಖವಾಗಿತ್ತು. ಅಷ್ಟೇ ಅಲ್ಲದ ಯಾವುದೋ ಕಾರಣಕ್ಕೆ ವ್ಯಗ್ರನಾಗಿದ್ದ. ಹೊಸದಾಗಿ ಮಾಲಿಯಾಗಿ ಸೇರಿದ ಸುಖರಾಮನನ್ನು ಕಂಡರೆ ಅವನಿಗೇನೋ ಅನುಮಾನ!

ಚಿತ್ರ ಮಾನಸಿಕವಾಗಿ ಕುಗ್ಗಿದ್ದಳು! ಯಾವ ಸುದ್ದಿಯನ್ನು ಟೈಗರ್ ಗೆ ತಿಳಿಸಬಾರದು ಎಂದು ಜಾಕ್ ಬೇಡಿಕೊಂಡಿದ್ದಳು ಅದೇ ಸುದ್ದಿಯನ್ನು ಟೈಗರ್ ಗೆ ತಿಳಿಸಿದ್ದ! ಅದರ ಪರಿಣಾಮ ಐದು ಕೋಟಿ ಟೈಗರ್ ಪಾಲಾಗಿತ್ತು!

ಥೂ ಈ ಟೈಗರ್‌ನಂತ ದರಿದ್ರನ ಸಹವಾಸ ಅಪಾಯಕಾರಿ! ತನ್ನ ಪತಿ ದುಡಿದಿದ್ದು ಅವನ ಖಜಾನೆಗೆ! ಇದೆಂತಾ ವಿಪರ್ಯಾಸ! ಈ ರೀತಿಯ ಸುಲಿಗೆಗೆ ಕೊನೆಯಿಲ್ಲವೇ? ಟೈಗರ್ ಹೀಗೆ ಕೊನೆಯವರೆಗೂ ತಮ್ಮನ್ನು ಸುಲಿಯುತ್ತಲೇ ಇದ್ದರೆ ತಮ್ಮ ಗತಿ ಏನು? ತಮ್ಮ ಇಡೀ ಆದಾಯ ಅವನಿಗೆ ಒಪ್ಪಿಸಬೇಕು! ಇದಕ್ಕೆ ಶಾಶ್ವತವಾದ ಕೊನೆ ಇಲ್ಲವೇ? ಅವನು ಬಲಿಷ್ಠ! ಅವನನ್ನು ಎದುರಿಸಿ ಬದುಕಲು ಸಾಧ್ಯವಿಲ್ಲ....ಹಾಗೆಯೇ ಅವನನ್ನು ಒಪ್ಪಿಕೊಂಡು ಬದುಕಲೂ ಸಾಧ್ಯವಿಲ್ಲ!

ಅವನನ್ನು ಎದುರಿಸಿದರೆ...? ಅವನಿಗೆ ಎದುರಾಗಿ ಇನ್ನೊಂದು ರೌಡಿ ಗ್ಯಾಂಗ್ ನೇಮಿಸಿದರೆ..? ಮುಂಬೈನಲ್ಲಿ ಭೂಗತ ರೌಡಿಗಳಿಗೆ ಲೆಕ್ಕವೇ ಇಲ್ಲ! ಇಲ್ಲ...ಹಾಗೆ ಮಾಡಿದರೆ ವೃಥಾ ರಕ್ತಪಾತ! ಎರಡು ಗ್ಯಾಂಗುಗಳ ಹೋರಾಟ! ಮತ್ತೆ ಟೈಗರ್ ಹತನಾದರೆ ಇನ್ನೊಬ್ಬ ಅವನ ಸ್ಥಾನ ಪಡೆಯುತ್ತಾನೆ! ಮತ್ತೆ ಸುಲಿಗೆ..ಮತ್ತೆ ಜೀವಭಯ! ವಿವೇಕ್ ಜೀವಕ್ಕೆ ಅದು ಅಪಾಯ! ಅದೆಂದಿಗೂ ಆಗಬಾರದು! ಹಾಗೆಲ್ಲಾ ನಡೆದರೆ..ತಾನೂ... ವಿವೇಕ್... ಇಬ್ಬರೂ ಉಳಿಯುವುದಿಲ್ಲ! ಟೈಗರ್ ಮನುಷ್ಯನಲ್ಲ ರಾಕ್ಷಸ!

ಈಗ ಚಿತ್ರ ನಿರ್ಮಾಪಕ ನಿರ್ಮಾಪಕರಿಗೆ ಉತ್ತರ ಹೇಳೋದೇ ದೊಡ್ಡ ತಲೆ ನೋವಾಗಿತ್ತು! ನಿಮಿಷಕ್ಕೊಂದರಂತೆ ಫೋನು! ಜೊತೆಗೆ ದಾದಾನ ನೋಡಲು ಅಭಿಮಾನಿಗಳು ಬರುತ್ತಿದ್ದರು! ವಿವೇಕ್ ಆರೋಗ್ಯ ಚೆನ್ನಾಗಿಲ್ಲ ಎನ್ನುವ ಸುದ್ದಿ ಹೇಗೋ ಸೋರಿ ಹೋಗಿತ್ತು!

ಅದು ಹೇಗೆ ಸೋರಿಕೆಯಾಯಿತು? ಅದಕ್ಕೆ ಯಾರು ಕಾರಣ? ಅದೊಂದು ರಹಸ್ಯವಾಗಿ ಕಾಡಿತು ಚಿತ್ರಾಳಿಗೆ. ಅದೆಷ್ಟು ಎಚ್ಚರಿಕೆಯಿಂದ ಕಾಪಾಡಿಕೊಂಡಿದ್ದರೂ ಸುದ್ದಿ ಸೋರಿಕೆಯಾಗಿತ್ತು!

ಟೈಗರ್ ಯಾವ ಕ್ಷಣದಲ್ಲಿ ಏನು ಆಟ ಹೂಡುತ್ತಾನೋ..? ಊಹಿಸುವುದೂ ಅಸಾಧ್ಯ ಎಂದುಕೊಂಡಳು ಚಿತ್ರಾ..? ಅವನ ಮುಂದಿನ ಆಟ ಏನಿರಬಹುದು..? ಆತಂಕಪಟ್ಟಳು!

9

ರಾತ್ರಿ ವಿವೇಕನಿಗೆ ಮತ್ತೊಂದು ವಿಚಿತ್ರ ಅನುಭವ!

ನಿದ್ರೆಯೋ..ಇಲ್ಲಾ ಪ್ರಜ್ಞೆಯೋ ತಿಳಿಯಲಿಲ್ಲ!

ಆಳದಿಂದ ನೆನಪು ಒತ್ತರಿಸಿ ಬಂದಿತ್ತು!

ಅವನು ಸ್ಟೇಜ್ ಮೇಲೆ ನಿಂತಿದ್ದ.

ಅದು ಅವನಿಗೆ ಚಿರಪರಿಚಿತವಾದ ರಂಗಭೂಮಿ. ಅಲ್ಲಿಯೇ ಅವನು ರಂಗದಲ್ಲಿ ಹಲವಾರು ನಾಟಕ ಪ್ರಯೋಗಗಳನ್ನು ಮಾಡಿದ್ದು.

ಅದೊಂದು ಇಂಗ್ಲಿಷ್ ನಾಟಕ. ಅವನು ಯಾವುದೋ ಪಾತ್ರದ ಉಡುಪಿನಲ್ಲಿದ್ದ, ಹಾವ ಭಾವಗಳೊಂದಿಗೆ ಸಂಭಾಷಣೆಯನ್ನು ಹೇಳುತ್ತಿದ್ದ. ಅದೊಂದು ಭಾವಪೂರಿತ ದೃಶ್ಯ! ಆತ ಪಾತ್ರದೊಳಗೆ ಹೊಕ್ಕು ಅನುಭವಿಸಿ ಅಭಿನಯಿಸುತ್ತಿದ್ದ. ಅವನ ಸಂಭಾಷಣೆ ಮುಗಿದೊಡನೆ ಜನರು ಕಿವಿಗಡಚಿಕ್ಕುವಂತೆ ಚಪ್ಪಾಳೆ ತಟ್ಟಿದರು! ಅವನಿಗೆ ತುಂಬಾ ಸಂತೋಷವಾಗಿತ್ತು!

ರಂಗದಲ್ಲಿದ್ದ ಇನ್ನೊಂದು ಪಾತ್ರ ಮಾತಾಡುತ್ತಿತ್ತು. ಅದು ಹೆಣ್ಣು, ನಟಿ. ಈತ ಹೀರೋ, ಆಕೆ ಹೀರೋಯಿನ್. ಅದು ಯಾವ ನಾಟಕ? ನೆನಪಾಗಲಿಲ್ಲ! ಆದರೆ ಆ ನಟಿ ಅವನಿಗೆ ಚೆನ್ನಾಗಿ ಗೊತ್ತು! ಏಕೆಂದರೆ ಅವಳನ್ನು ಅವನು ಪ್ರೀತಿಸುತ್ತಿದ್ದ! ಆದ್ದರಿಂದಲೇ ಆ ಹುಡುಗಿಯನ್ನು ಗುರುತಿಸಬಲ್ಲವನಾಗಿದ್ದ.

ಅವಳ ಹೆಸರು...? ಅದು ತಿಳಿದಿದೆ, ಆದರೆ ನೆನಪಿಗೆ ಬರುತ್ತಿಲ್ಲ. ಅವಳು ಸಂಭಾಷಣೆ ಹೇಳುತ್ತಾ ಇವನ ಕಡೆಗೆ ಬಂದಳು. ಆಕೆಯ ಅಭಿನಯ ಅದ್ಭುತವಾಗಿದ್ದು ಜನರು ಚಪ್ಪಾಳೆ ತಟ್ಟಿ ಮೆಚ್ಚುಗೆಯನ್ನು ವ್ಯಕ್ತಪಡಿಸಿದರು! ಪ್ರೇಕ್ಷಕರ ಪ್ರಚಂಡ ಪ್ರತಿಕ್ರಿಯೆಗೆ ಇದ್ದಕ್ಕಿದ್ದಂತೆ ಅವನಿಗೆ ಮುಂದಿನ ಸಂಭಾಷಣೆ ಮರೆತುಹೋಯಿತು! ಒಂದು ನಿಮಿಷ ಅಪ್ರತಿಭನಾದ...ಆದರೂ ಅದನ್ನು ವ್ಯಕ್ತಗೊಳಿಸದೆ ವಿಶ್ವಾಸದಿಂದ ಪ್ರಾಂಪ್ಟಿಗಾಗಿ ಕಾದು ನಿಂತ! ಅವಳಿಗೂ ಇವನು ಮರೆತಿದ್ದ ಸಂಭಾಷಣೆ ನೆನಪಾಗಿರಲಿಲ್ಲ! ಅದೆಲ್ಲವನ್ನೂ ಮುಚ್ಚಿಬಿಡಲು ಏನಾದರೂ

ಮಾಡಬೇಕೆನಿಸಿತ್ತು! ಅವಳು ನಿಧಾನವಾಗಿ ಅವನ ಹತ್ತಿರ ಬಂದಳು, ಅವನ ಕೊರಳನ್ನು ಕೈಯಿಂದ ತಬ್ಬಿದಳು, ತುದಿಗಾಲಲ್ಲಿ ನಿಂತು ಅವನನ್ನು ಚುಂಬಿಸಿಬಿಟ್ಟಳು!!

ಸಭಾಗೃಹದಲ್ಲಿ ಅಸಾಧ್ಯವಾದ ಗದ್ದಲ! ಕೋಲಾಹಲ! ಜನರು ಹುಚ್ಚೆದ್ದು ವರ್ತಿಸಿದರು! ಚಪ್ಪಾಳೆ, ಸೀಟಿ ಅವ್ಯಾಹತವಾಗಿ ಮೊರೆದವು!

ಇವನಿಗೆ ದಿಗ್ಭ್ರಮೆಯಾಗಿತ್ತು! ಅವಳು ಹೀಗೆ ಮಾಡಬಹುದು ಎನ್ನುವುದರ ಕಲ್ಪನೆ ಲವಲೇಶವೂ ಅವನಿಗೆ ಇರಲಿಲ್ಲ! ಅವಳೇಕೆ ಹಾಗೆ ಮಾಡಿದಳು?

ಪ್ರೇಕ್ಷಕರು ಇದೀಗ ರಂಗದತ್ತನ್ನು ಓಡಿ ಬರುತ್ತಿದ್ದರು. ರಂಗದ ಮೇಲೆ ನಟಿಸುತ್ತಿದ್ದ ಇಬ್ಬರಿಗೂ ಹೆದರಿಕೆಯಾಯಿತು! ರಂಗ ಮಂಚದಿಂದ ಕೆಳಕ್ಕೆ ಹಾರಿ ಓಡತೊಡಗಿದರು!

ತಟ್ಟನೆ ಆ ಚಿತ್ರವೂ ಮಾಯವಾಯಿತು!

ಅವನಿಗೆ ಗಂಟಲು ಒಣಗಿತ್ತು. ಆ ಸ್ಥಿತಿಯಲ್ಲಿ ನೆನಪು ಪೂರ್ಣವಾಗಿ ಮಾಸಿತು! ಅವನು ಸಮಾಧಾನದಿಂದ ನಿಟ್ಟಿಸಿರಿಟ್ಟ!

ಎರಡು ಕ್ಷಣಗಳು, ಕೇವಲ ಎರಡೇ ಕ್ಷಣಗಳಷ್ಟೇ ಮನಸ್ಸು ಅಸ್ಪಷ್ಟವಾಗಿದ್ದು, ಚಿತ್ರಗಳನ್ನು ನೋಡುತ್ತಿತ್ತು!

ಇದೀಗ ಅವನಿದ್ದಿದ್ದು ಒಂದು ರೈಲು ಬೋಗಿ. ಅವನು ಪ್ರಯಾಣ ಮಾಡುತ್ತಿದ್ದ. ಅದು ದೂರದ ಪ್ರಯಾಣ. ರಿಸರ್ವೇಶನ್ ಬೋಗಿ. ಅವನು ಲುಂಗಿ ಮತ್ತು ಜುಬ್ಬಾದಲ್ಲಿ ಆರಾಮವಾಗಿದ್ದ. ಕೈಯಲ್ಲಿ ಮೃದಂಗ ಬೇರೆ ಇತ್ತು. ಅವನ ಜೊತೆ ತುಂಬಾ ಹುಡುಗರಿದ್ದರು. ಎಲ್ಲರೂ ಅವನ ಸಹಪಾಠಿಗಳೇ...ಅವನು ಪ್ರೀತಿಸುತ್ತಿದ್ದ ಹುಡುಗಿ ಸಹ ಜೊತೆಯಲ್ಲಿದ್ದಳು. ಅವರೆಲ್ಲರೂ ಎತ್ತರಿಸಿದ ಕಂಠದಲ್ಲಿ ಹಾಡುತ್ತಿದ್ದರು. ಎಲ್ಲರೂ ತುಂಬಾ ಸಂತೋಷದಿಂದಿದ್ದರು. ಮತ್ತೆ ಅವನಿಗೆ ನೆನಪಾಯಿತು, ಅದು ಅವನ ನಾಟಕದ ತಂಡ. ಕಾಲೇಜಿನ ನಾಟಕದ ತಂಡ, ಅವರೆಲ್ಲ ಬೇರೆ ಯಾವುದೋ ಊರಿನಲ್ಲಿ ಪ್ರದರ್ಶನ ನೀಡಲೆಂದು ಹೋಗುತ್ತಿದ್ದರು. ಅವನೇ ಗುಂಪಿನ ನಾಯಕ. ಅವರ ಜೊತೆಯಲ್ಲಿ ಒಬ್ಬರು ಅಧ್ಯಾಪಕರು ಸಹ ಇದ್ದರು.

ಹಾಡುತ್ತಿದ್ದವರಲ್ಲಿ ಕೆಲವರು ಎದ್ದು ನಿಂತು ನರ್ತಿಸಲು ಪ್ರಾರಂಭಿಸಿದರು. ಎಲ್ಲರೂ ಮೈ ಮರೆತಿದ್ದರು. ಹಾಡು, ಕುಣಿತ,, ನಗೆ ಮತ್ತು ಕೇಕೆಗಳಲ್ಲಿ ಎಲ್ಲರೂ ತಲ್ಲೀನರಾಗಿದ್ದರು. ಒಮ್ಮೆಲೇ ಭಯಂಕರವಾದ ಸ್ಫೋಟ! ಆ ಶಬ್ದಕ್ಕೆ ಅವರೆಲ್ಲ ಬೆಚ್ಚಿದರು! ಏನಾಗಿದೆ ಎಂದು ತಿಳಿಯುವ ಮೊದಲೇ ಒಬ್ಬರ ಮೇಲೊಬ್ಬರು ದಬದಬನೆ ಬಿದ್ದಿದ್ದರು! ಸಾವಿನ ನೆನಪಾಗುವಂತಹ ಘಟನೆ! ಆಮೇಲೆ ಕತ್ತಲು!

ಗಾಢ ಕತ್ತಲಷ್ಟೇ ಉಳಿದಿತ್ತು

ಆ ಚಿತ್ರವೂ ಬಹಳ ಸಮಯ ಇರಲಿಲ್ಲ! ಮತ್ತೆ ಎಲ್ಲಾ ಅಸ್ಪಷ್ಟ...ಅವನಿಗಂತೂ ದೇಹವೆಲ್ಲಾ ಒಣಗಿಹೋದಂತ ಭಾವನೆ. ದೇಹ ನೀರಿಗಾಗಿ ಚೀರಿತು... ಆದರೆ ಬಾಯಿಂದ ಮಾತ್ರ ಶಬ್ದ ಹೊರಡಲಿಲ್ಲ! ತನಗೆ ಏನಾಗಿದೆ? ಏಕೆ ಹೀಗಾಗುತ್ತಿದೆ?

ಸಿನಿಮಾದಲ್ಲಿ ದೃಶ್ಯ ಬದಲಾದಂತೆ ಮತ್ತೆ ದೃಷ್ಯ ಬದಲಾಯಿತು. ಅದು ಮತ್ತೊಂದು ರಂಗಮಂದಿರ. ದೇಶದಲ್ಲಿ ಅತ್ಯುತ್ತಮ ರಂಗಮಂದಿರ ಎಂದು ಹೆಸರನ್ನು ಪಡೆದಿತ್ತು. ಅಲ್ಲಿ ಅವನ ನಾಟಕ ಪ್ರದರ್ಶನ ಪ್ರದರ್ಶನಕ್ಕೆ ಎಲ್ಲವೂ ಅಣಿಯಾಗಿತ್ತು. ಮೊದಲ ದೃಶ್ಯದಲ್ಲಿ ಅವನದೇ ಪ್ರವೇಶ!

ತೆರೆ ಸರಿಯಿತು ಆತ ಪ್ರವೇಶ ಮಾಡಿದ... ನಟಿಸುತ್ತಾ ಹೋದ...ನಾಟಕದ ಕಡೆಯವರೆಗೂ ಪರಿಣಾಮಕಾರಿಯಾಗಿ ನಟಿಸುತ್ತಿದ್ದ! ನಾಟಕ ಅದ್ಭುತವಾಗಿ ರಂಗದಲ್ಲಿ ರೂಪುಕೊಳ್ಳುತ್ತಿತ್ತು! ಪ್ರೇಕ್ಷಕರು ಚಪ್ಪಾಳೆ ತಟ್ಟುತ್ತಿದ್ದರು. ಅವನಿಗೆ ತುಂಬಾ ಸಂತೋಷವಾಗಿತ್ತು ಸೈಡ್ ವಿಂಗಿಗಿ ಬಂದೊಡನೆ ಅವಳು ಹೇಳಿದಳು. ಆ ಮಾತು ಅಸ್ಪಷ್ಟವಾಗಿದೆ. ಆನಂತರ ಅವರ ಟೂರ್ ಮ್ಯಾನೇಜರ್ ಆಗಿದ್ದ ಅಧ್ಯಾಪಕರು ಬಂದು ಅವನನ್ನು ಅಪ್ಪಿಕೊಂಡಿದ್ದರು! ಅವರಿಗೂ ಅಪಾರವಾದ ಸಂತೋಷವಾಗಿತ್ತು!

ಅವನು ಮುಖದ ಮೇಲಿನ ಮೇಕಪ್ ಅಳಿಸಿಕೊಳ್ಳುತ್ತಿದ್ದ. ಆಗ ಯಾರೋ ಬಂದು ಒಂದು ಚೀಟಿ ಕೈಗಿತ್ತಿದ್ದರು. ಅದನ್ನು ಓದಿ ಅವನಿಗೆ ಗಾಬರಿಯಾಗಿತ್ತು! ಅದು ಅವನು ಪ್ರೇಯಸಿ ಬರೆದ ಪತ್ರ! ನಾಟಕದಲ್ಲಿ ಪಾತ್ರ ವಹಿಸಿದ ಅವಳು ಸಹ ಸ್ವಲ್ಪ ಹೊತ್ತಿನ ಮುಂಚೆ ಗ್ರೀನ್ ರೂಮಿನಲ್ಲಿ ಇದ್ದಳು... ಆದರೆ ಈಗ ಇರಲಿಲ್ಲ! ಎಲ್ಲಿಗೆ ಹೋದಳು? ಅವನು ಎದ್ದು ಚೀಟಿ ತಂದ ವ್ಯಕ್ತಿಯ ಜೊತೆಯಲ್ಲಿ ನಡೆದ.

ರಂಗಮಂದಿರದ ಆಚೆ ಸ್ವಲ್ಪ ದೂರದಲ್ಲಿ ಮರದ ಕೆಳಗೆ ಕಾರೊಂದು ನಿಂತಿತ್ತು. ಅದರ ಕಡೆಗೆ ಇವನನ್ನು ವ್ಯಕ್ತಿ ಕರೆದೊಯ್ದ. ಇವಳು ಅಲ್ಲಿಗೇಕೆ ಹೋದಳು? ಆಕೆ ಕಾರಿನಲ್ಲಿ ಇರಬಹುದೆ? ಹಾಗೆಂದರೆ ಅವಳ ಪರಿಚಯದವರು ಯಾರಾದರೂ ಆ ಊರಿನಲ್ಲಿರಬಹುದು. ಆಕೆಯನ್ನು ಕಾರಿನಲ್ಲಿ ಕೂರಿಸಿಕೊಂಡು ಮಾತನಾಡುತ್ತಿರಬಹುದು! ಅವನು ಕಾರನ್ನು ಸಮೀಪಿಸುತ್ತಿದ್ದಂತೆ ಇದ್ದಕ್ಕಿದ್ದಂತೆ ಕತ್ತಲು ಮುಸುಕಿತ್ತು!

****

ಅವನ ದೇಹಕ್ಕೆ ವಿಪರೀತ ಯಾತನೆ! ಹೊರಳಾಡುತ್ತಿದ್ದ, ಒದ್ದಾಡುತ್ತಿದ್ದ!

ಬಾತ್ರೂಮಿನಿಂದ ಬಂದ ಚಿತ್ರ ಹಾಸಿಗೆಯ ಮೇಲೆ ಒದ್ದಾಡುತ್ತಿದ್ದ ವಿವೇಕನನ್ನು ನೋಡಿ ದಿಗ್ಭ್ರಾಂತಳಾದಳು! ಮುಖಕ್ಕೆ ನೀರು ಚುಮುಕಿಸಿ ಏಳಿಸಿದಳು!

ವಿವೇಕ್ ಗಾಬರಿಯಿಂದ ಎದ್ದ! ಅವನ ಮುಖ ಬೆವರಿನಿಂದ ತೋಯ್ದಿತ್ತು! ಯಾವ ಕಾರಣಕ್ಕೋ ದಿಘ್ಭ್ರಾಂತನಾಗಿದ್ದ!

"ನೀನು ಯಾರು ?"

ಚಿತ್ರಾಳನ್ನು ಕೇಳಿದ!

ಚಿತ್ರಾ ನಡುಗುತ್ತಿದ್ದಳು!

"ನಾನ್ಯಾರು ಗೊತ್ತಿಲ್ಲವೆ...? ನಾನು ನಿಮ್ಮ ಮಡದಿ...ಚಿತ್ರಾ...?"

"ಹೌದಾ...? ಹಾ...ಹಾ...ಈಗ ನೆನಪಾಗುತ್ತಿದೆ...ನೀನು ಚಿತ್ರಾ...? ನಾನು...?"

"ಸೂಪರ್ ಸ್ಟಾರ್ ವಿವೇಕ್..."

"ಓ...ಹೌದಲ್ಲ...ಮತ್ತೆ ಆ ಸ್ಟೇಜು...ನಾಟಕ...ಅವಳು...ಆ ಕಾರು..."

ಚಿತ್ರಾ ಆತಂಕಗೊಂಡಳು! ಓ...ದೇವರೇ....ಇಷ್ಟು ವರ್ಷದ ಮೇಲೆ ಹೀಗಾಗುತ್ತಿದೆಯಲ್ಲ..?

"ಅದೆಲ್ಲಾ ಕನಸು..ನಿಧಾನಕ್ಕೆ ನೆನಪು ಮಾಡಿಕ್ಕೊಳ್ಳಿ....ಈ ಮನೆ ನೋಡಿ..ನನ್ನನ್ನು ನೋಡಿ ನಿಮ್ಮ ಮಡದಿ.."

ಚಿತ್ರಾ ಪಕ್ಕದಲ್ಲಿ ಕೂತು ಅವನ ತಲೆ ನೇವರಿಸಿದಳು.

ವಿವೇಕನಿಗೆ ಸಮಾಧಾನವಾದಂತೆ ಭಾಸವಾಗುತ್ತಲೇ ನೀರು ಕುಡಿಸಿದಳು.

"ಈಗ ಮಲಗಿ, ಬೆಳಗಾಗಲು ಇನ್ನೂ ಸಮಯ ಇದೆ.."

"ಮತ್ತೇ...."

"ಮತ್ತೇನೂ ಇಲ್ಲ..ಸುಮ್ಮನೆ ಮಲಗಿ..ಈಗ ಈ ಮಾತ್ರ ನುಂಗಿ..."

ಮಾತ್ರಯೊಂದನ್ನು ಅವನ ನಾಲಿಗೆಯ ಮೇಲಿಟ್ಟು ನೀರು ಕುಡಿಸಿದಳು.

"ಅದರೂ...ಎಲ್ಲೋ..ಏನೋ...ಹೆಚ್ಚುಕಮ್ಮಿಯಾಗಿದೆ..ಎಲ್ಲಾ ಕಲಸಿಕೊಂಡ ಹಾಗಿದೆ.."

"ಅದು ನೆನ್ನೆ ಶೂಟಿಂಗಿನಲ್ಲಿ ನೀವು ನಟಿಸಿದ ಸೀನ್ ಹಾಗಿತ್ತು. ತುಂಬಾ ಎಮೋಶನಲ್ ಆಗಿ ನಟಿಸಿದ್ರಿ..ಅದು ನಿಮಗೆ ಮತ್ತೆ ನೆನೆಪಾಗಿದೆ ಅಷ್ಟೇ.. ಈಗ ಮಲಗಿ.."

ಅವಳ ಮಾತು ಅವನ ಮೇಲೆ ಪರಿಣಾಮ ಬೀರಿತ್ತು. ಧೀರ್ಘವಾಗಿ ಉಸಿರೆಳೆದುಕೊಂಡು ಕಣ್ಣು ಮುಚ್ಚಿದ. ಕೆಲ ನಿಮಿಷಗಳಲ್ಲೇ ನಿದ್ರೆಗೆ ಜಾರಿದ.

ಚಿತ್ರಾಳ ನಿದ್ರೆ ಹಾರಿ ಹೋಗಿತ್ತು!

ಆಚೆ ನಡೆದಳು. ಹೊರಗೆ ಬಾಲ್ಕಾನಿಯಲ್ಲಿ ಕುಳಿತಳು. ಎದುರಿಗೆ ಸಮುದ್ರದ ನೀರು ಸಾಲು ದೀಪಗಳ ಬೆಳಕಲ್ಲಿ ಕ್ಷೀಣವಾಗಿ ಕಂಡಿತು. ಸಮುದ್ರದ ಎದುರಿನ

ಈ ಬಂಗಲೆಯ ಬೆಲೆ ಎಷ್ಟು ಕೋಟಿಗಳಾಗಬಹುದು..? ಇದನ್ನು ತನ್ನದಾಗಿ ಮಾಡಿಕ್ಕೊಳ್ಳಲು ಏನೆಲ್ಲಾ ಮಾಡಬೇಕಾಗಿ ಬಂತು! ವಿವೇಕನ ಈಗಿನ ಸ್ಥಿತಿಗೆ ಆತಂಕವಾಗುತ್ತಿದೆ! ಏನು ಮಾಡಲಿ..? ಟೈಗರ್ ಹಿಡಿತಕ್ಕೂ ಸಿಗದಂತೆ ವಿವೇಕನನ್ನು ತನ್ನವನನ್ನಾಗಿಯೇ ಹೇಗೆ ಉಳಿಸಿಕ್ಕೊಳ್ಳಲಿ? ಯೋಚಿಸುತ್ತಾ ಒಳಗೆ ಹೋಗಿ ಫ್ರಿಜ್ಜಿನಿಂದ ಜಿನ್ ಬಾಟಲು ತೆಗೆದು ಗ್ಲಾಸಿಗೆ ಸುರುವಿಕೊಂಡು, ಸೋಡಾ ಸೇರಿಸಿ ಮತ್ತೆ ಬಾಲ್ಕಾನಿಗೆ ಬಂದು ಕೂತಳು.

ಇದೆಲ್ಲಾ ನಾನು ಕಳೆದುಕ್ಕೊಳ್ಳಲಾರೆ..ಇವೆಲ್ಲವೂ ನನ್ನದೇ...ಆದರೆ ಎಚ್ಚರಿಕೆಯಿಂದಿರಬೇಕು..ವಿವೇಕನನ್ನು ಮೈಯೆಲ್ಲಾ ಕಣ್ಣಾಗಿ ನೋಡಿಕ್ಕೊಳ್ಳಬೇಕು..ಅವನು ಯಾವಾಗಲಾದರೂ...? ಇಲ್ಲ...ಹಾಗಾಗಲು ಬಿಡಬಾರದು!

10

ಚಿತ್ರಾಳಿಗೆ ಕಷ್ಟದ ಸಮಯ ಎದುರಾಗಿತ್ತು!

ನಿರ್ಮಾಪಕರುಗಳಿಗೆ ಶೂಟಿಂಗ್ ಡೇಟ್ ಕೊಡಬೇಕಿತ್ತು. ಅದು ಮನಸ್ಸಿಗೆ ಬಂದಂತೆ ಕೊಡಲು ಸಾಧ್ಯವಿರಲಿಲ್ಲ, ವಿವೇಕ್ ಸ್ಥಿತಿಗತಿ ನೋಡಿಕೊಂಡು ಡೇಟ್ಗಳು ಕ್ಲಾಶ್ ಆಗದಂತೆ ನೀಡಬೇಕು. ಆ ಕೆಲಸ ಅವಳಿಗೆ ಕಷ್ಟವೇನಲ್ಲ...ಏಕೆಂದರೆ ಆ ಕೆಲಸದಲ್ಲಿ ಅವಳು ಪರಿಣಿತಳು! ಮುಂಚೆಯೂ ವಿವೇಕನ ಆಪ್ತ ಕಾರ್ಯದರ್ಶಿಯಾಗಿದ್ದಳಲ್ಲವೆ? ಅವೆಲ್ಲಾ ಅವಳಿಗೆ ನೀರು ಕುಡಿದಷ್ಟೇ ಸುಲಭ!

ಗಂಟೆಗೊಬ್ಬರು ವಿಸಿಟರ್ಸ್ ಬರುತ್ತಿದ್ದರು. ಅವರಲ್ಲಿ ಹಲವು ಅಭಿಮಾನಿಗಳೂ ಇರುತ್ತಿದ್ದರು. ಅವರನ್ನು ದೂರ ಇಡುವುದಕ್ಕಂತೂ ಚಿತ್ರ ಯಮ ಸಾಹಸ ಮಾಡಬೇಕಾಗಿತ್ತು! ನಿರ್ಮಾಪಕರನ್ನೇನೋ ದೂರ ಇಡಬಹುದು...ಆದರೆ ಅಭಿಮಾನಿಗಳನ್ನು ದೂರ ಇಟ್ಟರೆ ಕೋಪಗೊಳ್ಳುತ್ತಾರೆ! ಅದು ವಿವೇಕನ ಇಮೇಜಿಗೆ ತೊಂದರೆ! ಆದ್ದರಿಂದ ಅಭಿಮಾನಿಗಳನ್ನು ಸಹಾನುಭೂತಿಯಿಂದ ಮಾತಾಡಿಸಿ ಕಳಿಸುತ್ತಿದ್ದಳು. ಅದೊಂದು ದೊಡ್ಡ ತಲೆ ನೋವಾಗಿತ್ತು. ಇದರ ಜೊತೆಗೆ ವಿವೇಕನ ಆರೋಗ್ಯದ ಬಗ್ಗೆಗೂ ನಿಗಾವಹಿಸಬೇಕು. ಹೀರಾ ಇರುವುದರಿಂದ ಎಷ್ಟೋ ಅನುಕೂಲ. ಈ ಕಾಲದಲ್ಲಿ ಅವನಷ್ಟು ನಂಬಿಕೆ ಸಿಗುವುದು ಕನಸಿನ ಮಾತು! ಹೀರಾ ಒಬ್ಬನನ್ನು ಬಿಟ್ಟು ತನ್ನ ಮನೆಯಲ್ಲಿರುವ ಯಾರನ್ನೂ ನಂಬಲು ಸಾಧ್ಯವಿರಲಿಲ್ಲ! ಯಾರು ಟೈಗರ್ ಚೇಲಾಗಳು? ಯಾರು ಅಲ್ಲ ಎನ್ನುವುದೇ ತಿಳಿಯುತ್ತಿರಲಿಲ್ಲ! ಟೈಗರ್ ಆಕ್ಟೋಪಸ್ ಇದ್ದಂತೆ! ಆಕ್ಟೋಪಸ್ಗೆ ಎಂಟೇ ಕೈಗಳಂತೆ..ಆದರೆ ಈ ಟೈಗರ್ಗೆ ಅದೆಷ್ಟು ಕೈಗಳೋ..ಊಹಿಸಲೂ ಸಾಧ್ಯವಿಲ್ಲ!

ಚಿತ್ರ ದಣಿದಿದ್ದಳು!

ಜಾಕ್, ಟೈಗರ್, ಬ್ಯಾನರ್ಜಿ, ನಿರ್ಮಾಪಕರು-ಇವರೆಲ್ಲರ ನಡುವೆ ವ್ಯವಹರಿಸುತ್ತಾ ನುಜ್ಜುಗುಜ್ಜಾಗಿದ್ದಳು! ಇದೆಲ್ಲವನ್ನೂ ತಾನಾಗಿಯೇ ಮೈ ಮೇಲೆ

ಎಳೆದುಕೊಂಡಿದ್ದು ಎನ್ನುವ ಸ್ಪಷ್ಟ ಅರಿವು ಅವಳಿಗಿತ್ತು!

ಒಂದು ಕಾಲದಲ್ಲಿ ಇದೆಲ್ಲವನ್ನೂ ಆಕೆ ಬಯಸಿದ್ದಂತೂ ನಿಜ! ಆದರೆ ಅಂದು ತಾನು ಬಯಸಿದ ಭಾಗ್ಯಕ್ಕೆ ಇಂದು ಹೈರಾಣಾಗಿದ್ದಳು! ವಿವೇಕನ ನಿರಂತರ ಸಾಮೀಪ್ಯ, ಅವನೊಂದಿಗಿನ ದಾಂಪತ್ಯ, ಅವನ ಆಸ್ತಿ, ಸಂಪತ್ತಿನ ಮೇಲೆ ಸಂಪೂರ್ಣ ಹಿಡಿತ, ತಾನು ಹೇಳಿದಂತೆ ಅವನು ಕೇಳುವಂತಾಗಬೇಕು ಎನ್ನುವ ಮಹತ್ವಾಕಾಂಕ್ಷೆ ಎಲ್ಲ ಸಾಕಾರವಾಗಿತ್ತು! ಆದರೆ ಈಗ ಅದೆಲ್ಲಾ ಮಿತಿ ಮೀರಿದೆ ಅನಿಸಿತು. ಇದನ್ನೆಲ್ಲ ನಾನೇಕೆ ಬಯಸಿದೆ? ಇದರಿಂದ ಸುಖ ಎನ್ನುವುದು ಅಣು ಮಾತ್ರವೂ ಇಲ್ಲ ಎನ್ನುವುದು ಇಷ್ಟು ವರ್ಷಗಳ ನಂತರ ಅರ್ಥವಾಗಿತ್ತು! ಆದರೆ ಬಹಳ ಬಹಳ ದೂರ ಬಂದುಬಿಟ್ಟಿದ್ದೇನೆ, ಇನ್ನು ವಾಪಸ್ಸು ಹಿಂದಕ್ಕೆ ಹೋಗಲು ಸಾಧ್ಯವಿಲ್ಲ ಎನ್ನುವ ಹಂತ ತಲುಪಿಬಿಟ್ಟಿದ್ದೇನೆ ಎಂದು ಚಿತ್ರಾ ನಿಡುಸುಯ್ದಳು.

ಈ ಜೀವನ ಏಕಮುಖ ಸಂಚಾರ, ಒನ್ ವೇ ಟ್ರಾಫಿಕ್! ಒಮ್ಮೆ ಪ್ರಯಾಣ ಪ್ರಾರಂಭಿಸಿದರೆ ಮತ್ತೆ ಹಿಂದೆ ಬರುವುದು ಸಾಧ್ಯವಿಲ್ಲ! ಹಾಗೆ ವಾಪಸ್ಸು ಹಿಂತಿರುಗುವ ಪ್ರಯತ್ನ ಮಾಡಿದರೆ ಅಪಾಯ!

ದಣಿದಿದ್ದ ಚಿತ್ರ ಕಣ್ಣು ಮುಚ್ಚಿದಳು. ಆಯಾಸ ಅವಳನ್ನು ನಿದ್ರೆಗೆ ಸೆಳೆಯಿತು.

ಆದರೆ ಮನಸ್ಸು ಕೇಳಬೇಕಲ್ಲ? ನಿದ್ರೆಯ ಆಳದಲ್ಲೂ ನೆನಪುಗಳು ಮರುಸೃಷ್ಟಿಯಾಗುತ್ತಿದ್ದವು.

ಕಾಲೇಜು ದಿನಗಳು ನೆನಪಾದುವು. ಸೆಕ್ರೆಟೇರಿಯಲ್ ಪ್ರಾಕ್ಟೀಸ್ ಎನ್ನುವ ವಿಷಯವನ್ನು ಆಯ್ಕೆ ಮಾಡಿಕೊಂಡು ವ್ಯಾಸಂಗ ಮಾಡಿದ್ದಳು. ಮೂರು ವರ್ಷದ ಡಿಪ್ಲೋಮೋ ಪಡೆದು ಈಚೆ ಬಂದಾಗ ಮುಂದೆ ಏನು ಎನ್ನುವ ಯೋಚನೆ ಎದುರಾಗಿತ್ತು.

ಮುಂಬೈ ಜೀವನ ಮಧ್ಯಮ ವರ್ಗದವರಿಗೆ ಸರ್ಕಸ್ ಷೋ ಇದ್ದಂತೆ! ಚಿತ್ರಳ ಸಂಸಾರ ಇತ್ತ ಮುಳುಗದೆ ಅತ್ತ ತೇಲದೆ ಸಾಗುತ್ತಿತ್ತು! ಜೀವನ ಕಷ್ಟಕರವಾಗಿರುತ್ತದೆ! ತುಂಡು ರಗ್ಗು ಹೊದ್ದುಕೊಂಡಂತೆ! ತಲೆ ಮುಚ್ಚಿಕೊಂಡರೆ ಕಾಲಿಗೆ ಇಲ್ಲವಾಗುತ್ತದೆ! ಕಾಲನ್ನು ಮುಚ್ಚಿಕೊಳ್ಳಲು ಹೋದರೆ ತಲೆಗೆ ಇಲ್ಲವಾಗುತ್ತದೆ! ಅಂತಹ ಕಠಿಣ, ಕ್ಲಿಷ್ಟಕರ ಆರ್ಥಿಕ ಸಂಕಷ್ಟದಲ್ಲಿ ಸಾಗುತ್ತಿತ್ತು ಚಿತ್ರಾಳ ಸಂಸಾರ!

ಒಬ್ಬ ಅಣ್ಣ, ಒಬ್ಬಳು ತಂಗಿ ಮತ್ತು ಅಪ್ಪ ಅಮ್ಮನ ಜೊತೆ ಎರಡು ಅಂಕಣದ ಫ್ಲಾಟಿನಲ್ಲಿ ಜೀವನ.

ಅಪ್ಪ ಸಿನಿಮಾ ಸ್ಟುಡಿಯೋ ಒಂದರಲ್ಲಿ ಅಕೌಂಟೆಂಟ್. ಅದು ಸ್ಥಿರವಾದ ಕೆಲಸವೇನಲ್ಲ. ಆದರೆ ಜೀವನ ನಿರ್ವಹಣೆ ಮಾಡುವಷ್ಟು ಸಂಪಾದನೆ ಇತ್ತು.

ಅಣ್ಣ ಪದವಿ ಗಳಿಸಿ ಒಂದು ಖಾಸಗಿ ಸಂಸ್ಥೆಯಲ್ಲಿ ಕೆಲಸ ಮಾಡುತ್ತಿದ್ದ. ತಂಗಿ ಆರ್ಕಿಟೆಕ್ಚರ್ ಓದುತ್ತಿದ್ದಳು.

ಸೆಕ್ರೆಟೇರಿಯಲ್ ಪದವಿಗಳಿಸಿದ ಚಿತ್ರಾಳಿಗೆ ಕೆಲಸದ ತೀವ್ರ ಅವಶ್ಯಕತೆ ಇತ್ತು. ಅದರ ಜೊತೆಗೆ ಸಿನಿಮಾ ಸ್ಟಾರ್ ವಿವೇಕನ ಮೇಲೆ ಹದಿಹರೆಯದ ಕ್ರಶ್ ಇತ್ತು! ವಿವೇಕ ಆಗಿನ್ನೂ ಚಿತ್ರರಂಗದಲ್ಲಿ ತನ್ನ ಸ್ಥಾನವನ್ನು ಗುರುತಿಸಿಕೊಳ್ಳುತ್ತಿದ್ದ. ಅವನ ಐದಾರು ಚಿತ್ರಗಳು ಹಿಟ್ ಆಗಿದ್ದವು. ತುಂಬಾ ಭರವಸೆಯ ನಾಯಕ ಎಂದು ಹೆಸರು ಪಡೆದಿದ್ದ.

ಒಂದು ಕಡೆ ವೃತ್ತಿಗಾಗಿ ಅಲೆದಾಟ ಇನ್ನೊಂದು ಕಡೆ ಕನಸಿನಲ್ಲಿ ಆರಾಧಿಸುತ್ತಿದ್ದ ವಿವೇಕ!

ಎಷ್ಟೇ ಕಷ್ಟವಾದರೂ ತಾನು ವಿವೇಕನನ್ನು ಪಡೆಯಲೇಬೇಕು ಎಂದು ಹಪಹಪಿಸುತ್ತಿದ್ದಳು. ಆದರೆ ತನಗೂ ವಿವೇಕನಿಗೂ ಭೂಮಿ ಆಕಾಶದ ಅಂತರ ಇರುವುದನ್ನು ಅರ್ಥ ಮಾಡಿಕೊಂಡಿದ್ದಳು! ಆದರೂ ಮರ್ಕಟ ಮನಸ್ಸಿನ ಮೂಲೆಯಲ್ಲಿ ಆಸೆ ಇತ್ತು, ತನ್ನ ಬಯಕೆ ಈಡೇರುತ್ತದೆ ಎಂದು! ಅದು ಅನಿಶ್ಚಿತ ಎನ್ನುವುದೂ ಗೊತ್ತಿತ್ತು!

ಆ ಸಮಯದಲ್ಲೇ ತನ್ನ ತಂದೆ ಕೆಲಸ ಮಾಡುತ್ತಿದ್ದ ಸ್ಟುಡಿಯೋದ ಮಾಲೀಕರಿಗೆ ಆಪ್ತ ಕಾರ್ಯದರ್ಶಿಯ ಅವಶ್ಯಕತೆ ಬಿದ್ದಿತ್ತು. ಸಹಜವಾಗಿ ತಂದೆ ತನ್ನನ್ನು ಕರೆದುಕೊಂಡು ಹೋಗಿ ಭೇಟಿ ಮಾಡಿಸಿದ್ದರು. ಅಚ್ಚರಿಯೆನ್ನುವಂತೆ ಕೆಲಸ ಸಿಕ್ಕಿತು. ಅದು ತನ್ನ ಕನಸಿನ ಸಾಕಾರಕ್ಕೆ ಮೊದಲ ಹೆಜ್ಜೆಯಾಗಬಹುದು ಎಂದು ಚಿತ್ರ ಮನಸ್ಸಿನಲ್ಲಿ ಮಂಡಿಗೆ ತಿಂದಿದ್ದಳು!

ಚಿತ್ರಾ ಕೆಲಸಕ್ಕೆ ಸೇರಿದ ಸ್ಟುಡಿಯೋದಲ್ಲೇ ವಿವೇಕನ ಸಿನಿಮಾ ಒಂದರ ಶೂಟಿಂಗ್ ನಡೆಯುತ್ತಿತ್ತು! ಚಿತ್ರಳ ರೊಟ್ಟಿ ಜಾರಿ ತುಪ್ಪಕ್ಕೆ ಬಿದ್ದಂತಾಗಿತ್ತು! ಆಗಾಗ ಆಫೀಸಿಂದ ನುಸುಳಿ ಹೊರಗೆ ಸ್ಟುಡಿಯೋ ಸೆಟ್ಟಿಂಗುಗಳಲ್ಲಿ ಕಾಣಿಸಿಕೊಳ್ಳುತ್ತಿದ್ದಳು. ವಿವೇಕನ ಸಿನಿಮಾ ದೃಶ್ಯಗಳ ಚಿತ್ರೀಕರಣವನ್ನು ಕನಸು ಕಣ್ಣುಗಳಿಂದ ನೋಡುತ್ತಿದ್ದಳು.

ಗಗನ ಕುಸುಮವಾಗಿದ್ದ ವಿವೇಕ ಎದುರು ನಿಂತು ನಟಿಸುತ್ತಿದ್ದಾಗ ಚಿತ್ರಳ ಕನಸುಗಳಿಗೆ ಇನ್ನಷ್ಟು ಬಣ್ಣ ತುಂಬುತ್ತಿದ್ದವು!

ವಿವೇಕನನ್ನು ಪಡೆಯಲೇಬೇಕು ಎನ್ನುವ ಇಚ್ಛೆ ಮತ್ತೆ ಮತ್ತೆ ಪ್ರಕಟವಾಗುತ್ತಿತ್ತು. ಆದರೆ ಅದು ಹೇಗೆ ಸಾಧ್ಯ ಎನ್ನುವುದು ಮಾತ್ರ ಕನಸಾಗಿಯೇ ಉಳಿದಿತ್ತು.

ಒಮ್ಮೆ ಶೂಟಿಂಗ್ ನಡೆಯುತ್ತಿದ್ದ ಸಮಯದಲ್ಲಿ ವಿವೇಕನ ದೃಷ್ಟಿ ತನ್ನ ಮೇಲೆ ಬಿದ್ದಿತ್ತು! ಚಿತ್ರಳಿಗೆ ರೋಮಾಂಚನವಾಗಿತ್ತು! ತನ್ನ ಜನ್ಮ ಸಾರ್ಥಕವಾಯಿತು

ಎನಿಸಿತ್ತು! ಆಕೆಯನ್ನು ಕುರಿತು ಆತ ಯಾರ ಬಳಿಯೋ ಕೇಳಿದ್ದ. ಅವನ ಬೆರಳು ತನ್ನತ್ತ ತೋರಿತ್ತು. ಚಿತ್ರ ಇನ್ನಿಲ್ಲದ ಆಶ್ಚರ್ಯಕ್ಕೆ ಒಳಗಾಗಿದ್ದಳು! ಬಹುಶಃ ಅವನು ತನ್ನಲ್ಲಿ ಆಸಕ್ತಿ ತೋರಿಸಿರಬಹುದು! ಯಾವುದಕ್ಕೂ ಶೂಟಿಂಗ್ ಮುಗಿದ ನಂತರ ವಿವೇಕ್ ಮಾತಾಡಿದ ಅಸಿಸ್ಟೆಂಟ್ ಡೈರೆಕ್ಟರ್ನ ಕೇಳಬೇಕು ಎಂದುಕೊಂಡಿದ್ದಳು.

ಇದ್ದಕ್ಕಿದ್ದಂತೆ ಬಾಸ್ ಕರೆ ಬಂದಿತ್ತು. ಸೆಟ್ಟಿನಿಂದ ವಾಪಸ್ಸು ಆಫೀಸಿಗೆ ಹೋಗಿದ್ದಳು ಚಿತ್ರಾ. ಬಾಸ್ ಹೇಳಿದ ಕೆಲಸವನ್ನು ಮುಗಿಸಿ ಮತ್ತೆ ಸೆಟ್ಗೆ ಬಂದಿದ್ದಳು! ಶೂಟಿಂಗ್ ಮುಗಿದಿತ್ತು. ಸ್ಟಾರ್ ವಿವೇಕ ಶೂಟಿಂಗ್ ಮುಗಿಸಿಕೊಂಡು ಹೊರಟು ಹೋಗಿದ್ದ. ಆದರೆ ಅಸಿಸ್ಟೆಂಟ್ ಡೈರೆಕ್ಟರ್ ಅಲ್ಲೇ ಉಳಿದ ತಾಂತ್ರಿಕರೊಂದಿಗೆ ಮಾತುಕತೆಯಲ್ಲಿ ತೊಡಗಿದ್ದ.

ಚಿತ್ರ ಹೋಗಿ ಅವನೊಂದಿಗೆ ಮಾತನಾಡಿದಳು. ವಿವೇಕ್ ತನ್ನ ಬಗ್ಗೆ ಏನು ಹೇಳಿದ ಎಂದು ಕುತೂಹಲದಿಂದ ಕೇಳಿದ್ದಳು. ಆದರೆ ಅಸಿಸ್ಟೆಂಟ್ ಡೈರೆಕ್ಟರ್ ಹೇಳಿದ ಮಾತಿಗೆ ಆಕೆ ಪಾತಾಳಕ್ಕೆ ಕುಸಿದಿದ್ದಳು!

ತಾನು ಯಾರು ಎಂದೆಲ್ಲ ವಿವೇಕ್ ವಿಚಾರಿಸಿದ್ದಂತೂ ನಿಜವಾಗಿತ್ತು. ಆದರೆ ಕೊನೆಯಲ್ಲಿ ವಿವೇಕ್ ಹೇಳಿದ್ದ ಮಾತು ಕನಸಿಗೆ ಚೂರಿ ಹಾಕಿತ್ತು! ಮಹದಾಸೆ ತುಂಬಿದ್ದ ಬೆಲೂನಿಗೆ ಪಿನ್ನು ಚುಚ್ಚಿತ್ತು.

'ಶೂಟಿಂಗ್ ನಡೆಯುವ ಸಮಯದಲ್ಲಿ ಆಕೆ ಸೆಟ್ನಲ್ಲಿ ಇದ್ದರೆ ನನಗೆ ನಟನೆಯಲ್ಲಿ ಮನಸ್ಸು ಕೇಂದ್ರೀಕರಿಸುವುದಕ್ಕೆ ಆಗುತ್ತಿಲ್ಲ, ಅವಳನ್ನು ಸೆಟ್‌ಗೆ ಬಿಡಬೇಡಿ' ಎಂದು ಹೇಳಿದ್ದನಂತೆ ವಿವೇಕ್!

ಅದನ್ನು ಕೇಳಿದ ಮೇಲೆ ಚಿತ್ರಳ ಮನಸ್ಸು ಚಿಂತೆಗೀಡಾಗಿತ್ತು, ವಿವೇಕನನ್ನು ಎಷ್ಟು ಆರಾಧಿಸುತ್ತಿದ್ದಳೋ ಅಷ್ಟೇ ಹೇಟ್ ಮಾಡಲು ಶುರು ಮಾಡಿದ್ದಳು! ಇಷ್ಟು ಕೊಬ್ಬೆ ಅವನಿಗೆ? ತನ್ನ ಅಭಿಮಾನಿ ಎಂದಾದರೂ ಆತ ಸಹಾನುಭೂತಿಯಿಂದ ಮಾತಾಡಬಹುದಿತ್ತು! ಆದರೆ ಇಷ್ಟು ಸೊಕ್ಕು..? ತಾನು ಸೆಟ್ ಮೇಲಿದ್ದರೆ ಅವನಿಗೆ ನಟನೆ ಮಾಡುವುದಕ್ಕೆ ಆಗುವುದಿಲ್ಲವಂತೆ? ತಾನಷ್ಟು ಕುರೂಪಿಯೆ? ತನ್ನನ್ನು ನೋಡಿ ಮೆಚ್ಚಿಕೊಂಡಿದ್ದರು ಎಷ್ಟೋ ಯುವಕರು. ಅಪ್ಪ ತನ್ನ ಮದುವೆ ಪ್ರಯತ್ನ ಮಾಡತೊಡಗಿದಾಗ ತನ್ನ ಫೋಟೋ ನೋಡಿಯೇ ಒಪ್ಪಿದ್ದ ಯುವಕರಿದ್ದರು. ಅಂತದರಲ್ಲಿ ಈ ವಿವೇಕ..ತನ್ನನ್ನು ನೋಡಿ ಮೆಚ್ಚಿಕೊಂಡು ಆಸಕ್ತಿ ತೋರಿಸಬಹುದು ಎಂದುಕೊಂಡಿದ್ದರೆ ಅದಕ್ಕೆ ವ್ಯತಿರಿಕ್ತವಾಗಿ ವಿವೇಕ್ ಪ್ರತಿಕ್ರಿಯಿಸಿದ್ದ!

ಅದೇ ದಿನ ಕೊನೆ! ಮತ್ತೆಂದು ಅವನ ಶೂಟಿಂಗ್ ನೋಡಲು ಚಿತ್ರಾ ಹೋಗುತ್ತಿರಲಿಲ್ಲ! ಅಷ್ಟೇ ಅಲ್ಲದೆ ಒಳಗೊಳಗೆ ಅವಳ ಮನಸ್ಸು ಕೆರಳಿ ಏನೇನೋ

ಯೋಚಿಸುತಿತ್ತು! ಅವನನ್ನು ಹೇಗೆ ಮಣಿಸಬೇಕು ಎಂದು ಯೋಚಿಸುತ್ತಿದ್ದಳು. ಅವನ ಈ ಅಹಂಕಾರಕ್ಕೆ ಕೊಡಲಿ ಪೆಟ್ಟು ಹಾಕಬೇಕು! ತನ್ನನ್ನು ಅವನು ಸ್ವೀಕರಿಸಲೇಬೇಕು ಹಾಗೆ ಮಾಡಲು ಏನು ಮಾಡಲಿ ಎಂದು ಯೋಚನೆ ಮಾಡತೊಡಗಿದಳು.

ಆದರೆ 'ಬಡವನ ಕೋಪ ದವಡೆಗೆ ಮೂಲ' ಎನ್ನುವ ಗಾದೆ ಮಾತಿನಂತಾಗಿತ್ತು ಅವಳ ಸ್ಥಿತಿ!

ಅವನ ಕೊಬ್ಬು ಇಳಿಸಿ ಅವನನ್ನು ಪಡೆಯಲೇಬೇಕು! ಆದರೆ ಹೇಗೆ..? ಚಿತ್ರಾಳ ಮನಸ್ಸು ಪ್ರತೀಕಾರಕ್ಕೆ ಹಾತೊರೆಯುತ್ತಿತ್ತು!

ಅವಳ ಕನಸು ನನಸಾಗಬೇಕಾದರೆ ಒಂದು ಚಮತ್ಕಾರವೇ ಆಗಬೇಕು! ಆ ಚಮತ್ಕಾರ ಯಾವುದು? ಅದು ಹೇಗಾಗಬಹುದು?

ವಿವೇಕ ತನಗೆ ದಕ್ಕುತ್ತಾನೆಯೆ? ಅವನ ಸಾಮ್ರಾಜ್ಯದ ರಾಣಿ ತಾನಾಗುತ್ತೇನೆಯೇ?

11

ಹಾಗೆ ಎಷ್ಟು ಹೊತ್ತು ಮಲಗಿದ್ದೆ ಎನ್ನುವ ಅರಿವೇ ಅವಳಿಗೆ ಇರಲಿಲ್ಲ.

ಡ್ರಾಯಿಂಗ್ ರೂಮಿನ ಸೋಫಾ ಮೇಲೆ ಕುಳಿತಿದ್ದವಳು ಹಾಗೆಯೇ ಮಲಗಿಬಿಟ್ಟಿದ್ದಳು.

ಯಾರೋ ಎಚ್ಚರಿಸುತ್ತಿರುವುದು ಅರಿವಾಯಿತು.

ಎಚ್ಚರಗೊಂಡು ನೋಡಿದಳು ಚಿತ್ರ. ಎದುರಿಗೆ ವಿವೇಕ್ ನಿಂತಿದ್ದ!

ವಿವೇಕನಿಗೆ ಆಶ್ಚರ್ಯ! ಸದಾ ಚಟುವಟಿಕೆಯಿಂದ ಪುಟಿಯುತ್ತಿದ್ದ ಚಿತ್ರ ಇಂದು ಆಯಾಸದಿಂದ ಮಲಗಿರುವುದು ನಂಬಲು ಸಾಧ್ಯವಾಗಲಿಲ್ಲ.

"ನೀವು ಯಾವಾಗ ಬಂದಿದ್ದು?"

ಎಚ್ಚರಗೊಂಡ ಚಿತ್ರ ಕೇಳಿದಳು.

"ಹತ್ತು ನಿಮಿಷದ ಹಿಂದೆ. ಯಾಕೆ ಹೀಗೆ ಮಲಗಿದ್ದೀಯಾ? ತುಂಬಾ ಆಯಾಸವಾಗಿದೆಯಾ? ಮೈ ಸರಿ ಇಲ್ಲವಾ? ಡಾಕ್ಟರ್ ಕರೆಯಲೇ?"

ವಿವೇಕ ಆತಂಕದಿಂದಲೇ ಕೇಳಿದ.

ಚಿತ್ರಾ ಮುಖದಲ್ಲಿ ನಗೆ ಕಾಣಿಸಿತು. ಅದು ಸಂತೋಷದಿಂದ ಅಲ್ಲ..ಬದಲಿಗೆ ವಿಷಾದಿಂದ! ಅಂದು ತನ್ನನ್ನು ಕೇವಲವಾಗಿ ಕಂಡ ವಿವೇಕ್ ಇಂದು ತನ್ನ ಮಾತನ್ನು ಚಾಚೂ ತಪ್ಪದೇ ಕೇಳುವಂತಾಗಿದ್ದಾನೆ! ಇದು ಮಿರಾಕಲ್! ಜಾದೂ ಅಲ್ಲವೇ? ದಿಸ್ ಇಸ್ ಅನ್ಬಿಲೀವಬಲ್! ಆದರೆ ಅದು ಸಿದ್ಧಿಸಲು ತಾನು ತೆತ್ತಿರುವ ಬೆಲೆ?

"ಏಕೆ ಏನಾಯಿತು? ಏಕೆ ಮಾತನಾಡುತ್ತಿಲ್ಲ?"

ವಿವೇಕ್ ಆತಂಕದಿಂದ ಮತ್ತೆ ಕೇಳಿದ ಅವಳ ಹಣೆ ಮುಟ್ಟಿದ.

"ಸ್ವಲ್ಪ ಹಣೆ ಬಿಸಿ ಇರೋ ಹಾಗಿದೆ. ಡಾಕ್ಟರ್ನ ಕರೆಯಲೆ? ಬೇಡ ಅಂದ್ರೆ ಒಂದು ಪ್ಯಾರಾಸಿಟೊಮಾಲ್ ಮಾತ್ರೆ ತಗೊಂಡು ರಿಲ್ಯಾಕ್ಸ್ ಮಾಡ್ಕೋ"

ವಿವೇಕ್ ಕಾಳಜಿಯಿಂದ ಹೇಳಿದ.

"ಇಲ್ಲ ಅಂತದ್ದೇನು ಆಗಿಲ್ಲ. ಡಾಕ್ಟರ್ ಅವಶ್ಯಕತೆ ಇಲ್ಲ. ಮಾತ್ರೆ ಅವಶ್ಯಕತೇನೂ ಇಲ್ಲ. ನಾಳೆ ಎರಡು ಶೆಡ್ಯೂಲ್ ಶೂಟಿಂಗ್ ಇದೆ ನಿಮಗೆ ಮ್ಯಾನೇಜ್ ಮಾಡೋಕೆ ಆಗುತ್ತಾ? ಇವತ್ತು ಒಂದೇ ಶೆಡ್ಯೂಲ್ ಸಾಕು ಅಂತ ಬಂದುಬಿಟ್ಟೋ..ನಾಳೇನೂ ಹೀಗೇ ಮಾಡೋಕಾಗೊಲ್ಲ ಅನ್ಸುತ್ತೆ.."

"ಇಲ್ಲ ನಾಳೆ ಎರಡು ಶೆಡ್ಯೂಲ್ ಆಗುತ್ತೆ, ನೀನು ಯೋಚನೆ ಮಾಡಬೇಡ... ನೀನು ಇಲ್ಲದನ್ನ ತಲೆಗೆ ಹಚ್ಚಿಕೊಂಡು ಒದ್ದಾಡ್ತಾ ಇದ್ದೀಯ? ಈಗ ನಾನು ಚೆನ್ನಾಗಿದ್ದೇನೆ ನನ್ನ ಬಗ್ಗೆ ಯೋಚನೆ ಮಾಡಬೇಡ"

ಅವರಿಬ್ಬರೂ ಮಾತಾಡುತ್ತಿರುವಾಗ ಹೀರಾ ಒಂದು ಟ್ರೇನಲ್ಲಿ ಟೀ ಮತ್ತು ಸ್ನಾಕ್ಸ್ ತಂದಿಟ್ಟ.

"ಥ್ಯಾಂಕ್ಯು ಹೀರಾ... ಈ ಮನೇಲಿ ನಾವು ನಂಬಬಹುದಾದ ಒಬ್ಬನೇ ವ್ಯಕ್ತಿ ಅಂದ್ರೆ ನೀನೊಬ್ಬನೇ"

"ಥ್ಯಾಂಕ್ಯು ಮೇಡಂ"

"ಯಾಕೆ ಉಳಿದವರನ್ನ ನಂಬೋಕಾಗೊಲ್ಲವೆ?"

ವಿವೇಕ್ಗೆ ಅನುಮಾನ! ಮತ್ತೆ ಏನೋ ನೆನಪು ಒತ್ತರಿಸಿ ಅವನ ಕುತೂಹಲ ಕೆರಳಿತು!

ಚಿತ್ರಾಗೆ ತಾನು ಆ ಮಾತು ಆಡಬಾರದಾಗಿತ್ತು ಎನಿಸಿತು. ಆದರೆ ತಡವಾಗಿತ್ತು! ತನ್ನ ಮಾತು ಸ್ಪಷ್ಟವಾಗಿ ವಿವೇಕನಿಗೆ ಏನೋ ಒಂದು ಸುಳಿವನ್ನು ನೀಡಬಹುದು ಎನಿಸಿತು.

"ಅಯ್ಯೋ ಹಾಗಲ್ಲ ನಾನು ಹೇಳಿದ್ದು...ಮನೆಯಲ್ಲಿ ಕೆಲಸ ಮಾಡುವ ಎಲ್ಲರಿಗಿಂತಲೂ ಹೀರಾ ಅತ್ಯಂತ ಪ್ರಾಮಾಣಿಕ ಅಂತ ನಾನು ಹೇಳಿದ್ದು"

ಮಾತಿನ ವರಸೆ ಬದಲಿಸಿದಳು ಚಿತ್ರ.

"ಹೀರಾ ಇವತ್ತು ನೀನೇ ಟೀನಾ ಕಪ್ಪಿಗೆ ಬಗ್ಗಿಸು. ನನಗೆ ಸ್ವಲ್ಪ ತಲೆ ನೋವು"

"ಮತ್ತೆ ನನಗೆ ತಲೆನೋವಿನ ವಿಷಯ ಹೇಳ್ಲೇ ಇಲ್ಲ? ಹೀರಾ ನೀನು ಒಳಗೆ ಹೋಗು. ನಾನೇ ಟೀ ಕಪ್ಪುಗಳಿಗೆ ತುಂಬುತ್ತೇನೆ"

ವಿವೇಕ್ ತಾನೇ ಮುಂದಾಗಿ ದುಬಾರಿ ಟಿ ಪಾಟಿನಿಂದ ಎರಡು ಕಪ್ಪುಗಳಿಗೆ ಟೀ ತುಂಬಿ, ಸಕ್ಕರ ಕ್ಯೂಬುಗಳನ್ನು ಸೇರಿಸಿದ"

"ಥ್ಯಾಂಕ್ ಯು ಹೀರಾ... ಸಮೋಸ ಬಿಸಿಬಿಸಿಯಾಗಿದೆ"

"ಹಾಗೆಲ್ಲ ಹೇಳಬೇಡಿ ಮಾಲಿಕ್, ನನಗೆ ಮುಜುಗರ ಆಗುತ್ತೆ. ನಾನಿರೋದೇ ತಮ್ಮ ಸೇವೆ ಮಾಡೋದಕ್ಕೆ.."

ಎನ್ನುತ್ತಾ ಹೀರಾ ಮನೆಯ ಒಳಭಾಗಕ್ಕೆ ನಡೆದ.

ಸಮೋಸ ತಿಂದು ಟಿಶ್ಯೂ ಪೇಪರ್ನಲ್ಲಿ ಕೈ ಒರೆಸಿಕೊಂಡು ಟೀ ಕಪ್ಪು ಕೈಗೆತ್ತಿಕೊಂಡಾಗ ಚಿತ್ರಳ ಮೊಬೈಲ್ ಫೋನ್ ರಿಂಗಾಯಿತು.

ಚಿತ್ರ ಮೊಬೈಲ್ ಸ್ಕ್ರೀನ್ ನೋಡಿ ಬೆದರಿದಂತೆ ಕಂಡಳು! ಕಾಲ್ ರಿಸೀವ್ ಮಾಡಿ "ಹಲೋ.. ಹಲೋ.." ಎನ್ನುತ್ತಾ ಎದ್ದು ಡ್ರಾಯಿಂಗ್ ರೂಮಿನಾಚೆ ಹೊರಟಳು!

ಯಾರದ್ದಿರಬಹುದು ಕಾಲ್? ತನ್ನ ಮುಂದೆ ಏಕೆ ಆ ಕಾಲ್ ಸ್ವೀಕರಿಸಿ ಮಾತನಾಡಲಿಲ್ಲ? ಅಂದರೆ ತನಗೆ ತಿಳಿಯಬಾರದ ಯಾವುದೋ ಒಂದು ವಿಷಯ ಇದೆ! ಅದೇನೆಂದು ಅವಳನ್ನು ಕೇಳಿ ಬಿಡಲೇ? ಮತ್ತೆ ಅವಳಿಗೆ ನನ್ನ ಮೇಲೆ ಅನುಮಾನ ಬರಬಹುದು! ಇರಲಿ ಇನ್ನೂ ಕೆಲವು ದಿನ ನೋಡೋಣ! ವಿವೇಕ್ ವಿಚಾರ ಮಾಡಿದ.

ವಿವೇಕ್ ಟೀ ಆಸ್ವಾದಿಸುತ್ತಾ ಮನಸ್ಸಿನಲ್ಲಿ ಮೂಡಿದ ಅನುಮಾನಗಳನ್ನು ದೂರ ತಳ್ಳಲು ಪ್ರಯತ್ನಿಸಿದ. ಆದರೆ ಅನುಮಾನ ಹಳೆಯ ಗಾಯದಂತೆ ಮತ್ತೆ ಮತ್ತೆ ಗಮನ ಸೆಳೆಯುತ್ತಿತ್ತು! ಏನಿರಬಹುದು ಈ ರಹಸ್ಯ? ಚಿತ್ರ ತನಗೆ ತಿಳಿಯದಂತೆ ಯಾರೊಂದಿಗೋ ವ್ಯವಹರಿಸುತ್ತಿದ್ದಾಳೆ! ಅದು ನಿರ್ಮಾಪಕರಾಗಿದ್ದರೆ ತನ್ನ ಮುಂದೆಯೇ ಮಾತಾಡುತ್ತಿದ್ದಳು... ಶೂಟಿಂಗ್ ಬಗೆಗೆ, ಇನ್ನಿತರೆ ವಿಷಯಗಳ ಬಗೆಗೆ ತನ್ನ ಮುಂದೆಯೇ ಮಾತಾಡುತ್ತಿದ್ದ ಚಿತ್ರ ಇಂದೇಕೆ ದೂರ ಹೋದಳು?

ಒಂದು ವಾರದ ಹಿಂದಿನ ರಾತ್ರಿ ನಡೆದದ್ದು ಅವನ ನೆನಪಲ್ಲಿ ಅಸ್ಪಷ್ಟವಾಗಿತ್ತು. ತಾನು ಗಾಢ ನಿದ್ರೆಯಲ್ಲಿದ್ದೆ. ಯಾರೋ ತನ್ನ ಬಾಯನ್ನು ಒತ್ತಿ ಹಿಡಿದಿದ್ದರು. ತನ್ನ ತೋಳಿಗೆ ಏನನ್ನೋ ಚುಚ್ಚಿದ ಅನುಭವ... ಆನಂತರ ಇದ್ದಕ್ಕಿದ್ದಂತೆ ದೇಹವೆಲ್ಲಾ ಸೆಟೆದಿತ್ತು! ಏನನ್ನೂ ಯೋಚಿಸಲಾರದ ಸ್ಥಿತಿ ತಲುಪಿದ್ದೆ.. ದೇಹದ ರಕ್ತವಲ್ಲ ಒಮ್ಮೆಲೇ ಮೆದುಳಿಗೆ ಹರಿದಂತೆ ಭಾಸವಾಗಿತ್ತು! ಮೈಯ್ಯೆಲ್ಲ ಬಿಸಿಯಾಗಿತ್ತು, ತನ್ನ ದೇಹದ ಮೇಲೆ ನಿಯಂತ್ರಣವೇ ಇಲ್ಲವಾಗಿತ್ತು! ದೇಹದಲ್ಲಿ ಏನಾಗುತ್ತಿದೆ ಎನ್ನುವುದೂ ಅರ್ಥವಾಗಿರಲಿಲ್ಲ. ಅದು ವಿಚಿತ್ರವಾದ ಯಾತನೆ! ಯಮ ಯಾತನೆ... ಏಕೆ ಹಾಗಾಗಿತ್ತು? ಯಾರೋ ಬಲವಂತವಾಗಿ ಎಂತದೋ ಔಷಧವನ್ನು ದೇಹದೊಳಕ್ಕೆ ಸೇರಿಸಿದ್ದಾರೆ! ಅದರ ಪರಿಣಾಮವೇ ಇರಬೇಕು! ದೇಹ ನಿಯಂತ್ರಣ ತಪ್ಪಿ ಒದ್ದಾಡತೊಡಗಿತ್ತು! ಅದೆಷ್ಟು ಹೊತ್ತು ಹಾಗೆ ಒದ್ದಾಡಿದೆನೋ ನೆನಪಿಲ್ಲ...ಆದರೆ ಕೊನೆಗೊಮ್ಮೆ ಇದ್ದಕ್ಕಿದ್ದಂತೆ ಧುತ್ತನೆ ಕತ್ತಲು ಕವಿದಿತ್ತು! ಕತ್ತಲೆ ಅಂದರೆ ಅಂತಿಂಥ ಕತ್ತಲೆಯಲ್ಲ ಗಾಢವಾದ ಕತ್ತಲೆ! ಕಪ್ಪು ಮಸಿಯಂತ ಕತ್ತಲೆ! ಯಾವುದೋ ಆಳವಾದ, ಬೆಳಕಿನ ಸ್ಪರ್ಷವೇ ಇಲ್ಲದ ಕತ್ತಲ

ಗವಿಯಲ್ಲಿ ಇದ್ದಂತಹ ಭಾವನೆ! ಅಂದರೆ ತನ್ನ ಯಾವುದೋ ನೆನಪನ್ನು ಅಳಿಸಲು ಪ್ರಯತ್ನಿಸುತ್ತಿದ್ದಾರೆ! ಅದು ಯಾರು? ತನ್ನ ನೆನಪಿನಲ್ಲಿ ಅಂತಾದ್ದೇನಿದೆ..?

ಹಿತವಾಗಿದ್ದ ಚಹಾ ಕಹಿಯಾಗಿತ್ತು! ಏನೋ ನಡೆಯುತ್ತಿದೆ! ಏನೋ ರಹಸ್ಯವಿದೆ! ಆ ರಹಸ್ಯದ ಅನಾವರಣ ಆಗಬೇಕು! ಎಷ್ಟು ಜನ ಈ ರಹಸ್ಯದಲ್ಲಿ ಭಾಗಿಯಾಗಿರಬಹುದು? ತಾನು ಗಮನಿಸಿದಂತೆ ಚಿತ್ರ ಕೂಡ ಈ ರಹಸ್ಯದಲ್ಲಿ ಒಂದು ಪಾಲು ಪಡೆದಿರಬಹುದೆ? ಆದರೆ ಅವಳಿಗೆ ತನ್ನ ಮೇಲೆ ಕಾಳಜಿ ಇದೆ, ಅನುಕಂಪವಿದೆ, ಪ್ರೀತಿಯಿಂದ ತನ್ನನ್ನು ನೋಡಿಕೊಳ್ಳುತ್ತಾಳೆ. ತನ್ನ ಬೇಕು ಬೇಡಗಳನ್ನು ಎಚ್ಚರಿಕೆಯಿಂದ ಗಮನಿಸಿ ನಿರ್ವಹಣೆ ಮಾಡುತ್ತಾಳೆ. ಆದರೆ ಕೆಲವೊಂದು ಸಮಯದಲ್ಲಿ ವಿಚಿತ್ರವಾಗಿ ವರ್ತಿಸುತ್ತಾಳೆ! ಆ ವರ್ತನೆಯೇ ಅವಳಲ್ಲಿ ಅನುಮಾನ ಮೂಡಿಸುತ್ತಿದೆ.

ಇವರೆಲ್ಲರಿಗೂ ತಿಳಿಯದಂತೆ ತಾನು ರಹಸ್ಯ ಕಾರ್ಯಾಚರಣೆ ಮಾಡಬೇಕು. ಇತ್ತೀಚೆಗಂತೂ ಒಂದು ವಿಷಯ ಸ್ಪಷ್ಟವಾಗುತ್ತಿದೆ: ಅದಂದರೆ ನಾನು ನಾನಲ್ಲ! ಈಗ ತಿಳಿದಿರುವ ವಿವೇಕ ನಾನಲ್ಲ! ಆದರೆ ಬೇರೆ ಯಾರು ಗೊತ್ತಿಲ್ಲ? ಅದನ್ನು ತಿಳಿಯುವ ಬಗ್ಗೆ ಹೇಗೆ?

ಯಾವಾಗಲೂ ಯಾವುದೋ ಸಂದರ್ಭದಲ್ಲಿ ತಾನು ಈ ಪಾತ್ರದಲ್ಲಿ ಸೇರಿದ್ದೇನೆ! ಅದಕ್ಕೆ ಏನು ಕಾರಣ? ಈ ಪಾತ್ರದಲ್ಲಿ ತಾನು ಸೇರಿಕೊಳ್ಳಬೇಕಾದರೆ ಯಾರ ಕೈವಾಡ ಇದರ ಹಿಂದೆ ಇದೆ? ಒಬ್ಬರೋ..ಅನೇಕರೋ..? ಖಂಡಿತಾ ಇದು ಒಬ್ಬರು ಹೆಣೆದಿರುವ ಜಾಲವಲ್ಲ! ಅನೇಕರು ಈ ಷಡ್ಯಂತ್ರದಲ್ಲಿ ಇದ್ದಾರೆ? ಯಾಕೆ ಈ ಪಾತ್ರವನ್ನು ನನ್ನಿಂದ ಮಾಡಿಸುತ್ತಿದ್ದಾರೆ? ಇದರಿಂದ ಅವರಿಗೇನು ಲಾಭ? ಎಷ್ಟು ಸಮಯದಿಂದ ಇದೆಲ್ಲ ನಡೆಯುತ್ತಿದೆ?

ಹೊರಗೆ ಐದು ನಿಮಿಷ ಕಳೆದ ಚಿತ್ರಾ ಒಳಗೆ ಬಂದಳು. ಏನೂ ಆಗಿಲ್ಲ ಎನ್ನುವಂತೆ ನಟಿಸುತ್ತಿದ್ದಳು.

"ಯಾರದು ಫೋನ್..?"

ವಿವೇಕ್ ಕೇಳಿದ.

"ನಾಳೆ ಶೂಟಿಂಗ್ ಬಗ್ಗೆ ನಿರ್ಮಾಪಕರು ನೆನಪು ಮಾಡೋಕೆ ಫೋನ್ ಮಾಡಿದ್ದರು.."

"ಓ...ಹೌದೆ..?" ವಿವೇಕ್ ಅದರಲ್ಲಿ ಆಸಕ್ತಿಯಿಲ್ಲ ಎನ್ನುವಂತೆ ಮಾತಾಡಿದ.

ತಕ್ಷಣ ಅವನಿಗೆ ಕಳೆದ ಕೆಲವು ದಿನಗಳ ಹಿಂದೆ ಎಸ್ಕೆ ಸ್ಟುಡಿಯೋದಲ್ಲಿ ಶೂಟಿಂಗ್ ವೇಳೆ ಕಂಡ ಮ್ಯಾಗಜೀನ್ ನೆನಪಾಯಿತು! ಅದರ ಕವರ್ ಪೇಜು ಮತ್ತು ಒಳಗಿನ ಪುಟಗಳಲ್ಲಿ ತನ್ನ ಬಗ್ಗೆ ಲೇಖನ ಇದ್ದುದು ನೆನಪಿಗೆ ಬಂತು!

"ಹನಿ, ಅವತ್ತು ಸ್ಟುಡಿಯೋದಲ್ಲೊಂದು ನನ್ನ ಫೋಟೋ ಕವರ್ ಪೇಜ್ ಮ್ಯಾಗಜೈನ್ ತೋರಿಸಿದ್ದೆಯಲ್ಲ..? ಆ ಮ್ಯಾಗಜೀನ್ ಎಲ್ಲಿ..?"

"ಏಕೆ..?"

"ನೋಡಬೇಕು ಅನ್ನಿಸ್ತಿದೆ.."

"ಹೌದಾ...ಅದನ್ನು ಅಲ್ಲೇ ಬಿಟ್ಟು ಬಂದೆವಲ್ಲ? ಇರಿ, ಅದರ ಒಂದು ಪ್ರತಿ ನಮಗೂ ಬಂದಿರಬೇಕು..ಸುಮಾರು ದಿವಸದಿಂದ ನಾನು ಪೋಸ್ಟುಗಳನ್ನೇ ಚೆಕ್ ಮಾಡಿಲ್ಲ, ನೋಡಿ ತರ್ತೀನಿ..ಈಗಲೇ ಬೇಕೆ..?"

ಎನ್ನುತ್ತಾ ಚಿತ್ರಾ ಎದ್ದಳು.

ಬೇರೆ ಸಮಯದಲ್ಲಾಗಿದ್ದರೆ...'ಈಗೇನು ಬೇಡ..ನಿಧಾನಕ್ಕೆ ತಂದುಕೊಡು' ಎನ್ನುತ್ತಿದ್ದ ವಿವೇಕ್ ಇಂದು ಸುಮ್ಮನಿದ್ದುದನ್ನು ಚಿತ್ರಾ ಗಮನಿಸಿದಳು! ಅಂದರೆ ಇನ್ನೂ ವಿವೇಕ್ ಮಾಮೂಲು ಸ್ಥಿತಿಗೆ ಬಂದಿಲ್ಲವೆ..? ಅವನಲ್ಲಿ ಇಂತಾ ಅನುಮಾನಗಳೇ ಏಳದಂತೆ ಏನು ಮಾಡಬೇಕು..? ಚಿತ್ರಾಳಿಗೆ ಟೈಗರ್ ಒಂದು ಸಮಸ್ಯೆಯೆಂದರೆ ಈ ವಿವೇಕನೂ ಸಮಸ್ಯೆಯಾಗಿಯೇ ಕಂಡ!

ಇವರಿಬ್ಬರನ್ನೂ ಹೇಗೆ ಮ್ಯಾನೇಜ್ ಮಾಡಲಿ..?

ವಿವೇಕ್ ಕುತೂಹಲದಿಂದ ಚಿತ್ರಾಳನ್ನು ದಾರಿ ನೋಡುತ್ತಿದ್ದ! ನಿಜವಾಗಿಯೂ ಇವಳು ಮ್ಯಾಗಜೀನ್ ತರುತ್ತಾಳೆಯೆ..? ಇಲ್ಲಾ ಏನಾದರೂ ನೆಪ ಹೇಳುತ್ತಾಳಾ..?

12

ವಿವೇಕನ ಆರೋಗ್ಯ ಈಗ ಬಹುತೇಕ ಸುಧಾರಿಸಿತ್ತು. ಆ ಕಾರಣಕ್ಕೇ ಚಿತ್ರಾ ಹೊರಾಂಗಣ ಶೂಟಿಂಗಿಗೂ ಒಪ್ಪಿಕೊಂಡಿದ್ದಳು.

ಕೊಡೈಕೆನಾಲಿನ ಲೊಕೇಶನ್ನಲ್ಲಿ ಶೂಟಿಂಗ್ ನಡೆದಿತ್ತು. ವಿಶೇಷ ವಿಮಾನದಲ್ಲಿ ಚಿತ್ರ ಜೊತೆ ವಿವೇಕ್ ಬಂದಿದ್ದ.

ಮೊದಲನೆ ದಿನದ ಶೂಟಿಂಗ್ ಮುಗಿದಿತ್ತು. ಮಾರನೇ ದಿನಕ್ಕೆ ಇನ್ನೊಂದು ಶೆಡ್ಯೂಲ್ ಉಳಿದಿತ್ತು.

ಭವ್ಯವಾದ ಹೋಟೆಲ್ನಲ್ಲಿ ವಿವೇಕನಿಗೆ ವಾಸ್ತವ್ಯ ಒದಗಿಸಿದ್ದರು ನಿರ್ಮಾಪಕರು.

ಸಂಜೆಯ ಟಿ ಸೇವಿಸಿ ಚಿತ್ರ ಮತ್ತು ವಿವೇಕ ಹೋಟೆಲ್ ರೂಮಿನ ಟಿವಿ ಮುಂದೆ ಕುಳಿತಿದ್ದರು

ವಿವೇಕನ ಕೈಯಲ್ಲಿದ್ದ ಆ ಸಿನಿಮಾ ಮ್ಯಾಕ್ಸಿನ್ ನೋಡಿ ಚಿತ್ರಗಳಿಗೆ ಒಂದು ರೀತಿಯಲ್ಲಿ ಕಿರಿಕಿರಿಯೇ ಆಯಿತು.

"ಯಾಕೆ ಹೋದಲ್ಲೆಲ್ಲ ಆ ಮ್ಯಾಕ್ಸಿನ್ ಹಿಡಿದುಕೊಂಡೆ ಹೋಗ್ತಿದ್ದೀರಿ? ಅಂತದ್ದೇನಿದೆ ಮ್ಯಾಕ್ಸಿನ್ನಿನಲ್ಲಿ?"

ಚಿತ್ರ ಮನಸ್ಸಿನ ಕಿರಿಕಿರಿ ತಾಳಲಾರದೆ ಕೇಳಿದಳು. ಅದರಲ್ಲಿರುವುದೆಲ್ಲಾ ಓದಿದರೆ ವಿವೇಕನ ಮನಸ್ಸಿನಲ್ಲಿ ಅನಗತ್ಯ ಪ್ರಶ್ನೆಗಳಿಗೆ ಅವಕಾಶವಾಗಬಹುದು ಎಂದು ಆತಂಕಗೊಂಡಿದ್ದಳು!

"ಅದರಲ್ಲಿ ನನ್ನ ಜೀವನ ಚರಿತ್ರೆ ಕವರ್ ಮಾಡಿದ್ದಾರಲ್ಲ, ಅದಕ್ಕೆ ಕುತೂಹಲದಿಂದ ಓದುತ್ತಾ ಇದ್ದೇನೆ"

"ಅದನ್ನು ಓದಿ ಏನಾಗಬೇಕಾಗಿದೆ? ಅದು ಹಳೆಯ ಕಥೆ...ನೀವೀಗ ಸೂಪರ್ ಸ್ಟಾರ್. ಹಳೆಯ ನೆನಪು ತಗೊಂಡು ಏನು ಮಾಡ್ಬೇಕು? ಮನುಷ್ಯ ಮುಂದೆ ಸಾಗೋದನ್ನು ನೋಡಬೇಕೇ ಹೊರೆತು ಹಿಂದಿನದನ್ನು ನೆನಪು ಮಾಡಿಕೊಳ್ಳಬೇಕಾಗಿಲ್ಲ"

ಚಿತ್ರಾ ಅಧಿಕಾರಯುತವಾಗಿ ಹೇಳಿದಳು.

ಅವಳ ಮಾತಿನಲ್ಲಿ ಬಲವಂತವಾಗಿ ತನ್ನ ಅಭಿಪ್ರಾಯ ಹೇರುವ ಪ್ರಯತ್ನವಿದ್ದಂತೆ ತೋರಿತು ವಿವೇಕನಿಗೆ.

"ನಿನ್ನದು ತಪ್ಪು ತಿಳುವಳಿಕೆ! ಹಿಂದಿನದನ್ನು ನೆನಪು ಮಾಡಿಕೊಳ್ಳದೆ ಮುಂದೆ ಸಾಗುವುದು ಒಳ್ಳೆಯ ಲಕ್ಷಣವಲ್ಲ. ಹಿಂದಣ ಹೆಜ್ಜೆಯನ್ನರಿಯದೆ ಮುಂದಣ ಹೆಜ್ಜೆಯನ್ನಿಡಬಾರದು"

ವಿವೇಕ ಜಾಣತನದ ಮಾತಾಡಿದ. ಕೊನೆಯ ನಾಲ್ಕು ಪದಗಳಂತೂ ಯಾರೋ ಮಹಾತ್ಮರ ಮಾತು! ಆ ಮಾತು ಬೇರೊಂದು ಭಾಷೆಯಲ್ಲಿತ್ತು! ಕನ್ನಡದಲ್ಲಿತ್ತು! ತನ್ನ ಬಾಯಿಂದ ತಂತಾನೆ ಉಲಿದ ಆ ಕೊಟೇಶನ್ನಿಗೆ ವಿವೇಕನೇ ಅಚ್ಚರಿಗೊಂಡಿದ್ದ! ಹಿಂದಿಯಲ್ಲಿ ಮಾತಾಡುತ್ತಿದ್ದವನು ಕನ್ನಡ ಉಪಯೋಗಿಸಿದ್ದ! ಅಂದರೆ ತನಗೆ ಕನ್ನಡ ಭಾಷೆ ಗೊತ್ತಿದೆ! ಕನ್ನಡ ಮಾತಾಡುವವರು ಕನ್ನಡಿಗರು! ಅಂದರೆ ತಾನು ಕರ್ನಾಟಕದಲ್ಲಿದ್ದೆನೆ..? ತಾನು ಕನ್ನಡಿಗನೆ?

ಚಿತ್ರಾ ಬೆಚ್ಚಿದಳು! ಅವನು ಕನ್ನಡದಲ್ಲಿ ಹೇಳಿದ ಆ ನಾಲ್ಕು ಪದಗಳಿಗೆ ಭಯಗೊಂಡಳು! ಯಾವಾಗನಿಂದ ಈ ರೀತಿಯ ಮಾತಾಡಲು ಶುರು ಮಾಡಿದ್ದಾನೆ ನೆನಪು ಮಾಡಿಕೊಳ್ಳಲು ಪ್ರಯತ್ನಿಸಿದಳು.

ವಿವೇಕನಿಗೆ ಇದ್ದಕ್ಕಿದ್ದಂತೆ ಮತ್ತೇನೋ ನೆನಪಾಯಿತು

"ಚಿತ್ರ ನಮ್ಮ ಮನೆಗೆ ಹೊಸದಾಗಿ ಗಾರ್ಡನ್ ಕೆಲಸಕ್ಕೆ ಸೇರಿದ್ದಾನಲ್ಲ ಅವನ ಹೆಸರೇನು?"

"ಯಾಕೆ?"

"ತಿಳಿದುಕೊಳ್ಳಬೇಕಲ್ಲ?"

"ಅವನ ಹೆಸರು ಸುಖರಾಂ"

"ಎಲ್ಲಿಯವನು?"

"ಇಲ್ಲೇ ಮುಂಬೈ ಹತ್ತಿರದ ಹಳ್ಳಿಯವನು"

"ಹಿಂದೆ ಇದ್ದವನು ಎಲ್ಲಿಗೆ ಹೋದ?"

"ಹಳ್ಳಿಯಲ್ಲಿ ಏನೋ ತೊಂದರೆ ಎಂದು ಹೇಳಿ ಹೋದ"

"ಈ ಸುಖಾರಾಮನ ಬಗೆಗೆ ನನಗೆ ಯಾಕೋ ಒಳ್ಳೆ ಅಭಿಪ್ರಾಯ ಬರುತ್ತಿಲ್ಲ, ಅವನ ಬಗ್ಗೆ ವಿಚಾರಿಸಿದೆಯ?"

"ವಿಚಾರಿಸಿದೆ ಒಳ್ಳೆ ರೆಫರೆನ್ಸ್ ಇದೆ"

"ಆದರೂ ಅವನ ನಡವಳಿಕೆ ಸರಿ ಕಾಣುತ್ತಿಲ್ಲ"

"ಏಕೆ? ಅಂತದೇನು ಮಾಡಿದ ಅವನು?"

"ನೀನು ಅವನನ್ನ ಸರಿಯಾಗಿ ನೋಡಿಲ್ಲ! ನಾವು ಆಚೆ ಹೋಗುವಾಗ, ಬಂದಾಗ ತುಂಬಾ ಕುತೂಹಲದಿಂದ ನೋಡ್ತಾ ಇರ್ತಾನೆ ಆಮೇಲೆ ಬಂದ್ಸಲ ಎಲ್ಲೋ ಮರೆಯಲ್ಲಿ ನಿಂತ್ಕೊಂಡು ಯಾರಿಗೋ ಫೋನ್ ಮಾಡುತ್ತಿದ್ದ"

"ಅದೆಲ್ಲ ಸಹಜ ಅಲ್ಲವೇ? ಅವನಿಗೂ ಸಂಸಾರ ಮಕ್ಕಳು, ಮರಿ ಇರ್ತಾರೆ. ಅದಕ್ಕೆ ಯಾಕೆ ಆತಂಕ? ಹೊಸಬ ಅಲ್ವಾ? ಜೊತೆಗೆ ನೀವು ಸೂಪರ್ ಸ್ಟಾರ್...ಅದಕ್ಕೆ ಕುತೂಹಲದಿಂದ ನೀವು ಹೋಗುವಾಗ ಬರುವಾಗ ನೋಡ್ತಾ ಇರ್ತಾನೆ ಅಷ್ಟೇ"

ಚಿತ್ರಳ ಮಾತಿಗೆ ವಿವೇಕ ಪ್ರತಿ ಹೇಳಲಿಲ್ಲ. ಆದರೂ ಅವನ ಮನಸ್ಸಿನಲ್ಲಿ ಹೊಸದಾಗಿ ಮಾಲಿ ಕೆಲಸಕ್ಕೆ ಸೇರಿದ ಸುಖರಾಮನ ಬಗೆಗೆ ದಟ್ಟವಾದ ಅನುಮಾನ ಮೂಡಿತ್ತು! ತನ್ನ ಬಾಯಿಂದ ತಂತಾನೇ ಸುಲಲಿತವಾಗಿ ಬಂದ ಕನ್ನಡ ಪದಗಳ ಬಗೆಗೆ ತಾನೇ ವಿಸ್ಮಯಗೊಂಡಿದ್ದ!

*****

ಕೊಡೈಕೆನಾಲಿನಲ್ಲಿ ಶೂಟಿಂಗ್ ಮುಗಿಸಿ ವಾಪಸ್ ಮುಂಬೈಗೆ ಬಂದು ವಾರವಾಗಿತ್ತು.

ಸಮಯ ಸುಲಭದಲ್ಲಿ ಜಾರುತ್ತಿತ್ತು. ಎಲ್ಲವೂ ಸಾಮಾನ್ಯವಾಗಿ ಹೆಚ್ಚಿನ ಏರುಪೇರುಗಳಿಲ್ಲದೆ ದಿನಚರಿ ನಡೆದಿತ್ತು!

ವಿಶೇಷ ಎಂದರೆ ವಿವೇಕನ ಹುಟ್ಟು ಹಬ್ಬದ ಸಂಭ್ರಮ!

ಸುಮಾರು ಒಂದು ವಾರ ಕಾಲ ವಿವೇಕನ ಜನ್ಮದಿನವನ್ನು ಮುಂಬೈನಲ್ಲಿ ಅದ್ದೂರಿಯಿಂದ ಆಚರಿಸಲಾಗಿತ್ತು. ಅವನ ಸಿನಿಮಾ ನಡೆಯುತ್ತಿದ್ದ ಥಿಯೇಟರ್ನಲ್ಲಿ ವಿಶೇಷವಾದ ಕಾರ್ಯಕ್ರಮ ನಡೆದಿತ್ತು. ವಿವೇಕನ ಮನೆಯಲ್ಲಿ ಕೂಡ ಒಂದು ಪಾರ್ಟಿ ನಡೆದಿತ್ತು! ಚಿತ್ರರಂಗದ ಎಲ್ಲಾ ಪ್ರತಿಷ್ಠಿತರು, ರಾಜಕೀಯ ಧುರೀಣರು ಆಗಮಿಸಿ ಮಹಾನ್ ನಟನಿಗೆ ಶತಾಯುಸ್ಸು ಕೋರಿದ್ದರು.

ಸಾರ್ವಜನಿಕರಿಗೆ, ಅಭಿಮಾನಿಗಳಿಗಾಗಿ ಬೃಹತ್ ಸಮಾರಂಭದ ವ್ಯವಸ್ಥೆ ಕೂಡ ನಡೆಯಿತು. ವಿವೇಕ್ ಅಭಿಮಾನಿಗಳ ಸಂಘ ಆ ಕಾರ್ಯಕ್ರಮವನ್ನು ಆಯೋಜಿಸಿತ್ತು.

ಕೇಕ್ ಕಟ್ ಮಾಡಿ, ಅಭಿಮಾನಿಗಳಿಗೆ ಕೃತಜ್ಞತೆ ವ್ಯಕ್ತಪಡಿಸಿದ್ದ ವಿವೇಕ್. ಅಸಂಖ್ಯ ಅಭಿಮಾನಿಗಳೆಲ್ಲರ ಕೈಕುಲುಕುತ್ತ ಅವನ ಕೈ ಸೋತು ಹೋಗಿತ್ತು!

ಅದೇ ದಿವಸ ಕಾರ್ಯಕ್ರಮದಿಂದ ವಾಪಸ್ಸು ಬರುವಾಗ ನಡೆದ ಒಂದು ಘಟನೆ ಮಾತ್ರ ಅವನ ಚಿತ್ತವನ್ನು ಕಲಕಿತ್ತು!

ವಿವೇಕನ ಐಷಾರಾಮಿ ಬೆಂಜ್ ಕಾರು ರಸ್ತೆಯಲ್ಲಿ ಸಂಚರಿಸುತ್ತಿರುವಾಗ ಯುವತಿಯೊಬ್ಬಳು ಕೈ ಅಡ್ಡ ಹಿಡಿದು ನಿಲ್ಲಿಸಲು ಪ್ರಯತ್ನಿಸಿದ್ದಳು. ಕಾರು ನಿಲ್ಲಿಸುವ

ಸೂಚನೆ ತೋರಿಸದಿದ್ದರೆ ಅವಳು ಹಿಂದೆ ಸರಿಯುವಳು ಎಂದು ಡ್ರೈವರ್ ತಿಳಿದಿದ್ದ. ಆದ್ದರಿಂದ ವೇಗ ತಗ್ಗಿಸದೆ ಕಾರನ್ನು ಚಾಲನೆ ಮಾಡಿದ್ದ. ಈ ವಿಷಯ ಹಿಂದಿನ ಸೀಟಿನಲ್ಲಿ ಕುಳಿತಿದ್ದ ವಿವೇಕನಿಗಾಗಲಿ ಇಲ್ಲಾ ಚಿತ್ರಾಳಿಗಾಗಲೀ ತಿಳಿದಿರಲಿಲ್ಲ. ಅವರಿಬ್ಬರೂ ಅಂದಿನ ಸಮಾರಂಭದ ಬಗೆಗೆ ಮಾತಾಡಿಕೊಳ್ಳುತ್ತಿದ್ದರು.

ಡ್ರೈವರ್ ಲೆಕ್ಕ ಹಾಕಿದಂತೆ ಆ ಯುವತಿ ಹಿಂದೆ ಸರಿಯಲಿಲ್ಲ! ಆಕೆ ತೀರ ಹತ್ತಿರವಾಗಿದ್ದಾಗ ಡ್ರೈವರ್ ಗಾಬರಿಯಿಂದ ಬ್ರೇಕ್ ಪೆಡಲನ್ನು ತುಳಿದಿದ್ದ! ಆದರೆ ತಡವಾಗಿತ್ತು! ಚಲಿಸುತ್ತಿದ್ದ ಕಾರು ಕಿರ್ರೆಂದು ಶಬ್ದ ಮಾಡುತ್ತಾ ನಿಂತಿತ್ತು! ಹಿಂದಿನ ಸೀಟಿನಲ್ಲಿದ್ದ ವಿವೇಕ್ ಮತ್ತು ಚಿತ್ರ ಮುಗ್ಗರಿಸಿದ್ದರು!

ಕಾರಿನ ಮುಂದೆ ಕೈ ಅಡ್ಡ ಹಿಡಿದು ನಿಂತಿದ್ದ ಆ ಯುವತಿ ಪ್ರಜ್ಞಾಶೂನ್ಯಳಾಗಿ ಕಾರಿನ ಮುಂದೆ ಬಿದ್ದಿದ್ದಳು!! ಡ್ರೈವರ್ ಮುಖ ಬೆವರಿನ ಮಡುವಾಗಿತ್ತು! ಅವನು ಹೆದರಿದ್ದ-ಇನ್ನು ಜನ ಮುತ್ತಿಕೊಂಡರೆ ತನ್ನನ್ನು ಜೀವಸಹಿತ ಬಿಡರು ಎಂದು!

ವಿವೇಕ್, ಚಿತ್ರ ಮತ್ತು ಡ್ರೈವರ್ ಮೂವರೂ ತಕ್ಷಣ ಕಾರಿನಿಂದ ಇಳಿದರು. ಸುಮಾರು ಇಪ್ಪತ್ತೆಂಟರ ಯುವತಿಗೆ ಹೆಚ್ಚು ಪೆಟ್ಟೇನೂ ಬಿದ್ದಿರಲಿಲ್ಲ! ಬಹುಶಃ ಕಾರಿನ ಗಾರ್ಡು ಅವಳನ್ನು ತಗುಲಿರಬಹುದು ಎನಿಸಿತು. ಆ ಶಾಕಿಗೇ ಅವಳು ಪ್ರಜ್ಞೆ ತಪ್ಪಿದಂತಿತ್ತು!

ಜನರು ಗುಂಪು ಸೇರುವುದಕ್ಕೆ ಮುಂಚೆಯೇ ಆ ಯುವತಿಯನ್ನು ತಮ್ಮ ಕಾರಿನಲ್ಲಿ ಮಲಗಿಸಿಕೊಂಡು ಬೇಗನೆ ಆ ಜಾಗದಿಂದ ದೂರ ಸರಿದರು. ಅವಳನ್ನು ತಮ್ಮ ಫ್ಯಾಮಿಲಿ ಡಾಕ್ಟರರ ನರ್ಸಿಂಗ್ ಹೋಮಿಗೆ ಸೇರಿಸಿದರು.

"ಏಟೇನೂ ಬಿದ್ದಿಲ್ಲ... ಒಂದೆರಡು ಗಂಟೆಯಲ್ಲಿ ಸರಿಯಾಗ್ತಾಳೆ, ಯೋಚನೆ ಮಾಡಬೇಕಾಗಿಲ್ಲ"

ವಿವೇಕನ ಫ್ಯಾಮಿಲಿ ಡಾಕ್ಟರ್ ತಮ್ಮ ನರ್ಸಿಂಗ್ ಹೋಮಿನಲ್ಲಿ ಹೇಳಿದ ನಂತರ ಅವರಿಗೆ ಸಮಾಧಾನವಾಗಿತ್ತು. ಆ ಯುವತಿಗೆ ಪ್ರಜ್ಞೆ ಮರಳುವವರೆಗೂ ಅಲ್ಲಿದ್ದು ಆಕೆಯನ್ನು ಮಾತನಾಡಿಸಿ ಆನಂತರ ಹೊರಡೋಣ ಎಂದುಕೊಂಡಿದ್ದ ವಿವೇಕ. ಆದರೆ ಚಿತ್ರ ಅದಕ್ಕೆ ಒತ್ತಾಯ ಒಪ್ಪಲಿಲ್ಲ ಒತ್ತಾಯದಿಂದ ವಿವೇಕನಂನನ್ನು ಎಬ್ಬಿಸಿಕೊಂಡು ಮನೆಗೆ ವಾಪಸ್ಸಾಗಿದ್ದಳು

ರಾತ್ರಿ ಹತ್ತು ಗಂಟೆ ಸಮಯಕ್ಕೆ ವಿವೇಕ್ ಡಾಕ್ಟರಿಗೆ ಫೋನ್ ಮಾಡಿ ಆ ಯುವತಿಯ ಬಗೆಗೆ ವಿಚಾರಿಸಿದ.

“ಆಕೆ ಏಳುಗಂಟೆ ಸಮಯದಲ್ಲಿ ಡಿಸ್ಚಾರ್ಜ್ ಮಾಡಿಸಿಕೊಂಡು ಹೋದಳು”

“ಆಕೆ ಆರೋಗ್ಯ ಹೇಗಿತ್ತು?”

“ನಥಿಂಗ್ ಟು ವರಿ”

"ಅವಳ ಹೆಸರೇನು ಕೇಳಿದ್ರಾ ಡಾಕ್ಟರ್?"

"ಆಫ್ ಕೋರ್ಸ್ ಕೇಳಿದ್ದೆ, ಹೆಸರು ಹೇಳಿದ್ದಳು ಆದರೆ ನಾನು ಮರೆತುಬಿಟ್ಟೆ, ಸಾರಿ"

"ಇಟ್ ಇಸ್ ಓ.ಕೆ..ಆಕೆ ವಿಳಾಸ?"

"ವಿಳಾಸ ಕೊಟ್ಟಿದ್ದಾಳೆ...ನಮ್ಮ ರಿಸೆಪ್ಷನಿಷ್ಟ್ ಬರೆದುಕೊಂಡಿದ್ದಾಳೆ, ಬೇಕೇನು..?"

ಹೌದು, ಆ ಯುವತಿಯ ವಿಳಾಸ ತನಗೇಕೆ ಬೇಕು? ಅದನ್ನು ತಿಳಿದುಕೊಂಡು ಮಾಡೋದಾದ್ರೂ ಏನು..? ವಿವೇಕ ಯೋಚಿಸಿದ.

"ಬೇಡ, ಸುಮ್ಮನೆ ಕೇಳಿದೆ..ಅಷ್ಟೆ..ಆ ಹುಡುಗಿಗೆ ಒಂದಿಷ್ಟು ಹಣ ಸಹಾಯ ಮಾಡೋಣ ಎಂದುಕೊಂಡಿದ್ದೆ..ಏನಾದರೂ ಹೇಳಿದಳೇನು..?"

"ನಿಮ್ಮನ್ನು ಎಲ್ಲಿ, ಹೇಗೆ ಭೇಟಿ ಮಾಡಬಹುದು? ಎಂದು ಕೇಳಿದಳು...ನಿಮಗೆ ಅನಗತ್ಯವಾಗಿ ತೊಂದರೆ ಕೊಡಬಹುದು ಎಂದು ಹೇಳಲಿಲ್ಲ.."

"ಓ.ಕೆ..ಥ್ಯಾಂಕ್ಯು ಡಾಕ್ಟರ್..ಆಕೆಯ ಬಿಲ್ ಕಳಿಸಿ.."

"ಆಕೆಯೇ ಅದನ್ನು ಕ್ಲಿಯರ್ ಮಾಡಿದಳು.."

"ಓ..ಮೈ ಗಾಡ್.."

"ನಾನು ಬೇಡ...ಅದನ್ನ ನೀವು ಪೇ ಮಾಡ್ತೀರಾ ಎಂದರೂ ಕೇಳಲಿಲ್ಲ..."

"ಮತ್ತೆ...ಆಕೆ ನಮ್ಮ ಮೇಲೆ ಕೇಸೇನಾದರೂ ಹಾಕಬಹುದೆ..?"

"ಇಲ್ಲ, ಅಂತ ಯಾವ ಉದ್ದೇಶವೂ ಆಕೆಗಿದ್ದಂತೆ ಕಾಣಿಸಲಿಲ್ಲ.."

ವಿವೇಕ್ ಮರುಮಾತಾಡಲಿಲ್ಲ!

ಆದರೆ ಅವನ ಮನಸ್ಸಿನಲ್ಲಿ ಗಲಿಬಿಲಿ. ಆ ಯುವತಿಯನ್ನು ತಾನೆಲ್ಲೋ ನೋಡಿರುವೆ ಎನಿಸುತ್ತಿತ್ತು! ಆಕೆಯ ಮುಖವನ್ನೂ ಸ್ಪಷ್ಟವಾಗಿ ನೋಡಿರಲಿಲ್ಲ! ಆದರೂ ಆಕೆಯನ್ನು ನೋಡಿರುವೆ ಎಂಬ ಭಾವನೆ! ಎಲ್ಲಿ..? ನೆನಪು ಮಾಡಿಕ್ಕೊಳ್ಳಲು ಪ್ರಯತ್ನಿಸಿದ.

ಯಾರೋ ತನ್ನನ್ನು ಗಮನಿಸುತ್ತಿದ್ದಾರೆ ಎನಿಸಿ ವಿವೇಕ್ ಹಿಂದೆ ತಿರುಗಿ ನೋಡಿದ.

ಚಿತ್ರಾ ಹಿಂದೆ ನಿಂತಿದ್ದಳು!

ವಿವೇಕ್ ಕ್ಷಣ ಹೆದರಿದ! ಮರುಕ್ಷಣ ತಾನೇಕೆ ಹೆದರಬೇಕು? ಎಂದು ಪ್ರಶ್ನಿಸಿಕೊಂಡ.

"ಯಾರಿಗೆ ಫೋನು..?"

"ನರ್ಸಿಂಗ್ ಹೋಮ್ ಡಾಕ್ಟರಿಗೆ..ಆ ಯುವತಿ ಬಗ್ಗೆ ವಿಚಾರಿಸಿದೆ.."

"ಆ ಕೆಲಸ ನಾನೇ ಮಾಡ್ತಿದ್ದೆ..ನೀವ್ಯಾಕೆ ಇಂತದ್ದಕ್ಕೆಲ್ಲಾ ತಲೆಕೆಡಿಸ್ಕೋತೀರಿ...?"

"ಯಾಕೆ..? ಅದನ್ನು ನಾನು ಮಾಡಬಾರದೆ...?"

ವಿವೇಕನ ಪ್ರಶ್ನೆಗೆ ಚಿತ್ರಾ ಅಧೀರಳಾದಳು. ಏನು ಹೇಳಲಿ..?

"ಹಾಗಲ್ಲ..ಇಂತಾ ಚಿಲ್ಲರೆ ವಿಷಯಕ್ಕೆ ನೀವು ಗಮನ ಕೊಡಬಾರದು. ಶಾಂತವಾಗಿರಿ..ನೀವು ಸೂಪರ್ ಸ್ಟಾರ್..ನಿಮ್ಮ ಆಕ್ಟಿಂಗ್ ಜನರ ಹೃದಯ ಗೆದ್ದಿದೆ. ನೀವದನ್ನು ಉಳಿಸಿಕ್ಕೊಳ್ಳಬೇಕು...ಇಂತಾವೆಲ್ಲಾ ಮನಸ್ಸಿಗೆ ಹಚ್ಚಿಕ್ಕೊಳ್ಳದೆ ನಟನೆ ಬಗ್ಗೆ ಮಾತ್ರ ಗಮನವಿಡಿ..ಇವೆಲ್ಲಾ ನೋಡ್ಕೊಳ್ಳೋಕೆ ನಾನಿದ್ದೀನಲ್ಲ..?"

ಇವಳು ನನ್ನ ವಿಚಾರ ಶಕ್ತಿಯನ್ನೇ ಸ್ಥಬ್ದ ಮಾಡುವ ಪ್ರಯತ್ನ ಮಾಡುತ್ತಿರುವಳೇ..? ವಿವೇಕನ ಯೋಚನೆ!

13

ಚಿತ್ರಾ ಮಾತು ಕೇಳಿ ಚಿಂತೆಯಾಗಿತ್ತು. ಈಕೆಯ ಜೊತೆ ಮಾತು ಮುಂದುವರಿಸದೆ ಸುಮ್ಮನಿರುವುದು ಜಾಣತನ ಎಂದು ಮೌನ ತಾಳಿದ್ದ.

ಎರಡು ದಿವಸಗಳ ನಂತರ ಚಿತ್ರಾ ಇಲ್ಲದ ಸಮಯದಲ್ಲಿ ನರ್ಸಿಂಗ್ ಹೋಮಿಗೆ ಫೋನ್ ಮಾಡಿದ.

ರೆಸೆಪ್ಷನಿಸ್ಟ್ ಕಾಲ್ ರಿಸೀವ್ ಮಾಡಿದಳು.

ವಿವೇಕನ ದನಿ ಕೇಳಿ ರಿಸೆಪ್ಷನಿಸ್ಟ್ ಖುಷಿಯಾಗಿದ್ದಳು.

"ನಾವು ಎರಡು ದಿನಗಳ ಹಿಂದೆ ಒಬ್ಬಳು ಯುವತಿಯನ್ನು ಕರೆದುಕೊಂಡು ಬಂದಿದ್ದೆ. ಆಕೆಗೆ ಡಾಕ್ಟರ್ ಟ್ರೀಟ್ಮೆಂಟ್ ಕೊಟ್ಟು ಡಸ್ಚಾರ್ಜ್ ಮಾಡಿ ಕಳಿಸಿದರು. ಆಕೆಯ ವಿಳಾಸ ನಿಮ್ಮತ್ರ ಇದೆ ಎಂದು ಡಾಕ್ಟರ್ ಹೇಳಿದ್ದರು..ಆ ಆಡ್ರೆಸ್ ಕೊಡ್ತೀರಾ..? ಆದರೆ ಒಂದು ವಿಷಯ..ಇದನ್ನು ದೊಡ್ಡ ಸುದ್ದಿ ಮಾಡಬಾರದು ಪ್ಲೀಸ್.."

"ಅಯ್ಯೋ ಸಾರ್, ನಿಮ್ಮ ವಿಷಯದಲ್ಲಿ ಹಾಗೆಲ್ಲಾ ಮಾಡೋಕಾಗುತ್ತಾ..? ಖಂಡಿತಾ ಇಲ್ಲ! ಒಂದ್ನಿಮಿಷ ಹಾಗೇ ಇರಿ ಅಡ್ರೆಸ್ ಕೊಡ್ತೀನಿ"

ಆಕೆ ಅಡ್ರೆಸ್ ಹೇಳಿದಳು.

"ಅದನ್ನು ನನಗೆ ಮೆಸೇಜ್ ಮಾಡ್ತೀರಾ..ಥ್ಯಾಂಕ್ಯೂ ವೆರಿ ಮಚ್"

"ಶೂರ್ ಸಾರ್...ರೈಟ್ ನೌ..ಇನ್ನೆರಡು ನಿಮಿಷ ಬಿಟ್ಟು ಮೊಬೈಲ್ ನೋಡಿ"

ವಿವೇಕ ಯೋಚಿಸಿದ. ನಿಜಕ್ಕೂ ನನಗೆ ಹಣ ಕಳಿಸುವ ಉದ್ದೇಶ ಇದೆಯೇ..? ಆಗ ಇರದಿದ್ದರೂ ಈಗ ಮನಸ್ಸಾಗಿದೆ. ಆದರೆ ಹೇಗೆ ಹಣ ಕಳಿಸಲಿ? ಯಾರ ಬಳಿ ಕಳಿಸಲಿ? ಜೊತೆಯಲ್ಲಿ ಯಾವಾಗಲೂ ಚಿತ್ರ ಇದ್ದೇ ಇರುತ್ತಾಳೆ. ಅವಳಿಗೆ ಹೇಳಿ ಅವಳ ಮೂಲಕ ಹಣ ಕಳಿಸಲೆ..? ಆ ಯೋಚನೆ ವಿವೇಕನಿಗೆ ಇಷ್ಟವಾಗಲಿಲ್ಲ.

ಇದ್ದಕ್ಕಿದ್ದಂತೆ ವಿವೇಕನಿಗೆ ನೆನಪಾಯಿತು ತನ್ನ ಬಳಿ ಹಣವೇ ಇಲ್ಲ ಎನ್ನುವುದು!! ತಾನು ಹಣ ಕೈಯಲ್ಲಿ ಹಿಡಿದು ವ್ಯವಹಾರ ಮಾಡೇ ಇಲ್ಲ! ಎಲ್ಲಾ

ಚಿತ್ರ ನೋಡಿಕೊಳ್ಳುತ್ತಾಳೆ! ಕೊಡಬೇಕಾದದ್ದನ್ನು ಕೊಡುತ್ತಾಳೆ, ಬರಬೇಕಾದದ್ದನ್ನು ಪಡೆಯುತ್ತಾಳೆ... ತನಗೆ ಹಣದ ಅವಶ್ಯಕತೆಯೇ ಇಲ್ಲ! ಇದೇ ಮೊದಲ ಬಾರಿಗೆ ತನಗೆ ಹಣ ಬೇಕು ಎನಿಸುತ್ತಿದೆ... ಹೀಗೇಕೆ? ಎಲ್ಲರೂ ತಮ್ಮ ಸಂಪಾದನೆ ತಾವೇ ಪಡೆದುಕೊಂಡು ಅದನ್ನು ಅಗತ್ಯಕ್ಕೆ ತಕ್ಕಂತೆ ಉಪಯೋಗಿಸುತ್ತಾರೆ. ಆದರೆ ತನ್ನ ಎಲ್ಲಾ ವ್ಯವಹಾರವನ್ನು ಹೆಂಡತಿ ನೋಡಿಕೊಳ್ಳುತ್ತಿದ್ದಾಳೆ! ತನ್ನ ಕೈಗೆ ಹಣ ಏಕೆ ಬರುತ್ತಿಲ್ಲ? ಈ ಹಿಂದೆ ನಾನು ಯಾರಿಗಾದರೂ ಹಣ ಕೊಟ್ಟಿದ್ದೆನಾ? ಅಥವಾ ಯಾರಿಂದಲಾದರೂ ಹಣ ಪಡೆದಿದ್ದೇನಾ..? ವಿವೇಕ್ ನೆನಪಿನ ಉಗ್ರಾಣದಲ್ಲಿ ತಡಕಿ ನೋಡಿದ. ಇಲ್ಲ! ಅಂತ ಯಾವ ನೆನಪೂ ಬರಲಿಲ್ಲ! ಅಂದರೆ ಹಣ ತಾನು ಕೈಯಿಂದ ಮುಟ್ಟೇ ಇಲ್ಲ! ಅದೆಷ್ಟು ವರ್ಷಗಳಾಗಿರಬಹುದು? ಕಾರಿಗೆ ಅಡ್ಡ ಬಂದ ಯುವತಿಗೆ ಹಣ ಕಳಿಸುವುದು ಹೇಗೆ? ಹಣ ಎಲ್ಲಿದೆ? ನಿಸ್ಸಂಶಯವಾಗಿ ಅದು ಚಿತ್ರಾ ಬಳಿ ಇದೆ. ಅವಳಿಂದ ತಾನು ಕೇಳಿ ಪಡೆಯಬೇಕು! ಛೆ...ಇದೆಂತಾ ಪರಿಸ್ಥಿತಿ?! ತಾನು ದುಡಿದ ಹಣದ ಮೇಲೆ ಅವಳ ನಿಯಂತ್ರಣ! ಅವಳನ್ನು ಕೇಳಬೇಕಾದ ಪರಿಸ್ಥಿತಿ!

ಒಂದು ವೇಳೆ ಹಣ ಕೇಳಿದರೆ ಏಕೆ ಕೇಳುತ್ತಾಳೆ! ಇಂಥವರಿಗೆ ಕೊಡಬೇಕು ಎಂದರೆ ಅದರ ಬಗೆಗೆ ಅವಳೇ ನಿರ್ಧಾರ ತೆಗೆದುಕೊಳ್ಳುತ್ತಾಳೆ! ಇಂತ ಪರಿಸ್ಥಿತಿಯಲ್ಲಿ ತಾನು ಹೇಗೆ ಸಿಲುಕಿಕೊಂಡೆ! ಈ ಸೂಪರ್ ಸ್ಟಾರ್ ವಿವೇಕ್, ದಾದಾ ಸ್ವತಂತ್ರನೇ ಅಲ್ಲ! ಚಿತ್ರಾ ಇಲ್ಲದೆ ತನ್ನ ಅಸ್ತಿತ್ವವೇ ಇಲ್ಲ! ಓ ದೇವರೇ...ಇದೆಂತಾ ವಿಚಿತ್ರವಾದ ಪರಿಸ್ಥಿತಿ?!

ಆ ಯುವತಿ ತನ್ನ ಕಾರನ್ನು ನಿಲ್ಲಿಸಲು ಪ್ರಯತ್ನಿಸಿದ್ದಳು ಎಂದು ಡ್ರೈವರ್ ಹೇಳಿದ್ದ. ಅದೇ ಅವನನ್ನೀಗ ಪರಿಪರಿಯಾಗಿ ಕಾಡುತ್ತಿತ್ತು. ಆಕೆ ಈಗ ಹೇಗಿರಬಹುದು? ಯಾವ ಕಾರಣಕ್ಕಾಗಿ ತನ್ನ ಕಾರು ನಿಲ್ಲಿಸಲು ಪ್ರಯತ್ನಿಸಿದ್ದಳು? ಅದು ಸೂಪರ್ ಸ್ಟಾರ್ ವಿವೇಕನ ಕಾರು ಎಂದು ಅವಳಿಗೆ ಗೊತ್ತಿರಬೇಕು! ಅದರಲ್ಲಿ ಪ್ರಯಾಣಿಸುತ್ತಿರುವವನು ವಿವೇಕ್ ಎಂದು ಆಕೆಗೆ ಗೊತ್ತಿದೆ! ಆಕೆ ತನ್ನ ಅಭಿಮಾನಿ...ಆ ಕಾರಣದಿಂದಲೇ ಕಾರು ನಿಲ್ಲಿಸಿರಬಹುದು, ಅಥವಾ ಬೇರೆ ಏನಾದರೂ ಕಾರಣ ಇರಬಹುದು. ಅಂತ ಕಾರಣ ಏನಿರಬಹುದು? ಆಕೆ ಅಪರಿಚಿತಳು! ಅವಳ ಮುಖವನ್ನು ತಾನು ಸ್ಪಷ್ಟವಾಗಿ ನೋಡಲಿಲ್ಲ. ಹಿಂದೆಂದೂ ಆಕೆಯನ್ನು ನೋಡಿದ ನೆನಪಿಲ್ಲ. ಅಂದರೆ ಆಕೆ ತನ್ನ ಅಭಿಮಾನಿಯೇ ಇರಬೇಕು. ಅದಕ್ಕೇ ಅವಳು ಕಾರಣ ನಿಲ್ಲಿಸಿ ತನ್ನನ್ನು ಮಾತಾಡಿಸಿ ಹಸ್ತಾಕ್ಷರ ಪಡೆಯಲು ಇಚ್ಚೆಸಿದ್ದಿರಬಹುದು. ಅದಷ್ಟೇ ಉದ್ದೇಶವೇ... ಬೇರೇನೂ ಇರಲಾರದೆ? ಇದ್ದರೆ ಅಂತದೇನು ಇರಬಹುದು?

ಈಗ ಆಕೆಗೆ ಹಣ ಕಳಿಸಬೇಕೆಂದರೆ ಚಿತ್ರಳನ್ನು ಕೇಳಲು ಸಾಧ್ಯವಿಲ್ಲ. ಆದರೆ ಆಕೆ ಹಣ ಇಡುವ ಜಾಗ ನೋಡಿ ಅಲ್ಲಿಂದ ಒಂದಷ್ಟು ಹಣ ಎತ್ತಿಕೊಳ್ಳಬೇಕು! ಅಂದರೆ ಕಳ್ಳತನ ಮಾಡಬೇಕು! ತನ್ನ ಮನೆಯಲ್ಲಿ, ತನ್ನ ದುಡಿಮೆಯನ್ನು ತಾನೇ ಕಳ್ಳತನ ಮಾಡಬೇಕು!! ಎಂತಹ ವಿಪರ್ಯಾಸ! ಇಂಥದೊಂದು ಸ್ಥಿತಿ ತನ್ನ ಜೀವನದಲ್ಲಿ ಬಂದಿದೆ ಎಂದು ನಂಬಲೂ ಸಾಧ್ಯವಾಗುತ್ತಿಲ್ಲ! ಆದರೆ ಇದನ್ನು ಮಾಡಲೇಬೇಕು...ಈಗ ಆಕೆಯ ವಿಳಾಸ ತನ್ನ ಬಳಿ ಇದೆ! ಆದರೆ ಆ ರಿಸೆಪ್ಷನಿಸ್ಟ್ ಕಳಿಸಿದ ವಿಳಾಸದಲ್ಲಿ ಅವಳ ಹೆಸರೇ ಇಲ್ಲ! ವಿಳಾಸ ಮಾತ್ರ ಇದೆ! ಹೆಸರಿಲ್ಲದಿದ್ದರೂ ಸರಿ ಅವಳಿಗೆ ಹಣ ಕಳಿಸಬೇಕು... ತನ್ನ ಹಣವನ್ನಾ ತಾನು ಕದಿಯಬೇಕು! ಹಣ ಸಿಕ್ಕರೂ ಅದನ್ನು ಕಳಿಸುವ ಬಗೆ ಹೇಗೆ? ಹೌದು ಅದೂ ಕೂಡ ಸಮಸ್ಯೆಯೆ! ಕೋಟಿಗಟ್ಟಲೆ ದುಡಿಯುವ ಸೂಪರ್ ಸ್ಟಾರ್ಗೆ ಇದೆಂತಾ ಚಿಲ್ಲರೆ ಸಮಸ್ಯೆ!

ಹೌದು, ತಾನು ಈ ಕೆಲಸಕ್ಕೆ ಹೀರಾನ ಏಕೆ ಉಪಯೋಗಿಸಬಾರದು? ಬೇರೆಯವರಿಗೆ ಈ ವಿಷಯ ಹೇಳಬಾರದು ಎಂದರೆ ಅವನು ಜೀವ ಹೋದರು ಹೇಳುವುದಿಲ್ಲ! ಅವನನ್ನೇ ಯುವತಿಯ ವಿಳಾಸಕ್ಕೆ ಕಳಿಸಲೇ..? ಅವನ ಮೂಲಕ ಆಕೆಯ ಬಗೆಗೆ ತಿಳಿದುಕ್ಕೊಳ್ಳಲೆ?

ರಾತ್ರಿ ವಿವೇಕನಿಗೆ ಸರಿಯಾಗಿ ನಿದ್ರೆ ಬರಲಿಲ್ಲ. ಕಾರಿಗೆ ಇನ್ನೇನು ಸಿಕ್ಕಿಕೊಳ್ಳುವುದರಲ್ಲಿದ್ದ ಯುವತಿಯ ಅಸ್ಪಷ್ಟ ಮುಖವೇ ಪದೇ ಪದೇ ಕಣ್ಣು ಮುಂದೆ ಬರುತ್ತಿತ್ತು! ಹೆಚ್ಚು ಹೊರಳಾಡಲೂ ಸಾಧ್ಯವಿರಲಿಲ್ಲ! ಕಾರಣ, ಪಕ್ಕದಲ್ಲಿ ಮಲಗಿದ್ದ ಚಿತ್ರಾ! ತುಂಬಾ ಸಮಯದ ನಂತರ ಕೊನೆಗೊಮ್ಮೆ ನಿದ್ರೆ ಬಂದಿತ್ತು.

ನಿದ್ರೆಯಲ್ಲೂ ಯುವತಿಯ ನೆನಪು ವಿವೇಕನನ್ನು ಬಿಡಲಿಲ್ಲ! ಕನಸಿನಲ್ಲೂ ಅವಳು ಬಂದಿದ್ದಳು... ಆಶ್ಚರ್ಯವೆಂದರೆ ಕನಸಿನಲ್ಲಿ ಆ ಹುಡುಗಿ ಅಪರಿಚಿತಳು ಎನಿಸಲಿಲ್ಲ!

ತಾನೂ ಅವಳೂ ಕೈಕೈ ಹಿಡಿದು ನಡೆಯುತ್ತಿದ್ದೆವು! ರಾತ್ರಿಯಾಗಿತ್ತು...ಬಹುಶಃ ಅದು ಹುಣ್ಣಿಮೆಯ ಬೆಳದಿಂಗಳು! ಹಾಲು ಚೆಲ್ಲಿದಂತ ಆ ಬೆಳಕು ಅಹ್ಲಾದಕರವಾಗಿತ್ತು. ಪ್ರಶಾಂತ ವಾತಾವರಣದಲ್ಲಿ ನಡೆಯುತ್ತಿದ್ದರು! ಆ ರಸ್ತೆ ಕೂಡ ಅವನಿಗೆ ಚಿರಪರಿಚಿತವಾಗಿತ್ತು! ಜನಸಂದಣಿ ಇಲ್ಲದ ತಾಣ.

ತಾನು ಆಕೆಯ ಕೈಹಿಡಿದು ಮೆಲು ದನಿಯಲ್ಲಿ ಆತ್ಮೀಯವಾಗಿ ಮಾತಾಡುತ್ತ ರಸ್ತೆಯ ಉದ್ದಕ್ಕೂ ಸಾಗಿದ್ದೆವು. ಆದರೆ ಏನು ಮಾತನಾಡುತ್ತಿದ್ದೆವು ಎನ್ನುವುದು ನೆನಪಿಗೆ ಬರಲಿಲ್ಲ! ಅಲ್ಲದೆ ಆ ಹುಡುಗಿಯ ಹೆಸರೂ ನೆನಪಾಗಲಿಲ್ಲ. ಅವರಿಬ್ಬರೂ ನಡೆಯುತ್ತಿದ್ದ ರಸ್ತೆ, ಊರು ಯಾವುದೂ ನೆನಪಾಗಲೇ ಇಲ್ಲ. ಏಕೆ ಹೀಗೆ...?

ಆಶ್ಚರ್ಯವಾಗಿತ್ತು!

ಹಿಂದಿನಿಂದ ಮೆಲ್ಲನೆ ಒಂದು ಕಾರು ಬಂದಿತ್ತು! ಅದರಲ್ಲಿದ್ದ ಒಬ್ಬ ವಿವೇಕನ ಪಕ್ಕದಲ್ಲಿ ಕಾರು ನಿಲ್ಲಿಸಿ ಬೆಂಕಿಪೊಟ್ಟಣ ಕೇಳಿದ. ಅವನ ವರ್ತನೆಗೆ ವಿವೇಕನಿಗೆ ಆಶ್ಚರ್ಯವಾದರೂ, ಅದನ್ನು ತೋರಿಸಿಕೊಳ್ಳದೆ ಜೇಬಿನಿಂದ ಲೈಟರ್ ತೆಗೆದುಕೊಟ್ಟ.

ಕಾರಿನಲ್ಲಿ ಮೂರು ಜನರಿದ್ದರು. ಅವರಿಗೆ ವಿವೇಕನಿಂದ ಲೈಟರ್ ತೆಗೆದುಕೊಂಡು ಸಿಗರೇಟ್ ಸೇದುವುದು ಮುಖ್ಯ ಉದ್ದೇಶವಾಗಿರಲಿಲ್ಲ ಎನಿಸಿತು. ಅವರು ಕುತೂಹಲದಿಂದ ತನ್ನ ಕಡೆಗೆ ನೋಡುತ್ತಿರುವುದು ವಿವೇಕ ಗಮನಿಸಿದ್ದ!

"ಥ್ಯಾಂಕ್ಯೂ"

ಲೈಟರ್ ಹಿಂದಕ್ಕೆ ಕೊಟ್ಟವ ಹೇಳಿದ.

"ದಟ್ ಇಸ್ ಆಲ್ ರೈಟ್"

ಮನಸ್ಸಿನೊಳಗಿನ ಭಯ ತೋರಿಸಿಕೊಳ್ಳದೆ ಆಕೆಯ ಕೈ ಹಿಡಿದು ಮುಂದೆ ಹೋಗೋಣ ಎಂಬಂತೆ ಜಗ್ಗಿದ್ದ.

"ಬೇಗ ಹೋಗೋಣ, ಅವರ ಬಗ್ಗೆ ನಂಗ್ಯಾಕೋ ಅನುಮಾನ.."

ಎಂದು ಪಿಸು ಮಾತಲ್ಲಿ ತನ್ನ ಜೊತೆಯಲ್ಲಿದ್ದವಳಿಗೆ ಹೇಳಿದ್ದ. ಅವಳು ವೇಗವಾಗಿ ಜೊತೆಯಲ್ಲಿ ನಡೆಯತೊಡಗಿದ್ದಳು.

ಹಿಂದೆ ಕಾರು ನಿಧಾನವಾಗಿ ಅವರನ್ನೇ ಫಾಲೋ ಮಾಡುತ್ತಿತ್ತು.

ವಿವೇಕನಿಗೆ ತನ್ನ ಬಗೆಗೆ ಯೋಚನೆ ಇರಲಿಲ್ಲ. ಆದರೆ ಜೊತೆಯಲ್ಲಿದ್ದ ಯುವತಿಯ ಬಗೆಗೆ ಅವನಿಗೆ ಹೆದರಿಕೆಯಾಗಿತ್ತು. ಕಾರಿನಲ್ಲಿ ಬರುತ್ತಿರುವವರು ನಿಸ್ಸಂಶಯವಾಗಿ ಗೂಂಡಾಗಳು! ಒಂದು ವೇಳೆ ಅವರು ಆಕೆಯನ್ನು ಕಿಡ್ನ್ಯಾಪ್ ಮಾಡಿದರೆ ಎಂಬ ಭಯ! ಅವರು ತನ್ನನ್ನು ಏನಾದರೂ ಮಾಡಲಿ ಅದರ ಬಗೆಗೆ ಹೆದರಿಕೆ ಇಲ್ಲ. ಆದರೆ ಜೊತೆಯಲ್ಲಿದ್ದ ಆ ಯುವತಿಯ ತಂಟೆಗೆ ಮಾಡದಿದ್ದರೆ ಸಾಕು. ಆದರೆ ಅವರು ಯಾರು? ಅವರ ಉದ್ದೇಶ ಏನು? ತಮ್ಮ ಬಗೆಗೆ ಅವರಿಗೆ ಗೊತ್ತೇ?

ಕಾರು ಇನ್ನೇನು ಅವರ ಹತ್ತಿರ ಬರುತ್ತಿತ್ತು. ಎದುರಿಗೆ ಅರ್ಧ ಫರ್ಲಾಂಗು ದೂರದಲ್ಲಿ ಜನರು ಕಾಣಿಸಿದರು. ತಾನು ಜೋರಾಗಿ ಕೂಗಿದರೆ ಅವರಿಗೆ ಕೇಳಿಸಬಹುದು ಎನಿಸಿತ್ತು ವಿವೇಕನಿಗೆ. ಜೋರಾಗಿ ನಡೆಯುತ್ತಾ ಇದ್ದ ವಿವೇಕ್ ಮತ್ತು ಆ ಯುವತಿ ಒಮ್ಮೆಲೇ ಓಡಲು ಪ್ರಾರಂಭಿಸಿದ್ದರು. ಕಾರಿನ ವೇಗ ಕೂಡ ಅದಕ್ಕೆ ಸಮನಾಗಿ ಹೆಚ್ಚಾಯಿತು.

ಇವರಿಂದ ತಾವು ತಪ್ಪಿಸಿಕೊಳ್ಳಲು ಸಾಧ್ಯವಾಗುವುದೆ?

14

ಆ ರೌಡಿಗಳಿಂದ ಜೊತೆಯಲ್ಲಿದ್ದ ಆಕೆಯನ್ನು ರಕ್ಷಿಸಲೇಬೇಕು! ಆಕೆ ತನ್ನ ಪ್ರೇಯಸಿಯೇ ಇರಬೇಕು! ತನಗೆ ಏನಾದರೂ ಸರಿಯೇ..ಆಕೆಯನ್ನು ರಕ್ಷಿಸಿಕ್ಕೊಳ್ಳಲೇಬೇಕು!

ದೂರದಲ್ಲಿ ಜನರು ಕಾಣಿಸುತ್ತಿದ್ದಾರೆ! ತಾನು ಕೂಗಿ ಸಹಾಯ ಕೇಳಬೇಕು! ಕೂಗಿದರೆ ಆ ಜನರು ತಮ್ಮನ್ನು ರಕ್ಷಿಸುತ್ತಾರೆ! ಅಸಹಾಯಕರನ್ನು ರಕ್ಷಿಸುವುದು ಮಾನವ ಸಹಜ ಗುಣ!

ಆ ಜನರಿಗೆ ತನ್ನ ಕೂಗು ಕೇಳಿದರೆ ಸಾಕು...ತಾವು ಬಚಾವಾಗಬಹುದು! ಕಾರು ತಮ್ಮನ್ನು ಸಮೀಪಿಸುವ ಮುಂಚೆ ತನ್ನ ಕೂಗು ಆ ಜನರಿಗೆ ಕೇಳಬೇಕು!

ವಿವೇಕ ಜೋರಾಗಿ ಕೂಗತೊಡಗಿದ! ಅದೆಷ್ಟು ಜೋರಾಗಿತ್ತು ಎಂದರೆ ತನ್ನ ಕಿವಿ ತಮಟೆಗಳೇ ಒಡೆದು ಹೋಗುವುವು ಎನಿಸುವಷ್ಟು! "ಹೆಲ್ಪ್....ಹೆಲ್ಪ್..ಬಚಾವೋ.. ಬಚಾವೋ ..." ಎಂದು ಕೂಗುತ್ತಿದ್ದ! ಅಚ್ಚರಿ ಎಂದರೆ ಆ ಜನರಲ್ಲಿ ಒಬ್ಬರಾದರೂ ತಮ್ಮತ್ತ ತಿರುಗಿ ನೋಡಲೇ ಇಲ್ಲ!

ವಿವೇಕನ ಗುಂಡಿಗೆ ನಗಾರಿಯಾಗಿತ್ತು! ಎದೆ ಒಡೆದು ಹೋಗುವುದೇನೋ ಎನ್ನಿಸುವಷ್ಟು ಭಯ! ಆಕೆ ಕೂಡ ಬೆದರಿದ್ದಳು! ಇವನ ಕೈಯನ್ನು ಜೋರಾಗಿ ಹಿಡಿದಿದ್ದಳು! ಕೈಯಲ್ಲಿ ಒಸರಿದ ಬೆವರಿಗೆ ಅವರು ಪರಸ್ಪರ ಹಿಡಿದಿದ್ದ ಕೈಗಳು ಜಾರುತ್ತಿದ್ದವು! ಅಷ್ಟರಲ್ಲಿ ಕಾರು ಪಕ್ಕಕ್ಕೆ ಬಂದು ನಿಂತಿತ್ತು! ವಿವೇಕ ಆಕೆಯನ್ನು ರಕ್ಷಿಸಲು ಆಕೆಗೆ ಅಡ್ಡವಾಗಿ ನಿಂತ.

ಕಾರಿನಿಂದ ಕೆಳಗಿಳಿದ ಇಬ್ಬರು ವಿವೇಕನನ್ನು ಪಕ್ಕಕ್ಕೆ ತಳ್ಳಿ ಆಕೆಯನ್ನು ಎಳೆದುಕೊಳ್ಳಲು ಆಕೆಯಡೆಗೆ ಕೈ ಚಾಚಿದರು.

ಆಕೆ ಚೀರಿದಳು!

ಆ ಶಬ್ದ ಆಕಾಶ ಭೂಮಿಯನ್ನು ವ್ಯಾಪಿಸಿತು ಎಂಬತೆ ಭಾಸವಾಗಿತ್ತು ವಿವೇಕನಿಗೆ!

ಇದ್ದಕ್ಕಿದ್ದಂತೆ ಪಕ್ಕನೆ ಕತ್ತಲು!

ನಡೆಯುತ್ತಿರುವಾಗಲೇ ಬೀದಿ ದೀಪಗಳು ಪಕ್ಕನೆ ಆರಿ ಗಾಢ ಕತ್ತಲು ಕವಿದಿತ್ತು!

ವಿವೇಕ ಬೆವರಿದ್ದ! ಬೆದರಿದ್ದ!

ಎಚ್ಚರವಾಯಿತು!!

ತಲೆ ಮೇಲೆ ಮಾಡಿ ಮಲಗಿದ್ದವನು ಪಕ್ಕಕ್ಕೆ ತಿರುಗಿ ನೋಡಿದ. ಪಕ್ಕದಲ್ಲೇ ಚಿತ್ರ ಮಲಗಿದ್ದಳು!

ತಾನು ಕೂಗಿದ್ದು, ತನ್ನೊಂದಿಗಿದ್ದ ಆ ಯುವತಿ ಚೀರಿದ್ದು ಎಲ್ಲಾ ಕನಸಿನಲ್ಲೇ..? ಅಥವಾ ನಿಜವಾಗಿಯೋ..? ನಿಜವಾಗಿದ್ದರೆ ಪಕ್ಕದಲ್ಲಿ ಮಲಗಿದ್ದ ಚಿತ್ರಾ ಎದ್ದುಬಿಡುತ್ತಿದ್ದಳು! ಆದರೆ ಚಿತ್ರ ಎದ್ದಿಲ್ಲ! ಅಂದರೆ ತಾನು ಕಂಡಿದ್ದು, ಅನುಭವಿಸಿದ್ದು ಕನಸೇ ಇರಬೇಕು!

ಹೌದು...ಕಂಡಿದ್ದು ಕನಸೇ! ವಿವೇಕ್ ನಂಬಿದ.

ಆದರೆ ಎಷ್ಟು ನೈಜವಾಗಿತ್ತು! ಮೈ..ಗಾಡ್! ಮೈ ಜುಂ ಎನ್ನಿಸಿತ್ತು! ಅದು ಈಗಲೇ, ಇಲ್ಲೇ ನಡೆಯುತ್ತಿದೆ ಎನಿಸಿತ್ತು! ಅದು ಗತಕಾಲದ್ದೆ? ಅಥವಾ ಭವಿಷ್ಯದ್ದೆ? ಆ ಯುವತಿ ಯಾರು? ಆಕೆ ತನ್ನ ಕೈಹಿಡಿದು ನಡೆಯುತ್ತಿರಬೇಕಾದರೆ, ಅದರಲ್ಲೂ ಬೆಳದಿಂಗಳ ರಾತ್ರಿಯ ಪ್ರಶಾಂತ ವಾತಾವರಣದಲ್ಲಿ ಅಂದರೆ...? ಆಕೆ ತಾನು ಪ್ರೀತಿಸಿದ ಹುಡುಗಿಯೇ? ಅದು ನಡೆದಿತ್ತೋ ಅಥವಾ ಕಲ್ಪನೆಯೋ? ಇದೆಲ್ಲ ಮನಸ್ಸಿನ ಹುಚ್ಚಾಟವೇ?! ಆದರೆ ಏಕೆ? ಏನೆಂದೂ ಅರ್ಥವಾಗುತ್ತಿಲ್ಲವಲ್ಲ.

ಪಕ್ಕದ ಟೀಪಾಯ್ ಮೇಲಿದ್ದ ರೇಡಿಯಂ ಗಡಿಯಾರದಲ್ಲಿ ಸಮಯ ನೋಡಿದ. ಬೆಳಗಿನ ಜಾವ ಐದೂವರೆ. ಬೆಳಗಿನ ಜಾವದಲ್ಲಿ ಬೀಳುವ ಕನಸುಗಳು ನಿಜವಾಗುತ್ತವೆ ಎನ್ನುತ್ತಾರೆ! ಅದು ನಿಜ ಎನ್ನುವುದಾದರೆ ಅದು ಮುಂದೆ ಘಟಿಸಲಿದೆಯೆ! ಅಥವಾ ಈಗಾಗಲೇ ನಡೆದು ಹೋಗಿರುವುದೆ? ಇದೆಂತಹ ಗೊಂದಲ?

ಸದ್ಯ ತಾನು ನೋಡಿದ್ದು ಕನಸಷ್ಟೇ! ಮನಸ್ಸಿಗೆ ಸ್ವಲ್ಪ ಸಮಾಧಾನ... ಆದರೆ ಈ ಕನಸು ಇನ್ನೂ ನಡೆದಿಲ್ಲದಿರುವುದು ಎಂದರೆ ಅದಕ್ಕೆ ಏನಾದರೂ ಅರ್ಥ ಇರಲು ಸಾಧ್ಯವೇ? ಕನಸುಗಳಿಗೆ ಅರ್ಥ ಇರುತ್ತವೆ ಎನ್ನುತ್ತಾರೆ, ಅಂದರೆ ತಾನು ನೋಡಿದ ಕನಸಿಗೂ ಅರ್ಥ ಇದೆ!

ಕನಸಿನಲ್ಲಿ ಕಂಡ ಆ ಯುವತಿ ಯಾರು?

ಎರಡು ದಿನಗಳ ಹಿಂದೆ ಕಾರಿಗೆ ಅಡ್ಡ ಬಂದವಳೇ ಆ ಯುವತಿ ಇರಬಹುದೆ? ಆಗ ಆಕೆಗೆ ಪ್ರಜ್ಞೆ ಇರಲಿಲ್ಲ. ತಾನು ಆಕೆಯನ್ನು ಸರಿಯಾಗಿ ನೋಡಿಯೂ ಇಲ್ಲ!

ಅವಳೊಂದಿಗೆ ಮಾತು ಸಹ ಆಡಿಲ್ಲ...ಆದರೆ ಅವಳು ತನ್ನ ಕನಸಿನೊಳಗೆ ಹೇಗೆ ನುಸುಳಿದಳು. ಆ ಯುವತಿ ತನ್ನ ಪ್ರೇಯಸಿಯಾಗಲು ಹೇಗೆ ಸಾಧ್ಯ? ತನಗೀಗಾಗಲೇ ಮದುವೆಯಾಗಿದೆ! ಚಿತ್ರ ತನ್ನ ಹೆಂಡತಿ.... ಬಹಳ ವರ್ಷಗಳಿಂದ ಅವಳ ಜೊತೆ ಇದ್ದೇನೆ.... ಹಾಗಿರುವಾಗ ಈ ಕನಸು ಹೇಗೆ ಬಂತು?

ಮತ್ತೆ ಆಳದಿಂದ ನೆನಪೊಂದು ಬುದುಬುದನೆ ನೀರಿನಾಳದಿಂದ ಮೇಲೇಳುವ ಗುಳ್ಳೆಯಂತೆ ಬಂತು! ಹಾ ಒಮ್ಮೆಲೇ ಒಂದು ಹೆಸರು ನೆನಪಾಯಿತು! ಅದು 'ಸು...' ಒಂದೇ ಅಕ್ಷರವೆ? ಮುಂದಿನದು...? ನೆನಪು ಬರಲಿಲ್ಲ! ಅದು ಸುಹಾಸಿನಿ..ಇರಬಹುದೆ? ಸುಜಾತ? ಸುಕೇಶಿನಿ? ಸುಪ್ರಭಾ..? ಸುವರ್ಣ..? ಸರೋಜಾ...? ಇಲ್ಲ ನೆನಪಾಗುತ್ತಿಲ್ಲ! ಬರೀ ಒಂದು ಆಕ್ಷರವಷ್ಟೇ ನನಪಾಗಿದೆ..? ಆಕೆಯೇ ತನ್ನ ಜೊತೆ ನಡೆಯುತ್ತಿದ್ದವಳು? ಅಂದರೆ ಅವಳು ತನ್ನ ಪ್ರೇಯಸಿಯೇ?

ಚಿತ್ರಳಿಗೆ ಎಚ್ಚರವಾಗಿರಲಿಲ್ಲ! ವಿವೇಕ್ ಅವಳನ್ನು ಏಳಿಸುವ ಗೋಜಿಗೆ ಹೋಗದೆ, ಮೆಲ್ಲನೆ ಎದ್ದು ಟೀಪಾಯ್ ಮೇಲಿಟ್ಟಿದ್ದ ಸಿಗರೇಟ್ ಪ್ಯಾಕ್ ತೆಗೆದುಕೊಂಡು ಬೆಡ್ರೂಮಿನಾಚೆ ಬಂದ ಬಾಲ್ಕನಿಯಲ್ಲಿ ಕೂತು, ಸಿಗರೇಟು ಹತ್ತಿಸಿ, ದಟ್ಟ ಹೊಗೆ ಸುರುಳಿಯನ್ನು ಸೃಷ್ಟಿಸಿದ. ಅದನ್ನೇ ತೀಕ್ಷಣವಾಗಿ ದಿಟ್ಟಿಸಿ ನೋಡಿದ. ಹೊಗೆ ಸುರುಳಿಯಲ್ಲಿ ನನ್ನ ಗತ ಜೀವನದ ತುಣುಕುಗಳು ಇವೆಯೇನೋ ಎನ್ನುವ ರೀತಿಯಲ್ಲಿ ದಿಟ್ಟಿಸಿ ನೋಡುತ್ತಿದ್ದ!

ಅವನ ಮನಸ್ಸು ನೆನಪಿನಾಳಕ್ಕೆ ಪಾತಾಳ ಗರಡಿಯೊಂದಿಗೆ ಇಳಿಯಲು ತಯಾರಾಗಿತ್ತು! ನೆನಪಿನ ಬಾವಿಯಲ್ಲಿ ಏನೇನು ಮುಳುಗಿರಬಹುದು? ಅದರ ಆಳದಲ್ಲಿ ಏನೇನು ಹುದುಗಿರಬಹುದು?

ವಿವೇಕನ ಮನಸ್ಸು ನೆನಪು ವಾಸ್ತವಗಳ ಉಯ್ಯಾಲೆಯಲ್ಲಿ ತೂಗುತ್ತಿತ್ತು

ವಿವೇಕ ಯೋಚಿಸಿದ. ವಾಸ್ತವ ಸ್ಥಿತಿಯನ್ನು ತಾನೇಕೆ ಒಪ್ಪಿಕೊಳ್ಳುತ್ತಿಲ್ಲ? ತಾನು ವಿವೇಕ ಎನ್ನುವುದನ್ನು ನಂಬುತ್ತಿಲ್ಲವೇಕೆ? ಪಕ್ಕದಲ್ಲಿ ಮಲಗಿರುವವಳು ತನ್ನ ಹೆಂಡತಿಯಲ್ಲ ಎನ್ನುವ ಭಾವನೆ ಏಕೆ? ಈ ಭಾವನೆಗಳ ಅರ್ಥವೇನು? ದಿನದಿಂದ ದಿನಕ್ಕೆ ತುಣುಕು ತುಣುಕಾಗಿ ಬೀಳುತ್ತಿರುವ ಕನಸುಗಳ ಅರ್ಥವೇನು? ಅವು ಕನಸುಗಳೋ...ಗತ ನೆನಪುಗಳೋ..? ಕನಸು ಮಾನಸಿಕ ಅಸ್ಥ ವ್ಯಸ್ಥೆತೆಯಿಂದಲೂ ರೂಪುಗೊಳ್ಳಬಹುದು! ಆದರೆ ತಾನು ಮಾನಸಿಕವಾಗಿ ಅಸ್ವಸ್ಥನಾಗುತ್ತಿದ್ದೇನೆ! ಕನಸುಗಳ ಆಧಾರದ ಮೇಲೆ ಯಾವ ನಿರ್ಧಾರಕ್ಕೂ ಬರಲಾಗದವನಾಗಿದ್ದೇನೆ!

ಈ ಎಲ್ಲಾ ಗೊಂದಲಗಳ ನಡುವೆ ಜಾಕ್ ಮತ್ತು ಟೈಗರ್!

ಜಾಕ್ ಈ ನಡುವೆ ಕಾಣಿಸುತ್ತಿಲ್ಲ! ಎಲ್ಲೋ ಅದೃಶ್ಯನಾಗಿದ್ದಾನೆ, ಅದರಿಂದ ಒಳ್ಳೆಯದೇ ಆಗಿದೆ. ಈ ಟೈಗರ್ ಯಾರು? ಅವನ ಹಿನ್ನೆಲೆ ಏನು? ಎಲ್ಲಿದ್ದಾನೆ? ಇಷ್ಟು ಕಾಲ ಟೈಗರ್ ಹೆಸರು ಹೇಳಿ ತನ್ನನ್ನು ಹೆದರಿಸಲು ಪ್ರಯತ್ನಿಸಿದ ಜಾಕ್! ಈಗ ಅವನೇ ಇಲ್ಲ! ಅವನೆಲ್ಲಿದ್ದಾನೆ ಗೊತ್ತಿಲ್ಲ! ಟೈಗರ್ ಎಂಬುದು ಒಂದು ಬೆದರು ಬೊಂಬೆ ಇರಬಹುದು! ಅದನ್ನು ಮುಂದಿಟ್ಟು ಜಾಕ್ ತನ್ನನ್ನು ಹೆದರಿಸುತ್ತಿದ್ದಾನೆ! ಆ ಟೈಗರ್ ಎನ್ನುವ ಬೆದರು ಬೊಂಬೆಯ ಉಪಯೋಗ ಒಂದು ತಂತ್ರವೂ ಇರಬಹುದು!

ಇವತ್ತಿನಿಂದ ತಾನು ಮನಸ್ಸಿನ ಸಮಾಧಾನಕ್ಕಾಗಿಯಾದರೂ ಸ್ವಲ್ಪ ಸ್ವಲ್ಪವಾಗಿ ಶೋಧನೆ ಪ್ರಾರಂಭಿಸುತ್ತೇನೆ! ಎಲ್ಲಿಯವರೆಗೆ ಸಾಧ್ಯವೊ ಅಲ್ಲಿಯವರೆಗೂ ಶೋಧಿಸುತ್ತೇನೆ! ಎಲ್ಲಾ ಅನ್ವೇಷಣೆಗಳಿಂದ ಮೂಲವಾಗಿ ನಾನು ಯಾರು? ಎಲ್ಲಿದ್ದೆ? ತನಗೆ ತುಣುಕು ತುಣುಕಾಗಿ ಬರುತ್ತಿರುವ ಕನಸುಗಳು ನಿಜವೇ ಅಥವಾ ಕಲ್ಪಿತವೇ? ಮನಸ್ಸಿನ ಹೋಯ್ದಾಟವೇ? ತಾನಿಲ್ಲಿಗೆ ಹೇಗೆ ಬಂದೆ? ಯಾವಾಗ ಬಂದೆ? ತಿಳಿದುಕೊಳ್ಳಲು ಪ್ರಯತ್ನಿಸುತ್ತೇನೆ! ಅಕಸ್ಮಾತ್ ತಾನು ವಿವೇಕನೇ ಎಂದು ಖಾತ್ರಿಯಾದರೆ ಈ ಮನೆ, ಮಡದಿ ತನ್ನ ಪಾತ್ರ ಎಲ್ಲವನ್ನು ಒಪ್ಪಿಬಿಡುತ್ತೇನೆ! ವಿವೇಕ ತನ್ನಲ್ಲೇ ಯೋಚನೆ ಮಾಡಿದ.

ತಾನು ಉದ್ದೇಶಿಸಿರುವ ಶೋಧನೆಯನ್ನು ಒಬ್ಬನೇ ಮಾಡಲು ಸಾಧ್ಯವಿಲ್ಲ... ಅದಕ್ಕೆ ಒಬ್ಬ ವ್ಯಕ್ತಿ ಬೇಕು... ಆತ ತನ್ನ ವಿಶ್ವಾಸಿಗನಾಗಿರಬೇಕು, ತಾನು ವಹಿಸುವ ಕೆಲಸವನ್ನು, ತನ್ನ ಗುಟ್ಟನ್ನು ಒಂದು ಚೂರೂ ಆಚೆ ಬಿಡಿದವನಾಗಬೇಕು! ಅದಕ್ಕೆ ತಕ್ಕ ವ್ಯಕ್ತಿ ಎಂದರೆ ಹೀರಾ.. ಒಬ್ಬನೇ! ಅವನಿಗೆ ಸ್ವಲ್ಪ ವಯಸ್ಸಾಗಿದೆ ಎನ್ನುವುದು ಬಿಟ್ಟರೆ, ಈ ಕೆಲಸಕ್ಕೆ ಅವನೊಬ್ಬನೇ ಸಮರ್ಥ ವ್ಯಕ್ತಿ! ಚಿತ್ರಗಳಿಗೆ ಹೀರಾ ಮೇಲೆ ಅನುಮಾನ ಇದ್ದರೂ ಇರಬಹುದು. ಉಪಾಯದಿಂದ ಅದನ್ನೆಲ್ಲ ನಿರ್ವಹಿಸಬೇಕು.

ವಿವೇಕ್ ಹಿಂದೆ ತಿರುಗಿ ಅರೆ ತೆರೆದ ಬಾಗಿಲ ಮೂಲಕ ಚಿತ್ರಳನ್ನು ನೋಡಿದ. ಆಕೆ ಹಾಸಿಗೆ ಮೇಲೆ ಮಗ್ಗುಲು ಬದಲಿಸಿದಳು. ಇನ್ನು ಆಕೆ ಏಳುತ್ತಾಳೆ ಎನ್ನುವುದು ವಿವೇಕನಿಗೆ ತಿಳಿಯಿತು. ತಾನು ಎದ್ದಿರುವುದು ಕಾಣಿಸಿದರೆ ಹಲವಾರು ಪ್ರಶ್ನೆ ಕೇಳುತ್ತಾಳೆ... ಆಕೆ ನಂಬುವಂತ ಉತ್ತರ ಹೇಳಬೇಕಾಗುತ್ತದೆ ಎಂದು ಯೋಚಿಸದ ವಿವೇಕ್ ಸಿಗರೇಟ್ ಆಷ್ಟ್ರೇಯಲ್ಲಿ ತುರುಕಿ, ರೂಮಿನೊಳಗೆ ಬಂದು ಹಾಸಿಗೆಯ ಮೇಲೆ ಮಲಗಿದ. ಮನಸ್ಸು ಯೋಚನೆಯ ಸರಪಳಿಯನ್ನು ಮತ್ತೆ ಎಳೆದುಕೊಂಡಿತು!

15

“ನಾನು ಹೇಳಿದ್ದೆಲ್ಲ ನೆನಪಿದೆ ತಾನೇ..?”

ವಿವೇಕ ಅನುಮಾನದಿಂದ ಕೇಳಿದ.

“ಎಲ್ಲಾ ನೆನಪಿದೆ ಮಾಲಿಕ್, ಅದರ ಬಗ್ಗೆ ನೀವೇನು ಯೋಚನೆ ಮಾಡಬೇಡಿ. ರಾತ್ರಿ ನೀವು ಮಲಗೋದ್ರೊಳಗೆ ನಿಮಗೆ ಉತ್ತರ ಕೊಡದೆ ಇದ್ರೆ ನನ್ನ ಹೆಸರು ಹಿರಾನೆ ಅಲ್ಲ”

ಹಿರಾ ಹೆಮ್ಮೆ ಮತ್ತು ಆತ್ಮವಿಶ್ವಾಸದಿಂದ ಹೇಳಿಕೊಂಡ.

“ಹುಷಾರಾಗಿರು, ನಿನಗೆ ತೊಂದರೆ ಆದರೂ ಆಗಬಹುದು..ಅದಕ್ಕೆಲ್ಲಾ ಸಿದ್ಧನಾಗಿರು”

“ನನ್ನ ಪ್ರಾಣ ಹೋದರೂ ಚಿಂತೆ ಇಲ್ಲ ಮಾಲಿಕ್, ಹಿಡಿದ ಕೆಲಸ ಕೈಬಿಡೊಲ್ಲ..ನಮ್ಮ ಪೂರ್ವಜರು ರಾಜರಿಗೆ ನಿಷ್ಠೆಯಿಂದ ಇದ್ದವರು. ರಾಜ ಸತ್ತರೆ ತಾವೂ ಕೂಡ ಪ್ರಾಣ ತ್ಯಾಗ ಮಾಡುತ್ತಿದ್ದರು, ಅಂತ ನಿಷ್ಠೆ ನಮ್ಮದು”

“ಹೀರಾ ಪ್ರಾಣ ಕಳೆದುಕೊಳ್ಳುವುದು ದೊಡ್ಡ ವಿಷಯ ಅಲ್ಲ....ಇಷ್ಟೆಲ್ಲ ಮಾಡ್ತಿರೋದು ಪ್ರಾಣ ಉಳಿಸಿಕೊಳ್ಳೋದಕ್ಕೆ..”

“ಅಚ್ಚಾ ಮಾಲಿಕ್”

“ಅಕಸ್ಮಾತ್ ನಾನೆನಾದ್ರೂ ಮಲಗಿ ನಿದ್ದೆ ಮಾಡ್ತಿದ್ರೂ ಸರಿ, ಎಬ್ಬಿಸಿ ವಿಷಯ ತಿಳಿಸೋದು ಮರೀಬೇಡ”

“ನೀವು ಯಾವುದರ ಬಗ್ಗೆನೂ ಯೋಚನೆ ಮಾಡಬೇಡಿ ಮಾಲೀಕ್”

ಹೀರಾ ಹೊರಟ. ವಿವೇಕನಿಗೆ ಹೀರಾ ಬಗ್ಗೆ ನಂಬಿಕೆ ಮೂಡಿತ್ತು. ಆತ ವಿಶ್ವಾಸಿ ಅಷ್ಟೇ ಅಲ್ಲ, ಹೋದ ಕೆಲಸವನ್ನು ಮಾಡಿಕೊಂಡೇ ಬರುತ್ತಾನೆ ಎನಿಸಿತ್ತು.

ಬೆಳಿಗ್ಗೆ ಬ್ರೇಕ್ಫಾಸ್ಟ್ ಸಮಯದಲ್ಲಿ ಚಿತ್ರ ಹೇಳಿದ್ದು ನೆನಪಾಯಿತು. 'ಓ..ಇವತ್ತು ಶೂಟಿಂಗ್ ಇದೆ, ತಾನು ಹೋಗಲೇಬೇಕು'

ತಾನು ಕಳಿಸಿದ ಹಣಕ್ಕೆ ಮತ್ತು ಆ ಪತ್ರಕ್ಕೆ ಆ ಯುವತಿ, ಸಧ್ಯಕ್ಕೆ ನನ್ನ ನೆನಪಲ್ಲಿರುವ 'ಸು...' ಎಂಬ ಹೆಸರಿನವಳು ಹೇಗೆ ಪ್ರತಿಕ್ರಿಯೆ ನೀಡಬಹುದು ಎಂಬ ಕುತೂಹಲವಿತ್ತು. ಆದರೆ ಹೀರಾ ಬರುವವರೆಗೂ ಕಾಯಲೇಬೇಕಾಗಿತ್ತು!

"ಸಾಬ್ ಮೇಬ್ ಸಾಬ್ ಕಾರಲ್ಲಿ ಕಾಯ್ತಾ ಇದ್ದಾರೆ, ಶೂಟಿಂಗ್ಗೆ ಟೈಮ್ ಆಗ್ತಾ ಇದೆ ಅಂತ ಜ್ಞಾಪಿಸೋಕೆ ಹೇಳಿದ್ರು"

ಗರಿಗರಿಯಾದ ಬಿಳಿ ಸಮವಸ್ತ್ರ ಧರಿಸಿದ್ದ ಡ್ರೈವರ್ ನಡು ಬಾಗಿಸಿ ನುಡಿದ.

"ಬಂದೆ ಅಂತ ಹೇಳು"

ವಿವೇಕನಿಗೆ ಮತ್ತೇನೋ ನೆನಪಾಗಿ ಡ್ರೈವರ್ ರಾಂಸಿಂಗ್ನ ಮತ್ತೆ ಕರೆದ.

"ರಾಮಸಿಂಗ್, ಈ ನಮ್ಮ ಹೊಸ ಮಾಲಿ ಹೇಗೆ?"

"ಯಾಕೆ ಮಾಲಿಕ್?"

"ಅವನ ಸ್ವಭಾವ ಹೇಗೆ ಅಂತ?"

"ಕೆಲವು ದಿನಗಳ ಹಿಂದಷ್ಟೆ ಬಂದವನು, ಅವನ ಬಗ್ಗೆ ಹೆಚ್ಚಿಗೆ ತಿಳ್ಕೊಳೋದಕ್ಕೆ ಆಗ್ಲಿಲ್ಲ"

"ಇವತ್ತಿನಿಂದ ಪ್ರಯತ್ನ ಮಾಡು, ಅವನು ಜಾಕ್ ಇರಬಹುದು ಅಂತ ನನಗೆ ಅನುಮಾನ! ಅವನು ಯಾರಾದರೂ ಆಗಿರಲಿ... ಅದನ್ನ ತಿಳ್ಕೊಳೋದಕ್ಕೆ ಪ್ರಯತ್ನ ಮಾಡು..ನನಗಾಗಿ ಈ ಕೆಲಸ ಮಾಡ್ತೀಯ..?"

"ಆಗ್ಲಿ ಮಾಲಿಕ್.."

"ನಿನ್ನ ಶ್ರಮಕ್ಕೆ ಪ್ರತಿಫಲ ಸಿಗುತ್ತೆ. ಅದರ ಬಗ್ಗೆ ನೀನೇನು ಯೋಚನೆ ಮಾಡಬೇಡ. ಹಾಗೇ ಮೇಮ್ ಸಾಬ್ ಗೆ ಒಂದೆರಡು ನಿಮಿಷದಲ್ಲಿ ಬರ್ತೀನಿ ಅಂತ ಹೇಳು"

ಡ್ರೈವರ್ ಆಚೆ ಹೋದ

ಐದು ನಿಮಿಷ ಕಳೆದ ನಂತರ ಬಂಗಲೆಯ ಹೊರಬಾಗಿಲಿಂದಾಚೆ ಬಂದ ವಿವೇಕ್.

ಮಾಲಿ ಸುಖಾರಾಮ್, ಗುಲಾಬಿ ಗಿಡಗಳ ಪಾತಿಯನ್ನು ಸರಿ ಮಾಡುತ್ತಿದ್ದವನು ವಿವೇಕ್ ಬಂದೊಡನೆ ಕತ್ತೆತ್ತಿ ನೋಡಿದ. ವಿವೇಕ್ ಅವನನ್ನೇ ದಿಟ್ಟಿಸಿ ನೋಡಿದ. ಮಾಲಿ ತಕ್ಷಣ ತಲೆ ತಗ್ಗಿಸಿ ಕೆಲಸ ಮುಂದುವರಿಸಿದರೂ, ಆಗಾಗ ಕದ್ದು ವಿವೇಕನನ್ನು ನೋಡುತ್ತಿದ್ದ.

ಈ ಸುಖಾರಾಮನ ನಡತೆಯಲ್ಲೇನೋ ಕೃತಿಮತೆ ಕಾಣುತ್ತಿದೆ. ಅದೇನೆಂದು ತಿಳಿಯುತ್ತಿಲ್ಲ. ಇವನೇಗೆ ಹೀಗೆ ವರ್ತಿಸುತ್ತಾನೆ? ಇದಕ್ಕೇನು ಕಾರಣ ಇರಬಹುದು? ಕೇವಲ ತನ್ನ ಬಗೆಗೆ ಕುತೂಹಲವೇ? ಸೂಪರ್ ಸ್ಟಾರ್ ಹೇಗಿರಬಹುದು? ಅವರ

ಜೀವನ ವಿಧಾನ ಹೇಗಿರಬಹುದು? ಹೇಗೆ ಮಾತಾಡಬಹುದು? ಇಂತ ಕುತೂಹಲವೇ..? ಅಥವಾ ಇವನನ್ನು ಯಾರಾದರೂ ಕಳಿಸಿರಬಹುದಾ..? ಟೈಗರ್ ಕಳಿಸಿರಬಹುದೇ? ಹಾಗಾದರೆ ಟೈಗರ್ ಒಂದು ಬೆದರು ಅಲ್ಲ! ನಿಜವಾದ ರಕ್ತ ಮಾಂಸ ತುಂಬಿದ ವ್ಯಕ್ತಿಯಾಗಿರಬಹುದು. ಟೈಗರ್ ಎನ್ನುವ ವ್ಯಕ್ತಿ ಇರಬಹುದೇ? ಅಥವಾ ಇವನು ವೇಷ ಮರೆಸಿಕೊಂಡ ಜಾಕ್ ಆಗಿರಬಹುದಾ?

"ಅವನೇ ಹೊಸ ಮಾಲಿ..ನೀವು ಬೇಗನೆ ಬನ್ನಿ.."

ಚಿತ್ರ ಅವಸರಿಸಿದಳು.

ಕಾರಿನ ಡೋರ್ ತೆಗೆದ ಡ್ರೈವರ್ ಸೆಲ್ಯೂಟ್ ಮಾಡಿದ. ವಿವೇಕ್ ಕಾರಿನೊಳಗೆ ಕುಳಿತುಕೊಂಡ. ಮಾಲಿ ಗಿಡಗಳ ಮರೆಯತ್ತ ನಡೆದ.

ಸಿನಿಮಾ ಶೂಟಿಂಗ್ ಸಮಯದಲ್ಲಿ ವಿವೇಕ್ ತನ್ನ ಯೋಚನೆಯನೆಲ್ಲ ಬದಿಗೊತ್ತಿ ಅಭಿನಯದ ಮೇಲೆ ಗಮನ ಕೇಂದ್ರೀಕರಿಸಿದ. ಅಂದು ಚಿತ್ರೀಕರಣವಾಗುತ್ತಿದ್ದಿದ್ದು ಒಂದು ಐತಿಹಾಸಿಕ ಚಿತ್ರ. ಆ ಪಾತ್ರವನ್ನು ಅರ್ಥ ಮಾಡಿಕೊಂಡು ಆ ಪಾತ್ರದ ಮೂಡನ್ನು ತನ್ನಲ್ಲಿ ಆಹಾಹಿಸಿಕೊಂಡು ವಿವೇಕ್ ನಟಿಸಿದೊಡಗಿದ್ದ! ವಿವೇಕ ತನ್ನ ವೈಯುಕ್ತಿಕ ಸ್ಥಿತಿ ಹೇಗಿದ್ದರೂ ಪಾತ್ರವನ್ನು ಜೀವಂತವಾಗಿಡುತ್ತಿದ್ದ. ಅದೇ ಅವನನ್ನು ಸೂಪರ್ ಸ್ಟಾರ್ ಪಟ್ಟಕ್ಕೆ ತಂದು ನಿಲ್ಲಿಸಿತ್ತು.

ಮಧ್ಯಾಹ್ನ ಲಂಚ್ ಬ್ರೇಕ್ನಲ್ಲಿ ವಿವೇಕನಿಗೆ ಹೀರಾ ನೆನಪು ಬಂತು. ಹೀರಾ ಈ ಸಮಯದಲ್ಲಿ ಎಲ್ಲಿರಬಹುದು? ನನ್ನ ನೆನಪಿಗೆ ಬಂದ ಒಂದು ಅಕ್ಷರದ ಯುವತಿ 'ಸು..' ಮನೆಗೆ ಹೋಗಿರಬಹುದೆ? ಅವಳು ಮನೆಯಲ್ಲಿ ಸಿಕ್ಕಿರುತ್ತಾಳಾ? ಅಕಸ್ಮಾತ್ ಆಕೆ ಸಿಗದಿದ್ದರೆ ಹೀರಾ ಏನು ಮಾಡುತ್ತಾನೆ?

ತನ್ನನ್ನು ಆವರಿಸಿಕೊಂಡಿರುವ ರಹಸ್ಯದ ಬೀಗದ ಕೈ ಒಂದು ಅಕ್ಷರದ ಯುವತಿ ಇರಬಹುದೇ? ಅವಳು ಯಾರು? ತನ್ನ ಮೂಲ ಹೆಸರು ಏನು ಎಂದು ಹೀರಾ ಬಂದು ಹೇಳಬಹುದೆ? ತನ್ನ ನೆನಪೇಕೆ ಆ ಒಂದು ಅಕ್ಷರದಿಂದ ಮುಂದೆ ಹೋಗುತ್ತಿಲ್ಲ! ತನ್ನ ನೆನಪಿಗೆ ಅಂತಾದ್ದೇನಾಗಿದೆ?

ಮನೆಯಿಂದ ಊಟದ ಕ್ಯಾರಿಯರ್ ಬಂದಿತ್ತು. ಚಿತ್ರ ಮತ್ತು ವಿವೇಕ್ ತಮಗಾಗಿ ತೆರವು ಮಾಡಿದ್ದ ರೆಸ್ಟ್ ರೂಮಿನಲ್ಲಿ ಕುಳಿತು ಊಟ ಮಾಡಿದರು.

ವಿವೇಕನ ಅನ್ಯಮನಸ್ಕತೆಯನ್ನು ಚಿತ್ರ ಗಮನಿಸುತ್ತಿದ್ದಳು! ಆದರೆ ಅದಕ್ಕೆ ಕಾರಣ ಅವಳಿಗೆ ತಿಳಿಯಲಿಲ್ಲ. ಆದರೆ ಹಲವು ವರ್ಷಗಳಿಂದ ವಿವೇಕನ ಈ ಮಾನಸಿಕ ಏರಿಳಿತಗಳನ್ನು ಕಂಡಿದ್ದಳು. ಆದ್ದರಿಂದ ಅವಳಿಗೆ ಹೆದರಿಕೆಯಾಗಿರಲಿಲ್ಲ. ಒಂದೆರಡು ದಿನಗಳ ನಂತರ ಅವನು

ಮಾಮೂಲಾಗುವುದು ಸಹಜವಾಗಿ ನಡೆದಿತ್ತು.

"ನೀವು ಸ್ವಲ್ಪ ಹೊತ್ತು ರಿಲ್ಯಾಕ್ಸ್ ಮಾಡಿ, ಶೂಟಿಂಗ್ ತಡವಾಗಬಹುದು"

ಚಿತ್ರ ಕಾಳಜಿ ವ್ಯಕ್ತಪಡಿಸಿದಳು.

"ನನಗೇನಂತಾ ಆಯಾಸವಾಗಿಲ್ಲ. ಚಿತ್ರಾ.. ತುಂಬಾ ದಿವಸಗಳಿಂದ ನಿನ್ನ ಹತ್ರ ಕೆಲವು ವಿಷಯ ಮಾತಾಡ್ಬೇಕು ಅಂತ ಇದ್ದೆ"

ವಿವೇಕ್ ಸುಧೀರ್ಘ ಮಾತುಕತೆಗೆ ಪೀಠಿಕೆ ಹಾಕಿದ.

"ಮಾತಾಡಿ, ಅದಕ್ಕೇನಂತೆ?"

"ನಾನು ಹೀಗೆ ಮಾತಾಡ್ತೀನಿ ಅಂತ ನೀನು ಹೆದರಬೇಕಾಗಿಲ್ಲ. ನನ್ನ ಮಾತು ವಿಚಿತ್ರ ಅನ್ನಿಸಬಹುದು. ನನಗೆ ಕೆಲವು ಅನುಮಾನ ಇವೆ. ಅವಕ್ಕೆ ನಿನ್ನಿಂದ ಉತ್ತರ ಬೇಕು. ಮುಚ್ಚು ಮರೆ ಇಲ್ಲದೆ ಇದ್ದದ್ದು ಇದ್ದ ಹಾಗೆ ಹೇಳ್ಬೇಕು"

"ಇದೇನಿದು? ಇದ್ದಕ್ಕಿದ್ದಾಗೆ ಇಂತಾ ಮಾತು? ನಾನು ಯಾವತ್ತಾದರೂ, ಏನನ್ನಾದರೂ ನಿಮ್ಮಿಂದ ಮುಚ್ಚಿಟ್ಟಿದ್ದೀನಾ? ಹಾಗೇನಾದ್ರೂ ಇದ್ರೆ ಕೇಳಿ ಹೇಳ್ತೀನಿ.."

"ನೀನು ಮುಚ್ಚಿಟ್ಟಿದ್ದೀಯಾ ಅಂತ ನಾನು ಆಕ್ಷೇಪಣೆ ಮಾಡ್ತಾ ಇಲ್ಲ. ಕೆಲವು ವಿಷಯಗಳು ಕೆಲವು ಸಮಯದಲ್ಲಿ ಮಾತ್ರ ಈಚೆ ಬರುತ್ತವೆ, ಅಥವಾ ಅಂತ ಅವಕಾಶ ಸಿಗದೇ ಇದ್ರೆ ಆ ವಿಷಯಗಳು ಬೆಳಕಿಗೆ ಬರೋದೇ ಇಲ್ಲ..."

"ಸರಿ, ಕೇಳಿ ಏನದು?"

"ನಮ್ಮ ಮದುವೆಯಾಗಿ ಎಷ್ಟು ವರ್ಷ ಆಯಿತು?"

"ಯಾಕೆ ನಿಮಗೆ ನೆನಪಿಲ್ಲವೇ? ಸರಿಯಾಗಿ ಐದು ವರ್ಷ. ಮುಂದಿನ ತಿಂಗಳು ನಮ್ಮ ಮದುವೆ ಆನಿವರ್ಸರಿ"

"ಮದುವೆಗೂ ಮುಂಚೆ ನಾನೇನಾಗಿದ್ದೆ?"

"ಯಾಕೆ ಇದೆಲ್ಲ?"

"ಸುಮ್ಮನೆ ಕೇಳಿದೆ.."

"ಆಗಲೂ ನೀವು ಮಹಾನ್ ನಟರಾಗಿದ್ದಿರಿ, ಈಗಿನ ಹಾಗೆ ಅವಾಗಿನಿಂದಲೂ ನೀವು ಸೂಪರ್ ಸ್ಟಾರ್! ಮುಂದೆ ಕೂಡ ನೀವೇ ಸೂಪರ್ ಸ್ಟಾರ್!"

ಚಿತ್ರ ಹೆಮ್ಮೆಯಿಂದ ಹೇಳಿದಳು.

"ಮತ್ತೆ ನಮ್ಮಿಬ್ಬರ ಮದುವೆ ಮುಂಚೆ ನೀನೇನಾಗಿದ್ದ?"

"ಏನಾಗಿದೆ ನಿಮಗೆ? ಇದೆಂಥ ಪ್ರಶ್ನೆ, ಅವಳು ಪಕಪಕನೆ ನಕ್ಕಳು! ಆಗ ನಾನು ನಿಮ್ಮ ಆಪ್ತ ಕಾರ್ಯದರ್ಶಿಯಾಗಿದ್ದೆ"

"ಆಮೇಲೆ...?"

"ಆಮೇಲೆ ನಾವು ಪ್ರೀತಿಸಿದೆವು..ಸತಿಪತಿಗಳಾದೆವು"

ಚಿತ್ರ ಗೊಳ್ಳನೆ ನಕ್ಕಳು!

ಇಲ್ಲೇ...ಇಲ್ಲೇ... ಒಂದು ತಪ್ಪಿನ ಎಳೆ ಇದೆ! ಈ ದಾರದ ತುದಿ ಸಿಕ್ಕರೆ ಎಲ್ಲ ರಹಸ್ಯವೂ ಬಿಡಿಸಿಕೊಳ್ಳಬಹುದು!

ಮಹಾನ್ ನಟ ಸೂಪರ್ ಸ್ಟಾರ್ ತನ್ನ ಆಪ್ತ ಕಾರ್ಯದರ್ಶಿಯನ್ನು, ಅದೂ ಚಿತ್ರಾಳಂತ ಸಾಮಾನ್ಯ ಹುಡುಗಿಯನ್ನು ಹೆಂಡತಿಯಾಗಿ ಆರಿಸಿಕೊಳ್ಳುವನೇ? ಮದುವೆ ಮಾಡಿಕೊಳ್ಳುವನೇ? ಪ್ರೀತಿ ಮಾಡುವನೆ? ಏಕಾಗಬಾರದು? ಪ್ರೇಮ, ಪ್ರೀತಿಗೆ ಮೂಲ ಎಲ್ಲಾ ಸಮಯದಲ್ಲೂ ಕೇವಲ ದೈಹಿಕ ಆಕರ್ಷಣೆಯಷ್ಟೇ ಆಗಿರುವುದಿಲ್ಲ! ಅದು ಮನಸ್ಸುಗಳ ಹೊಂದಾಣಿಕೆ, ಹೃದಯಗಳ ಮಿಲನ! ವಿವೇಕನ ಒಳ ಮನಸ್ಸು ನುಡಿಯಿತು

ಆದರೂ ಒಮ್ಮೆಲೇ ಈ ಪ್ರಸಂಗ ಸುಲಭವಾಗಿ ಒಪ್ಪುವಂಥದ್ದಲ್ಲ! ಬೇರೆ ಯಾವುದೋ ಒತ್ತಡ, ಯಾರದೋ ಬಲವಂತ, ಯಾರದೋ ಬೆದರಿಕೆಯೂ ಕಾರಣವಾಗಿರಬಹುದಲ್ಲ? ಅಂತ ಪರಿಸ್ಥಿತಿಯಲ್ಲಿ ತಾನು ಚಿತ್ರಳನ್ನು ಮದುವೆಯಾಗಿರುವ ಸಾಧ್ಯತೆ ಕೂಡ ಇರಬಹುದು! ಆ ಘಟನೆ ಯಾವುದು? ತಾನು ಚಿತ್ರಳನ್ನು ಹೆಂಡತಿಯನ್ನಾಗಿ ಸ್ವೀಕರಿಸಲು ಕಾರಣವಾದ ಘಟನೆ ಯಾವುದು?

ತನ್ನ ನೆನಪೇ ಅಸ್ಪಷ್ಟವಾಗಿರುವಾಗ, ಐದು ವರ್ಷಗಳ ಹಿಂದೆ ನಡೆದ ಘಟನೆಯ ನೆನಪು ಹೇಗೆ ಬಂದೀತು? ಅದರಲ್ಲಿಯೂ ತನ್ನ ನೆನಪು ಹೀಗೆ ಗಂಟೆಯಿಂದ ಗಂಟೆಗೆ ಕೈಕೊಡುತ್ತಿದೆ... ಇದ್ದಕ್ಕಿದ್ದಂತೆ ಏನೋ ನೆನಪಾಗುತ್ತದೆ... ತುಣುಕು ತುಣುಕಾಗಿ ನೆನಪುಗಳು ಬರುತ್ತವೆ! ಅವೆಲ್ಲವುಗಳನ್ನು ಒಟ್ಟಾರೆಯಾಗಿ ಸೇರಿಸುವುದು ಹೇಗೆ? ಎಲ್ಲಾ ನೆನಪುಗಳು ಒಟ್ಟಾಗಿ ಸೇರಿದರೆ ಒಂದು ಸ್ಪಷ್ಟ ಚಿತ್ರಣ ಸಿಕ್ಕೀತು! ಸಿಕ್ಕಿದ ತುಣುಕುಗಳನ್ನೇ ಗಾಢವಾಗಿ ಯೋಚಿಸುತ್ತಾ ಹೋದರೆ ಅಲ್ಲೀವರೆಗೆ ನೆನಪಾಗಿದ್ದೂ ಅಳಿಸಿಹೋಗುತ್ತಿದೆ!

ಹೀರಾ ಬಹಳ ವರ್ಷದಿಂದ ತಮ್ಮ ಮನೆಯಲ್ಲಿ ಕೆಲಸ ಮಾಡುತ್ತಿರಬಹುದು. ಅವನನ್ನು ಕೇಳಿದರೆ ಈ ಎಲ್ಲಾ ಘಟನೆಗಳನ್ನು ಹೇಳಬಹುದು. ಹಾಗಾದರೆ ಹೀರಾ ಬರುವವರೆಗೆ ತಾನು ಕಾಯಬೇಕು, ಬೇರೆ ದಾರಿಯಿಲ್ಲ.

"ಯಜಮಾನರ ಪ್ರಶ್ನೆಗಳಲ್ಲ ಮುಗಿದವೇನು?"

ಚಿತ್ರಾ ಮಾತಿನಲ್ಲಿದ್ದ ಕುಹಕ ವಿವೇಕ್ ಗುರುತಿಸಿದ! ಆದರೆ..ಮೂಲ ಶೋಧಿಸಲೇಬೇಕು ಎಂದು ನಿರ್ಧರಿಸಿದ್ದ!

16

“ಯಜಮಾನರ ಪ್ರಶ್ನೆಗಳಲ್ಲ ಮುಗಿದವೇನು?”

ಚಿತ್ರಳ ಪ್ರಶ್ನೆಯಲ್ಲಿ ವ್ಯಂಗ್ಯವಿತ್ತು, ಕೀಟಲೆಯಿತ್ತು.

“ಇಲ್ಲ, ಈಗಷ್ಟೇ ಪ್ರಾರಂಭವಾಗಿವೆ...ನನ್ನ ತಂದೆ ತಾಯಿಗಳು..?”

“ಅವರ ಇಚ್ಚೆಗೆ ವಿರುದ್ಧವಾಗಿಯೇ ನಮ್ಮ ಮದುವೆ ನಡೆದಿದ್ದು! ಆಗಿನಿಂದ ನಿಮ್ಮ ತಂದೆ ತಾಯಿ ದೂರವಾಗಿದ್ದಾರೆ! ಈಗ ನಿಮ್ಮನ್ನು ಕಂಡರೆ ಅವರು ದ್ವೇಷಿಸುತ್ತಾರೆ!”

“ಅಂತಾದ್ದು ನಾನೇನು ಮಾಡಿದ್ದೇನೆ..?”

“ಅವರ ಇಚ್ಚೆಗೆ ವಿರುದ್ಧವಾಗಿ ಪ್ರೇಮ ವಿವಾಹ ಮಾಡಿಕೊಂಡಿರುವುದು”

“ಅದೇ ಅವರು ನನ್ನನ್ನು ದ್ವೇಷಿಸುವುದಕ್ಕೆ ಕಾರಣವಾ..?”

ಆದರೆ ನಾನು ಕರ್ತವ್ಯ ಮರೆತಿಲ್ಲ ಅವರಿಗೆ ನಿಯಮಿತವಾಗಿ ಹಣ ಕಳಿಸುತ್ತಿದ್ದೇನೆ..”

ವಿವೇಕನ ಪ್ರಶ್ನೆ ಪೂರ್ತಿಯಾಗುವುದನ್ನೂ ಕಾಯದೆ ಆತುರದಿಂದ ಹೇಳಿದಳು ಚಿತ್ರಾ.

ಅಂದರೆ...? ಯಾವುದೋ ನೆಪದಿಂದ ತನ್ನ ತಂದೆ ತಾಯಿಗಳನ್ನು ಇವರು ದೂರ ಮಾಡಿದ್ದಾರೆ!

“ಇಂಥ ಪ್ರಶ್ನೆಗಳನ್ನೆಲ್ಲ...ಯಾಕೆ ಕೇಳ್ತಿದ್ದೀರಿ..?”

“ನಾನಾಗಲೇ ಹೇಳಿದ್ನಲ್ಲ, ಕೆಲವು ಪ್ರಶ್ನೆಗಳು ವಿಚಿತ್ರವಾಗಿರುತ್ತೆ...ಅದರೂ ಕೇಳ್ತೀನಿ ಅಂತ! ಮೊದಲು ನನಗೆ ಪ್ರಶ್ನೆ ಕೇಳೋಕೆ ಅವಕಾಶ ಕೊಡು. ಆಮೇಲೆ ನಿನ್ನ ಪ್ರಶ್ನೆಗಳನ್ನು ಕೇಳು”

“ಆಗಲಿ ಬಾಸ್, ಸರಿ ಪ್ರಶ್ನೆಗಳು ಮುಂದುವರಿಯಲಿ..”

ಮಾತಿನಲ್ಲಿ ಕೀಟಲೆ ಮುಂದುವರಿದಿತ್ತು.

"ನನ್ನ ತಂದೆ-ತಾಯಿಯರ ವಿಷಯ ಹೇಳಿದೆ. ಇನ್ನು ನಿನ್ನ ತಂದೆ ತಾಯಿಗಳು ನನ್ನ ಮನೆಗೆ ಯಾಕೆ ಎಂದೂ ಬಂದಿಲ್ಲ?"

"ಅವರಿದ್ದರೆ ತಾನೇ ಬರೋದು..?"

"ಅಂದರೆ...?"

"ನಾನು ಅನಾಥೆ, ಅದೆಲ್ಲ ತಿಳಿದು ನನ್ನನ್ನು ಹಂಗಿಸೋಕೆ ಹೀಗೆ ಮಾತಾಡ್ತಿದ್ದೀರಾ?"

ಚಿತ್ರ ಕಣ್ಣಲ್ಲಿ ನೀರು ತುಳುಕಿತು!

"ಸಾರಿ, ವೆರಿ ವೆರಿ ಸಾರೀ...ನಿನ್ನ ನೋಯಿಸೋದು ನನ್ನ ಉದ್ದೇಶ. ಯಾಕೋ ಎಲ್ಲಾ ಮರೆತು ಹೋಗಿದೆ. ನೆನಪು ಮಾಡಿಕೊಳ್ಳೋಕೆ ಪ್ರಯತ್ನ ಮಾಡ್ತಿದ್ದೇನೆ"

"ಸುಮ್ಮನೇ ಇಲ್ಲದ್ದು ಯಾಕೆ ಯೋಚನೆ ಮಾಡಿ ಒದ್ದಾಡ್ತೀರಾ? ಹಾಯಾಗಿರಿ...ಇರೋ ಪರಿಸ್ಥಿತಿಯನ್ನು ಅರ್ಥ ಮಾಡಿಕೊಂಡು ಸುಖವಾಗಿರೋದು ಬಿಟ್ಟು ಯಾಕೆ ಈ ಅನುಮಾನ? ಯಾಕೆ ಈ ಗೊಂದಲ?"

"ಇಲ್ಲ ಚಿತ್ರ, ನೆನಪು ಮಾಡಿಕೊಳ್ಳಕ್ಕೆ ಪ್ರಯತ್ನ ಮಾಡ್ತಿದ್ದೆ ಅಷ್ಟೇ...ಅದರಿಂದ ಏನೂ ಆಗ್ಬೇಕಿಲ್ಲ..ಆದರೂ ನೆನಪಿರಬೇಕಲ್ಲ..?"

ವಿವೇಕನ ಮಾತಿನ ನಂತರ ಕೆಲವು ನಿಮಿಷ ಅವರ ನಡುವೆ ಮೌನದ ಗೋಡೆ.

"ಚಿತ್ರ, ನೀನು ನನ್ನಿಂದ ಯಾವ ವಿಷಯವನ್ನು ಮುಚ್ಚಿಟ್ಟಿಲ್ಲ ಅಲ್ವಾ?"

"ನನ್ನ ಮೇಲೆ ನಂಬಿಕೆ ಇಲ್ಲವೇ?"

"ಇದು ನಂಬಿಕೆ ಪ್ರಶ್ನೆ ಅಲ್ಲ ಚಿತ್ರಾ..ಈಗ ನಾವು ಇರೋದಕ್ಕಿಂತ ಉತ್ತಮವಾಗಿ ಬದುಕೋದಕ್ಕೆ ಆಗಲ್ವೇ ಅಂತ ಯೋಚನೆ ಮಾಡ್ತಿದ್ದೆ.."

"ಅಂದರೇನು ನಿಮ್ಮ ಮಾತಿನ ಅರ್ಥ..?"

"ಅಂದರೆ ಯಾವ ಹೆದರಿಕೇನೂ ಇಲ್ಲದೆ, ಯಾರ ಭಯವೂ ಇಲ್ಲದೆ... ನಮ್ಮ ಮನಸ್ಸಿಗೆ ಹೇಗೆ ಬೇಕೋ ಹಾಗೆ ಬದುಕಬೇಕು!"

"ಈಗ ನಮಗೆ ಯಾವ ಭಯ ಇದೆ...? ಯಾರ ಭಯ ಇದೆ..?"

ಚಿತ್ರಳಿಗೆ ಆತಂಕ ಶುರುವಾಗಿತ್ತು! ದೇವರೇ...ಈ ವಿವೇಕನಿಗೆ ಏನಾಗಿದೆ..?

"ಟೈಗರ್...ಅವನ ಭಯ!"

ವಿವೇಕನ ಬಾಯಿಂದ ಹೊರಬಿದ್ದ ಆ ಒಂದು ಶಬ್ದಕ್ಕೆ ಚಿತ್ರಳ ಮುಖದಲ್ಲಿ ಗಾಬರಿ ಕಾಣಿಸಿತು! ಮುಖ ಕಪ್ಪಿಟ್ಟಿತು!

"ಹೌದು ಚಿತ್ರ...ಜಾಕ್ ಇದ್ದಕ್ಕಿದ್ದ ಹಾಗೆ ಮಾಯವಾಗಿದ್ದಾನೆ! ಟೈಗರ್ ಹೆಸರು ಹೇಳಿ ಹೆದರಿಸ್ತಾ ಇದ್ದ! ಅವನಿಗೆ ನಾವು ಯಾಕೆ ಹೆದರಬೇಕು? ಅವನು ಯಾವ

ದೊಣ್ಣೆ ನಾಯಕ? ನಮ್ಮ ಮೇಲೆ ಅಧಿಕಾರ ಚಲಾಯಿಸೋಕೆ ಅವನು ಯಾರು? ನಿನಗೆ ಹಾಗೆ ಅನಿಸ್ತಾ ಇಲ್ವಾ? ಅವನಿಗೆ ಹೆದರಿ ನಾವು ಯಾಕೆ ಬದುಕಬೇಕು? ನೀನು ನನಗೆ ಸಹಾಯ ಮಾಡಿದರೆ ಅವನನ್ನ ನಾನು ಬಗ್ಗು ಬಡೀತೀನಿ! ಹೇಳು ಚಿತ್ರ, ನೀ ನನಗೆ ಹೆಲ್ಪ್ ಮಾಡ್ತೀಯಾ"

ವಿವೇಕನ ಮಾತು ಖಡಕ್ಕಾಗಿತ್ತು! ಆ ಮಾತಿನಲ್ಲಿ ತುಂಬಿದ್ದ ವಿಶ್ವಾಸಕ್ಕೆ ಚಿತ್ರಾ ಬೆಚ್ಚಿದಳು!

"ಇದೆಂಥ ಪ್ರಶ್ನೆ? ಖಂಡಿತವಾಗಲೂ ಡಾರ್ಲಿಂಗ್, ನಾನು ನಿನಗೆ ಹೆಲ್ಪ್ ಮಾಡೇ ಮಾಡ್ತೀನಿ..ಅದು ಯಾವಾಗಲೂ ಇರುತ್ತೆ..ಈ ದೇಹದಲ್ಲಿ ಉಸಿರಿರೋವರೆಗೂ ನಾನು ನಿಮ್ಮವಳು...ನಿಮ್ಮ ಆರ್ಧಾಂಗಿ.."

ಚಿತ್ರ ಉದ್ವೇಗಗೊಂಡಿದ್ದಳು!

"ಚಿತ್ರಾ...ಹಾಗಾದ್ರೆ ಹೇಳು, ಟೈಗರ್ ಯಾರು? ಅವನಿಗೂ ನಮಗೂ ಏನು ಸಂಬಂಧ?"

"ಅದೊಂದು ವಿಷಯ ಮಾತ್ರ ಕೇಳಬೇಡಿ ಪ್ಲೀಸ್..."

ಚಿತ್ರ ಹೆದರಿದ್ದಳು!

"ಯಾಕೆ ಅದಕ್ಕೆ ನಿನ್ನತ್ರ ಉತ್ತರ ಇಲ್ಲವೇ?"

"ಇದ್ದಿದ್ರೆ ಯಾವತ್ತೂ ನಿಮಗೆ ಹೇಳ್ಬಿಡ್ತಿದ್ದೆ.."

"ಅಂದರೆ ಟೈಗರ್ ಅಂತ ಒಬ್ಬ ವ್ಯಕ್ತಿ ಇದ್ದಾನೆ... ಅವನಿಗೆ ನಾವು ಹೆದರ್ತಾ ಇದ್ದೀವಿ, ಅದು ನಿಜ ತಾನೆ?"

"ಅದೇನೋ ನಿಜ!"

"ಆದರೆ ಯಾಕೆ? ಅದಕ್ಕೊಂದು ಕಾರಣ ಇರಬೇಕಲ್ಲ? ಆ ಕಾರಣ ಯಾವುದು? ಸುಮ್ನೆ ನಾವು ಯಾವನಿಗೋ ಯಾಕೆ ಹೆದರಬೇಕು?"

ವಿವೇಕನ ದನಿ ಎತ್ತರಿಸಿ ಕೇಳಿದ.

"ವಿವೇಕ್, ಸ್ವಲ್ಪ ಹೊತ್ತಿಗೆ ಮುಂಚೆ ನೀವು ಪ್ರಶ್ನೆ ಕೇಳೋದಕ್ಕೆ ಪ್ರಾರಂಭ ಮಾಡಿದಾಗ, ಏನು ಕೇಳ್ತಿರಿ ಅನ್ನೋ ಕಲ್ಪನೆ ಇರ್ಲಿಲ್ಲ, ಆದರೆ ಎಂತ ಅಪಾಯದ ಪ್ರಶ್ನೆ ಕೇಳ್ತಿದ್ದೀರಿ ನಿಮಗೆ ಗೊತ್ತಾ?" ಚಿತ್ರ ದನಿಯಲ್ಲಿ ಆತಂಕವಿತ್ತು.

"ಪ್ರಶ್ನೆಗೆ ಪ್ರಶ್ನೆನೇ ಉತ್ತರ ಅಲ್ಲ"

"ನೀವು ಕೇಳೋ ಅಷ್ಟು ಸರಳವಾಗಿ ಉತ್ತರ ಇದ್ದಿದ್ರೆ, ನಾನು ಅಷ್ಟೇ ಸುಲಭವಾಗಿ ಹೇಳ್ತಾ ಇದ್ದೆ! ಆದರೆ ಒಂದು ಎಚ್ಚರಿಕೆ! ಆ ಮಾತು ಹೇಳೋ ಸ್ಥಳ ಇದಲ್ಲ ಟೈಮು ಕೂಡ ಇದಲ್ಲ"

"ಸರಿ ನನ್ನ ಪ್ರಶ್ನೆಗೆ ಯಾವಾಗ...ಎಲ್ಲಿ.. ಉತ್ತರ ಹೇಳ್ತಿಯ? ಅದನ್ನ ಹೇಳು"

ವಿವೇಕನ ಮಾತಿನಲ್ಲಿ ಅಸಹನೆ ಕಾಣಿಸಿತು!

"ಮನೇಲಿ, ರಾತ್ರಿ ಮಲಗೋಕೆ ಮುಂಚೆ ಹೇಳ್ತೀನಿ, ಸರಿ ತಾನೇ?"

"ಓ.ಕೆ ನಾನು ಕಾಯ್ತೀನಿ"

"ಈಗ ಸಮಾಧಾನವಾಯಿತ ನನ್ನ ದೇವರಿಗೆ?"

"ನನಗೆ ಯಾವಾಗ ಆಸಮಾಧಾನ ಆಗಿತ್ತು?"

ಈಗ್ಲಾದ್ರೂ ರೆಸ್ಟ್ ತಗೊಳ್ಳಿ.

"ಇನ್ನೂ ಕೆಲವು ಪ್ರಶ್ನೆಗಳಿವೆ..."

'ಓ ದೇವರೇ...' ಮನಸ್ಸಿನಲ್ಲೇ ಹೇಳಿಕೊಂಡು ನಿಟ್ಟಿಸಿರಿಟ್ಟಳು ಚಿತ್ರ.

"ಜಾಕ್ ಇದ್ದಾನಲ್ಲ..." ವಿವೇಕ್ ಮುಂದುವರಿಸಿದ.

"ಈಗ ಅವನು ಇಲ್ಲ" ತಕ್ಷಣ ಹೇಳಿದಳು ಚಿತ್ರ.

"ಅದು ಗೊತ್ತು, ಹಿಂದೆ ಇದ್ದ, ಈಗ ಅವನೆಲ್ಲಿ? ನಿಜವಾಗಿ ಅವನದು ಏನು ಕೆಲಸ?"

"ಅವನು ಮನೆ ಹೊರಗಿನ ವ್ಯವಹಾರಗಳನ್ನ ಮಾಡ್ತಾ ಇದ್ದ. ಬ್ಯಾಂಕ್ ವ್ಯವಹಾರ, ಬಾಕಿ ವಸೂಲಿ, ಹೊರಗಿನ ಕಾರ್ಯಕ್ರಮ ಬುಕ್ ಆದ್ರೆ ಹೋಗಿ ಆ ಸ್ಥಳ ಪರೀಕ್ಷೆ ಮಾಡಿ ಬರೋದು, ಆಮೇಲೆ ಪ್ರೋಗ್ರಾಮ್ ಟೈಮ್ನಲ್ಲಿ ನಿಮ್ಮ ಬಾಡಿಗಾರ್ಡಾಗಿ ಕೆಲಸ ಮಾಡ್ತಾ ಇದ್ದ"

"ಅವನು ನಮ್ಮ ಬ್ಯಾಂಕ್ ವ್ಯವಹಾರಗಳನ್ನು ನೋಡುತ್ತಿದ್ದೇನೆ?"

ವಿವೇಕ್ ಅಚ್ಚರಿಯಿಂದ ಕೇಳಿದ

"ಯಾಕೆ ಹಾಗೆ ಕೇಳ್ತಿದ್ದೀರಿ...?"

"ಏನೂ ಇಲ್ಲ...ಸುಮ್ಮನೆ ಕೇಳಿದ.."

ಮೇಲೆಮೇಲೆ ಹೇಳಿದರೂ, ಕಳ್ಳನಂತೆ, ಖಳನಾಯಕನಂತೆ ಕಾಣುವ ಜಾಕ್ ತನ್ನ ಬ್ಯಾಂಕ್ ವ್ಯವಹಾರಗಳನ್ನು ನೋಡಿಕೊಳ್ಳುವುದೇ? ಮನಸ್ಸಿನಲ್ಲೇ ವಿಚಾರ ಮಾಡಿದ ವಿವೇಕ್.

"ಯಾಕೆ ನಿಮಗೆ ಎಲ್ಲರ ಮೇಲು ಅನುಮಾನ ಬರ್ತಿದೆ... ನನ್ನ ಮೇಲು ಸಹ ಅನುಮಾನ ಇರಬಹುದೇ..?"

ಚಿತ್ರಾ ಖಾರವಾಗಿ ಕೇಳಿದಳು.

"ನಿಜ, ನನಗೆ ಎಲ್ಲರ ಮೇಲೂ ಅನುಮಾನ ಬರ್ತಿದೆ ನನ್ನ ಮೇಲೆ ಸಹ ನನಗೆ ಅನುಮಾನ ಬರ್ತಾ ಇದೆ"

ವಿವೇಕ್ ಜೋರಾಗಿ ನಕ್ಕ.

"ಮಾತಲ್ಲಿ ಟೈಮ್ ಕಳೆದು ಹೋಗ್ತಾ ಇದೆ. ಮೊನ್ನೆಯಷ್ಟೇ ಕಾಯಿಲೆಯಿಂದ ರಿಕವರ್ ಆಗಿದ್ದೀರಿ, ಸ್ವಲ್ಪಸ್ವಲ್ಪ ಚೇತರಿಸಿಕೊಳ್ಳುತ್ತಾ ಇದ್ದೀರಿ. ಈಗ ಮತ್ತೆ ಆಯಾಸ ಮಾಡ್ಕೋಬೇಡಿ ರೆಸ್ಟ್ ಮಾಡಿ"

ಚಿತ್ರ ಎಚ್ಚರಿಸಿದಳು. ಆದರೆ ವಿವೇಕನಿಗೆ ಅದರ ಪರಿವೆ ಇರಲಿಲ್ಲ. ತಲೆಯ ತುಂಬೆಲ್ಲ ಅನುಮಾನದ ಇರುವೆಗಳು! ಸರಸರ, ಎಡಬಿಡದೆ ನಿರಂತರವಾಗಿ ಹರಿಯುತ್ತಿದ್ದವು. ಎತ್ತಲೋ ಹರಿಯುತ್ತಿದ್ದವು, ಎರಡು ದಿಕ್ಕುಗಳಿಂದಲೂ ಹರಿಯುತ್ತಿದ್ದವು. ಪ್ರಾರಂಭ ಎಲ್ಲಿ, ಕೊನೆ ಎಲ್ಲಿ ತಿಳಿಯುತ್ತಿಲ್ಲ!

ಕಾಮಲೆ ಕಣ್ಣಿಗೆ ಎಲ್ಲ ಹಳದಿಯಾಗಿ ಕಾಣುತ್ತಂತೆ! ಹಾಗೆ ವಿವೇಕನಿಗೆ ಕಂಡವರೆಲ್ಲ ಸಂಶಯಾಸ್ಪದವಾಗಿ ಕಾಣುತ್ತಿದ್ದರು. ಎಲ್ಲರಲ್ಲೂ ಏನೋ ರಹಸ್ಯ ಇದೆ, ತಾನು ಮಾತ್ರ ಸರಿ ಉಳಿದವರೆಲ್ಲ ನನ್ನ ವಿರುದ್ಧ ಕತ್ತಿ ಮಸೆಯುತ್ತಿದ್ದಾರೆ!

"ದಾದಾ ಶೂಟಿಂಗಿಗೆ ಎಲ್ಲ ರೆಡಿಯಾಗಿದೆ"

ವಿವೇಕನಿಗೆ ಕರೆ ಬಂತು.

***

ಶೂಟಿಂಗ್ ಮುಗಿಸಿ ಮನೆಗೆ ಬರುತ್ತಲೇ ಚಿತ್ರಳ ಕಣ್ಣ ತಪ್ಪಿಸಿ ವಿವೇಕ್ ಮನೆಯ ಕೆಲಸದಾಳುಗಳಿಗೆ 'ಹೀರಾ ಬಂದನೆ?' ಎಂದು ಕೇಳಿದ. ಆದರೆ ಹೀರಾ ವಾಪಸ್ಸು ಬಂದುದರ ಬಗೆಗೆ ಯಾರಿಗೂ ಗೊತ್ತಿರಲಿಲ್ಲ.

ಚಿಂತೆಯಲ್ಲಿ ಮುಳುಗಿದ ವಿವೇಕ್!

ಹೀರಾ ತಾನು ಕೊಟ್ಟ ವಿಳಾಸ ತಲುಪಿದನೆ? ಆಕೆಗೆ ಹಣ ನೀಡಿದನೆ? ಯಾವ ಸುದ್ದಿಯು ಇಲ್ಲ! ಅಥವಾ ಅವನ ಜಾಡ ಹಿಡಿದು ಯಾರಾದರೂ ಅವನಿಗೆ ತೊಂದರೆ ಮಾಡಿರಬಹುದೆ? ಏನಾಗಿರಬಹುದು...? ತನಗೆ ಎಲ್ಲರ ಮೇಲೆ ಸಂಶಯ ಬರುತ್ತಿರುವುಕ್ಕೆ ಕಾರಣ ಇದೆ! ಏಕೆಂದರೆ ತಾನಿರುವುದೇ ಸಂಶಯಾಸ್ಪದವಾದ ಸ್ಥಾನದಲ್ಲಿ.... ಸಂಶಯಾತ್ಮಕವಾದ ಜಾಗದಲ್ಲಿ! ಮಾಡುತ್ತಿರುವ ಕೆಲಸ ಕೂಡ ಸಂಶಯಾಸ್ಪದವೇ..!

ಹೀರಾ ಏನಾದ? ಬದುಕಿರುವನೋ ಇಲ್ಲವೋ..? ಸತ್ತಿದ್ದರೆ ಅವನ ಸಾವಿಗೆ ಯಾರು ಕಾರಣ..? ಹೀರಾ ವಿಷಯ ಚಿತ್ರಾಗೆ ಗೊತ್ತೆ? ಅವನ ಸಾವಿನಲ್ಲಿ ಚಿತ್ರಾ ಕೈವಾಡವಿದೆಯೆ?

17

ಯಾರನ್ನೂ ನಂಬುವಂತಿಲ್ಲ! ಏನು ಮಾಡಬೇಕು? ತಿಳಿಯುತ್ತಿಲ್ಲ. ಇದ್ದಕ್ಕಿದ್ದಂತೆ ಒತ್ತರಿಸಿಕೊಂಡು ಬರುವ ಕನಸುಗಳು ಸ್ಪಷ್ಟವಾಗಿ ಏನನ್ನೂ ಸೂಚಿಸುತ್ತಿಲ್ಲ! ಕಾರಿಗೆ ಎದುರಾಗಿದ್ದ ಯುವತಿಯ ಹೆಸರು ಒಂದಕ್ಷರದ ಮುಂದಿನದು ನೆನಪಾಗುತ್ತಿಲ್ಲ! ?

ಅಕೆಯ ಹೆಸರು ಬರೀ...'ಸು...?' ಮುಂದೇನಿರಬಹುದು? ಅದೇಕ ನನಗೆ ನೆನಪಾಗುತ್ತಿಲ್ಲ? ವಿವೇಕ ಹಲವು ಸಲ ತನ್ನ ಕೈಗಳನ್ನು ಹಿಸುಕಿಕೊಳ್ಳುತ್ತಿದ್ದ. ಚಿತ್ರ ಆಗಾಗ್ಗೆ ಅವನ ಆ ಹೊಸ ಚರ್ಯೆಯನ್ನು ಗಮನಿಸುತ್ತಿದ್ದಳು.

ರಾತ್ರಿ ಊಟ ಮುಗಿದಿತ್ತು. ವಿವೇಕ್ ಹೆಚ್ಚು ಸಮಯ ಟಿವಿ ಮುಂದೆ ಕಳೆಯಲಿಚ್ಛಿಸದೆ ಬೆಡ್ರೂಮಿಗೆ ಬಂದ.

ಅವನ ಮನಸ್ಸಿನಲ್ಲಿ ಇದ್ದಿದ್ದು ಒಂದೇ ಪ್ರಶ್ನೆ: ಹೀರಾ ಏಕೆ ಬಂದಿಲ್ಲ? ಅವನಿಗೆ ಫೋನ್ ಮಾಡಲು ಚಿತ್ರ ಅಡ್ಡಿಯಾಗಿದ್ದಳು. ಮನೆಯ ಯಾವ ಮೂಲೆಯಲ್ಲಿ ನಿಂತು ಫೋನ್ ಮಾಡಿದರೂ ಅದನ್ನು ಅವಳು ಗಮನಿಸುತ್ತಾಳೆ! ಬೇರೆ ದಾರಿ ಕಾಣದೆ ವಿವೇಕ ಹಾಸಿಗೆಯ ಮೇಲೆ ಕುಳಿತು ಸಿನಿಮಾ ಮ್ಯಾಕ್ಸಿನನ್ನು ನೋಡತೊಡಗಿದ.

ಇಂದು ರಾತ್ರಿ ಆ ಟೈಗರ್ ಬಗ್ಗೆ ಹೇಳುತ್ತೇನೆ ಎಂದಿದ್ದಳು ಚಿತ್ರ! ಅದಕ್ಕಾಗಿ ವಿವೇಕ್ ಕಾಯುತ್ತಿದ್ದ! ಏನು ಹೇಳಬಹುದು? ಅದರಿಂದ ತನ್ನ ಮುಂದಿನ ಕಾರ್ಯಸೂಚಿ ರೂಪಿಸಬಹುದೇ? ಅವನು ಯಾರು? ಅವನೆಷ್ಟು ಅಪಾಯಕಾರಿಯಾಗಿರಬಹುದು? ಅವನು ಅಪಾಯಕಾರಿ ಆಗಿರದಿದ್ದರೆ ಚಿತ್ರ ಅವನ ಬೆದರಿಕೆಗೆ ಸೊಪ್ಪು ಹಾಕುತ್ತಿರಲಿಲ್ಲ! ಚಿತ್ರ ಮಾನಸಿಕವಾಗಿ ಗಟ್ಟಿ ಹೆಣ್ಣು. ಅಂದರೆ ಅವನು ಸಾಕಷ್ಟು ಬಲಿಷ್ಠ! ಅಪಾಯಕಾರಿ! ಯಾವನೋ ಭೂಗತ ಲೋಕದ ರೌಡಿಯೇ ಇರಬೇಕು! ಚಿತ್ರಳಿಂದ ಹಣ ಸುಲಿಯುತ್ತಿರಬಹುದು! ಅಂದರೆ ಚಿತ್ರಾಳ ಯಾವುದೋ ಒಂದು ಸೂಕ್ಷ್ಮವಾದ ಸಂಗತಿ ಅವನಿಗೆ ಗೊತ್ತಿದೆ... ಹಣ ಕೊಡದಿದ್ದರೆ ಅದನ್ನು ಜಗಜ್ಜಾಹೀರು ಮಾಡುತ್ತೇನೆ ಎನ್ನುವ ಬೆದರಿಸಿ ಹಣ

ಸುಲಿಯುತ್ತಿದ್ದಾನೆ! ತಾನು ನಟಿಸಿ, ಗಳಿಸಿದ ಆದಾಯದ ಬಹುಪಾಲು ಆ ಟೈಗರ್ ಕಸಿಯುತ್ತಿದ್ದಾನೆ!

ಅದು ಹೇಗಾದರೂ ಆಗಲಿ... ಟೈಗರ್ ಚಿತ್ರಗಳಿಂದ ಬ್ಲಾಕ್ ಮೇಲ್ ಮಾಡುತ್ತಿದ್ದಾನೆ ಎಂದುಕೊಂಡರೂ ಕೂಡ, ತನಗೆ ಈ ಭಾವನೆ ಏಕೆ ಬರುತ್ತಿದೆ? ನಾನು ನಾನೇ ಅಲ್ಲ ಎನ್ನುವ ಭಾವನೆ ಏಕೆ? ತಾನು ವಿವೇಕ ಅಲ್ಲದಿದ್ದರೆ ಬೇರೆ ಯಾರು? ಆ ತುಣುಕು ತುಣುಕಾಗಿ ಬರುತ್ತಿರುವ ಕನಸುಗಳು ಏನನ್ನೋ ಅಸ್ಪಷ್ಟವಾಗಿರುವುದನ್ನು ಸೂಚಿಸುತ್ತವೆ. ಆದರೆ ಆಳಕ್ಕೆ ಹೋದರೆ ಮಾಯವಾಗುತ್ತವೆ! ಮರಳುಗಾಡಿನ ಓಯಸಿಸ್ಸಿನಂತೆ! ಮರಳುಗಾಡಿನಲ್ಲಿ ಹೀಗೆ ಆಗುವುದಂತೆ. ಪ್ರಯಾಣಿಕರಿಗೆ ಸ್ವಲ್ಪ ದೂರದಲ್ಲೇ ನೀರು, ಗಿಡಮರಗಳು, ಹಸಿರು ಎಲ್ಲ ಕಾಣಿಸುತ್ತವೆಯಂತೆ. ಅದರ ದಿಕ್ಕು ಹಿಡಿದು ಹೋದರೆ ಅಲ್ಲಿ ಬರಿ ಮರಳೇ ಇರುತ್ತದೆ! ಮತ್ತೆ ನೋಡಿದರೆ ಆನತಿ ದೂರದಲ್ಲಿ ಅದೇ ನೀರಿರುವ ತಾಣದಂತೆ ಕಾಣಿಸುತ್ತದೆ! ತನ್ನ ಸ್ಥಿತಿಯೂ ಹೀಗೇ ಆಗಿದೆ! ಕನಸುಗಳು ಬೀಳುತ್ತಿವೆ... ಆ ಕನಸಿನ ಮೂಲ ಹಿಡಿಯಲು ಯೋಚಿಸತೊಡಗಿದರೆ ಎಲ್ಲ ಅಳಿಸಿ ಹೋಗುತ್ತಿದೆ.

ನೋಡೋಣ ಈಗ ಚಿತ್ರ ಹೇಳುವ ವಿಷಯ ಹೇಗಿರಬಹುದು? ಆ ಟೈಗರ್, ಜಾಕ್ ಇವರ ರಹಸ್ಯ ಏನಿದೆ? ಯಾವ ಮಟ್ಟದಲ್ಲಿದೆ?

ವಿವೇಕ ಸಹನೆಯಿಂದ ಕಾಯುತ್ತಿದ್ದ ಚಿತ್ರಳಿಗಾಗಿ... ಆಕೆ ಅನಾವರಣಗೊಳಿಸಬಹುದಾದ ರಹಸ್ಯಕ್ಕಾಗಿ!

***

ಚಿತ್ರಾಳ ಮಾಮೂಲು ದಿನಚರಿ ರಾತ್ರಿ ಊಟದ ನಂತರ ಕಿಚನ್ಗೆ ಹೋಗಿ ಅಲ್ಲಿ ಅಡಿಗೆ ಕೆಲಸದವರು ಎಲ್ಲ ಸ್ವಚ್ಛ ಮಾಡಿದ್ದಾರೆಯೇ? ವಸ್ತುಗಳನ್ನು ಆಯಾ ಜಾಗದಲ್ಲಿಟ್ಟು ಹೋಗಿದ್ದಾರೆಯೇ ಎನ್ನುವುದನ್ನು ಖಾತ್ರಿ ಮಾಡಿಕೊಳ್ಳುವುದು.

ಇಂದು ಆ ಕೆಲಸದಲ್ಲಿ ಮಾಮೂಲಿಗಿಂತ ಹೆಚ್ಚು ಸಮಯವನ್ನು ವ್ಯಯಿಸಿದಳು. ಅದಕ್ಕೆ ಕಾರಣವೂ ಇತ್ತು! ಬೆಳಗ್ಗೆ ಶೂಟಿಂಗ್ ಸಮಯದಲ್ಲಿ ವಿವೇಕ ಕೇಳಿದ ಅಪಾಯಕಾರಿ ಪ್ರಶ್ನೆಗಳಿಗೆ ಉತ್ತರ ಹೇಳುತ್ತೇನೆಂದು ಪ್ರಾಮಿಸ್ ಮಾಡಿದ್ದಳು. ಈಗ ಆ ಸಮಯ ಬಂದಿದೆ! ಎಲ್ಲ ವಿಷಯವನ್ನೂ ವಿವೇಕನಿಗೆ ಹೇಳಬೇಕಾಗಿದೆ! ಹೇಳಿದರೆ ಅದರ ಪರಿಣಾಮ ನೆನಸಿಕೊಂಡು ಚಿತ್ರ ನಡುಗಿದಳು! ಆ ಪರಿಣಾಮ ಘೋರವಾಗಿರುತ್ತದೆ! ಅದು ತನ್ನ ಮತ್ತು ವಿವೇಕನ ಅಸ್ತಿತ್ವಕ್ಕೇ ಅಪಾಯಕಾರಿ! ಈ ಪರಿಸ್ಥಿತಿಯನ್ನು ಹೇಗೆ ನಿಭಾಯಿಸಲಿ? ಏನು ಮಾಡಲಿ ಎನ್ನುವ ಚಿಂತೆಯಲ್ಲೇ ಹೆಚ್ಚು ಸಮಯ ಕಳೆಯುತ್ತಿದ್ದಳು. ಬೇಕೆಂದೇ ಸಮಯ ಕೊಲ್ಲುತ್ತಿದ್ದಳು! ಆದರೆ ಎಷ್ಟು ಹೊತ್ತು ಕಿಚನ್ನಿನಲ್ಲೇ ಇರಲು ಸಾಧ್ಯ?

ರಾತ್ರಿ ಮನೆಗೆ ಬಂದಾಗ ಹೀರಾ ಇಲ್ಲದಿರುವುದು ಚಿತ್ರಾ ಗಮನಿಸಿದ್ದಳು. ಮಧ್ಯಾಹ್ನದ ಮೇಲೆ ಅರ್ಧ ದಿನ ರಜಾ ಎಂದು ಹೇಳಿದವನು ಇನ್ನೂ ಬಂದಿಲ್ಲ. ಅದಕ್ಕೇನು ಕಾರಣ ?ಮುಂಬೈಯಲ್ಲಿ ಯಾರೋ ನೆಂಟರ ಮನೆಗೆ ಹೋಗುತ್ತೇನೆ ಎಂದು ಹೇಳಿದ್ದ. ಬಹುಶಹ ಅಲ್ಲೇ ಊಟ ಮುಗಿಸಿ ಅವರ ಬಲವಂತಕ್ಕೆ ಉಳಿದಿರಬಹುದು. ಆದರೆ ಹಿಂದೆ ಎಂದೂ ತನ್ನ ಬಂಧುಗಳ ಬಗೆಗೆ ಹೀರಾ ಹೇಳಿದ್ದು ನೆನಪಿರಲಿಲ್ಲ?

ಮತ್ತೇನೋ ನೆನಪಾಯಿತು. ಎರಡು ದಿನಗಳ ಹಿಂದೆ ವಿವೇಕ್ ನರ್ಸಿಂಗ್ ಹೋಮಿಗೆ ಫೋನ್ ಮಾಡುತ್ತಿದ್ದದ್ದು ನೆನಪಾಯಿತು. ಆ ದಿನ ಕಾರಿಗೆ ಸಿಕ್ಕ ಯುವತಿಗೆ ಸ್ವಲ್ಪ ಹಣ ಕಳಿಸಬೇಕು ಎಂದಿದ್ದ. ಆ ಪ್ರಯತ್ನ ಅವನು ಮುಂದುವರಿಸಿರಬಹುದೆ? ಹಾಗೆ ಕಳಿಸಲು ಅವನಿಗೆ ಹಣ ಎಲ್ಲಿಂದ ಸಿಕ್ಕಿದೆ? ಹಣ ಬೇಕೆಂದರೆ ಅವನು ತನ್ನನ್ನೇ ಕೇಳಬೇಕಿತ್ತು, ಆದರೆ ಈವರೆಗೆ ಕೇಳಿಲ್ಲ! ಅಂದರೆ ಆ ಯೋಚನೆ ಕೈಬಿಟ್ಟನೆ?

ಇಲ್ಲ, ಇತ್ತೀಚಿಗೆ ವಿವೇಕ್ ಸ್ವಭಾವ ಬದಲಾಗುತ್ತಿದೆ! ಏನೇನೋ ಕೇಳುತ್ತಿದ್ದಾನೆ! ಎಲ್ಲವನ್ನೂ ತಿಳಿದುಕೊಳ್ಳಲು ಪ್ರಯತ್ನಿಸುತ್ತಿದ್ದಾನೆ. ಅದು ತೀರಾ ಅಪಾಯಕಾರಿ! ಈ ವಿಷಯದಲ್ಲೂ ಅವನು ತಾನು ಊಹಿಸುವುದಕ್ಕಿಂತ ಒಂದು ಹೆಜ್ಜೆ ಮುಂದಿಟ್ಟಿರಬಹುದೇ? ತಾನು ಹಣ ಇಟ್ಟಿರುವ ಜಾಗ ಹುಡುಕಿ ಸ್ವಲ್ಪ ಹಣ ತೆಗೆದು ಯಾರ ಮೂಲಕವಾದರೂ ಆ ಯುವತಿಗೆ ತಲುಪಿಸುವ ವ್ಯವಸ್ಥೆ ಮಾಡಿರಬಹುದು?

ಅದನ್ನು ಕಂಡುಹಿಡಿಯುವುದು ಬಹಳ ಸುಲಭ. ಕ್ಯಾಶ್ ಬಾಕ್ಸ್ ನಲ್ಲಿರುವ ಹಣ ಎಣಿಸಿದರೆ ಆಯಿತು!

ಚಿತ್ರ ತನಗಾಗಿ ಮಾಡಿಕೊಂಡಿದ್ದ ಸ್ಟಡಿ ರೂಮು ಹೊಕ್ಕು, ಅಲ್ಮೈರಾದ ಕಪಾಟಿನಲ್ಲಿಟ್ಟಿದ್ದ ಕ್ಯಾಶ್ ಬಾಕ್ಸ್ ತೆಗೆದು ನೋಡಿದಳು. ನೋಡುತ್ತಲೇ ಅದರ ಗಾತ್ರ ಕಡಿಮೆಯಾಗಿರುವುದು ಖಂಡಿತ. ಐನೂರು ರೂಪಾಯಿ ನೋಟುಗಳ ಬಂಡಲ್ಗಳಲ್ಲಿ ಎರಡು ಕಡಿಮೆಯಾಗಿರುವುದು ಗೋಚರಿಸಿತು!

ಅವಳ ಎದೆ ದಸಕ್ಕೆಂದಿತು! ಹಣ ಕಡಿಮೆಯಾಗಿದ್ದಕ್ಕೆ ಅಲ್ಲ! ಅದನ್ನು ವಿವೇಕ್ ತೆಗೆದುಕೊಂಡಿರುವ ಸಾಧ್ಯತೆಗೆ! ಅಂದರೆ ತನ್ನ ಊಹೆ ನಿಜವಾಗಿದೆ! ವಿವೇಕ ಹಣ ತೆಗೆದುಕೊಂಡು ಅದನ್ನು ಹೀರಾ ಮೂಲಕ ಆ ಯುವತಿಗೆ ಕಳಿಸುವ ಪ್ರಯತ್ನ ಮಾಡಿದ್ದಾನೆ!!

ಇದು ತೀರಾ ಅಪಾಯಕಾರಿ! ಹಣದ ಬಗೆಗೆ ಚಿಂತೆ ಇಲ್ಲ! ಐನೂರರ ಎರಡು ಬಂಡಲ್ಗಳು ದೊಡ್ಡ ಮೊತ್ತವೇನಲ್ಲ! ಆದರೆ ಅದರ ಹಿಂದೆ ಇರುವ ವಿವೇಕನ

ಉದ್ದೇಶಕ್ಕೆ ಹೆದರಿದಳು! ಆತಂಕಗೊಂಡಳು! ಇದು ಹೀಗೆ ಮುಂದುವರಿದರೆ ತನಗೆ ಉಳಿಗಾಲವಿಲ್ಲ! ಹೇಗಾದರೂ ಇದನ್ನು ಹತ್ತಿಕ್ಕಲೇಬೇಕು ವಿವೇಕನಲ್ಲಿ ಕಾಣಿಸುತ್ತಿರುವ ಈ ಬದಲಾವಣೆ ಅಪಾಯಕಾರಿ!

ಚಿತ್ರ ಸ್ಟಡಿ ರೂಮಿನ ಬಾಗಿಲು ಮುಚ್ಚಿ ಲಾಕ್ ಮಾಡಿ ಫೋನ್ ಕೈಗೆತ್ತಿಕೊಂಡಳು.

ಕೆಲವೇ ಮಾತುಗಳಲ್ಲಿ ಏನು ಮಾಡಬೇಕು ಎನ್ನುವ ನಿರ್ದೇಶನಗಳನ್ನು ಯಾರಿಗೋ ಕೊಟ್ಟು ಕಾಲ್ ಕಟ್ ಮಾಡಿದಳು.

ಸಮಾಧಾನವಾಗುತ್ತಲೆ ರೂಮಿನ ಬಾಗಿಲು ತೆಗೆದು ಆಚೆ ಕಾಲಿಟ್ಟಳು!

ಎದುರಿಗೇ ನಿಂತಿದ್ದ ವಿವೇಕ್!

ಬೆಚ್ಚಿಬಿದ್ದಳು ಚಿತ್ರ!

"ಬಹಳ ಹೊತ್ತು ಕಾಯ್ತಾ ಇದ್ದೆ! ನೀನು ಮಲಗೋದಕ್ಕೆ ಬರಲೇ ಇಲ್ಲ, ಅದಕ್ಕೆ ಹುಡುಕುತ್ತಾ ಬಂದೆ"

ಬೆದರಿದ್ದ ಚಿತ್ರಾಳಿಗೆ ಹೇಳಿದ.

"ಮೈ ಗಾಡ್ ನನಗೆ ಎಷ್ಟೊಂದು ಹೆದರಿಕೆಯಾಗಿತ್ತು ಗೊತ್ತಾ?"

"ನನ್ನನ್ನು ನೋಡಿ ಹೆದರಿಕೆ ಆಯ್ತಾ? ಈ ಸೂಪರ್ ಹೀರೋ..ಲಕ್ಷಾಂತರ ಜನರು ಮೆಚ್ಚಿರುವ ಈ ವ್ಯಕ್ತಿ ಬಗ್ಗೆ ಅಷ್ಟೊಂದು ಭಯವೆ?"

"ನಿಮ್ಮನ್ನು ನೋಡಿ ಅಲ್ಲ. ಸಾಮಾನ್ಯವಾಗಿ ಈ ಕಡೆ ಯಾರು ಬರೋದಿಲ್ಲ. ಅದಕ್ಕೆ ಹೆದರಿಕೆಯಾಗಿತ್ತು. ನೀವು ನಡೀರಿ ನಾನು ಹತ್ತು ನಿಮಿಷದಲ್ಲಿ ನಿಮಗೆ ಹಾಲು ತಗೊಂಡು ಬರ್ತೀನಿ'

ವಿವೇಕ್ ಮರುಮಾತಾಡದೆ ಹಿಂತಿರುಗಿದ.

ಚಿತ್ರಾ ತನ್ನನ್ನು ಕಂಡು ಹೆದ್ರಿದ್ದೇಕೆ? ಆ ರೂಮಿನಲ್ಲಿ ಏನೋ ರಹಸ್ಯ ಅಡಗಿರಬೇಕು! ಯಾವತ್ತಾದರೂ ಚಿತ್ರಾ ಗಮನಕ್ಕೆ ಬರದಂತೆ ಇನ್ನೊಮ್ಮೆ ಈ ರೂಮಿನ ರಹಸ್ಯ ತಿಳಿದುಕ್ಕೊಳ್ಳಬೇಕು!

ವಿವೇಕನಿಗೆ ಚಿಂತೆಯಾಗಿತ್ತು!

ತಾನು ಕಳಿಸಿದ್ದ ಹೀರಾ ಏಕೆ ಬರಲಿಲ್ಲ? ಕಾರಣ ಏನಿದ್ದಿರಬಹುದು? ಆ ಒಂದಕ್ಷರ ಹೆಸರಿನ ಯುವತಿ 'ಸು...' ಅವನಿಗೆ ಸಿಕ್ಕಿದಳೆ.. ಇಲ್ಲವೆ? ಅಕಸ್ಮಾತ್ ಸಿಕ್ಕಿದ್ದರೂ, ಸಿಗದೆ ಇದ್ದರೂ ಈ ಸಮಯಕ್ಕೆ ಹೀರಾ ಹಿಂತಿರುಗಲೇಬೇಕಿತ್ತು! ಅಕಸ್ಮಾತ್ ಆಕೆ ಇವನಿಗೆ ಆಕೆ ಸಿಕ್ಕಿರಬಹುದು..ಆನಂತರ ಬೇರೇನೋ ನಡೆದಿದ್ದರೆ? ಬೇರೇನು ನಡೆದಿರಲು ಸಾಧ್ಯ? ವಿಷಯ ಏನೇ ಇದ್ದರೂ ಹೀರಾ ಬರಲೇಬೇಕಿತ್ತು. ಬರದಿರಲು ಏನು ಕಾರಣ? ಯಾವ ಘಟನೆ ಅವನನ್ನು

ತಡೆದಿರಬಹುದು?

ಚಿತ್ರ ಹಾಲಿನ ಲೋಟದೊಂದಿಗೆ ಬಂದು, ವಿವೇಕನ ಹಾಸಿಗೆ ಪಕ್ಕದಲ್ಲಿದ್ದ ಟೀಪಾಯ್ ಮೇಲಿಟ್ಟು ನಂತರ ಡ್ರೆಸ್ಸಿಂಗ್ ಟೇಬಲ್ ಬಳಿ ತೆರಳಿದ್ದಳು. ಕುರ್ಚಿಯಲ್ಲಿ ಕೂತು ಮೇಕಪ್ ತೆಗಿಯುತ್ತಿದ್ದಳು. ಟೇಬಲ್ ಮೇಲಿದ್ದ ಅಸಂಖ್ಯ ಬಾಟಲುಗಳಲ್ಲಿ ಕೆಲವೊಂದು ತೆಗೆದುಕೊಂಡು ಮುಖಕ್ಕೆ ಲೇಪಿಸಿಕ್ಕೊಳ್ಳುತ್ತಿದ್ದಳು.

ವಿವೇಕ ಅವಳಿಗಾಗಿ ಕಾಯುತ್ತಿದ್ದ. ಬೆಳಿಗ್ಗೆ ಸ್ಟುಡಿಯೋದಲ್ಲಿ ಕೇಳಿದ ಪ್ರಶ್ನೆಗಳಿಗೆ ರಾತ್ರಿ ಉತ್ತರ ಹೇಳುವೆ ಎಂದಿದ್ದಳು. ಆ ಉತ್ತರಕ್ಕಾಗಿ ವಿವೇಕ್ ಕಾಯುತ್ತಿದ್ದ.

"ಏನಿದು? ಟೀಪಾಯ್ ಮೇಲಿಟ್ಟಿದ್ದ ಹಾಲು ನೀವು ಕುಡಿದೇ ಇಲ್ಲ? ತಣ್ಣಗಾಗುತ್ತಿದೆ... ಮೊದಲು ಕುಡಿದು ಬಿಡಿ"

ಚಿತ್ರ ಡ್ರೆಸ್ಸಿಂಗ್ ಟೇಬಲ್ ಮುಂದೆ ಕುಳಿತಿರುವಂತೆಯೇ ಹೇಳಿದಳು.

ಹಾಸಿಗೆಯ ಮೇಲೆ ಕುಳಿತಿದ್ದ ವಿವೇಕ್ ಟೀಪಾಯ್ ಮೇಲಿದ್ದ ಹಾಲಿನ ಲೋಟ ನೋಡಿದ. ಲಕಲಕಿಸುವ ಬೆಳ್ಳಿಯ ಲೋಟದಲ್ಲಿ ಕಮ್ಮಗೆ ಕಾಯಿಸಿ ಕಂಪು ಸೂಸುತ್ತಿದ್ದ ಹಾಲು. ವಿವೇಕ್ ಬೆಳ್ಳಿಯ ಲೋಟ ಕೈಗೆತ್ತಿಕೊಂಡು ಹಾಲು ತುಟಿಗೆ ಸೋಕಿಸಿದ. ಹಾಲು ಅವನಿಗೆ ತುಂಬಾ ಇಷ್ಟ!

ಮೊದಲನೇ ಗುಟುಕಿಗೆ ಮುಖ ಹಿಂಡಿದ! ಹಾಲಿನ ರುಚಿ ಚೆನ್ನಾಗಿರಲಿಲ್ಲ! ಕೊಂಚ ಕಹಿಯಾಗಿರುವಂತೆ ತೋರಿತು. ಇಂದೇಕೆ ಹೀಗಿದೆ?

18

"ಚಿತ್ರ ಹಾಲಿನ ರುಚಿ ಏಕೆ ಹೀಗಿದೆ?"

"ಏನಾಗಿದೆ?"

"ಏನಾಗಿದೆಯಾ..? ಒಂದು ಹನಿ ಕುಡಿದು ನೋಡು...ಯಾರು ಕಾಯಿಸಿದ್ದು?"

"ಏನಾಗಿದೆ? ನೀವೇ ಹೇಳಿ. ಹಾಲಿನ ರುಚಿ ಅಂದ್ರೆ ನನಗೆ ಅಷ್ಟಕ್ಕಷ್ಟೇ"

"ಏನೋ ಒಂಥರಾ ಕಹಿ"

"ಬೇರೆ ತರಿಸಲೆ?"

"ಬೇಡ ಬಿಡು, ಕುಕ್ ಇಷ್ಟೊತ್ತಿಗೆ ಮಲಗಿಬಿಟ್ಟಿರುತ್ತಾನೆ"

ಚಿತ್ರ ಸೌಂದರ್ಯ ಲೇಖನದ ವಸ್ತುಗಳೊಂದಿಗೆ ಅನುಸಂದಾನ ನಡೆಸಿದ್ದಳು.

"ಏನು..? ಇಡೀ ರಾತ್ರಿ ಡ್ರೆಸ್ಸಿಂಗ್ ಟೇಬಲ್ ಮುಂದೇನೆ ಕಳಿತೀಯೋ ಹೇಗೆ? ಹೋಗಲಿ ಇಷ್ಟೊಂದು ಬ್ಯೂಟಿ ಕೇರ್ ಯಾತಕ್ಕೆ?"

"ಇನ್ಯಾತಕ್ಕೆ ನನ್ನ ಗಂಡನ ಹಿಂದೆ ಇನ್ನೊಂದು ಹೆಣ್ಣು ಸುಳಿಯಬಾರದು ಎಂದು"

"ಅಂತ ಕೆಲಸ ನಾನು ಯಾವತ್ತು ಮಾಡಿದ್ದೆ?"

"ಮದುವೆಗೆ ಮುಂಚೆ..?"

"ಮದುವೆ ಮುಂಚೆ..? ಏನಾಗಿದ್ದೆ..? ಯಾರಿದ್ದರು ನನ್ನ ಬದುಕಲ್ಲಿ..?"

"ಬಿಡಿ...ಹಳೇದೆಲ್ಲಾ ಯಾಕೆ ನೆನಪು..ಮಾಡ್ಕೋಬೇಕು..?"

ಅರೆ ಅಂತ ಮಾತು ನಾನೇಕೆ ಆಡಿದೆ? ಅದನ್ನು ಸರಿಪಡಿಸಿಕ್ಕೊಳ್ಳಬೇಕೆಂದು ತಕ್ಷಣ ಹೇಳಿದಳು.

"ಈಗ ಮೊದಲಿನ ಹಾಗಿಲ್ಲ ಅಲ್ಲವೆ?"

"ಹೌದು, ದೇವರ ದಯೆ.."

"ಇನ್ಯಾಕೆ ಈ ಸೌಂದರ್ಯವರ್ದಕಗಳು..?"

"ನಿಮ್ಮ ಕಣ್ಣಿಗೆ ಚೆನ್ನಾಗಿ ಕಾಣೋಕೆ"

"ನನ್ನ ಕಣ್ಣಿಗೆ ನೀನು ಯಾವತ್ತೂ...ಯಾವಾಗ್ಲೂ ಚೆನ್ನಾಗೆ ಕಾಣ್ತೀಯ. ಅಷ್ಟಿಲ್ಲದೆ ನಿನ್ನ ಮದುವೆಯಾದೆನೆ?"

ವಿವೇಕನ ಆ ಮಾತು ಚಿತ್ರಳಿಗೆ ತುಂಬಾ ಇಷ್ಟವಾಗಿ ನಕ್ಕಳು.

ವಿವೇಕ ಮಾತುಗಳ ಜೊತೆಗೇ ಕಹಿ ಎನಿಸಿದರೂ ಹಾಲು ಕುಡಿದಿದ್ದ.

ನಿಧಾನವಾಗಿ ಮೈ ಭಾರವಾದಂತ ಅನುಭವವಾಯಿತು! ಯಾಕೆ? ಅವನಿಗೆ ಆಶ್ಚರ್ಯ! ಬಹುಶಹ ಆಯಾಸದಿಂದ ಹಾಗಾಗುತ್ತಿದೆ ಎನಿಸಿತು. ಆದರೆ ಇದು ಆಯಾಸವಾದಾಗ ಬರುವ ನಿದ್ರೆಯಂತಿರಲಿಲ್ಲ! ಏನೋ ಒಂದು ರೀತಿಯ ಅಮಲು ಏರಿದಂತೆ.. ಮಿತಿಮೀರಿ ಮದ್ಯ ಸೇವಿಸಿದಾಗ ಆಗುವಂತೆ!

ಚಿತ್ರ ಅವನತ್ತಲೇ ನೋಡುತ್ತಿದ್ದಳು!

ವಿವೇಕನ ದನಿ ಭಾರವಾಗಿತ್ತು!

ನಾಲಿಗೆ ಹೊರಳುತ್ತಿರಲೇ ಇಲ್ಲ! ಅದು ಅವನಿಗೆ ಸ್ಪಷ್ಟವಾಗಿ ಅರ್ಥವಾಗಿತ್ತು. ತಾನು ಮಾತಾಡಲು ಹೊರಟರೆ ತಪ್ಪು ತಪ್ಪಾಗಿ ಮಾತನಾಡಬಹುದು ಎನಿಸುತು! ಛೆ ಇದೆಂಥ ಪರಿಸ್ಥಿತಿ? ನೆನಪು ಕೈ ಕೊಡುತ್ತಿದೆ... ವಿಚಿತ್ರ ಅನುಭವಗಳಾಗುತ್ತಿವೆ! ತನಗೆ ಯಾಕೆ ಹೀಗಾಗುತ್ತಿದೆ.

ನಿಧಾನಕ್ಕೆ ಮಂಕು ಆವರಿಸಿದಂತಾಗಿತ್ತು! ಕಣ್ಣು ತೆರೆದಿರಲು ಸಾಧ್ಯವೇ ಆಗದೆ ಬಲವಂತವಾಗಿ ಕಣ್ಣುಮುಚ್ಚಿದ!

"ವಿವೇಕ್... ವಿವೇಕ್... ವಿವೇಕ್... ಎಚ್ಚರವಾಗಿದ್ದೀರ...ಮಾತಾಡಿ.."

ಚಿತ್ರ ವಿವೇಕನ ಹತ್ತಿರ ಬಂದು ಮೈಯನ್ನು ಅಲುಗಾಡಿಸಿ ಮಾತಾಡಿದಳು. ಅವನಿಗೆ ಎಚ್ಚರವಾಗಲಿಲ್ಲ!

ಚಿತ್ರ ತನ್ನನ್ನು ಕೂಗಿದ್ದು ವಿವೇಕನಿಗೆ ಕೇಳಿಸಿತು...ಆದರೆ ಅದು ಎಲ್ಲೋ ಆಳದಿಂದ ಬಂದಂತಿತ್ತು! ಉತ್ತರಿಸಬೇಕೆನಿಸಿತು... ಆದರೆ ಸಾಧ್ಯವಾಗಲಿಲ್ಲ!

ಚಿತ್ರ ಅವನ ಮೈತುಂಬಾ ರಗ್ಗು ಹೊದಿಸಿದಳು.

ಅವಳಿಗೆ ಸಮಾಧಾನವಾಯಿತು ತುಟಿಯ ಮೇಲೆ ಕಿರುನಗೆ ಲಾಸ್ಯವಾಡಿತು. ಬಾಯಲ್ಲಿ ಹಾಡೊಂದನ್ನು ಗುನುಗಲು ಪ್ರಾರಂಭಿಸಿದಳು.

ಮೊಬೈಲ್ ಕೈಗೆ ತೆಗೆದುಕೊಂಡು ಫೋನ್ ಮಾಡಿದಳು. ಇನ್ನೊಂದು ತುದಿಯಲ್ಲಿ ಫೋನ್ ರಿಂಗ್ ಆದ ಶಬ್ದ ಕೇಳಿಸಿತು

"ಹಲೋ ಡಾಕ್ಟರ್...?"

"ಎಸ್ ಡಾಕ್ಟರ್ ಬ್ಯಾನರ್ಜಿ ಸ್ಪೀಕಿಂಗ್? ತಾವು ಯಾರು?"

"ನಾನು ಚಿತ್ರ.."

"ಹಾ.. ಮೇಡಂಜಿ ಬೋಲಿಯೇ ಮೇ ಆಪ್ಕಾ ಕ್ಯಾ ಸೇವಾ ಕರೂ.."

"ನಿಮ್ಮ ಅಡ್ವೈಸ್ ಫಾಲೋ ಮಾಡಿದೆ. ಈಗ ಆರಾಮವಾಗಿ ಮಲಗಿದ್ದಾರೆ ನೀವು ಬಿಡುವಾಗಿದ್ದೀರಾ?"

"ಹಾ ಹೇಳಿ ಹಾ ಹೇಳಿ..ನಿಮಗಾಗಿ ಬಿಡುವು ಮಾಡ್ಕೋತೀನಿ.."

"ಹಾಗಿದ್ದರೆ ಬನ್ನಿ.."

***

ವಿವೇಕನಿಗೆ ಎಚ್ಚರವಾದಾಗ ಮಾಮೂಲಿಗಿಂತ ಹೆಚ್ಚು ಸಮಯವಾಗಿತ್ತು. ಪಕ್ಕದಲ್ಲಿ ಚಿತ್ರ ಇರಲಿಲ್ಲ.

"ಓ ಷಿ ಈಜ್ ಎ ಅರ್ಲಿ ಬರ್ಡ್! ನಾನು ಸೂರ್ಯವಂಶಿ" ಎಂದುಕೊಂಡು ನಕ್ಕ.

ಥಟ್ಟನೆ ಹಿಂದಿನ ರಾತ್ರಿಯ ಅನುಭವ ನೆನಪಾಯಿತು!

ಅರೆ ತನಗೇಕೆ ಹಾಗಾಯಿತು? ಚಿತ್ರಳನ್ನು ಕೇಳಬೇಕು. ಇಂಟರ್ಕಾಮ್ ಕೈಗೆ ತೆಗೆದುಕೊಂಡು ಕಿಚನ್ ನಂಬರ್ ಬಟನ್ ಒತ್ತಿದ. "

"ಹಲೋ..."

"ಬೋಲೋ ಮಾಲಿಕ್.."

"ಮೇಮ್ ಸಾಬ್ ಅಲ್ಲಿದ್ದಾರಾ?"

"ಇದ್ದಾರೆ, ಏನೋ ಮಾಡ್ತಾ ಇದ್ದಾರೆ, ಕರೆಯಲೆ..?"

"ಹೂ...ಕರಿ..."

"ಏಕ್ ಮಿನಿಟ್..."

ವಿವೇಕ ರಿಸಿವರ್ ಕಿವಿಗೆ ಇಟ್ಟುಕೊಂಡು ಕೆಲವು ಸೆಕೆಂಡುಗಳು ಕಾಯುತ್ತಿದ್ದ.

"ಹಲೋ ವಿಕ್ಕಿ ಡಿಯರ್..ಗುಡ್ ಮಾರ್ನಿಂಗ್" ಚಿತ್ರಳ ದನಿ ಕೇಳಿಸಿತು

"ವೆರಿ ಗುಡ್ ಮಾರ್ನಿಂಗ್...ಏನ್ ಮಾಡ್ತಿದ್ದೀಯಾ ಕಿಚನಲ್ಲಿ?"

"ಬ್ರೇಕ್ ಫಾಸ್ಟ್ ಸೂಪರ್ ಬಾಯ್ಸ್ ಮಾಡ್ತಾ ಇದ್ದೀನಿ"

"ನೆನ್ನೆ ರಾತ್ರಿ ನಾನು ಕುಡಿದ ಹಾಲು.."

"ಡಾರ್ಲಿಂಗ್ ನೆನ್ನೆ ನಿಮಗೆ ಹೇಳೋದು ಮರೆತೆ, ಇವತ್ತು ಬೇಗ ರೆಡಿಯಾಗಿ"

ವಿವೇಕನ ಮಾತನ್ನು ಆಕೆ ಅರ್ಧದಲ್ಲೇ ಕತ್ತರಿಸಿದಳು ಚಿತ್ರ! ಅವಳ ದನಿಯಲ್ಲಿ ಅವಸರವಿತ್ತು!

"ಏಕೆ? ಏನ್ ಪ್ರೋಗ್ರಾಮ್?"

"ಹತ್ತಕ್ಕೆ ಶೂಟಿಂಗ್ ಇದೆ.."

"ಓ..ಮೈ ಗಾಡ್! ಈಗಾಗಲೇ ಒಂಬತ್ತು ಗಂಟೆ"

"ನೀವು ಸಾವಕಾಶವಾಗಿ ತಯಾರಾಗಿ ಬನ್ನಿ, ನೀವು ಬರೋವರ್ಗೂ ಅವರ ಕಾಯುತ್ತಾರೆ.."

ವಿವೇಕ್ ರಿಸೀವರ್ ಕೆಳಗೆ ಇಟ್ಟ! ಥಟ್ಟನೆ ಅನುಮಾನ! ಚಿತ್ರ ತನ್ನನ್ನು ಅವಾಯ್ಡ್ ಮಾಡುತ್ತಿದ್ದಾಳೆ! ರಾತ್ರಿ ತನಗೆ ನಿದ್ರೆ ಅಷ್ಟು ಬೇಗ ಬಂದಿದ್ದಕ್ಕೆ ಆಕೆಯೇ ಕಾರಣ ಇರಬಹುದು! ತಾನು ಕುಡಿದ ಹಾಲಿನಲ್ಲಿ ನಿದ್ರೆ ಮಾತ್ರೆ ಬೆರೆಸಿದ್ದಾಳೆ! ಆ ಕಾರಣಕ್ಕೆ ಹಾಲು ಕಹಿಯಾಗಿತ್ತು!

ದಿನದಿಂದ ದಿನಕ್ಕೆ ರಹಸ್ಯ ತಿಳಿಯಾಗುತ್ತದೆ ಎಂದುಕೊಂಡಿದ್ದರೆ ಅದು ಇನ್ನಷ್ಟು ಗಟ್ಟಿಯಾಗುತ್ತಿದೆ! ಹೀರಾ ಇಲ್ಲಿಯವರೆಗೂ ವಾಪಸ್ಸಾಗಿಲ್ಲ! ಕಾರಣ ಗೊತ್ತಾಗುತ್ತಿಲ್ಲ. ಟೈಗರ್ ವಿಷಯ ಹೇಳಬೇಕಾಗುತ್ತದೆ ಎಂದೇ ಚಿತ್ರ ತನ್ನ ಮೇಲೆ ನಿದ್ರೆ ಮಾತ್ರೆ ಪ್ರಯೋಗ ಮಾಡಿದ್ದಾಳೆ! ಸಂದೇಹವೇ ಇಲ್ಲ! ಜಾಕ್ ಮರೆಯಾಗಿದ್ದಾನೆ! ಕೆಟ್ಟ ಮುಖದ, ದುಷ್ಟನಂತೆ ಕಾಣುವ ವ್ಯಕ್ತಿ ಮಾಲಿ ಸುಖಾರಾಮನೇ ಜಾಕ್ ಇರಬಹುದು!

ಹೌದು ಅದರಲ್ಲಿ ಅನುಮಾನವಿಲ್ಲ ಅವನೇ ಜಾಕ್! ಆದರೆ ತಾನು ವಿವೇಕ್ ಅಲ್ಲ! ಅದೇ ಸತ್ಯವಾಗುವಂತೆ ಕಾಣುತ್ತಿದೆ! ತಾನು ಬೇರೆ ಯಾರೋ...? ಎಲ್ಲಿಯವನೋ..? ಸಿನಿಮಾ ಶೂಟಿಂಗನಲ್ಲಿ ಬಾಗವಹಿಸಿದಂತೆ ಈಗ ನಿಜ ಜೀವನದಲ್ಲಿಯೇ ವಿವೇಕನ ಪಾತ್ರ ವಹಿಸಿದ್ದೇನೆ! ಇದೆಲ್ಲದರ ಹಿಂದೆ ಒಂದು ಮಾಸ್ಟರ್ ಬ್ರೈನ್ ಇದೆ! ಇರಲೇಬೇಕು.... ಅದು ಟೈಗರ್ ಇರಬಹುದು!

ತನಗೆ ಬೀಳುತ್ತಿರುವ ಅಸಂಬದ್ಧ ಕನಸುಗಳು ಯಾವುದೋ ಒಂದು ಒಗಟು ಬಿಡಿಸುವ ಸುಳಿವು ನೀಡುತ್ತಿವೆ! ಅವೆಲ್ಲಾ ಅರ್ಥವಿಲ್ಲದ ಕಗ್ಗಗಳಲ್ಲ! ಅವುಗಳಿಗೂ ತನಗೂ ಏನೋ ಸಂಬಂಧವಿದೆ! ಆ ಸಂಬಂಧ ಯಾವ ರೀತಿಯದು?

ಈ ಎಲ್ಲ ಪ್ರಶ್ನೆಗಳಿಗೆ ಉತ್ತರ ಹೇಳುವವರು ಯಾರು?

ಹೀರಾ ಯಾಕೆ ಇಲ್ಲಿಯವರೆಗೂ ಹಿಂತಿರುಗಿಲ್ಲ?

ಅವನಿಗೆ ಏನಾಯಿತು?

ಒಂದಕ್ಷರದ ಯುವತಿ 'ಸು..'ಳ ಯ ಪೂರ್ಣ ಹೆಸರು ಏನು?

ಟೈಗರ್ ಏಕೆ ನನ್ನ ಮುಂದೆ ಬರುತ್ತಿಲ್ಲ?

ಚಿತ್ರ ತನ್ನನ್ನು ಏಕೆ ಅವಾಯ್ಡ್ ಮಾಡುತ್ತಿದ್ದಾಳೆ! ಟೈಗರ್ ವಿಷಯ ಹೇಳಲೇಬೇಕಾಗಿ ಬಂದಾಗ ತನಗೆ ನಿದ್ರೆ ಮಾತ್ರ ಕೊಟ್ಟಿದ್ದಾಳೆ. ಎಲ್ಲಿಯವರೆಗೆ ಅವಳು ಹೀಗೆ ಟೈಗರ್ ವಿಷಯ ಮರೆಮಾಚುತ್ತಾಳೆ! ಅವಳನ್ನು ಬಿಡುವುದಿಲ್ಲ! ಅವಳನ್ನು ಮತ್ತೆ ಮುಖಾಮುಖಿಯಾಗುತ್ತೇನೆ...ಚರಿತ್ರೆಯನ್ನೆಲ್ಲ ಕೆದಕುತ್ತೇನೆ!

ಆದರೆ ಅದಕ್ಕೆ ಸಾಕಷ್ಟು ಸಮಯ ಸಿಗುತ್ತಿಲ್ಲ! ಬಿಡುವಿಲ್ಲದ ಸೂಪರ್ ಸ್ಟಾರ್ ಗದ್ದಿಗೆಯ ಮೇಲಿರುವೆ! ಒಂದಿಷ್ಟು ಸಮಯ ಸಿಕ್ಕಿದರೆ ಸಿನಿಮಾ ಪತ್ರಿಕೆಗಳ ವರದಿಗಾರರು ಸುತ್ತುವರಿದಿರುತ್ತಾರೆ! ಅವರಲ್ಲಿ ಯಾರಾದರೂ ಒಬ್ಬನನ್ನು ಹಿಡಿದು

ತನ್ನ ಬಗ್ಗೆ ಸಂಪೂರ್ಣ ಮಾಹಿತಿ ಕೊಡಬೇಕೆಂದು ಕೇಳಬಹುದು! ಆದರೆ ಅದಕ್ಕೆ ಅಡ್ಡಿಯಾಗುತ್ತಾಳೆ ಚಿತ್ರ! ಅಷ್ಟಲ್ಲದೆ ಒಂಟಿಯಾಗಿ ಯಾವ ಸಿನಿಮಾ ಪತ್ರಿಕೆ ವರದಿಗಾರನೂ ತನ್ನ ಬಳಿ ಬರುತ್ತಿಲ್ಲ. ಬಂದಿದ್ದರೆ ಏನಾದರೂ ಮಾತಾಡಬಹುದಿತ್ತು, ಏನನ್ನಾದರೂ ಕೇಳಬಹುದಿತ್ತು... ಆದರೆ ಅಂತ ಪರಿಸ್ಥಿತಿಯೇ ಒದಗುತ್ತಿಲ್ಲ!

ಚರಿತ್ರೆಯನ್ನೆಲ್ಲ ಕೆದಕಬೇಕು! ಆದರೆ ಅದಕ್ಕೆ ಸಮಯ ಒಂದಿಷ್ಟು ಬಿಡುವು ಬೇಕು, ಸ್ವಾತಂತ್ರ್ಯ ಬೇಕು... ಬೇಕೆಂದಲ್ಲಿಗೆ ಹೋಗುವ ಸ್ವಾತಂತ್ರ್ಯ ಬೇಕು. ಯಾರೂ ತನ್ನನ್ನು ಗುರುತಿಸಬಾರದು...ಜೊತೆಗೆ ಖರ್ಚಿಗೆ ಹಣ ಬೇಕು!

ಎಂಥ ವಿಪರ್ಯಾಸ ಸೂಪರ್ ಸ್ಟಾರ್ ವಿವೇಕನಿಗೆ ಹಣದ ಕೊರತೆ! ಅವನ ಬಳಿ ಹಣವೇ ಇಲ್ಲ! ಕೋಟಿ ಕೋಟಿ ಗಳಿಸುವ ವಿವೇಕನ ಜೇಬಿನಲ್ಲಿ ಒಂದು ರೂಪಾಯಿ ಕೂಡ ಇಲ್ಲ!!

ಎಲ್ಲಾ ವ್ಯವಹಾರಗಳ ಅಧಿಕಾರ ಚಿತ್ರಾಳಿಗಿತ್ತು! ಪವರ್ ಆಫ್ ಟಾರ್ನಿ ಪಡೆದಿದ್ದಳು! ಯಾವುದೋ ಕಾಲದಲ್ಲಿ ತಾನೇ ಅವಳಿಗೆ ಈ ಅಧಿಕಾರ ಕೊಟ್ಟಿದ್ದೇನೆ...ಅದರ ನೆನಪಿಲ್ಲ! ಅದಕ್ಕೆ ತನ್ನ ಪೂರ್ಣ ಸಮ್ಮತಿ ಇಲ್ಲದೆ ನಡೆದಿರುವುದು!

ಕಳೆದ ರಾತ್ರಿ ಬೇಡವೆಂದರೂ ನಿದ್ರೆ ಒತ್ತರಿಸಿ ಬಂದಿತ್ತು, ಅದರ ಹಿಂದೆ ಏನೋ ನಡೆದಿದೆ! ಯಾವುದೋ ಒಂದು ಇಕ್ಕಟ್ಟಿನ ಪರಿಸ್ಥಿತಿಯಲ್ಲಿ, ಒತ್ತಡದ ಸ್ಥಿತಿಯಲ್ಲಿ, ಭಯದ ನೆರಳಿನಲ್ಲಿ ಅಧಿಕಾರ ಅವಳಿಗೆ ಕೊಟ್ಟಿರಬಹುದು! ಈಗ ತನಗೆ ಬೇಕೆಂದರೆ ಚಿತ್ರಳಿಂದ ಹಣ ಕೇಳಿ ಪಡೆಯಬೇಕು! ಎಂತಹ ಕ್ಷುಲ್ಲಕ ಜೀವನ! ತಾನೊಂದು ಸೂತ್ರದ ಗೊಂಬೆ... ಆ ಸೂತ್ರ ಹಿಡಿದಿರುವ ಚಿತ್ರ! ಅವಳು ದಾರದ ತುದಿಗಳು ಎಳೆದಂತೆ ತಾನು ನಟಿಸಬೇಕು! ನಿಜ ಜೀವನದಲ್ಲೂ ನಟನೇ...ಕ್ಯಾಮರಾ ಮುಂದೆ, ಸಿನಿಮಾ ಶೂಟಿಂಗ್ ಸಮಯದಲ್ಲೂ ನಟನೇ ಆಗಿದ್ದೇನೆ!

ಒಂದು ವೇಳೆ ತಾನೇ ಚಿತ್ರಾಳಿಗೆ ನೀಡಿರುವ ಅಧಿಕಾರವನ್ನು ವಾಪಸ್ಸು ಪಡೆದುಕೊಂಡರೆ ಏನಾಗಬಹುದು? ಚಿತ್ರ ಹೇಗೆ ವರ್ತಿಸುತ್ತಾಳೆ? ನೋಡಬೇಕು... ಆಗ ತನ್ನ ಪರಿಸ್ಥಿತಿ ಏನಾಗಬಹುದು?

'ಬೇಗನೆ ಹೊರಡ" ಎಂದು ಚಿತ್ರ ಹೇಳಿದ್ದು ತಟ್ಟನೆ ನೆನಪಿಗೆ ಬಂತು. ವಿವೇಕ ಅನ್ಯಮನಸ್ಕತೆಯಿಂದಲೇ

19

ಸ್ಟುಡಿಯೋದಲ್ಲಿ ಮೂರು ಗಂಟೆಯ ಚಿತ್ರೀಕರಣ ಮುಗಿದಿತ್ತು.

ಮಧ್ಯಾಹ್ನದ ಊಟದ ಸಮಯ.

ಹೀರಾನಿಂದ ಯಾವ ಸುದ್ದಿಯೂ ಬಂದಿರಲಿಲ್ಲ. ಹೀರಾಗೆ ಏನಾಗಿದೆ? ವಿವೇಕನ ತಲೆ ಬಿಸಿಯಾಗಿತ್ತು! ಏನಾದರೂ ಮಾಡೋಣ ಎಂದು ಪ್ರಯತ್ನಿಸಿದರೆ ಹೀರಾ ಗಾಯಬ್ ಆಗಿದ್ದಾನೆ! ಫೋನ್ ಮಾಡೋಣ ಎಂದರೆ ಎಂದರೆ ನೆರಳಿನಂತೆ ಚಿತ್ರ ಜೊತೆಯಲ್ಲೇ ಇರುತ್ತಾಳೆ!

ಏಕಾಂಗಿ! ಹೌದು ತಾನೀಗ ಏಕಾಂಗಿ!

ನಿಜ ಸುತ್ತ ಜನರಿದ್ದರೂ ತಾನು ಏಕಾಂಗಿ! ಅವರೆಲ್ಲ ತನಗೆ ಹೊಸಬರು! ತಾನು ವಿಶ್ವಾಸವಿಡಲು ಸಾಧ್ಯ ಇರುವವರು ಒಬ್ಬರೂ ಇಲ್ಲ! ಚಿತ್ರಾಳನ್ನೇ ನಂಬಲಾಗುತ್ತಿಲ್ಲ! ತನ್ನ ಮಡದಿ! ತನ್ನೆಲ್ಲಾ ಅಧಿಕಾರವನ್ನೂ ಕಸಿದುಕೊಂಡು ಕಿಲೋನಾ ಮಾಡಿಕೊಂಡು ಆಡಿಸುತ್ತಿದ್ದಾಳೆ! ತನ್ನಲ್ಲಿ ವಿಶ್ವಾಸ, ಭರವಸೆ ಹುಟ್ಟಿಸಿದ್ದ ಹೀರಾ ಮರಳಿ ಬಂದೇ ಇಲ್ಲ..ಅಂದಮೇಲೆ ತಾನು ಏಕಾಂಗಿಯೇ ಹೌದು!

ಮೂರು ಗಂಟೆ ಶೂಟಿಂಗ್ನಲ್ಲಿ ವಿವೇಕ ತನ್ನನ್ನು ತಾನೇ ಮರೆತಿದ್ದ. ಆದರೆ ಅವನ ಪರೀಕ್ಷಕ ಕಣ್ಣುಗಳು ಕೆಲಸ ಮಾಡುತ್ತಲೇ ಇದ್ದವು! ಸಂಜೆಯ ಸಮಯಕ್ಕೆ ಅವನ ಮನಸ್ಸಿಗೆ ಒಬ್ಬ ವ್ಯಕ್ತಿಯ ಸ್ವಭಾವ ಹಿಡಿಸಿತು. ಅವನ ಮೇಲೆ ವಿಶ್ವಾಸವಿಡಬಹುದುಎ ಎನಿಸಿತ್ತು! ಆತ ಬೇರೆ ಯಾರೂ ಅಲ್ಲ, ವಿವೇಕನ ಖಾಸಗಿ ಮೇಕಪ್ ಮ್ಯಾನ್ ಮುತ್ತುಸ್ವಾಮಿ!

ಚಿತ್ರ ಆಚೆ ಹೋಗಿದ್ದ ಸಮಯದಲ್ಲಿ ವಿವೇಕ್ ಮೇಕಪ್ ಮ್ಯಾನ್ ಮುತ್ತುವನ್ನು ಕರೆದು ಹಿರಾನ ವಿಷಯ ಕೇಳಿದ ವಿವೇಕ. ನೆನ್ನೆಯಿಂದ ಅವನು ಕಾಣೆಯಾಗಿರುವ ವಿಷಯ ಹೇಳಿದ.

"ಮುತ್ತು ಈ ವಿಷಯ ನಿನ್ನನ್ನು ಬಿಟ್ಟು ಬೇರೆ ಯಾರಿಗೂ ತಿಳಿಯಬಾರದು. ನೀನು ಮುಂಬೈನಲ್ಲಿ ಒಳ್ಳೆ ಡಿಟೆಕ್ಟೀವ್ ಹುಡುಕಿ ನನ್ನ ಬಗ್ಗೆ ಎಲ್ಲ ಮಾಹಿತಿ ಕಲೆಕ್ಟ್ ಮಾಡಿಸು. ನನ್ನ ತಂದೆ-ತಾಯಿ ಎಲ್ಲಿದ್ದಾರೆ..? ಒಬ್ಬಳು ಯುವತಿಯನ್ನು ಹುಡುಕಿ ಹೋದ ಹೀರಾ ಎಲ್ಲಿ? ಈ ವಿಳಾಸದಲ್ಲಿರುವ ಯುವತಿಯ ಪೂರ್ಣ ಹೆಸರು ಏನು? ಆಕೆ ನನ್ನ ಕಾರಿಗೆ ಏಕೆ ಅಡ್ಡ ಬಂದಿದ್ದಳು..? ಈ ಎಲ್ಲ ಮಾಹಿತಿ ನನಗೆ ತುರ್ತಾಗಿ ಬೇಕು. ಈ ಕೆಲಸ ಡಿಟೆಕ್ಟೀವಿಗೆ ವಹಿಸು. ಮತ್ತೆ ಅವನಿಂದ ವಿಷಯ ಸಂಗ್ರಹಣೆ ಮಾಡಿ ನನಗೆ ತಿಳಿಸು. ಈ ಕೆಲಸ ನನಗಾಗಿ ಮಾಡುತ್ತಿದ್ದೇನೆ ಅಂತ ಯಾರಿಗೂ ತಿಳಿಬಾರ್ದು. ಈ ಕೆಲಸ ನಾನೇ ಮಾಡ್ತಿದ್ದೀನಿ..ದಾದಾ ಬಗ್ಗೆ ಒಂದು ಬಯೋಪಿಕ್ ಮಾಡ್ತೀನಿ...ದಾದಾನೇ ಫೈನಾನ್ಸ್ ಮಾಡ್ತೀನ್ ಅಂದಿದ್ದಾರೆ ಅಂತ ಕೇಳಬೇಕು. ಈ ಕೆಲಸಕ್ಕೆ ನಿನ್ನನ್ನ ನಾನು ಹೈರ್ ಮಾಡಿದ್ದೇನೆ ಅಂತ ಬೇರೆ ಯಾರಿಗೂ ತಿಳಿಯಬಾರದು! ಹೀರಾ ಸುದ್ದಿ ಗೊತ್ತಾದ್ಮೇಲೆ ನೀನೇ ಖುದ್ದಾಗಿ ಬಂದು, ಚಿತ್ರ ಇಲ್ಲದ ಸಮಯ ನೋಡಿಕೊಂಡು ನನಗೆ ತಿಳಿಸಬೇಕು! ಈ ಹಣ ತಗೋ ಐನೂರರ ಒಂದು ಬಂಡಲ್. ಈ ಕೆಲಸಕ್ಕೆ ಸದ್ಯಕ್ಕೆ ಇಷ್ಟಿರಲಿ. ಆಮೇಲೆ ಆತ ಕೇಳಿದಷ್ಟು ಕೊಡುತ್ತೇನೆ ಇದರಲ್ಲಿ ಸ್ವಲ್ಪ ನೀನು ಉಳಿಸಿಕೊ"

ವಿವೇಕ್ ಮೇಕಪ್ ಮ್ಯಾನ್ ಮುತ್ತುಗೆ ವಿವರಿಸಿದ.

ಮುತ್ತುಗೆ ವಿವೇಕನೆಂದರೆ ಅಪಾರ ಗೌರವ. ವಿವೇಕನಿಂದಾಗಿಯೇ ಅವನಿಗೆ ಸಿನಿಮಾ ಪ್ರಪಂಚದಲ್ಲಿ ಘನತೆ ಗೌರವ ಹೆಚ್ಚಿದ್ದು. ಆ ಉಪಕಾರಕ್ಕೆ ಮತ್ತು ಋಣಿಯಾಗಿದ್ದ. ದಾದಾನಿಗಾಗಿ ಈ ಸಹಾಯ ಮಾಡಲು ಸಂತೋಷದಿಂದ ಒಪ್ಪಿದ್ದ. ಆದರೆ ಅವನಿಗೂ ಅನುಮಾನ! ಈ ಕೆಲಸ ದಾದಾ ಏಕೆ ಮಾಡುತ್ತಿದ್ದಾರೆ? ಹೀರಾ ಕಳೆದು ಹೋಗಿದ್ದರೆ ಪೊಲೀಸರಿಗೆ ದೂರು ಕೊಡಬಹುದಿತ್ತಲ್ಲ? ಆದರೆ ದಾದಾ ಏಕೆ ಆ ಕೆಲಸ ಮಾಡ್ತಾ ಇಲ್ಲ? ಅಲ್ಲದೆ ಈ ಸುದ್ದಿ ಮೇಮ್ ಸಾಬ್ ಗೆ ಕೂಡ ತಿಳಿಯಬಾರದು ಎಂದು ಹೇಳುತ್ತಿದ್ದಾರೆ, ಇರಲಿ ದೊಡ್ಡವರ ವಿಷಯದಲ್ಲಿ ತಾನು ಆಸಕ್ತಿ ತೋರಿಸಬಾರದು, ದಾದಾ ಹೇಳಿದಷ್ಟು ಕೆಲಸ ಮಾಡಿದರಾಯಿತು ಎಂದುಕೊಂಡ ಮುತ್ತು.

"ಮುತ್ತು ಈ ಕೆಲಸ ನನಗಾಗಿ ಮಾಡ್ತೀಯಾ ತಾನೇ..?"

"ನಿಮಗಾಗಿ ನಾನಿಷ್ಟು ಮಾಡಲಾರೆನೆ ದಾದಾ? ನಿಮ್ಮ ಋಣಭಾರ ನನ್ನ ಮೇಲಿದೆ. ನೀವು ಕಾಲಲ್ಲಿ ತೋರಿಸಿದ್ದನ್ನು ತಲೆಯ ಮೇಲೆ ಇಟ್ಕೊಂಡು ಮಾಡ್ತೀನಿ"

"ಅಂತ ಕೆಲಸ ನಾನೇನು ಹೇಳಿಲ್ವಲ್ಲ ಮುತ್ತು.."

ವಿವೇಕ್ ನಕ್ಕ.

ಚಿತ್ರಳ ವ್ಯಾನಿಟಿ ಬ್ಯಾಗಿನಿಂದ ಐನೂರು ರೂಪಾಯಿಗಳ ಒಂದು ಬಂಡಲ್ ಎತ್ತಿಟ್ಟುಕೊಂಡಿದ್ದು, ಅದನ್ನು ಮುತ್ತುಗೆ ಕೊಟ್ಟಿದ್ದ ವಿವೇಕ್.

"ಚಿತ್ರ ವಾಪಸ್ ಬರೋದ್ರೊಳಗೆ ಹೋಗು. ನಿನ್ನನ್ನು ಯಾರಾದ್ರೂ ಫಾಲೋ ಮಾಡಿದ್ರೂ ಮಾಡಬಹುದು. ಸೂಕ್ಷ್ಮವಾಗಿ ನಿನ್ನನ್ನ ಯಾರು ಫಾಲೋ ಮಾಡುತ್ತಾರೆ ಅನ್ನೋದಕ್ಕೆ ಗಮನಿಸುತ್ತಾ, ಅವರನ್ನ ಅವಾಯ್ಡ್ ಮಾಡಿಕೊಂಡು ಈ ಕೆಲಸ ಮಾಡು. ಆದಷ್ಟು ಬೇಗ ಒಳ್ಳೆ ಸುದ್ದಿ ತಗೊಂಡು ಬಾ"

ಮುತ್ತು ಎಚ್ಚರಿಕೆಯಿಂದ ಮತ್ತು ಭಯ-ಭಕ್ತಿಯಿಂದ ವಿವೇಕನ ಮಾತನ್ನು ಕೇಳಿಸಿಕೊಂಡ. ನಂತರ ಸ್ಟುಡಿಯೋದಿಂದ ಹೊರಗೆ ಜಾರಿದ.

ಸ್ವಲ್ಪ ಹೊತ್ತಿನ ನಂತರ ಚಿತ್ರ ಬಂದಳು. ವಿವೇಕ ಯಾರೊಂದಿಗೋ ಮಾತನಾಡಿದ್ದು ಅಸ್ಪಷ್ಟವಾಗಿ ಕೇಳಿಸಿತ್ತು. ಈಚೆ ಬಂದಾಗ ಯಾರೂ ಇರಲಿಲ್ಲ! ಅಂದರೆ ವಿವೇಕ್ ಯಾರೊಂದಿಗೋ ಮಾತಾಡಿದ್ದಾನೆ? ಯಾರಿರಬಹುದು? ಏನು ಮಾತಾಡಿರಬಹುದು? ಚಿತ್ರಾಗೆ ದಟ್ಟ ಅನುಮಾನ!

ಶೂಟಿಂಗ್ ಮುಗಿಸಿ ಮನೆಗೆ ಮರಳುತ್ತಿದ್ದರು ವಿವೇಕ್ ಮತ್ತು ಚಿತ್ರಾ. ಪ್ರಯಾಣ ಮೌನದಲ್ಲಿ ಸಾಗಿತ್ತು! ವಿವೇಕ ಮತ್ತು ಚಿತ್ರ ತಮ್ಮದೇ ಯೋಚನೆಯ ಯೋಚನೆಗಳಲ್ಲಿ ಮುಳುಗಿದ್ದರು.

ಚಿತ್ರಾಳಿಗೆ ವಿವೇಕನ ಅನ್ವೇಷಣಾ ಪ್ರವೃತ್ತಿಯ ಬಗೆಗೆ ಆತಂಕವಾಗಿತ್ತು. ಇಷ್ಟು ವರ್ಷ ಇಲ್ಲದ್ದು ಈಗೇಕೆ ಇವನಿಗೆ ಹಳೆಯದನ್ನೆಲ್ಲ ಕೆದಕಿ ನೋಡುವ ಪ್ರವೃತ್ತಿ? ಇದಕ್ಕೆ ಏನು ಪ್ರೇರಣೆ? ಯಾರು ಪ್ರೇರಣೆ ನೀಡುತ್ತಿರಬಹುದು? ಅಥವಾ ಯಾವ ಘಟನೆ ಅಥವಾ ಯಾವ ವ್ಯಕ್ತಿ ಇಂತಾ ಪ್ರೇರಣ ನೀಡುತ್ತಿರಬಹುದು? ಬೇರೆ ಯಾರಾದರೂ ಇವರ ಜೀವನದಲ್ಲಿ ಪ್ರವೇಶಿಸಿರಬಹುದೇ? ಅದು ಸಾಧ್ಯವೇ ಇಲ್ಲ! ಅವರ ಪ್ರೇರಣೆಯಿಂದೇ ವಿವೇಕ ಹೀಗಾಡುತ್ತಿರಬಹುದೆ? ಇಲ್ಲ, ತನ್ನ ಹದ್ದುಗಣ್ಣು ತಪ್ಪಿಸಿ ಯಾರೂ ಅವನ ಜೀವನ ಪ್ರವೇಶಿಸುವ ಯೋಚನೆ ಕೂಡ ಮಾಡಲಾರರು!

ಮಧ್ಯಾಹ್ನ ಲಂಚ್ ಸಮಯದಲ್ಲಿ ತಾನು ರೆಸ್ಟ್ ರೂಮಿನಿಂದ ಈಚೆ ಬಂದಾಗ ಯಾರೋ ವಿವೇಕನ ಜೊತೆ ಮಾತನಾಡಿ ಆಚೆ ಹೋಗಿದ್ದರು! ಯಾರಿರಬಹುದು? ಏನು ಮಾತನಾಡಿರಬಹುದು? ವಿವೇಕನಲ್ಲೇ ಕೇಳಿಬಿಡಬೇಕು ಎನ್ನುವ ಯೋಚನೆ ಬಂತು.

ಅಂತ ಮಾತು ಡ್ರೈವರಿಗೆ ತಿಳಿಯಬಾರದು. ತಮ್ಮ ಖಾಸಗಿತನಕ್ಕೆ ತೊಂದರೆ ಆಗಬಾರದು ಎಂದು ಕಾರ್ ಡ್ರೈವರ್ ಮತ್ತು ಹಿಂದಿನ ಸೀಟಿನ ನಡುವೆ ಒಂದು ಸ್ಕ್ರೀನ್ ಇತ್ತು. ಒಂದು ಬಟನ್ ಪ್ರೆಸ್ ಮಾಡಿ ಬೇಕೆಂದಾಗ ಆ ಸ್ಕ್ರೀನ್ ಮೇಲೆಳುತ್ತಿತ್ತು. ಆ ಸ್ಕ್ರೀನನ್ನು ಬೇಕೆಂದಾಗ ಒಂದೇ ಸ್ವಿಚ್ ಬಟನ್ ಮೂಲಕ

ಹಾಕಿಕೊಳ್ಳಲು ಅವಕಾಶವಿತ್ತು.

ಚಿತ್ರ ಆ ಸ್ಕ್ರೀನಿನ ಸ್ವಿಚ್ ಒತ್ತಿದಳು. ಸ್ಕ್ರೀನ್ ಮೇಲೇರಿತು.

ಡ್ರೈವರ್ ಮತ್ತು ಹಿಂದಿನ ಸೀಟಿನವರ ನಡುವೆ ಆ ಸ್ಕ್ರೀನ್ ಇತ್ತು.

"ಏಕೆ ಸ್ಕ್ರೀನ್ ಏರಿಸಿದೆ?"

ವಿವೇಕ ಸಂಶಯಪಟ್ಟ.

"ಸ್ವಲ್ಪ ಖಾಸಗಿಯಾಗಿ ಮಾತಾಡುವುದಿದೆ"

"ಡ್ರೈವರ್ ನಂಬಿಕಸ್ಥ.."

"ಈ ಕಾಲದಲ್ಲಿ ಯಾರನ್ನೂ ನಂಬಲು ಸಾಧ್ಯವಿಲ್ಲ?"

"ಹೌದೇ..?"

"ಹೌದು ಡಿಯರ್, ಯಾವ ಹುತ್ತದಲ್ಲಿ ಎಂತ ಹಾವು ಇರುತ್ತೆ ಹೇಳಲು ಸಾಧ್ಯವಿಲ್ಲ! ಗೋಡೆಗಳಿಗೂ ಕಿವಿ ಇರುತ್ತವೆ! ಜನರು ನಾವು ತಿಳಿದಷ್ಟು ವಿಶ್ವಾಸಕ್ಕೆ ಅರ್ಹರಾಗಿರೊಲ್ಲ"

"ಸರಿ, ಏನೋ ಖಾಸಗಿ ವಿಷಯ ಅಂದ್ಯಲ್ಲ ಏನದು?"

"ನಾನು ರೆಸ್ಟ್ ರೂಮಿನಲ್ಲಿ ಕೈತೊಳೆದು ಈಚೆ ಬರುವಾಗ ನೀವು ಯಾರೊಂದಿಗೂ ಮಾತನಾಡುತ್ತಿದ್ರಿ! ಯಾರದು?"

ಚಿತ್ರಾಳ ಮಾತಿಗೆ ವಿವೇಕನಿಗೆ ಒಂದು ಕ್ಷಣ ಗೊಂದಲವಾಯಿತು.

ತಾನು ಏನೇ ರಹಸ್ಯವಾಗಿ ಮಾಡಬೇಕೆಂದರೂ ಈ ಚಿತ್ರಳ ಕಣ್ಣು ತಪ್ಪಿಸಿ ಮಾಡಲು ಸಾಧ್ಯವಿಲ್ಲ. ಚಿತ್ರಾ ತಮ್ಮ ಮಾತುಗಳನ್ನು ಎಷ್ಟು ಕೇಳಿಸಿಕೊಂಡಿರಬಹುದು? ಈಗ ಸುಳ್ಳು ಹೇಳಲೇ? ನಿಜ ಹೇಳಲೇ? ಸುಳ್ಳು ಹೇಳಿದರೂ ಅದನ್ನು ಒರಗೆ ಹಚ್ಚಿ ತಿಳಿದುಕೊಳ್ಳುತ್ತಾಳೆ! ಆದ್ದರಿಂದ ನಿಜ ಹೇಳಿಬಿಡುವುದೇ ಒಳ್ಳೆಯದು ಎಂದುಕೊಂಡ ವಿವೇಕ್.

"ಮೇಕಪ್ ಮ್ಯಾನ್ ಮುತ್ತು ಜೊತೆ ಮಾತಾಡುತ್ತಿದ್ದೆ?"

"ಆಶ್ಚರ್ಯ! ಸಾಮಾನ್ಯವಾಗಿ ಮುತ್ತು ಮೌನಿ, ಅಂತದ್ರಲ್ಲಿ ಅವನು ತಾನಾಗೆ ಬಂದು ನಿಮ್ಮತ್ರ ಮಾತಾಡಿದ್ದಾನೆ ಅಂದ್ರೆ ಅದೇನೋ ಒಂದು ವಿಶೇಷವೇ! ಹೋಗ್ಲಿ ಏನಂತೆ?"

"ಏನಿಲ್ಲ, ಸುಮ್ಮನೆ ಅದು ಇದು ಮಾತಾಡ್ತಾ ಅವ್ನ ಫ್ಯಾಮಿಲಿ ತೊಂದರೆ ಹೇಳ್ಕೊಂಡ ಅದಕ್ಕೆ ನಾನೇ ಸ್ವಲ್ಪ ಹಣ ಕೊಟ್ಟೆ"

"ಹಣ ಎಲ್ಲಿತ್ತು?"

"ನನ್ನತ್ರ ಎಲ್ಲಿರುತ್ತೆ? ನಿನ್ನ ವ್ಯಾನಿಟಿ ಬ್ಯಾಗ್ ನಿಂದ ಐನೂರರ ಒಂದು ಬಂಡಲ್ ಕೊಟ್ಟೆ"

"ಹೌದಾ...? ಸಾಮಾನ್ಯವಾಗಿ ನಾನೇ ಮುತ್ತುಗೆ ಆಗಾಗ್ಯೆ ದುಡ್ಡು ಕೊಡ್ತಾನೆ ಇರ್ತೀನಿ. ಅವನು ನೇರವಾಗಿ ನನ್ನನ್ನೇ ಕೇಳ್ತಾ ಇದ್ದ. ಇದೇನು ಈ ಸಲ ನಿಮ್ಮನ್ನ ಕೇಳಿದ್ದಾನೆ?"

ಚಿತ್ರಾಳಿಗೆ ಸಂಶಯ. ಇರಲಾರದು ಮುತ್ತು ತಾನಾಗೆ ವಿವೇಕ್ ಬಳಿ ಹಣ ಕೇಳಿರಲಾರ! ಏಕೆಂದರೆ ವಿವೇಕನ ಬಳಿ ಹಣ ಇರೋದಿಲ್ಲ ಎನ್ನುವುದು ಅವನಿಗೂ ಚೆನ್ನಾಗಿ ಗೊತ್ತು! ಮುತ್ತು ತನ್ನ ಸ್ವಭಾವ ಬದಲಿಸಿದ್ದಾನೆ ಎಂದರೆ ಅದು ವಿವೇಕನ ಪ್ರೇರಣೆ ಇರಬೇಕು! ಯಾವುದೊ ಕಾರಣಕ್ಕೆ ವಿವೇಕ ಅವನಿಗೆ ಹಣ ಕೊಟ್ಟಿದ್ದಾನೆ! ಆ ಕಾರಣ ಯಾವುದು ಇವುತಿಳಿದುಕೊಳ್ಳಬೇಕು.. ವಿವೇಕನ ಈ ಸ್ವಭಾವಕ್ಕೆ ಆತಂಕವಾಗುತ್ತಿದೆ! ಆದಷ್ಟು ಬೇಗ ಡಾ. ಬ್ಯಾನರ್ಜಿ ಜೊತೆ ಮಾತಾಡಬೇಕು!

20

ವಿವೇಕನಿಗೆ ಯಾವುದೂ ತೊಂದರೆ ಆಗದಂತೆ, ಅವನ ವಿಚಾರ ಶಕ್ತಿ ಮಾತ್ರ ಕುಂಠಿತವಾಗುವಂತೆ, ಹಳೆಯ ನೆನಪುಗಳು ಅಳಿಸಿ ಹೋಗುವಂತೆ ಮಾಡಬೇಕು! ಇದು ಹೀಗೆ ಮುಂದುವರೆದರೆ ಮುಂದೊಂದು ದಿನ ವಿವೇಕ ತನ್ನ ಪಾಲಿಗೆ ಇಲ್ಲವಾಗುತ್ತಾನೆ! ಅದಕ್ಕೆ ಅವಕಾಶ ಕೊಡಬಾರದು. ಡಾಕ್ಟರ್ ಬ್ಯಾನರ್ಜಿ ಟ್ರೀಟ್ಮೆಂಟ್ ದಿನದಿಂದ ದಿನಕ್ಕೆ ಪರಿಣಾಮ ಕಳೆದುಕೊಳ್ಳುತ್ತಿದೆ. ಅವರು ಬೇರೆ ಏನಾದರೂ ಮಾಡಬೇಕು... ಆದರೆ, ವಿವೇಕನ ಸ್ವಭಾವದಲ್ಲಿ ಕಿಂಚಿತ್ತೂ ಏರುಪೇರಾಗಬಾರದು. ಅವನ ನಟನ ಸಾಮರ್ಥ್ಯ ಯಾವ ಕಾರಣಕ್ಕೂ ಹೊಳಪನ್ನು ಕಳೆದುಕೊಳ್ಳಬಾರದು!

"ಏನು ತುಂಬಾ ಯೋಚನೆ ಮಾಡ್ತಾ ಇದ್ದೀಯಾ?"

ವಿವೇಕ ಚಿತ್ರಳನ್ನು ಕೇಳಿದ.

"ಇಲ್ಲ, ಅಂತದೇನು ಯೋಚನೆ ಇಲ್ಲ. ಮುತ್ತುಗೆ ನಾನೇ ಆಗಾಗ ಹಣ ಕೊಡ್ತಿರ್ತೀನಿ. ಅದನ್ನ ಮೀರಿ ನಿಮ್ಮ ಹತ್ತಿರ ಯಾಕೆ ಕೇಳಿದ ಅಂತ ಯೋಚನೆ ಮಾಡ್ತಾ ಇದ್ದೆ. ಪರವಾಗಿಲ್ಲ, ಮುತ್ತುಗೆ ಹಣ ಕೊಟ್ರೆ ಏನು ನಷ್ಟ ಇಲ್ಲ. ನಿಮ್ಮ ಮೇಕಪ್ ಮೊದಲಿಗಿಂತ ತುಂಬಾ ಸುಧಾರಿಸಿದೆ. ಮುತ್ತು ತನ್ನ ಟೆಕ್ನಿಕ್ ತುಂಬಾ ಸುಧಾರಿಸ್ಕೊಂಡಿದ್ದಾನೆ"

"ಇಷ್ಟೇನಾ ಮಾತಾಡಬೇಕಾಗಿದ್ದು! ಇದಕ್ಕೆ ಯಾಕೆ ಸ್ಕ್ರೀನ್ ರೈಸ್ ಮಾಡ್ದೆ?"

ವಿವೇಕ್ ಆಕ್ಷೇಪಣೆ ಮಾಡಿದ.

"ಅದರಿಂದ ಏನು ತೊಂದರೆ ಆಗ್ಲಿಲ್ವಲ್ಲ?"

"ತೊಂದರೆ ಆಗಲಿಲ್ಲ, ಆದರೆ ಡ್ರೈವರಿಗೆ ಸುಮ್ಮನೆ ಅನುಮಾನ ಬಂದಿರುತ್ತಿತ್ತು"

"ನಾವಿಬ್ಬರೂ ಗಂಡ ಹೆಂಡತಿಯರು"

"ಚಿತ್ರ, ನೀನು ನನ್ನಿಂದ ಒಂದು ವಿಷಯ ಮುಚ್ಚಿಡ್ತಾ ಇದ್ದೀಯಾ?"

"ಮುಚ್ಚಿಟ್ಟಿದ್ದೀನಾ?"

ಚಿತ್ರ ಆಶ್ಚರ್ಯ ವ್ಯಕ್ತಪಡಿಸಿದಳು.

"ಹೌದು, ಟೈಗರ್ ವಿಷಯ ನನ್ನಿಂದ ಮುಚ್ಚಿಟ್ಟಿದ್ದೀಯ, ಮೊನ್ನೆ ಹೇಳ್ತೀನಿ ಅಂತ ಅಂದಿದ್ದೆ...ಆದರೆ.."

"ಆದ್ರೆ ನೀವೇ ನಿದ್ದೆ ಮಾಡ್ಬಿಟ್ಟಿದ್ರಿ?"

ನಿದ್ರೆ ಮಾಡಿದ್ದೆನೋ ಅಥವಾ ನಿದ್ರೆ ಮಾಡೋ ಹಾಗೆ ನೀನು ಮಾಡಿದ್ದೆಯೋ? ಎಂಬ ಮಾತು ತುಟಿಗೆ ಬಂದಿತ್ತು! ವಿವೇಕ ತಡೆದುಕೊಂಡ.

"ಸರಿ ಅವತ್ತೇನೋ ಮಲಗಿ ಬಿಟ್ಟೆ, ಈಗ ಹೇಳು. ಹೇಗೂ ಇದು ಖಾಸಗಿ ಮಾತು, ಡ್ರೈವರ್ಗೂ ನಮಗೂ ಮಧ್ಯೆ ಸ್ಕ್ರೀನ್ ಅಡ್ಡ ಇದೆ. ನಮ್ಮ ಮಾತು ಅವನಿಗೆ ಕೇಳೋದಿಲ್ಲ"

"ಓ ಗಾಡ್? ನನಗೆ ಏನೋ ಆಗ್ತಾ ಇದೆ...ವಿವೇಕ್...ವಿವೇಕ್..ನನಗೆ ಹೇಗೆಹೇಗೋ ಆಗ್ತಾ ಇದೆ! ತಲೆ ಸಿಡಿದು ಹೋಗ್ತಾ ಇದೆ"

ಎಂದು ಬಡಬಡಿಸುತ್ತಾ ಚಿತ್ರ ಸ್ಕ್ರೀನ್ ಕೆಳಗಿಳಿಸಿಬಿಟ್ಟಳು!

"ಏನು ತಲೆನೋವಾ? ಇದ್ದಕ್ಕಿದ್ದಾಗೆ?"

ವಿವೇಕ ಅನುಮಾನದಿಂದ ಕೇಳಿದ... ಇದು ನಟನೆಯ ಇಲ್ಲ ನಿಜವೋ?

"ಈಗ ತಾನೆ ಚೆನ್ನಾಗಿದ್ಯಲ್ಲ ಚಿತ್ರ? ಅಷ್ಟರೊಳಗೆ ಏನಾಯ್ತು?"

"ಏನೋ ಗೊತ್ತಿಲ್ಲ...ಡ್ರೈವರ್ ಡ್ರೈವರ್?"

ಇದ್ದಕ್ಕಿದ್ದಂತೆ ಡ್ರೈವರ್ ಕೂಗಿದಳು.

"ಹೇಳಿ ಮೇಡಂ!"

"ಕಾರ್ ನಿಲ್ಸು, ಪಕ್ಕದಲ್ಲಿ ಯಾವುದಾದ್ರೊಂದು ಮೆಡಿಕಲ್ ಶಾಪಿಂದ ಈ ಮಾತ್ರೆ ತಗೊಂಡು ಬಾ, ನನ್ನ ಹತ್ರ ಇದ್ದ ಮಾತ್ರೆ ಖಾಲಿಯಾಗಿದೆ.."

ಚಿತ್ರ ವಿಲಿವಿಲಿ ಒದ್ದಾಡುತ್ತಾ, ತನ್ನ ವ್ಯಾನಿಟಿ ಬ್ಯಾಗ್ ತೆಗೆದು ಅದರಲ್ಲಿ ಒಂದು ಚೀಟಿ ಮತ್ತು ಹಣವನ್ನು ಡ್ರೈವರ್ ಕೈಗಿತ್ತಳು!

ಡ್ರೈವರ್ ರಸ್ತೆ ಬದಿಯಲ್ಲಿ ಕಾರು ನಿಲ್ಲಿಸಿ ಕೆಳಗಿಳಿದು ಹೋದ.

"ಏನಾಯ್ತು ಚಿತ್ರ ಇದ್ದಕ್ಕಿದ್ದಾಗೆ ನಿನಗೆ ತಲೆನೋವು ಬರೋದಕ್ಕೆ ಏನು ಕಾರಣ?"

"ಏನೋ ಗೊತ್ತಿಲ್ಲ! ಇದು ಮೈಗ್ರೇನ್ ತಲೆನೋವು! ಬಹಳ ವರ್ಷದಿಂದ ಸಂಕಟ ಪಡ್ತಿದ್ದೀನಿ... ನಿಮಗೂ ಗೊತ್ತಿದೆ... ಇದಕ್ಕೆ ಟ್ರೀಟ್ಮೆಂಟ್ ಕೂಡ ತಗೋತಾ ಇದ್ದೀನಿ...ಆದರೆ ಇದ್ದಕ್ಕಿದ್ದಾಗೆ ಯಾವಾಗಲೋ ಬಂದ್ಬಿಡುತ್ತೆ"

ಚಿತ್ರಳ ಮಾತಿನಲ್ಲಿ ನೋವಿತ್ತು! ಸಂಕಟ ಇತ್ತು! ಅದೆಲ್ಲವೂ ನಟನೆ ಇರಬಹುದೇ? ವಿವೇಕನಿಗೆ ಸಂದೇಹ!

'ನನ್ನ ಮೈಗ್ರೇನ್ ವಿಷಯ ನಿಮಗೆ ಗೊತ್ತು ಎಂದು ಹೇಳಿದಳು!', ಆದರೆ ಅದೀಗ ಹೊಸದಾಗಿ ಕೇಳ್ತಿದ್ದೀನಿ! ಅಂದರೆ ಇದು ಅಪ್ಪಟ ನಟನೆ! ಟೈಗರ್ ವಿಷಯ ಕೇಳಿದ ತಕ್ಷಣವೇ ಈಕೆಗೆ ತಲೆನೋವು ಬಂದಿದೆ! ಅದು ಅಸಹಜವಾದ ತಲೆನೋವು... ಅದಕ್ಕೆ ಕಾರಣ ಸ್ಪಷ್ಟ! ತಾನು ಟೈಗರ್ ವಿಷಯ ಕೇಳಿದ್ದು! ಕೇಳಿರದಿದ್ದರೆ? ಆಕೆಗೆ ತಲೆನೋವು ಬರುತ್ತಿರಲಿಲ್ಲವೇನೋ?!

ಎಷ್ಟು ಕಾಲ ಈಕೆ ಟೈಗರ್ ವಿಷಯ ಹೇಳದೆ ಅವಾಯ್ಡ್ ಮಾಡಬಹುದು? ಒಂದಲ್ಲ ಒಂದು ದಿವಸ ಹೇಳಲೇಬೇಕಾಗುತ್ತೆ! ಆದರೆ ಅದನ್ನು ತಾನು ಮರೆಯುವಂತೆ ಮಾಡಲು ಈಕೆ ಏನಾದರೂ ಮಾಡಬಹುದು! ಈ ಎಲ್ಲದರ ಹಿಂದೆ ಚಿತ್ರಾ ಮಾತ್ರ ಇಲ್ಲ...ಒಂದು ಗ್ಯಾಂಗ್ ಇದೆ....ಇದೊಂದು ವ್ಯವಸ್ಥಿತವಾದ ಜಾಲ ಎನಿಸಿತು!

"ಡಾರ್ಲಿಂಗ್, ನಿನ್ನ ಹೆಲ್ತ್ ತುಂಬಾ ನೆಗ್ಲೆಕ್ಟ್ ಮಾಡ್ತಿದ್ದೀಯಾ. ನನ್ನ ಕೇರ್ ಮಾಡ್ತಾ ನಿನ್ನ ಆರೋಗ್ಯಾನೇ ಬಲಿಗೊಡ್ತಿದ್ದೀಯ! ನಾಳೆ ತಕ್ಷಣ ಸ್ಪೆಷಲಿಸ್ಟ್ ಹತ್ರ ಹೋಗೋಣ! ಬೇಕಾದ್ರೆ ವಿದೇಶಕ್ಕೇ ಹೋಗೋಣ! ಇಂಗ್ಲೆಂಡ್, ಅಮೆರಿಕ, ಜರ್ಮನಿ- ಎಲ್ಲಾದರೂ ಸರಿ.. ನಿನಗೆ ಈ ತಲೆನೋವಿಂದ ಶಾಶ್ವತ ಮುಕ್ತಿ ಸಿಗಬೇಕು"

"ಅಯ್ಯೋ ತಕ್ಷಣಕ್ಕೆ ಹಾಗೆಲ್ಲ ಮಾಡೋಕಾಗಲ್ಲ, ನಿಮ್ಮ ಸಿನಿಮಾ ಶೂಟಿಂಗುಗಳು ನಿಂತು ಹೋಗುತ್ತವೆ, ಎಷ್ಟು ಜನ ನಿರ್ಮಾಪಕರು ನಿಮಗೋಸ್ಕರ ಕೋಟ್ಯಾಂತರ ರೂಪಾಯಿ ಹಣ ಹೊಡಿ ಕಾಯ್ತಾ ಇರ್ತಾರೆ..! ಅವರಿಗೆ ಒಂದೊಂದು ದಿನ ಸಿನಿಮಾ ತಡ ಆದ್ರೂ ಕೋಟಿಗಟ್ಟಲೆ ಲಾಸಾಗುತ್ತೆ!"

"ಹಾಗಾದ್ರೆ ನೀನು ಈ ನೋವಿನಿಂದ ನರಳ್ತಾನೇ ಇರ್ತೀಯ?"

"ಏನ್ ಮಾಡೋದು? ನನ್ನ ಹಣೆಲಿ ಇದು ಬರೆದಿದೆ"

ಚಿತ್ರ ಎರಡು ಕೈಗಳಿಂದ ತಲೆಯನ್ನು ಗಟ್ಟಿಯಾಗಿ ಹಿಡಿದಿದ್ದಳು!

ಚಿತ್ರಾಳದ್ದು ಅಪ್ಪಟ ನಟನೆ ಎನಿಸಿತ್ತು ವಿವೇಕನಿಗೆ. ಆಕೆಯ ಬಗ್ಗೆ ಹೆಚ್ಚು ತಲೆ ಕೆಡಿಸಿಕೊಳ್ಳಲಿಲ್ಲ. ಅವನ ಚಿಂತೆ ಹೀರಾ ಮತ್ತು ಮುತ್ತು ಬಗೆಗೆ ಹರಿಯಿತು. ಮುತ್ತು ತನ್ನ ಕೆಲಸದಲ್ಲಿ ಯಶಸ್ವಿಯಾಗುವನೆ? ಹೀರಾ ಸಿಗುವನೆ? ಆ ಒಂದಕ್ಷರ ಹೆಸರಿನ ಯುವತಿ ಹೀರಾಗೆ ಸಿಕ್ಕಳೆ?

ಡ್ರೈವರ್ ಆತುರದಿಂದ ಓಡುತ್ತಾ ಹೋಗಿ ಮಾತ್ರೆ ತಂದುಕೊಟ್ಟ. ಚಿತ್ರ ಮಾತ್ರೆಯನ್ನು ನುಂಗುತ್ತಾಳೋ ಇಲ್ಲವೋ ಎಂಬ ಅನುಮಾನದಿಂದ ವಿವೇಕ್

ಗಮನಿಸುತ್ತಿದ್ದ!

ಅವನ ಅನುಮಾನ ಹುಸಿಯಾಗಿತ್ತು! ಮಾತ್ರೆ ಆಕೆ ನುಂಗಿದಳು! ಅಂದರೆ ನಿಜವಾಗಿಯೂ ಆಕೆಗೆ ಮೈಗ್ರೇನ್ ತಲೆನೋವು ಇದೆಯೇ? ಈ ಹಿಂದೆ ಆ ರೀತಿ ಅವಳು ವರ್ತಿಸಿದ್ದು ಕಂಡಿರಲಿಲ್ಲ. ಮೌನದಿಂದ ಪ್ರಯಾಣ ಮುಂದುವರೆದಿತ್ತು.

ಮನೆಯ ದಾರಿಯಲ್ಲಿ ನಡುವೆ ಕೆಲವು ಸಮಯ ಅನುಕಂಪದ ನುಡಿಗಳನ್ನು ಹೇಳುತ್ತಿದ್ದ ವಿವೇಕ್. ಅವನ ಸಾಂತ್ವನ ಕಿರಿಕಿರಿಯಾದಂತೆ ವರ್ತಿಸುತ್ತಿದ್ದಳು ಚಿತ್ರ!

ಮನೆಗೆ ಹೋಗುತ್ತಲೇ ತಾನು ಮಾಡುತ್ತಿದ್ದ ದೈನಂದಿನ ಕೆಲಸಗಳನ್ನೆಲ್ಲ ಬಿಟ್ಟು ಮಲಗಿಬಿಟ್ಟಳು! ಅವಳ ತಲೆನೋವು ನಟನೆಯಾಗಿದ್ದರೆ ಹೀಗೆ ಮಾಡುತ್ತಿರಲಿಲ್ಲ ಎನಿಸಿತು!

ಅಂದರೆ ಈಗ ಎರಡನೇ ಸಲ ಟೈಗರ್ ಬಗೆಗೆ ಹೇಳುವ ಸಂದಿಗ್ಧದಿಂದ ಹೇಗೋ ಪಾರಾದಳು! ಎಷ್ಟು ಕಾಲ ಹೀಗೆ ಮಾಡಲು ಸಾಧ್ಯ?

ಅವಳ ತಲೆನೋವು ಸಂಶಯಾಸ್ಪದ! ಟೈಗರ್ ವಿಷಯ ಹೇಳುವ ಕ್ಲಿಷ್ಟ ಪರಿಸ್ಥಿತಿಯಿಂದ ಪಾರಾಗಲು ಹೀಗೆ ಮಾಡುತ್ತಿದ್ದಾಳೆ!

ಜೀವನದಲ್ಲಿ ಒದಗುವ ಎಲ್ಲಾ ಪರಿಸ್ಥಿತಿಯನ್ನು ವ್ಯಕ್ತಿ ತನ್ನ ಅನುಕೂಲಕ್ಕೆ ತಕ್ಕಂತೆ ಪರಿವರ್ತಿಸಿಕೊಳ್ಳಬಹುದು ಎಂಬ ಮಾತು ನೆನಪಿನ ಯಾವುದೋ ಒಂದು ಭಾಗದಿಂದ ಗಂಟೆ ಹೊಡೆದಂತೆ ಕೇಳಿಸಿತು. ಅಂದರೆ ತನ್ನ ನೆನಪಿನಲ್ಲಿ ಎಲ್ಲವೂ ಇದೆ, ಆದರೆ ಬೇಕೆಂದಿದ್ದು ಬೇಕಾದ ಸಮಯದಲ್ಲಿ ಬರುತ್ತಿಲ್ಲ!

ಈ ಪರಿಸ್ಥಿತಿಯನ್ನು ನಾನು ಹೇಗೆ ಉಪಯೋಗಿಸಿಕೊಳ್ಳಲಿ?

ತಟ್ಟನೆ ನೆನಪಾಯಿತು, ಹೀರಾಗೆ ಫೋನ್ ಮಾಡಿಲ್ಲ! ಅವನಿಗೀಗ ಫೋನ್ ಮಾಡಬಹುದು! ಚಿತ್ರಾ ಮಲಗಿದ್ದಾಳೆ!! ಇನ್ನು ಮುತ್ತು ಏನು ಮಾಡಿದ್ದಾನೆ ಎನ್ನುವುದನ್ನೂ ತಿಳಿದುಕೊಳ್ಳಬಹುದು! ವಿವೇಕ್ ಕೆಳಗಿನ ಡ್ರಾಯಿಂಗ್ ರೂಮಿನಲ್ಲಿ ಕುಳಿತು ಹೀರಾ ಮತ್ತು ಮುತ್ತು ಇಬ್ಬರಿಗೂ ಫೋನ್ ಮಾಡಲು ಮೊಬೈಲ್ ಕೈಗೆ ತೆಗೆದುಕೊಂಡು!

ಹೀರಾ ಫೋನ್ ಸ್ತಬ್ಧವಾಗಿತ್ತು! ಯಾವುದೇ ರೀತಿಯ ಪ್ರತಿಕ್ರಿಯೆಯು ಇರಲಿಲ್ಲ! ಮೂರು ನಾಲ್ಕು ಬಾರಿ ಸತತ ಪ್ರಯತ್ನದ ನಂತರ 'ನೀವು ಕರೆ ಮಾಡಿದ್ದ ಚಂದಾದಾರರು ನಿಮ್ಮ ಕರೆಯನ್ನು ಸ್ವೀಕರಿಸುತ್ತಿಲ್ಲ' ಎಂಬ ಸಂದೇಶ ಕೇಳಿಸಿತು.

ಅಂದರೆ ಹೀರಾನ ಫೋನು ಸಕ್ರಿಯವಾಗಿದೆ...ಆದರೆ ಕರೆ ಸ್ವೀಕರಿಸುತ್ತಿಲ್ಲ ಕಾರಣ ಏನಿರಬಹುದು?

ಅದು ಒಂದು ಕಡೆ ಇರಲಿ, ಈಗ ಮುತ್ತು ಏನು ಮಾಡಿರಬಹುದು ನೋಡೋಣ ಎಂದು ವಿವೇಕ್ ಮತ್ತುಗೆ ಫೋನ್ ಮಾಡಿದ.

ಮುತ್ತು, ತಕ್ಷಣವೇ ಫೋನಲ್ಲಿ ಮುತ್ತು ಮಾತಾಡಿದ.

ವಿವೇಕ ಏನು ಎಂದು ವಿಚಾರಿಸುವ ಮುನ್ನವೇ ಮತ್ತು ಮಾತಾಡತೊಡಗಿದ.

"ದಾದಾ ಒಬ್ಬರು ಡಿಟೆಕ್ಟಿವ್ ಕಾಂಟ್ಯಾಕ್ಟ್ ಮಾಡಿದೆ. ಅವರಿಗೆ ಎಲ್ಲಾ ವಿಷಯ ಹೇಳಿದೆ. ಈಗ ಅವರು ಕಾರ್ಯೋನ್ಮುಖರಾಗಿದ್ದಾರೆ ಎಷ್ಟು ಸಮಯ ಬೇಕಾಗುತ್ತದೆ ಎನ್ನುವುದನ್ನು ಹೇಳಿಲ್ಲ ಆದರೆ ಆದಷ್ಟು ಶೀಘ್ರವಾಗಿ ನಿಮಗೆ ಮಾಹಿತಿ ಕೊಡುತ್ತೇನೆ ಎಂದು ಹೇಳಿದ್ದಾರೆ"

ಮತ್ತು ಮಾತಿಗೆ ವಿವೇಕನಿಗೆ ತೃಪ್ತಿಯಾಯಿತು.

ಅಂತೂ ಶೋಧನೆಯ ಕಾರ್ಯ ಶುರುವಾಗಿದೆ!

ಮತ್ತೊಮ್ಮೆ ತನ್ನ ತಾನು ಮಾಡಿದ ಕಾರ್ಯವನ್ನು ಪುನರಾವಲೋಕನೆ ಮಾಡಿದ ವಿವೇಕ್!

ಚಿತ್ರಳ ಮೈಗ್ರೇನ್ ತುಂಬಾನೇ ವಿಚಿತ್ರ! ಮುತ್ತು ತಕ್ಷಣ ಕೆಲಸ ಶುರು ಮಾಡಿದ್ದಾನೆ! ಅತಿ ಶೀಘ್ರದಲ್ಲೇ ತನಗೆ ಏನಾದರೂ ಮಾಹಿತಿ ಸಿಕ್ಕೇ ಸಿಗುತ್ತದೆ ಎಂಬ ಆಶಾಭಾವನೆ ಮೂಡಿತು.

ವಿವೇಕನಿಗೆ ಸಮಾಧಾನವಾಯಿತು! ತನ್ನ ಪ್ರಯತ್ನ ಸಫಲವಾಗುತ್ತಿದೆ! ಎರಡು ನಿಮಿಷ ಮೌನವನ್ನು ಆಸ್ವಾದಿಸಿದ. ಮೌನ, ನಿಶ್ಶಬ್ಧ ನಿಜಕ್ಕೂ ಎಷ್ಟು ಹಿತ ಎನ್ನಿಸಿತು.

ಮೌನ ಭೇದಿಸಿದ ವಿವೇಕನ ಮೊಬೈಲು ರಿಂಗ್ ಸಿಡಿಲು ಬಡಿದ ಶಬ್ದದಂತೆ ಕೇಳಿಸಿತು! ಒಂದೇ ರಿಂಗಿಗೆ ವಿವೇಕ್ ಫೋನ್ ಸ್ವಿಚ್ ಆನ್ ಮಾಡಿದ!

"ದಾದಾ, ಡಿಟೆಕ್ಟೀವ್ ಇದೀಗ ತಾನೆ ಫೋನ್ ಮಾಡಿದ..."

"ಗುಡ್..ಏನು ವಿಷಯ..?"

"ದಾದಾ...ಹೀರಾ...?" ಕೆಲವು ಕ್ಷಣ ಮುತ್ತು ಹೇಳಲು ಹಿಂಜರಿಯುತ್ತಿರುವಂತೆ ಗೋಚರಿಸಿತು!

"ಹೀರಾ..? ಬೇಗನೆ ಹೇಳು..."

ಆತುರದಿಂದ ಕೇಳಿದ ವಿವೇಕ್.

21

"ಯಾಕೆ ಮುತ್ತು ಏನೂ ಹೇಳ್ತಾ ಇಲ್ಲ? ಏನಾಯ್ತು ಹಿರಾಗೆ"

"ಬ್ಯಾಡ ನ್ಯೂಸ್ ದಾದಾ.. ಹೀರಾ ಡೆಡ್ ಬಾಡಿ ಸಿಕ್ಕಿದೆ"

"ಎಲ್ಲಿ?"

"ಸೆಂಟ್ರಲ್ ರೈಲ್ವೆ ಸ್ಟೇಷನ್ ಸೆಕೆಂಡ್ ಕ್ಲಾಸ್ ವೈಟಿಂಗ್ ಬಾತ್ರೂಮಲ್ಲಿ"

ವಿಷಾದದಿಂದ ಹೇಳಿದ ಮುತ್ತು.

"ಓ ಮೈ ಗಾಡ್! ಅಂದರೆ ಯಾರೋ ಕೊಲೆ ಮಾಡಿರಬೇಕು! ಹೋಗೋಕೆ ಮುಂಚೆ ಚೆನ್ನಾಗೇ ಇದ್ದ, ಆರೋಗ್ಯದಿಂದ ಇದ್ದ"

ತೀವ್ರ ಬೇಸರದಿಂದ ವಿವೇಕ್ ಹೇಳಿದ. ಹೀರಾಗಾಗಿ ಅಪಾರ ಅನುಕಂಪ ಮೂಡಿತ್ತು. ಅನ್ಯಾಯವಾಗಿ ತನ್ನ ಕೆಲಸಕ್ಕಾಗಿ, ತನ್ನ ಸ್ವಾರ್ಥಕ್ಕಾಗಿ ಹೀರಾನ ಬಲಿಕೊಟ್ಟೆ! ಅವನು ಒಂದಕ್ಷರ ಹೆಸರಿನ ಯುವತಿಯನ್ನು ಭೇಟಿ ಮಾಡಿದ್ದನೋ ಇಲ್ಲವೋ? ಗೊತ್ತಿಲ್ಲ ಅದಕ್ಕೆ ಮುಂಚೇನೆ ಅವನ ಕೊಲೆಯಾಗಿದೆಯೋ? ಅಥವಾ ಆನಂತರ ಅವನ ಕೊಲೆಯಾಗಿದೆಯೋ? ಯಾವುದೂ ತಿಳಿಯುತ್ತಿಲ್ಲ! ಅದನ್ನು ಯಾರು ಹೇಳಬಹುದು"

"ಡಿಟೆಕ್ಟಿವ್ ಇನ್ನೂ ಏನಾದ್ರೂ ಹೇಳಿದರೆ?"

"ಪಾಯಿಂಟ್ ಬ್ಲಾಂಕ್ ರೇಂಜ್ನಿಂದ ಸೈಲೆನ್ಸರ್ ಹಾಕಿದ್ದ ಗನ್ನಿಂದ ಶೂಟ್ ಮಾಡಿದ್ದಾರೆ. ಬಾಡಿ ಪೋಸ್ಟ್ ಮಾರ್ಟಮ್ ಗೆ ಹೋಗಿದೆ"

"ಅನ್ಯಾಯವಾಯಿತು! ಮುತ್ತು, ಈಗ ನೀನು ತುಂಬಾ ಹುಷಾರಾಗಿರಬೇಕು ಏನೇ ಮಾಡಿದರೂ ಆ ಡಿಟೆಕ್ಟೀವ್ ಮೂಲಕನೇ ಮಾಡಿಸಬೇಕು. ನೀನು ಯಾವುದೇ ಕಾರಣಕ್ಕೂ ಇಂತ ಪರಿಸ್ಥಿತಿಯಲ್ಲಿ ಸಿಕ್ಕೋಬಾರ್ದು. ಹೀರಾನ ಫ್ಯಾಮಿಲಿ ಡೀಟೇಲ್ಸ್ ಕಲೆಕ್ಟ್ ಮಾಡೋದಕ್ಕೆ ಅದೇ ಡಿಟೆಕ್ಟೀವ್ ಹೇಳು, ಮತ್ತೆ ಪ್ರೊಡ್ಯೂಸರ್ ದೇಸಾಯಿ ಕಾಂಟಾಕ್ಟ್ ಮಾಡಿ ನನ್ನ ಕಡೆಯಿಂದ ಅಡ್ವಾನ್ಸ್ ಅಂತ ಐದು ಲಕ್ಷ ಹೀರಾ ಮನೆಯವರಿಗೆ ಕಳಿಸೋ ವ್ಯವಸ್ಥೆ ಮಾಡಿಸು. ಮುತ್ತು ಪ್ಲೀಸ್

ನನಗಾಗಿ ಈ ಕೆಲಸ ಮಾಡು. ಮತ್ತೆ ಈಗ ಹೀರಾ ಮಾಡುತ್ತಿದ್ದ ಕೆಲಸ ಮುಂದುವರಿಸೋಕೆ ಡಿಟೆಕ್ಟೀವ್ಗೆ ಹೇಳು. ನಾನು ಕೆಲವು ಮಾಹಿತಿ ನಿನಗೆ ನಾಳೆ ಕೊಡ್ತೀನಿ"

"ಆಗ್ಲಿ ದಾದಾ"

ವಿವೇಕ್ ತಕ್ಷಣ ಕಾಲ್ ಕಟ್ ಮಾಡಿದ.

ಈ ಎಲ್ಲ ಮಾತುಗಳನ್ನು ಚಿತ್ರ ಕೇಳಿರಬಹುದು! ಚಿತ್ರ ಹಿಂದೆ ಹೇಳಿದ್ದಳು, ಗೋಡೆಗಳಿಗೂ ಕಿವಿ ಇರುತ್ತವೆ ಅಂತ! ತನ್ನ ಮಾತು ಯಾರಾದರೂ ಕೇಳಿರುವ ಸಾಧ್ಯತೆ ಎಷ್ಟು ಪಾಲು ಇದೆ? ಚಿತ್ರ ಬೆಡ್ರೂಮಿನಲ್ಲಿ ಮಲಗಿದ್ದಾಳೆ... ನಿಜವಾಗಿಯೂ ಮಲಗಿದ್ದಾಳಾ..? ಒಂದ್ಸಲ ಹೋಗಿ ನೋಡಿದರೆ ಒಳ್ಳೆಯದು.

ವಿವೇಕ್ ಡ್ರಾಯಿಂಗ್ ರೂಮಿನಿಂದ ಎದ್ದು ಬೆಡ್ರೂಮಿಗೆ ಹೋಗಿ ನೋಡಿದ.

ಚಿತ್ರ ಮಲಗಿರಲಿಲ್ಲ!

ಚಿತ್ರ ಅಲ್ಲಿ ಇರಲೇ ಇಲ್ಲ!

ತೀವ್ರ ತಲೆ ನೋವು, ಮಲಗ್ತೀನಿ ಎಂದು ಹೇಳಿದ ಚಿತ್ರ ಅಲ್ಲಿರಲಿಲ್ಲ!

ಎಲ್ಲಿಗೆ ಹೋಗಿರಬಹುದು? ಕಿಚನ್? ತಕ್ಷಣ ವಿವೇಕ್ ಇಂಟರ್ಕಾಂ ಕಿಚನ್ ನಂಬರ್ ಒತ್ತಿದೆ.

ಅಡಿಗೆ ಕೆಲಸದ ಬೋಲರಾಮ್ ಫೋನಲ್ಲಿ ಮಾತಾಡಿದ.

"ಮೇಮ್ ಸಾಬ್ ಅಲ್ಲಿದ್ದಾರಾ?"

"ಇಲ್ಲ ದಾದಾ...ಇಲ್ಲಿಗೆ ಬಂದೇ ಇಲ್ಲ! ಏನಾದ್ರೂ ಬೇಕಾಗಿತ್ತಾ?"

"ಏನು ಇಲ್ಲ ನೀನೇನ್ ಮಾಡ್ತಾ ಇದ್ದೀಯಾ?"

"ರಾತ್ರಿ ಡಿನ್ನರ್ ರೆಡಿ ಮಾಡ್ತಾ ಇದ್ದೇನೆ"

"ಸರಿ ಮೇಮ್ಸಾಬ್ ಬಂದ್ರೆ ನಾನು ಫೋನ್ ಮಾಡಿದೆ ಅಂತ ಹೇಳು"

ಆ ಮಾತು ಹೇಳುವಾಗ ವಿವೇಕನಿಗೆ ತಕ್ಷಣ ನೆನಪಿಗೆ ಬಂದಿದ್ದು ಚಿತ್ರಳ ಸ್ಟಡಿ ರೂಮ್! ಅಲ್ಲಿಯೇ ಅವಳು ತನ್ನ ವೃತ್ತಿಗೆ ಸಂಬಂಧಿಸಿದ ಎಲ್ಲ ಮಾಹಿತಿ ಇಟ್ಟಿದ್ದಳು. ರೆಕಾರ್ಡ್ಗಳು, ಫೈಲ್ಗಳು, ಅಗ್ರಿಮೆಂಟ್ಗಳು ಮತ್ತೆ ಕ್ಯಾಶ್ ಇಟ್ಟಿದ್ದ ಸೀಕ್ರೆಟ್ ಲಾಕರ್- ಎಲ್ಲ ಇತ್ತು! ಅಂದರೆ ಚಿತ್ರ ಅಲ್ಲಿರಬಹುದು!

ವಿವೇಕ್ ಸರಸರನೆ ಸ್ಟಡಿ ರೂಮಿನತ್ತ ನಡೆದ!

ಸ್ಟಡಿ ರೂಮಿನ ಬಾಗಿಲು ಮೆಲ್ಲನೆ ತಳ್ಳಿದ. ತೆರೆಯಲಿಲ್ಲ! ಒಳಗಿನಿಂದ ಲಾಕ್ ಮಾಡಲಾಗಿತ್ತು!

ಅಂದರೆ ಚಿತ್ರ ಯಾವುದೋ ತನಗೆ ತಿಳಿಯಬಾರದಂತ ರಹಸ್ಯ ಕೆಲಸದಲ್ಲಿ ತೊಡಗಿದ್ದಾಳೆ! ಅದೇನಿರಬಹುದು? ಟೈಗರ್ ಜೊತೆ ಫೋನಲ್ಲಿ

ಮಾತಾಡುತ್ತಿರಬಹುದೆ? ಆದರೆ ನನಗೆ ಅನುಮಾನ ಬರಬಹುದು ಎಂದು ಆಕೆಗೆ ಗೋಚರಿಸಲಿಲ್ಲವೇ?

ಈಗ ಬಾಗಿಲು ಟ್ಯಾಪ್ ಮಾಡಿದರೆ ಚಿತ್ರ ಬಾಗಿಲು ತೆಗೆಯಬೇಕಾಗುತ್ತದೆ! ಟ್ಯಾಪ್ ಮಾಡಲೇ? ಅಥವಾ ಬಾಗಿಲಿಗೆ ಕಿವಿಗೊಟ್ಟು ಕೇಳಲೇ? ಆಕೆ ಯಾರೊಂದಿಗೆ ಮಾತನಾಡುತ್ತಿರಬಹುದು? ಬಾಗಿಲಿಗೆ ಕಿವಿಗೊಟ್ಟು ಕದ್ದು ಕೇಳಲೇ? ತನ್ನ ಮನೆಯಲ್ಲಿ, ತನ್ನ ಪತ್ನಿಯ ಬಗೆಗೆ ತನಗೆ ಅನುಮಾನ?! ಇದೆಂತಹ ಹೀನ ಕೃತ್ಯ! ಅಂದರೆ ತನಗೆ ಅವಳಲ್ಲಿ ಪೂರಾ ವಿಶ್ವಾಸ ಬತ್ತಿ ಹೋಗಿದೆಯಾ? ತನ್ನ ಹೆಂಡತಿಯಾಗಿ ಅವಳು ಈ ಕೆಲಸ ಮಾಡಬಹುದೇ? ಅಥವಾ ಕೇವಲ ಅನುಮಾನವೇ? ಅನುಮಾನ ಪಿಶಾಚಿ ತಲೆಯನ್ನು ಹೊಕ್ಕರೆ ಮನುಷ್ಯನಾಗಿ ಉಳಿಯುವುದಿಲ್ಲ; ರಾಕ್ಷಸನಾಗಿಬಿಡುತ್ತಾನೆ!! ಮನುಷ್ಯ ನರಿಯಾಗುತ್ತಾನೆ! ಅಸಹ್ಯದ ಕೆಲಸಗಳನ್ನು, ಮೋಸದ ಕೆಲಸಗಳನ್ನು ಮಾಡಲು ತೊಡಗುತ್ತಾನೆ! ಅಂತಹ ಒಂದು ಸ್ಥಿತಿಗೆ ತಾನು ತಲುಪಿಬಿಟ್ಟೆನೆ? ಇದು ಸಲ್ಲದು!! ಇಂತದ್ದನ್ನು ತಾನು ಮಾಡಬಾರದು! ಒಬ್ಬ ಪ್ರಜ್ಞಾವಂತ ಪತಿಯಾಗಿ, ಪತ್ನಿಯ ಮೇಲೆ ಅನುಮಾನ ಪಡಬಾರದು! ಆದರೆ ತನ್ನ ಪರಿಸ್ಥಿತಿ ವಿಭಿನ್ನವಾಗಿದೆ! ತನ್ನ ಸ್ಥಾನ ಸೂಪರ್ ಸ್ಟಾರ್, ತನ್ನ ಗಳಿಕೆ ಕೋಟಿಗಳ ಲೆಕ್ಕದಲ್ಲಿ! ಈ ಹಣಕ್ಕಾಗಿ ತನ್ನ ಸುತ್ತಮುತ್ತ ಹದ್ದುಗಳ ಕಾಯುತ್ತಿರುತ್ತವೆ! ಅಂತಹ ಹದ್ದುಗಳ ಜಾಲದಲ್ಲಿ ಚಿತ್ರ ಸಿಕ್ಕಿಬಿದ್ದಿರಬಹುದು. ಅವಳನ್ನು ಬ್ಲಾಕ್ಮೈಲ್ ಮಾಡಿ ಹಣ ಸೆಳೆಯುತ್ತಿರಬಹುದು! ಅಂದರೆ ಆಕೆ ಕೂಡ ಅಪಾಯದಲ್ಲಿದ್ದಾಳೆ!

ಈಗಷ್ಟೇ ತನ್ನ ನಂಬಿಕಸ್ತ ಹೀರಾನನ್ನು ಕಳೆದುಕೊಂಡಿದ್ದೇನೆ! ಇದು ಮುಂದುವರಿದರೆ ಚಿತ್ರಳನ್ನು ಕೂಡ ಕಳೆದುಕೊಂಡು ! ಚಿತ್ರ ಅಪಾಯದಲ್ಲಿದ್ದರೆ ಅವಳನ್ನು ರಕ್ಷಿಸಬೇಕು! ತಾನು ಕೂಡ ಅಪಾಯದಲ್ಲಿರುವೆ! ಆದರೆ ಅಪಾಯದ ಸ್ವರೂಪವೇನು? ತೀವ್ರತೆಯೇನು? ಅದರಿಂದ ತಪ್ಪಿಸಿಕೊಳ್ಳುವುದು ಹೇಗೆ?

ವಿವೇಕ ಬಾಗಿಲಿಗೆ ಕಿವಿಗೊಟ್ಟು ಕದ್ದು ಕೇಳುವ ಹೀನ ಕೆಲಸಕ್ಕಿಳಿಯದೆ ಬಾಗಿಲಿನ ಮೇಲೆ ಲಘುವಾಗಿ ಟ್ಯಾಪ್ ಮಾಡಿದ.

ಕೆಲವು ಕ್ಷಣಗಳ ಮೌನ! ಯಾವುದೇ ಪ್ರತಿಕ್ರಿಯೆ ಇರಲಿಲ್ಲ!

ತೀವ್ರ ಸ್ವರೂಪದ ತಲೆನೋವಿಗೆ ಬಳಲುತ್ತಾ ಚಿತ್ರ ಮೈಮರೆತು ಮಲಗಿ ಬಿಟ್ಟಿರಬಹುದು. ಸ್ಟಡಿರೂಮಿನಲ್ಲೇ ಆಕೆ ಒಂದು ಹಾಸಿಗೆಯನ್ನು ಸಿದ್ಧಪಡಿಸಿಕೊಂಡಿದ್ದು ವಿವೇಕ ನೋಡಿದ್ದ. ಕೆಲವು ಸಂದರ್ಭಗಳಲ್ಲಿ ತಡವಾಗಿ ಕೆಲಸ ಮಾಡುತ್ತಾ ಚಿತ್ರ ಒಮ್ಮೊಮ್ಮೆ ಅಲ್ಲಿಯೇ ಮಲಗುತ್ತಿದ್ದಳು. ಇಂದು ಕೂಡ ಹಾಗೆ ಮಾಡಿರಬಹುದು. ತನಗೆ ಡಿಸ್ಟರ್ಬ್ ಆಗಬಾರದು ಎಂದು ಈ ಕ್ರಮ

ತೆಗೆದುಕೊಂಡಿರಬಹುದು!

ಪಾಪ, ತಲೆನೋವಿನಿಂದ ನರಳುತ್ತಿದ್ದರೆ ಅವಳನ್ನು ಡಿಸ್ಟರ್ಬ್ ಮಾಡುವುದು ಉಚಿತವಲ್ಲ! ಆದರೆ ಆಕೆ ಅಪಾಯದಲ್ಲಿದ್ದರೆ?

ವಿವೇಕ್ ಮತ್ತೆ ಬಾಗಿಲನ್ನು ಲಘುವಾಗಿ ಬಡಿದ.

"ಯಾರು?"

ಚಿತ್ರಳ ಶಬ್ದ ಮಾತು ಕೇಳಿಸಿತು!

"ನಾನು ವಿವೇಕ"

"ನೀವು...?"

ಆ ಮಾತಿನೊಂದಿಗೆ ಒಂದು ನಿಮಿಷದ ನಂತರ ಬಾಗಿಲು ತೆರೆಯಿತು!

ಚಿತ್ರಾಳ ಕಣ್ಣುಗಳು ಕೆಂಪಾಗಿದ್ದವು! ಆಕೆ ಕಣ್ಣೊರೆಸಿಕೊಂಡಿರುವುದು ಸ್ಪಷ್ಟವಾಗಿ ಕಂಡಿತು!

ವಿವೇಕನನ್ನು ಕಂಡಿದ್ದಕ್ಕೆ ಆಕೆಗೆ ಆಶ್ಚರ್ಯ! ವಿವೇಕ ಎಂದೂ ಸ್ಟಡಿ ರೂಮಿಗೆ ಬಂದಿರಲಿಲ್ಲ! ಅವಳ ಮುಖದಲ್ಲಿ ಆಶ್ಚರ್ಯ ಕಂಡಿತು.

ಅಂದರೆ ಚಿತ್ರ ಕೂಡ ತೊಂದರೆಯಲ್ಲಿದ್ದಾಳೆ ಆ ರೂಮಿನಲ್ಲಿ ತಾನು ಕಂಡದ್ದನ್ನು ಕ್ಷಣಾರ್ಧದಲ್ಲಿ ಗ್ರಹಿಸಲು ಪ್ರಯತ್ನಿಸಿದ ವಿವೇಕ್! ವೇಗವಾಗಿ ಕಣ್ಣುಗಳಿಂದ ರೂಮನ್ನು ಸ್ಕ್ಯಾನ್ ಮಾಡಿದ ವಿವೇಕ್. ಮೇಜಿನ ಮೇಲೆ ಯಾವುವೋ ವಸ್ತುಗಳ ಮೇಲೆ ಒಂದು ಬಟ್ಟೆ ಮುಚ್ಚಿದಂತಿತ್ತು! ಹೆಡ್ಫೋನಿನಂತೆ ಗೋಚರಿಸಿತು.

ಫೋನ್ ಕೂಡ ಅಲ್ಲಿರಲಿಲ್ಲ! ಅಂದರೆ ಚಿತ್ರ ಯಾರೊಂದಿಗೋ ಮಾತನಾಡುತ್ತಿರಲಿಲ್ಲವೆ? ಮಾತನಾಡುತ್ತಿದ್ದಳು ಅಂದರೆ ಫೋನ್ ಇರಬೇಕಿತ್ತು! ಲ್ಯಾಂಡ್ಲೈನ್ ಫೋನ್ ಕೆಳಗಿನ ಡ್ರಾಯಿಂಗ್ ರೂಮಲ್ಲಿದೆ! ಅಂದರೆ ಅವಳು ಮಾತಾಡುತ್ತಿದುದು ಹೇಗೆ? ಯಾರೊಂದಿಗೆ? ಅವಳಲ್ಲದೆ ಬೇರೆ ಯಾರಾದರೂ ಇರಬಹುದು? ತನಗೆ ಕಾಣದಂತೆ ಅವಿತಿಟ್ಟುಕೊಂಡಿರಬಹುದೆ! ಓರ್ವ ಪತಿಯ ಸಹಜ ಅಪನಂಬಿಕೆ ಗೋಚರಿಸಿತು!

"ಏನ್ ಮಾಡ್ತಿದ್ದೆ?"

"ತಲೆನೋವಿನ ಹಿಂಸೇನಾ ಒಬ್ಬಳೇ ಕೂತ್ಕೊಂಡು ಅನುಭವಿಸ್ತಾ ಇದ್ದೆ"

"ಡಿಸ್ಟರ್ಬ್ ಮಾಡಿದ್ದಕ್ಕೆ ಸಾರಿ, ಮಾತ್ರೆ ಏನು ಕೆಲಸ ಮಾಡಲಿಲ್ಲವೆ?"

"ಇಲ್ಲ, ಮಾಮೂಲಾಗಿ ಸ್ವಲ್ಪ ರಿಲೀಫ್ ಸಿಕ್ತಾ ಇತ್ತು! ಆದರೆ ಇವತ್ತು ಏನೂ ಕೆಲಸ ಮಾಡ್ತಾ ಇಲ್ಲ"

"ರೋಮಿಗೆ ಹೋಗೋಣ, ನಾನು ಅಮೃತಂಜನ ಅಥವಾ ವಿಕ್ಸ್ ಹಣೆಗೆ ಹಚ್ಚಿ ಮಲ್ಲಿಗೆ ಮಸಾಜ್ ಮಾಡ್ತೀನಿ, ಅದು ರಿಲೀಫ್ ಕೊಡಬಹುದು..."

"ನೀವು ನಡೆಯಿರಿ ನಾನು, ಇಲ್ಲಿ ಎಲ್ಲಾನು ಸರಿಯಾಗಿ ಮುಚ್ಚಿ ಲಾಕ್ ಮಾಡಿ ಬರ್ತೀನಿ"

ವಿವೇಕ್ ಒಂದು ಕ್ಷಣ ಯೋಚಿಸುತ್ತಾ ನಿಂತ.

"ನೀವೀಗ ಹೋಗಿ.."

ಆ ಮಾತಿನಲ್ಲಿ ಬಲವಂತವಿತ್ತು!

"ಸರಿ, ಹೆಚ್ಚು ತಡ ಮಾಡಬೇಡ. ನಿನ್ನ ನೋವು ಎಷ್ಟು ಬೇಗ ಕಡಿಮೆ ಆಗುತ್ತೋ ಅಷ್ಟು ನಿನ್ನ ಆರೋಗ್ಯಕ್ಕೆ ಒಳ್ಳೆಯದು"

"ಆಯ್ತು ಬರ್ತೀನಿ"

ಚಿತ್ರ ಮಾತಿನಲ್ಲಿ ಸಿಡುಕುತನ ಕಂಡಿತು!

ಮತ್ತೊಮ್ಮೆ ವೇಗವಾಗಿ ವಿವೇಕ್ ರೂಮನ್ನು ಸ್ಕ್ಯಾನ್ ಮಾಡಿದ! ಮೇಜಿನ ಮೇಲೆ ಯಾವುವೋ ವಸ್ತುಗಳ ಮೇಲೆ ಒಂದು ಬಟ್ಟೆ ಹಾಸಿದಂತಿತ್ತು!

ಹೆಡ್ಫೋನ್ ಇರಬೇಕು! ಆದರೆ ಆಕೆಯ ಮೊಬೈಲ್ ಎಲ್ಲಿ? ಬರಿ ಹೆಡ್ಫೋನಿಂದ ಮಾತಾಡೋಕೆ ಆಗೊಲ್ಲ! ಬೆಳಗ್ಗೆ ಫೋನ್ ಇರಬಹುದು? ಅಥವಾ ಯಾವುದಾದರೂ ಫೈಲ್ ಇರಬಹುದು?

ಆಕೆ ಏನಾದರೂ ಮಾಡಿಕೊಳ್ಳಲಿ ಅದನ್ನು ಪರೀಕ್ಷೆ ಮಾಡುವುದಕ್ಕೆ ತನಗೂ ಸಮಯ, ಅವಕಾಶ ಸಿಕ್ಕೇ ಸಿಗುತ್ತದೆ ಎಂದುಕೊಂಡು ವಿವೇಕ ಮಲಗುವ ಕೋಣೆಗೆ ನಡೆದ.

ಹತ್ತು ನಿಮಿಷಗಳ ನಂತರ ಚಿತ್ರ ರೂಮಿಗೆ ಬಂದಳು!

ಈ ಹತ್ತು ನಿಮಿಷದಲ್ಲಿ ಚಿತ್ರ ಆ ಸ್ಟಡಿ ರೂಮಿನಲ್ಲಿ ಏನೇನು ಮಾಡಿರಬಹುದು?

ಅನುಮಾನ! ಅನುಮಾನ! ಅನುಮಾನದ ಪಿಶಾಚಿ ವಿವೇಕನನ್ನು ಮೆಟ್ಟಿಕೊಂಡಿತ್ತು!

ವಿವೇಕ ಕೈಯಲ್ಲಿ ಅಮೃತಾಂಜನ ಹಿಡಿದು ಅವಳಿಗಾಗಿ ಕಾಯುತ್ತಿದ್ದ!

'ಇಲ್ಲ ತನ್ನ ಅನುಮಾನ ಸುಳ್ಳು ವಿವೇಕ ಬದಲಾಗಿಲ್ಲ ಮೊದಲಿನಂತೆಯೇ ಇದ್ದಾನೆ... ಅವನ ಮುಖದಲ್ಲಿ ಕಾಳಜಿ ಇದೆ! ನನ್ನ ತಲೆ ನೋವನ್ನು ಗಂಭೀರವಾಗಿ ಪರಿಗಣಿಸಿದ್ದಾನೆ! ತನಗಾಗಿ ಕೈಯಲ್ಲಿ ಅಮೃತಾಂಜನ ಹಿಡಿದು ಕಾಯುತ್ತಿದ್ದಾನೆ! ತಾನು ಸುಳ್ಳೇ ಗಾಬರಿಯಾಗುತ್ತಿದ್ದೇನೆ! ಇಲ್ಲ, ಏನು ಆಗಿಲ್ಲ ಎಲ್ಲ ಸರಿಯಾಗಿದೆ...ತಾನು ಸುಮ್ಮನೇ ಹೆದರಿ, ಎಕ್ಸ್ಟ್ರೀಮ್ ಹಂತಕ್ಕೆ ಹೋಗುವ ಯೋಚನೆ ಮಾಡುತ್ತಿದ್ದೇನೆ. ಅದರ ಅವಶ್ಯಕತೆ ಇಲ್ಲ!

ತನಗೆ ತಾನೇ ಹೇಳಿಕೊಳ್ಳುತ್ತಾ ಚಿತ್ರ ನಿಧಾನಕ್ಕೆ ವಿವೇಕನ ಬಳಿಗೆ ಬಂದಳು!

22

ಮುಂಬೈ ಲೋಕಲ್ ಟ್ರೈನ್!

ಆಕೆ ವಿಲೇ ಪಾರ್ಲೆಯಲ್ಲಿ ಹತ್ತಿದ್ದಳು. ಗುರಿ ಅಂಧೇರಿ ತಲುಪುವುದಾಗಿತ್ತು.

ಆಕೆ ಇಪ್ಪತ್ತಾರರ ಆಸು ಪಾಸಿನ ಯುವತಿ. ಎಂದಿನಂತೆ ಕೆಲಸಕ್ಕಾಗಿ ಹೊರಟಿದ್ದಳು ಅಂಧೇರಿ ತಲುಪಿ ಅಲ್ಲಿಂದ ಮತ್ತೆ ತನ್ನ ಆಫೀಸಿಗೆ ಹೋಗಬೇಕಾಗಿತ್ತು.

ಇಂದು ಹೊರಡುವಾಗಲೇ ತಲೆ ತುಂಬಾ ಯೋಚನೆಗಳು ತುಂಬಿದ್ದವು. ಹೇಗಾದರೂ ಒಂದು ದಿನ ಬಿಡುವ ಮಾಡಿಕೊಂಡು ನರ್ಸಿಂಗ್ ಹೋಮಿಗೆ ಹೋಗಬೇಕು. ಅಂದು ತಾನು ಸೂಪರ್ ಸ್ಟಾರ್ ದಾದಾ ವಿವೇಕನ ಕಾರಿಗೆ ಸಿಕ್ಕಿಬೀಳುವುದರಲ್ಲಿದ್ದೆ. ತನ್ನ ಉದ್ದೇಶ ಕಾರು ನಿಲ್ಲಿಸಿ ಅವನೊಂದಿಗೆ ಎರಡೇ ಎರಡು ಮಾತಾಡುವುದಾಗಿತ್ತು. ಆದರೆ ಡ್ರೈವರ್ ನಿಲ್ಲಿಸದೆ ಮುಂದೆ ಹೋಗಿದ್ದ. ಆಮೇಲೆ ಏನಾಯ್ತು ತನಗೆ ಗೊತ್ತಿಲ್ಲ. ಎಚ್ಚರವಾದಾಗ ತಾನೊಂದು ನರ್ಸಿಂಗ್ ಹೋಮಿನಲ್ಲಿದ್ದೆ.

ತನ್ನನ್ನು ನರ್ಸಿಂಗ್ ಹೋಮಿಗೆ ಸೇರಿಸಲು ಸ್ವತಃ ಸೂಪರ್ ಸ್ಟಾರ್ ವಿವೇಕ್, ಅವನ ಜೊತೆ ಅವನ ಪತ್ನಿ ಮತ್ತು ಕಾರಿನ ಡ್ರೈವರ್ ಕೂಡ ಇದ್ದ ಎಂದು ಆಸ್ಪತ್ರೆ ಸಿಬ್ಬಂದಿ ಹೇಳಿದ್ದರು.

ಹೇಗಾದರೂ ಮಾಡಿ ದಾದಾ ವಿವೇಕನನ್ನು ನೋಡಲೇಬೇಕಾಗಿತ್ತು! ಬಹಳ ತುರ್ತಾಗಿ ನೋಡಬೇಕಾಗಿತ್ತು! ಐದು ವರ್ಷಗಳಿಂದ ಸತತ ಪ್ರಯತ್ನ ಮಾಡುತ್ತಿದ್ದಳು...ಒಂದು ದಿನವೂ ಆತನನ್ನು ಭೇಟಿಯಾಗುವ ಅವಕಾಶ ಸಿಕ್ಕಿರಲಿಲ್ಲ.

ಲೋಕಲ್ ಜಂಕ್ಷನ್ ತಲುಪುಲು ಇನ್ನೇನು ಹತ್ತು ನಿಮಿಷವಿದೆ ಎನ್ನುವಾಗ ಸುಮಾರು ಮಾಧ್ಯಮ ವರ್ಗದ ವೃದ್ಧ ಗಂಡಸೊಬ್ಬ ಓಡುತ್ತಾ ಜನರ ನಡುವೆ ನುಸುಳಿ ಬಂದು ತನ್ನ ಕೈಗೊಂದು ಪುಟ್ಟ ಗಂಟು ಕೊಟ್ಟು ಮುಂದೆ ಸಾಗಿ

ಜನಜಂಗುಳಿಯಲ್ಲಿ ಮಾಯವಾಗಿದ್ದ! ಅದು ಅನಿರೀಕ್ಷಿತವಾಗಿತ್ತು; ವಿಚಿತ್ರವಾಗಿತ್ತು! ಅದರಲ್ಲೇನಿದೆ? ಅದನ್ನೇಕೆ ತನ್ನ ಕೈಗೆ ಬಲವಂತವಾಗಿ ತುರುಕಿದ? ಯಾವುದೂ ಅರ್ಥವಾಗಿರಲಿಲ್ಲ. ಅದಕ್ಕೂ ಮಿಗಿಲಾದ ಮತ್ತೊಂದು ಆಶ್ಚರ್ಯಕ್ಕೆ ಆತ ಪ್ರತ್ಯಕ್ಷ ದರ್ಶಿಯಾಗಿದ್ದಳು! ತನ್ನ ಕೈಗೆ ಗಂಟು ತುರುಕಿದ ವೃದ್ಧನ ಹಿಂದೆ ಮೂರು ಜನ ಧಾಂಡಿಗರು ಹಿಂಬಾಲಿಸಿದ್ದು ಕಂಡಳು! ಜನಜಂಗುಳಿಯಲ್ಲಿ ಮುಂದೆ ಏನಾಯಿತು ತಿಳಿಯಲು ಸಾಧ್ಯವಾಗಲಿಲ್ಲ. ಈ ಆ ಜನರ ನಡುವೆ ಆ ಗಂಟನ್ನು ತೆಗೆದು ನೋಡಲು ಸಾಧ್ಯವಾಗಲಿಲ್ಲ. ಅಷ್ಟು ಜನರ ನಡುವೆ ಅದು ಸರಿಯಾದ ಕ್ರಮ ಅಲ್ಲ ಎಂದು ಆಕೆ ಸುಮ್ಮನೆ ಕೈಯಲ್ಲಿ ಹಿಡಿದುಕೊಂಡಿದ್ದಳು. ಅದನ್ನು ತನ್ನ ತಾನು ತಂದಿದ್ದ ವ್ಯಾನಿಟಿ ಬ್ಯಾಗಿಗೂ ಕೂಡ ಸೇರಿಸಲು ಅವಕಾಶವಾಗಲಿಲ್ಲ.. ಅಷ್ಟೊಂದು ಜನ ಸಂದಣಿ.

ಬೆಳಗಿನ ಸಮಯ ಲೋಕಲ್ಲು ಟ್ರೈನುಗಳು ಜೇನುಗೂಡಿನಂತೆ! ಜನ ಕಿಕ್ಕಿರಿದು ನಿಂತಿರುತ್ತಾರೆ. ದೂರದಿಂದ ನೋಡಿದರೆ ಟ್ರೈನು ಮತ್ತು ಹತ್ತಿ ಇಳೀಯುವ ಜನ ಜೇನುಗೂಡಿನ ಒಳಗೆ ಹೊರಗೆ ಹೋಗಿ ಬರುವ ಜೇನು ಹುಳುಗಳಂತೆ ಕಾಣಿಸುತ್ತಾರೆ!

ಮುಲುಂದನಲ್ಲಿ ಆಕೆ ಟ್ರೈನಿನಿಂದ ಸಾವಿರಾರು ಜನರ ನಡುವೆ ಇಳಿದು ಪ್ಲ್ಯಾಟ್ ಫಾರ್ಮ್ ಬದಲಾಯಿಸುವ ಹಂತದಲ್ಲಿರುವಾಗಲೇ ಆತುರದಿಂದ ಓಡಿ ಬಂದು ತನ್ನ ಕೈಗೆ ಗಂಟೊಂದನ್ನು ಬಲವಂತವಾಗಿ ತುರುಕಿದ್ದ ಗಂಡಸು ಮತ್ತೆ ಎಲ್ಲಿಗೋ ಬಿಲ್ಲಿನಿಂದ ಬಿಟ್ಟ ಬಾಣದಂತೆ ಬೋಗಿಯಿಂದ ಚಿಮ್ಮಿ ಎತ್ತಲೋ ಓಡಿದ! ಅವನ ಹಿಂದೆಯೇ ಆ ಮೂರು ಜನ ಧಾಂಡಿಗರೂ ಓಡಿದರು!

ಒಂದು ಕ್ಷಣ ಆಕೆಯ ಗುಂಡಿಗೆ ಹೊಡೆದುಕೊಂಡಿತು! ಮುಂಬೈ ರೌಡಿಗಳ ತವರು! ಇಲ್ಲಿ ಹಗಲು ರಾತ್ರಿಯೆನ್ನದೆ ನಡೆಯುವ ಅಪರಾಧಗಳಿಗೆ ಲೆಕ್ಕವೇ ಇಲ್ಲ!

ಇಂತದೊಂದು ಅಪರಾಧದಲ್ಲಿ ಇವರು ತನ್ನನ್ನು ಸಿಲುಕಿಸಿದ್ದಾರೆ ಎಂದು ನಡುಗಿದಳು ಆಕೆ! ಆ ಗಂಟನ್ನು ತಿರಸ್ಕರಿಸುವ ಮುನ್ನವೇ ಅದು ಅವಳ ಕೈಯಲ್ಲಿತ್ತು. ಆಕೆ ಥರಥರ ನಡುಗಲಾರಂಭಿಸಿದಳು. ಆ ಗಂಟಿನಲ್ಲಿ ಏನಿರಬಹುದು? ಯಾವುದು ಅತ್ಯಂತ ಬೆಲೆ ಬಾಳುವ ಕಳ್ಳತನದ ವಸ್ತುವೇ ಇರಬೇಕು! ಇಲ್ಲದಿದ್ದರೆ ಆ ಮೂರು ಧಾಂಡಿಗರು ಇಳಿ ವಯಸ್ಸಿನ ಗಂಡಸನ್ನು ಅಟ್ಟಿಸಿಕೊಂಡು ಹೋಗಬೇಕಾಗಿತ್ತು?

ಏನೋ ಅಪಾಯವಿದೆ?

ಕೈಲಿದ್ದ ಗಂಟು ಎಸೆದು ಬಿಡಲೇ? ಅದನ್ನು ಆ ಮೂವರು ಕಂಡಿದ್ದರೆ ನನ್ನನ್ನು ಹುಡುಕಿಕೊಂಡು ಬರುತ್ತಾರೆ! ಆನಂತರ ಏನಾಗುತ್ತದೆಯೋ?

ಅಥವಾ ಆ ವೃದ್ಧನೇ ಹಿಂದೆ ಬಂದು ಬಟ್ಟೆ ಗಂಟು ಕೇಳಿದರೆ? ಎಸೆದು ಬಿಟ್ಟೆ ಎಂದರೆ ಆತ ತನ್ನನ್ನು ಸುಮ್ಮನೆ ಬಿಡುತ್ತಾನ? ತನ್ನ ಯಾವುದೂ ತಪ್ಪಿಲ್ಲದೆ ಒಂದು ಅಪರಾಧದಲ್ಲಿ ಭಾಗಿಯಾಗಿಬಿಟ್ಟೆ!

ಯಾಂತ್ರಿಕವಾಗಿ ಪ್ಲ್ಯಾಟ್ ಫಾರ್ಮ್ ಬದಲಾಯಿಸಿ ಮತ್ತೆ ತನ್ನ ನಂಬರ್ ಟ್ರೇನಿಗಾಗಿ ಕಾದು ಅದನ್ನು ಏರಿದಳು ಆಕೆ!

***

ಆಫೀಸು ತಲುಪುವರೆಗೆ ಅವಳಿಗೆ ಜೀವದಲ್ಲಿ ಜೀವ ಇರಲಿಲ್ಲ. ಆ ಗಂಟಿನಲ್ಲಿ ಏನಿದೆ? ಅದನ್ನು ತನ್ನ ಕೈಗೇಕೆ ಆತ ಕೊಟ್ಟ? ಆತ ಅಥವಾ ಆ ಧಾಂಡಿಗರು ಮತ್ತೆ ಬರಬಹುದೇ? ವಾಪಸ್ ಬ್ಯಾಗು ಕೊಡಿ ಎಂದು ಕೇಳಬಹುದೇ? ಇಷ್ಟಕ್ಕೂ ಆತ ಯಾರು? ತನಗೂ ಆತನ ಸಂಬಂಧವೇನು? ತನ್ನ ಕೈಗೇಕೆ ಆ ಗಂಟು ಕೊಟ್ಟ? ನೂರಾರು ಪ್ರಶ್ನೆಗಳು ಅವಳ ತಲೆ ತಿನ್ನುತ್ತಿದ್ದವು. ಆಫೀಸು ಸೇರುತ್ತಲೇ ಅವಳು ಮಾಡಿದ ಮೊದಲ ಕೆಲಸ ತನ್ನ ಸೀಟಿನಲ್ಲಿ ಹೋಗಿ ಕೂತು ಗಂಟು ತೆಗೆದು ನೋಡಿದಳು.

ಒಂದು ಪುಸ್ತಕ ಅಷ್ಟೇ ಅಲ್ಲಿ ಇದ್ದಿದ್ದು! ಅದನ್ನೇ ಬಟ್ಟೆಯಲ್ಲಿ ಸುತ್ತಿ ಗಂಟಿನ ರೂಪ ಕೊಟ್ಟಿದ್ದರು.

ಅದು ಯಾವುದೋ ಒಂದು ಹಿಂದಿ ಭಾಷೆಯ ಕಾದಂಬರಿ.

ಅದನ್ನು ನೋಡುತ್ತಲೇ ಇನ್ನೂ ವಿಚಿತ್ರ ಎನಿಸಿತು.

ಆ ವೃದ್ಧ ಈ ಕಾದಂಬರಿಯನ್ನು ತನ್ನ ಕೈಗೇಕೆ ಇಟ್ಟ! ಆದಂತ ಮಹತ್ತರವಾದ ವಸ್ತುವೂ ಅಲ್ಲ! ಜೊತೆಗೆ ಅವನನ್ನು ಮೂವರು ಧಾಂಡಿಗರು ಅಟ್ಟಿಸಿಕೊಂಡು ಬೇರೆ ಹೋದರು. ಪುಣ್ಯಕ್ಕೆ ಆ ಮೂವರು ತನ್ನತ್ತ ನೋಡಲಿಲ್ಲ! ಅವರ ಉದ್ದೇಶ ಆ ವೃದ್ಧನನ್ನು ಹಿಡಿಯುವ ಹುನ್ನಾರವಿದ್ದಂತೆ ಕಂಡಿತು!

ಮಲಿನವಾದ ಆ ಗಂಟನ್ನು ಒಂದೆಡೆ ಇಟ್ಟು ಆ ಕಾದಂಬರಿಯ ಮೊದಲಿನ ಕೆಲವು ಪುಟಗಳನ್ನು ತಿರುವಿದಳು. ಎಂಟು ಹತ್ತು ಪುಟಗಳನ್ನು ತಿರುವುತ್ತಲೇ ಆತ ಕಾದಂಬರಿಯ ನಡುವೆ ಒಂದು ಚೌಕಕಾರದಲ್ಲಿ ಪುಟಗಳನ್ನು ಕಟ್ ಮಾಡಿದ್ದರು. ಅದರ ಒಳಗೆ ಕಂಡಿದ್ದು ಐನೂರು ರೂಪಾಯಿಗಳ ಒಂದು ಕಂತೆ?

ಹಣ! ಅದನ್ನು ತನಗೇಕೆ ಕೊಟ್ಟ? ಇದು ತೀರಾ ಅಪಾಯದ ಕೆಲಸ! ಯಾರೋ ತನಗೆ ದುಡ್ಡು ಕೊಡಬೇಕಾದರೆ ಅದರ ಹಿಂದೆ ಯಾವುದೋ ಒಂದು ಉದ್ದೇಶ ಇದೆ! ಅನೈತಿಕ ಹಣದ ವಿಷಯದ ಸಂಬಂಧ ಎಂದರೆ ಅದು ಅಪರಾಧದ ಕೆಲಸವೇ ಇರಬೇಕು! ತನ್ನಿಂದ ಆ ವೃದ್ಧ ಏನನ್ನು ಅಪೇಕ್ಷಿಸುತ್ತಿದ್ದನೋ ಗೊತ್ತಿಲ್ಲ..? ಮೆಲ್ಲನೆ ಆ ನೋಟಿನ ಬಂಡಲನ್ನು ಮೇಲಕ್ಕೆ ಎತ್ತಿದಳು. ಆಕೆ ಕೆಳಗೆ ಒಂದು ಚೀಟಿ ಕಂಡಿತು! ಕುತೂಹಲದಿಂದ ಆ ಚೀಟಿಯನ್ನು ತೆಗೆದು ನೋಡಿದಳು ಆಕೆ.

'ಇದೊಂದು ಕ್ಷಮಾಪಣೆ ಪತ್ರ!

ನನ್ನ ಕಾರಿಗೆ ಅಡ್ಡ ನೀವು ಬಂದಿದ್ದಿರಿ! ಪುಣ್ಯವಶಾತ್ ಏನೂ ಆಗಲಿಲ್ಲ, ನನ್ನನ್ನು ಕ್ಷಮಿಸಿ!

ನೀವು ಪರಿಚಿತರು ಎಂದು ನನಗನ್ನಿಸುತ್ತಿದೆ!

ಕಾರಣ ಗೊತ್ತಿಲ್ಲ!

ನನ್ನನ್ನು ನೀವು ಹಿಂದೆ ಏನಾದರೂ ಭೇಟಿ ಮಾಡಿದ್ದರೆ, ಅದಕ್ಕೆ ಸಂಬಂಧಿಸಿದಂತೆ ಯಾವುದಾದರೂ ಘಟನೆಯನ್ನು ನೆನಪು ಮಾಡಿಕೊಡಲು ಸಾಧ್ಯವೇ? ನಿಮಗೆ ಟ್ರೀಟ್ಮೆಂಟ್ ನೀಡಿದ ಡಾಕ್ಟರ ಅವರ ಸಹಾಯ ಕೇಳಿ ನನ್ನನ್ನು ಭೇಟಿ ಮಾಡಲು ಪ್ರಯತ್ನ ಮಾಡಿ,

ದಾದಾ.'

ಆ ಚುಟುಕು ಪತ್ರ ಓದುತ್ತಲೇ ಅವಳಿಗೆ ರೋಮಾಂಚನವಾಯಿತು! ಅಂದರೆ...ಅಂದರೆ ಏನು? ನೂರಾರು ಯೋಚನೆಗಳು ಒಮ್ಮೆಲೇ ಮನಸ್ಸಿಗೆ ಲಗ್ಗೆ ಇಟ್ಟವು! ಈ ಗಂಟು ನನಗೆ ತಲುಪಿಸುವುದು ಆ ವೃದ್ಧನ ಕೆಲಸವಾಗಿತ್ತು! ಆ ವೃದ್ಧ ಆ ಕೆಲಸ ಮಾಡದಂತೆ ಆ ಧಾಂಡಿಗರು ಪ್ರಯತ್ನಿಸುತ್ತಿದ್ದಿರಬೇಕು!

ಏನೋ..ಆಸಾಧ್ಯ ಎನಿಸಿದ್ದು ನಡೆಯುತ್ತಿದೆ. ಸಾಧ್ಯವೇ...? ಇಷ್ಟು ವರ್ಷಗಳ ನಂತರ ಅಸಾಧ್ಯವಾದದ್ದು ಸಾಧ್ಯವಾಗು ಸಮಯ ಬಂದಿತೆ? ಅವನು ಬೇರೆ ಇರಲೇಬೇಕು! ಅವನ ತನ್ನವನು! ಕಮರಿದ್ದ ಕನಸು ಗರಿಗೆದರಿತ್ತು!

ಎಂದೂ ನೆನೆಸಿರಲಿಲ್ಲ!

ಎಲ್ಲಾ ಮುಗಿದೇ ಹೋಯಿತು, ಬದುಕು ಬರಡಾಯಿತು ಒಣಗಿದ ವೃಕ್ಷ ಮತ್ತೆ ಚಿಗುರುವುದಿಲ್ಲ ಎಂದುಕೊಂಡಿದ್ದಳು!

ಆದರೆ ತನ್ನ ಅನಿಸಿಕೆ ಸುಳ್ಳಾಗಿದೆ ಎನಿಸತೊಡಗಿತ್ತು!

ಕೊರಡು ಕೊನರಿತ್ತು!

ತಾನೀಗ ಮಾಡಬೇಕಾದ ಕೆಲಸಗಳು ಬಹಳ ಇವೆ! ನಾಜೂಕಾಗಿ ಈ ಕೆಲಸವನ್ನು ಮಾಡಿದರೆ ಮತ್ತೆ ಬದುಕಿನಲ್ಲಿ ಬಣ್ಣಗಳು ತುಂಬುತ್ತವೆ!

ಯಾರು ಆವೃದ್ಧ?

ಅವನನ್ನು ಕಳಿಸಿದ್ದು ಆತನೇ...ದಾದಾ..!

ಗಂಟಿನಲ್ಲಿದ್ದ ಹಣ ತಾನು ಅವನನ್ನು ತಲುಪುವುದಕ್ಕೆ! ನಂತರ..? ಇದೆಲ್ಲದರ ಹಿಂದಿನ ಉದ್ದೇಶ ಏನು?

ಹತ್ತು ನಿಮಿಷಗಳಲ್ಲೇ ಆಫೀಸು ತುಂಬಿ ತುಳುಕುತ್ತಿತ್ತು! ಉದ್ಯೋಗಿಗಳೆಲ್ಲ ತಂತಮ್ಮ ಕೆಲಸ ಶುರು ಮಾಡಿದ್ದರು!

ಆಕೆಯ ಟೇಬಲ್ ಮೇಲಿದ್ದ ಇಂಟರ್ಕಾಂ ರಿಂಗ್ ಆಯಿತು
ಆಕೆ ರಿಸೀವರ್" ಕೈಗೆತ್ತಿಕೊಂಡು ಗುಡ್ ಮಾರ್ನಿಂಗ್ ಬಾಸ್" ಎಂದಳು!
"ಕೆನ್ ಯೂ ಕಮ್ ಇಮೀಡಿಯಟ್ಲೀ..."
ಇಂಟಾರ್‌ಕಾಮಿನ ರಿಸೀವರಿನಲ್ಲಿ ಕೇಳಿಸಿತು.

23

"ಸರ್ ಒಬ್ಬಳು ಯುವತಿ ತಮ್ಮನ್ನು ನೋಡಲೇಬೇಕು, ತುಂಬಾ ಅರ್ಜೆಂಟ್ ಆಗಿರೋ ವಿಷಯ ಅಂತ ಹೇಳ್ತಾ ಇದ್ದಾಳೆ"

ಡಾಕ್ಟರ್ ಮನು ಅವರ ನರ್ಸಿಂಗ್ ಹೋಮಿನ ರೆಸೆಪ್ಷನಿಸ್ಟ್ ಇಂಟರ್ಕಾಮಿನಲ್ಲಿ ಹೇಳಿದಳು.

"ಏನಾದ್ರೂ ಹೆಲ್ತ್ ಇಶ್ಯೂ ನಾ?"

"ಇಲ್ಲ, ನೋಡೋಕೆ ಆರೋಗ್ಯವಾಗಿದ್ದಾಳೆ"

"ಮತ್ತೆ ಅಂತ ಅರ್ಜೆಂಟ್ ವಿಷಯ ಏನಂತೆ?"

"ದಾದಾ ವಿವೇಕ್ಗೆ ಸಂಬಂಧಿಸಿದ್ದಂತೆ... ಆಕೆ ವಾರದ ಹಿಂದೆ ನಮ್ಮ ನರ್ಸಿಂಗ್ ಹೋಮಲ್ಲಿ ಟ್ರೀಟ್ಮೆಂಟ್ ತಗೊಂಡಿದ್ದಳಂತೆ"

ಡಾಕ್ಟರ್ ಸ್ವಲ್ಪ ಯೋಚಿಸಿದರು ಯಾರಿರಬಹುದು? ಅದೂ ವಿವೇಕ್ಗೆ ಸಂಬಂಧಿಸಿದ ಇಂಪಾರ್ಟೆಂಟ್ ವಿಷಯ ಮಾತಾಡ ಬೇಕಂತೆ? ಅದೇನಿರಬಹುದು? ಆಕೆ ಯಾರೋ ಏನೋ? ತನ್ನ ಸಮಯವನ್ನು ಹಾಳು ಮಾಡುತ್ತಿದ್ದಾಳ? ಇರಲಿ, ಈಗ ವಿರಾಮವಾಗಿದ್ದೇನೆ, ಒಮ್ಮೆ ವಿಚಾರಿಸಿದರೆ ತೊಂದರೆಯೇನೂ ಆಗುವುದಿಲ್ಲ.

"ಸರಿ, ಒಳಗೆ ಕಳಿಸಿ"

ಒಂದು ನಿಮಿಷದ ನಂತರ ತಮ್ಮ ಕನ್ಸಲ್ಟೇಶನ್ ರೂಮಿನೊಳಗೆ ಬಂದ ಆ ಯುವತಿಯನ್ನು ದಿಟ್ಟಿಸಿ ನೋಡಿದರು ಡಾಕ್ಟರ್ ಮನು. ಪರಿಚಯದ ಮುಖ ಎನಿಸಿತು. ಮರುಕ್ಷಣ, ಕಳೆದ ವಾರ ವಿವೇಕ್ ಜೊತೆ ಬಂದಿದ್ದಳಲ್ಲ ಆ ಯುವತಿಯೇ ಈಕೆ ಎಂದು ಗುರುತು ಸಿಕ್ಕಿತು.

"ನಮಸ್ಕಾರ ಡಾಕ್ಟರ್, ನಾನು ಕಳೆದ ವಾರ ವಿವೇಕ್ ಅವರ ಕಾರಿಗೆ ಸಿಕ್ಕಿಕೊಳ್ಳೋದ್ರಲ್ಲಿದ್ದೆ. ಆಗ ಪ್ರಜ್ಞೆ ತಪ್ಪಿತ್ತು, ನನ್ನನ್ನ ಕರ್ಕೊಂಡ್ ಬಂದು ಇಲ್ಲಿಗೆ ಸೇರಿಸಿದ್ದರು. ನೀವು ನನಗೆ ಟ್ರೀಟ್ಮೆಂಟ್ ಕೊಟ್ಟಿದ್ರಿ, ಆಮೇಲೆ ಡಿಸ್ಚಾರ್ಜ್

ಮಾಡಿಸಿಕೊಂಡು ಮನೆಗೆ ಹೋದೆ"

ಯುವತಿ ತಾನೆ ಮುಂದುವರಿದು ಡಾಕ್ಟರಿಗೆ ನೆನಪು ಮಾಡಿಕೊಟ್ಟಳು.

"ಹೌದು ನೆನಪಾಯಿತು"

"ಡಾಕ್ಟರ್, ಈಗ ನೀವು ನನಗೊಂದು ಸಹಾಯ ಮಾಡಲೇಬೇಕು; ತುರ್ತು ಪರಿಸ್ಥಿತಿ! ದಯವಿಟ್ಟು ನೀವು ನೆಗ್ಲೆಟ್ ಮಾಡಬಾರದು. ಇದು ದಾದಾ ವಿವೇಕ್ ಅವರ ಜೀವನಕ್ಕೆ ಸಂಬಂಧಿಸಿದ್ದು, ತುಂಬಾ ಕ್ರಿಟಿಕಲ್!"

ಡಾಕ್ಟರ್ ಮನು ಆಶ್ಚರ್ಯದಿಂದ ಆಕೆಯ ಕಡೆ ನೋಡಿದಳು. ಯಾರೀಕೆ? ಇವಳಿಗೂ ವಿವೇಕ್ಗೂ ಏನು ಸಂಬಂಧ? ವಿವೇಕ್ ಜೀವನಕ್ಕೆ ಇದು ತುಂಬಾ ಕ್ರಿಟಿಕಲ್ ಎಂದು ಹೇಳುತ್ತಿದ್ದಾಳೆ! ಹಾಗಿದ್ದರೆ ಏನಿರಬಹುದು? ಈಕೆ ಯಾರು? ವಿವೇಕ್ಗೆ ಅಷ್ಟು ಮುಖ್ಯವಾದ ವ್ಯಕ್ತಿಯಾಗಿದ್ದರೆ ನೇರವಾಗಿ ಸಂಪರ್ಕಿಸಲು ಸಾಧ್ಯವಿತ್ತು. ಹಾಗೆ ಮಾಡಲು ಸಾಧ್ಯವಿಲ್ಲದೆ ಈಗ ನನ್ನ ಬಳಿ ಬಂದಿದ್ದಾಳೆ?!

"ಓಕೆ, ನಾನು ಸಹಾಯ ಮಾಡ್ತೀನಿ...ಏನು ಮಾಡಬೇಕು?'

"ಅವರನ್ನ ಭೇಟಿ ಮಾಡೋದಕ್ಕೆ ಹೆಲ್ಪ್ ಮಾಡಬೇಕು"

"ಅದು ಹೇಗಮ್ಮ?"

"ಅವರು ಎಲ್ಲಿ ಸಿಕ್ತಾರೆ? ಯಾವಾಗ ಸಿಕ್ತಾರೆ ಅಂತ ತಾವು ಹೇಳಿದರೆ, ಒಂದು ಹತ್ತು ನಿಮಿಷ ಅವರ ಜೊತೆ ನಾನು ಮಾತಾಡಬೇಕು"

"ನೋಡಮ್ಮ, ನನ್ನ ಅವರ ಸಂಬಂಧ ಕೇವಲ ಆರೋಗ್ಯಕ್ಕೆ ಸಂಬಂಧಿಸಿದ್ದು... ಅದಕ್ಕೆ ಮೀರಿದ ಆತ್ಮೀಯತೆ ಅವರ ಜೊತೆಗಿಲ್ಲ. ಅವರ ವಿಳಾಸ ಬೇಕಾದ್ರೆ ಕೊಡ್ತೀನಿ. ಆದ್ರೆ ನಿನ್ನನ್ನ ಒಳಗೆ ಹೋಗೋಕೆ ಅವಕಾಶ ಸಿಗೋದು ಕಮ್ಮಿ. ಒಂದು ವೇಳೆ ಅವರು ಶೂಟಿಂಗ್ ನಡೆಯೋ ಸ್ಟುಡಿಯೋ ಹೆಸರು ಹೇಳಿದ್ರೆ ಅಲ್ಲಿಗೆ ಹೋಗಬಹುದು, ಆದರೆ ಅಲ್ಲಿ ಕೂಡ ನಿನಗೆ ಅವರನ್ನು ಭೇಟಿ ಮಾಡದಿಕ್ಕೆ ಅವಕಾಶ ಸಿಗೋದು ಅನುಮಾನ"

“ಹಾಗಿದ್ರೆ ಮತ್ತು ಅವರನ್ನ ನಾನು ಹೇಗೆ ಕಾಂಟಾಕ್ಟ್ ಮಾಡ್ಲಿ ಡಾಕ್ಟ್ರೇ?"

ಅವಳ ಮುಖದ ಮೇಲೆ ಕಳವಳ ಕಂಡಿತು!

"ನನಗೆ ಯಾವ ಮಾರ್ಗಾನೂ ತೋಚ್ತಾ ಇಲ್ಲ"

ಅವಳ ಉತ್ಸಾಹ ಜರ್ರನೆ ಇಳಿದು ಹೋಯಿತು. ಹಾಗಾದರೆ ನಾನು ವಿವೇಕನನ್ನು ನೋಡಲು ಸಾಧ್ಯವೇ ಇಲ್ಲವೇ? ಅಂತಹ ಪರಿಸ್ಥಿತಿ ಎಂದು ಬಂದೀತು? ಒಂದು ಕಾಲದಲ್ಲಿ 'ನಾನು ಮನೆಗೆ ಹೋಗಲೇಬೇಕು ಇಲ್ದೇ ಇದ್ರೆ ಮನೆಯಲ್ಲಿ ತುಂಬಾ ಗಲಾಟೆ ಆಗುತ್ತೆ' ಅಂತ ಎಷ್ಟು ಹೇಳಿದರೂ, 'ಇನ್ನೂ ಸ್ವಲ್ಪ...ಪ್ಲೀಸ್ ನನಗಾಗಿ ಇನ್ನೂ ಸ್ವಲ್ಪ ಹೊತ್ತು ಇರು ಎಂದು ಒತ್ತಾಯಿಸುತ್ತಿದ್ದ

ವಿವೇಕ! ಈಗ ಎಷ್ಟು ದೂರವಾಗಿಬಿಟ್ಟಿದ್ದಾನೆ?! ಯಾರೂ ಮುಟ್ಟಲಾರದ ಹಂತಕ್ಕೆ ಏರಿಬಿಟ್ಟಿದ್ದಾನೆ! ಈಗ ಅವನನ್ನು ಸಂಪರ್ಕಿಸುವ ಬಗೆ ಹೇಗೆ? ಅವನನ್ನು ಎಚ್ಚರಿಸುವ ಬಗೆ ಹೇಗೆ? ಅವನನ್ನು ಅವನಾಗಿ ಉಳಿಸುವ ಬಗೆ ಹೇಗೆ?

"ಪ್ಲೀಸ್, ಡಾಕ್ಟರ್ ಏನಾದರೂ ಮಾಡಿ ಹೇಗಾದರೂ ಮಾಡಿ.."

ಬೇಡಿದಳು ಆ ಯುವತಿ.

ಮರಕ್ಷಣ ಆಕೆಗೊಂದು ಯೋಚನೆ ಬಂತು. ದಾದಾ ವಿವೇಕ ತನಗೆ ಕಳಿಸಿದ ಆ ಚೀಟಿಯನ್ನು ಈ ಡಾಕ್ಟರ್ಗೆ ತೋರಿಸಲೇ? ಅದೇನಾದರೂ ಆಚಾತುರ್ಯದಿಂದ ಲೀಕ್ ಆಗಿ ಬಿಟ್ಟರೆ? ಅದು ವಿವೇಕನ ಕೆರಿಯರಿಗೆ ಅಪಾಯ! ಗಾಸಿಪ್ ಪತ್ರಿಕೆಗಳು ಅವನ ಬಗ್ಗೆ ಇಲ್ಲದ್ದು ಬರೆದು ಪಬ್ಲಿಕ್ ಇಮೇಜ್ ಹಾಳು ಮಾಡುತ್ತಾರೆ! ಮನಸ್ಸಿಗೆ ಬಂದಿದ್ದು ಕಲ್ಪಿಸಿಕೊಂಡು ಬರೆಯುತ್ತಾರೆ! ಅವನ ಇಮೇಜಿಗೆ ಭಾರೀ ಧಕ್ಕೆಯಾಗುತ್ತದೆ. ಆ ಕೆಲಸ ಮಾಡಬಾರದು. ಡಾಕ್ಟರನ್ನೇ ಮತ್ತೆ ಬೇಡಿಕೊಳ್ಳೋಣ.

ಡಾಕ್ಟರ್ ಮನು ಯೋಚಿಸುತ್ತಿದ್ದರು.

"ಪ್ಲೀಸ್ ಡಾಕ್ಟರ್, ಇಲ್ಲ ಅನ್ನಬೇಡಿ ಇದು ಬಹಳ ತುರ್ತು! ಎಮರ್ಜೆನ್ಸಿ! ದಾದಾ ವಿವೇಕನ ಜೀವನ ಒಂದು ವಿಚಿತ್ರ ತಿರುವು ಪಡೆಯುವ ಸಾಧ್ಯತೆ ಇದೆ! ಅವರಿಗೆ ಅಪಾಯ ಕೂಡ ಇದೆ"

ಆಕೆ ಮತ್ತೆ ಮತ್ತೆ ಕೇಳಿಕೊಂಡಳು.

"ನೀನು ಏನು ಹೇಳ್ತಿದ್ದೀಯೋ ನನಗೆ ಅರ್ಥವಾಗ್ತಿಲ್ಲ. ಆದ್ರೂ ನಿನ್ನ ಮಾತು ನಂಬ್ತೀನಿ..ನೀನು ಒಂದು ಕೆಲಸ ಮಾಡಬಹುದು, ಅದನ್ನು ಹೇಗೆ ಮಾಡ್ತೀಯಾ ಅನ್ನೋದು ನಿನಗೆ ಬಿಟ್ಟಿದ್ದು. ಗುಟ್ಟಾಗಿ ಇರೋ ವಿವೇಕ್ ಪರ್ಸನಲ್ ಫೋನ್ ನಂಬರ್ ಕೊಡ್ತೀನಿ. ಅವರ ವಾಟ್ಸಪ್ ನಂಬರ್ಗೆ ನೀನು ಮೆಸೇಜ್ ಮಾಡು. ನಿಜಕ್ಕೂ ನಿನ್ನ ಮತ್ತು ಅವರ ಪರಿಚಯ ಗಾಢವಾಗಿದ್ರೆ ಅಂದರೆ ಅವರು ನಿನ್ನನ್ನ ಕಾಂಟಾಕ್ಟ್ ಮಾಡ್ತಾರೆ"

"ಆಗ್ಲಿ ಡಾಕ್ಟರ್, ನಾನು ಎಂದಿಗೂ ನಿಮ್ಮ ಉಪಕಾರ ಮರೆಯೋದಿಲ್ಲ. ಥ್ಯಾಂಕ್ಯು ಥ್ಯಾಂಕ್ಯು ವೆರಿ ಮಚ್"

"ಈ ನಂಬರು ನಾನು ಕೊಟ್ಟೆ ಅಂತ ಯಾವ ಕಾರಣಕ್ಕೂ ದಾದಾಗೆ ಹೇಳಬಾರದು. ನಾನು ಓರ್ವ ಅಭಿಮಾನಿ ಅಂತ ಹೇಳ್ಕೋ..ಫೋನ್ ನಂಬರ್ ಹೇಗೆ ಸಿಕ್ಕಿತು ಅಂದರೆ ಏನು ಹೇಳ್ತೀಯಾ?"

"ನನ್ನ ಪರಿಚಯ ಹೇಳ್ಕೊಂಡ್ರೆ ಅವ್ರು ಹಾಗೆ ಕೇಳೋ ಸಾಧ್ಯತೆ ಇಲ್ಲ. ಅದರ ಬಗ್ಗೆ ನೀವು ಯೋಚನೆ ಮಾಡಬೇಡಿ ಏನೋ ಹೇಳಿ ಪಾರಾಗ್ತೀನಿ. ನಿಮ್ಮ ಹೆಸರು

ಯಾವ ಕಾರಣಕ್ಕೂ ಹೇಳೋದಿಲ್ಲ"

"ಹಾಗಿದ್ರೆ ತಗೋ ಈ ನಂಬರ್ ಬರ್ಕೊ"

***

ಆ ಯುವತಿ ವರ್ಕಿಂಗ್ ವುಮನ್ ಹಾಸ್ಟೆಲ್ ತಲುಪಿದಾಗ ರಾತ್ರಿ ಎಂಟು ಗಂಟೆ. ಅತೀವ ಭಯದಿಂದ ಮುಂಬೈ ಲೋಕಲ್ಲುಗಳಲ್ಲಿ ಪ್ರಯಾಣ ಯಾಂತ್ರಿಕವಾಗಿ ಕೊನೆಯಾಗಿತ್ತು. ಬೆಳಗಿನ ಬಟ್ಟೆ ಗಂಟು ಕೈಗೆ ತುರುಕಿದ ಆ ವೃದ್ಧ, ನಂತರ ಅವನನ್ನು ಹಿಂಭಾಲಿಸಿದ ಆ ಧಾಂಡಿಗರ ಹೆದರಿಕೆಯ ನಡುವೆ ಏನೂ ತೊಂದರೆಯಾಗದೆ ತನ್ನ ವಸತಿ ಸ್ಥಳಕ್ಕೆ ವಾಪಸ್ಸಾಗಿದ್ದಳು.

'ನೀವು ಪರಿಚಿತರು ಎಂದು ನನಗನ್ನಿಸುತ್ತಿದೆ!

ಕಾರಣ ಗೊತ್ತಿಲ್ಲ!

ನನ್ನನ್ನು ನೀವು ಹಿಂದೆ ಎಂದಾದರೂ ಭೇಟಿ ಮಾಡಿದ್ದರೆ, ಅದಕ್ಕೆ ಸಂಬಂಧಿಸಿದಂತೆ ಯಾವುದಾದರೂ ಘಟನೆಯನ್ನು ನೆನಪು ಮಾಡಿಕೊಡಲು ಸಾಧ್ಯವೇ?'

ಆಫೀಸಿನಿಂದ ವಾಪಸ್ಸು ಪ್ರಯಾಣದುದ್ದ ಕಾಡಿದ್ದು ಆ ಧಾಂಡಿಗರ ಭಯ...ಜೊತೆಗೇ ಆ ಪತ್ರದಲ್ಲಿದ್ದ ಒಕ್ಕಣೆ. ತಮ್ಮಿಬ್ಬರ ಪರಿಚಯವನ್ನು ನೆನಪಿಸುವ ಒಂದು ಘಟನೆಯನ್ನು ಉಲ್ಲೇಖಿಸುವಂತೆ ಕೇಳಿದ್ದ! ಅಂದರೆ ಅವನು ಎಲ್ಲ ಮರೆತಿದ್ದಾನೆ. ನೆನಪು ಅಸ್ಪಷ್ಟವಾಗಿದೆ! ಇಲ್ಲದಿದ್ದರೆ ನೀವು ಪರಿಚಿತರು ಎಂದು ನನಗನ್ನಿಸುತ್ತಿದೆ ಎಂದು ಬರೆಯುತ್ತಿರಲಿಲ್ಲ! ಈಗ ಅವನ ನೆನಪನ್ನು ಪುನಸ್ಥಾಪಿಸುವ ತಮ್ಮಿಬ್ಬರ ಜೀವನದ ಘಟನೆ ಯಾವುದು? ಯಾವ ರೀತಿಯಲ್ಲಿ ಅವನ ನೆನಪನ್ನು ಉದ್ದೀಪನಗೊಳಿಸಬಹುದು? ಅಂದರೆ ತನ್ನ ಅನುಮಾನ ಸ್ಪಷ್ಟವಾಗಿದೆ ಯಾವುದೋ ಸಂದರ್ಭದಲ್ಲಿ ಅವನ ನೆನಪು ಸಂಪೂರ್ಣವಾಗಿ ನಾಶವಾಗಿದೆ! ಆ ಸಂದರ್ಭವನ್ನು ಉಪಯೋಗಿಸಿಕೊಂಡು ಅವನನ್ನು ವಿವೇಕನನ್ನಾಗಿ ಮಾಡಿರುವ ದೊಡ್ಡ ಸಂಚಿದೆ! ಹಾಗದೆ ಮೂಲ ವಿವೇಕ ಎಲ್ಲಿ? ಸತ್ತನೆ? ಅವನ ಜನಪ್ರಿಯತೆಯನ್ನು, ಹಣಗಳಿಸುವ ಅವನ ಪ್ರತಿಭೆಯನ್ನು ಉಪಯೋಗಿಸಿಕ್ಕೊಳ್ಳಲು ಅವನ ಹಿಂದೆ ಪಾತಕಿಗಳು ಸೇರಿದ್ದಾರೆ! ಇದರ ಹಿಂದಿರುವವರು ಬಲಿಷ್ಠರು! ಭೂಗತ ಲೋಕದ ಪಾತಕಿಗಳು! ಆ ವೃದ್ಧ ತನ್ನ ಕೈಗೆ ಗಂಟನ್ನು ಕೊಟ್ಟಾಗ ಹೆದರಿದ್ದೆ! ಅದರ ಜಾಡು ಹಿಡಿದು ಈಗಲೂ ತನ್ನ ಮೇಲೆ ಹಲ್ಲೆ ನಡೆಯುವ ಸಾಧ್ಯತೆ ಇದೆ! ತಾನು ಎಂದೂ ವಿವೇಕನ ಹತ್ತಿರಕ್ಕೆ ಹೋಗಬಾರದು! ಹೋದರೆ ಇಬ್ಬರಿಗೂ ಅಪಾಯ! ಅವನ ಸಮೀಪ ಸುಳಿಯದೆ ದೂರದಿಂದಲೇ ಅವನ ನೆನಪು ಮರುಕಳಿಸುವಂತೆ ಮಾಡಬೇಕು ಅದನ್ನು ಹೇಗೆ ಮಾಡುವುದು?

ಈ ವಿಷಯದಲ್ಲಿ ಯಾರು ತನಗೆ ಸಹಾಯ ಮಾಡಬಲ್ಲರು? ಯಾರಾದರೂ ಮನಶಾಸ್ತ್ರಜ್ಞರನ್ನು ಭೇಟಿ ಮಾಡುವುದೇ? ಆದರೆ ಅದಕ್ಕೆಲ್ಲ ಸಮಯ ಬೇಕು! ಸಾಕಷ್ಟು ಹಣ ಬೇಕಾಗುತ್ತದೆ. ಮನಶಾಸ್ತ್ರಜ್ಞರ ಸಲಹೆ ಪಡೆಯಬಹುದು ಆದರೆ ಅದಕ್ಕೆ ಎಷ್ಟು ಸಮಯ ಹಿಡಿಯುತ್ತದೆಯೋ ಅಂದಾಜು ಮಾಡಲಾಗುತ್ತಿಲ್ಲ. ಈಗ ವಿವೇಕನ ನೆನಪು ಅಸ್ಪಷ್ಟವಾಗಿ ಹಿಂದಿನದನ್ನು ಸ್ಮರಣೆಗೆ ತಂದುಕ್ಕೊಳ್ಳುತ್ತಿದೆ! ಆ ನೆನಪನ್ನು ತಡಮಾಡದೆ ಈಗಲೇ ಉದ್ದೀಪನಗೊಳಿಸಬೇಕು! ಈ ಸಮಯ ಬಿಟ್ಟರೆ ಮತ್ತೆ ನೆನಪು ಮಾಸಬಹುದು! ಅದನ್ನು ಹೇಗೆ ಮಾಡಲಿ? ಅದಕ್ಕಾಗಿ ಏನು ಮಾಡಲಿ? ಆಕೆ ಯೋಚಿಸತೊಡಗಿದಳು!

24

ಈಗ ವಿವೇಕನ ನೆನಪು ಅಸ್ಪಷ್ಟವಾಗಿ ಹಿಂದಿನದನ್ನು ಸ್ಮರಣೆಗೆ ತಂದುಕ್ಕೊಳ್ಳುತ್ತಿದೆ! ಆ ನೆನಪನ್ನು ತಡಮಾಡದೆ ಈಗಲೇ ಉದ್ದೀಪನಗೊಳಿಸಬೇಕು! ಈ ಸಮಯ ಬಿಟ್ಟರೆ ಮತ್ತೆ ನೆನಪು ಮಾಸಬಹುದು! ಅದನ್ನು ಹೇಗೆ ಮಾಡಲಿ? ಅದಕ್ಕಾಗಿ ಏನು ಮಾಡಲಿ? ಆಕೆ ಯೋಚಿಸತೊಡಗಿದಳು!

ಯೋಚಿಸುತ್ತಲೇ ಆಕೆ ಸ್ನಾನ, ಊಟ ಮುಗಿಸಿ ರೂಮಿಗೆ ಮರಳಿದಳು. ಅವಳ ಇಬ್ಬರು ರೂಮ್ ಮೇಟ್ಗಳು ರಾತ್ರಿ ಪಾಳಿಯಲ್ಲಿ ಕೆಲಸ ಮಾಡುವವರು. ಹಾಗಾಗಿ ಅವಳಿಗೆ ಏಕಾಂತ ಸಿಕ್ಕಿತು.

ಆಕೆ ತನ್ನ ಲ್ಯಾಪ್ಟಾಪ್ ತೆರೆದ ಕೂತಳು. ಎಲ್ಲಕ್ಕೂ ಮಾಹಿತಿ ಈಗ ಸಿಗುವುದೇ ಅಂತರ್ಜಾಲದಲ್ಲಿ! ತಂತ್ರಜ್ಞಾನದ ಮೊರೆಹೋದರೆ ಯಾವುದಾದರೂ ಸಲಹೆ, ಯಾವುದಾದರೂ ತಂತ್ರ ಸಿಗಬಹುದೇ ಎಂದು ಹುಡುಕಾಡತೊಡಗಿದಳು.

'ಮಾಸಿದ ನೆನಪನ್ನು ಉದ್ದೀಪನ ಗೊಳಿಸುವ ಬಗೆ ಹೇಗೆ?'

ಎಂಬ ಪ್ರಶ್ನೆಯನ್ನು ಕೃತಕ ಬುದ್ಧಿಮತ್ತೆಗೆ ಒಪ್ಪಿಸಿ ಉತ್ತರಕ್ಕಾಗಿ ಕಾಯುತ್ತಾ ಕುಳಿತಳು. ಒಂದೇ ನಿಮಿಷದಲ್ಲಿ ಕೃತಕ ಬುದ್ಧಿ ಮತ್ತೆ, (ಆರ್ಟಿಫಿಷಿಯಲ್ ಇಂಟೆಲಿಜೆನ್ಸ್) ಹಲವಾರು ಅಂಶಗಳನ್ನು ತೆರೆಯ ಮೇಲೆ ಮೂಡಿಸಿತು.

ಅವುಗಳನ್ನು ಒಂದೊಂದಾಗಿ ಪರೀಕ್ಷಿಸತೊಡಗಿದಳು; ವಿಶ್ಲೇಷಣೆ ಮಾಡತೊಡಗಿದಳು.

'ನೆನಪು ಮರುಪಡೆಯುವಿಕೆ, ವಿವಿಧ ಅಂಶಗಳಿಂದ ಪ್ರಭಾವಿತವಾಗಿರುತ್ತದೆ ಮತ್ತು ವ್ಯಕ್ತಿಯ ಮರೆಯಾದ ಸ್ಮರಣೆಯು ಹಿಂತಿರುಗಲು ಅಥವಾ ಸುಧಾರಿಸಲು ಕೆಲವು ಸಂದರ್ಭಗಳಿವೆ:

1. ಸಾಂದರ್ಭಿಕ ಸೂಚನೆಗಳು
2. ಭಾವನಾತ್ಮಕ ಅಂಶಗಳು.

3. ಪುನರಾವರ್ತನೆ ಮತ್ತು ಮರುಕಲಿಕೆ.

4. ಅಸೋಸಿಯೇಟಿವ್ ಮೆಮೊರಿ

5. ಸಮಯ

6. ಮೆಮೊರಿ ತಂತ್ರಗಳು: ಕೆಲವು ಜ್ಞಾಪಕ ತಂತ್ರಗಳು, ಉದಾಹರಣೆಗೆ ದೃಶ್ಯೀಕರಣ

7. ಮೆದುಳಿನ ಪ್ಲಾಸ್ಟಿಸಿಟಿ ಮತ್ತು ನ್ಯೂರೋಜೆನೆಸಿಸ್: ಮೆದುಳಿನ ಸಾಮರ್ಥ್ಯವು ಸ್ವತಃ ಮರುಸಂಘಟಿಸಲು ಮತ್ತು ಹೊಸ ಸಂಪರ್ಕಗಳನ್ನು ರೂಪಿಸಲು (ಮೆದುಳಿನ ಪ್ಲಾಸ್ಟಿಟಿ) ಮತ್ತು ಕೆಲವು ಮೆದುಳಿನ ಪ್ರದೇಶಗಳಲ್ಲಿ ಹೊಸ ನ್ಯೂರಾನ್‌ಗಳ (ನ್ಯೂರೋಜೆನೆಸಿಸ್) ಉತ್ಪಾದನೆಯು ಮರೆಯಾದ ನೆನಪುಗಳನ್ನು ಚೇತರಿಸಿಕೊಳ್ಳುವಲ್ಲಿ ಪಾತ್ರವನ್ನು ವಹಿಸುತ್ತದೆ.

8. ಹಿಪ್ನಾಸಿಸ್ ಮತ್ತು ಥೆರಪಿ

9. ನರವೈಜ್ಞಾನಿಕ ಅಂಶಗಳು

ಸ್ಮರಣೆ ಒಂದು ಸಂಕೀರ್ಣ ಪ್ರಕ್ರಿಯೆಯಾಗಿದೆ ಎಂಬುದನ್ನು ಗಮನಿಸುವುದು ಮುಖ್ಯ, ಮತ್ತು ಮರೆಯಾದ ನೆನಪುಗಳ ಮರುಪಡೆಯುವಿಕೆ ಈ ಅಂಶಗಳ ಸಂಯೋಜನೆಯಿಂದ ಪ್ರಭಾವಿತವಾಗಿರುತ್ತದೆ. ಹೆಚ್ಚುವರಿಯಾಗಿ, ನೆನೆಪುಗಳು ಯಾವಾಗಲೂ ಹಿಂದಿನ ಘಟನೆಗಳ ಸಂಪೂರ್ಣ ನಿಖರವಾದ ಪ್ರಾತಿನಿಧ್ಯವಲ್ಲ ಮತ್ತು ಕಾಲಾಂತರದಲ್ಲಿ ಅಸ್ಪಷ್ಟತೆ ಅಥವಾ ಪುನರ್ನಿರ್ಮಾಣಕ್ಕೆ ಒಳಪಟ್ಟಿರುತ್ತದೆ'

ಸುಮಾರು ಅರ್ಧ ಗಂಟೆಯ ವಿಚಾರ ಮಾಡಿದ ನಂತರ ಎರಡನೆ ಅಂಶದಲ್ಲಿ ಸೂಚಿಸಿದ ಭಾವನಾತ್ಮಕ ಅಂಶಗಳ ತಂತ್ರವನ್ನು ಉಪಯೋಗಿಸುವುದು ಎಂದು ನಿರ್ಧರಿಸಿದಳು.

ವಿವೇಕನ ನೆನಪನ್ನು ಮರಿಕಳಿಸುವಂತೆ ಮಾಡಲು ಗಾಢವಾದ ಒಂದು ನೆನಪನ್ನು ಅವನ ಗಮನಕ್ಕೆ ತರಬೇಕು! ಅದು ಪಿಸ್ತೂಲಿನ ಟ್ರಿಗರ್‌ನಂತೆ ಅವನ ಹಳೆಯ ನೆನಪನ್ನು ಚಿಮ್ಮಿಸಿ ಪ್ರಕಾಶಿಸಲು ಸಾಧ್ಯ ಎನ್ನಿಸಿತು.

ಅಂತ ಘಟನೆ ಯಾವುದು?

ತಮ್ಮಿಬ್ಬರ ಬದುಕಿನ ಕ್ಷಣಗಳನ್ನು ಪರಿಶೀಲಿಸತೊಡಗಿದಳು.

ಅವಳು ಬಹಳ ಹೊತ್ತು ಯೋಚಿಸುತ್ತ ಹಣ್ಣಾಗಿದ್ದಳು.

ತಮ್ಮಿಬ್ಬರ ಬದುಕಿನ ಕ್ಷಣಗಳನ್ನು ಪುನಃಸ್ಮರಣೆಗೆ ತಂದುಕೊಂಡು ಪರಿಶೀಲಿಸತೊಡಗಿದಳು.

ಯಾವ ನೆನಪು ಅವನ ಸ್ಮರಣೆಯನ್ನು ಉದ್ದೀಪನಗೊಳಿಸಬಹುದು? ಅವನ ಸಹವಾಸದಲ್ಲಿ, ಸಾಮೀಪ್ಯದಲ್ಲಿ, ಲೆಕ್ಕವಿಲ್ಲದಷ್ಟು ಸಮಯ ಕಳೆದಿದ್ದಳು!

ಅವುಗಳಲ್ಲಿ ಕೆಲವು ಉತ್ಕಟ ರಸಮಯ ಸನ್ನಿವೇಶಗಳಿದ್ದವು. ಅವುಗಳ ನೆನಪಲ್ಲಿ ಕಾಲ ಸವೆಸಿದ್ದಳು! ಅವು ಭಾವನಾತ್ಮಕವಾಗಿದ್ದು ವಿವೇಕನ ಮಾಸಿ ಮರೆಯಾಗಿದ್ದ ನೆನಪನ್ನು ಉದ್ದೀಪನಗೊಳಿಸಬಹುದು?

ರಾತ್ರಿ ಹನ್ನೊಂದಾದರೂ ಅವಳು ಯಾವುದೇ ತೀರ್ಮಾನಕ್ಕೆ ಬರಲಾಗಿರಲಿಲ್ಲ! ಹಳೆಯ ನೆನಪುಗಳನ್ನು ಒರೆಗೆ ಹಚ್ಚಿ, ಇದು ಸೂಕ್ತವೇ ಎಂದು ಯೋಚಿಸಿ, ಅಲ್ಲ ಎನಿಸಿದಾಗ ಕೈಬಿಡುತ್ತಿದ್ದಳು!

ಇಲ್ಲ, ಹೀಗ ಸಮಯ ಹಾಳುಮಾಡುವುದು ಪ್ರಯೋಜನವಿಲ್ಲ ಎನಿಸಿ ಕೊನೆಗೊಂದು ಗಟ್ಟಿ ನೆನಪನ್ನು ಆಯ್ದುಕೊಂಡು, ಇದೇ ಸರಿ ಎನಿಸಿ ಮೆಸೇಜನ್ನು ಟೈಪ್ ಮಾಡತೊಡಗಿದಳು!

'ನಾನು ಶಕು

ಟ್ಯಾಗೋರ್ ಥಿಯೇಟರಿನಲ್ಲಿ ಕಾಳಿದಾಸನ ಶಕುಂತಲಾ ನಾಟಕದ ನಾಯಕಿ!

ದುಶ್ಯಂತ ಶಕುಂತಳಿಗೆ ವಿದಾಯ ಹೇಳುವ ಸಮಯ. ಅದ್ಭುತವಾದ ರಸಾನುಭವವನ್ನು ಪ್ರೇಕ್ಷಕರಿಗೆ ಉಣಬಡಿಸುತ್ತಿದ್ದೆವು. ನಿನ್ನ ನಟನೆ ಅದ್ಭುತವಾಗಿತ್ತು! ಆ ಸನ್ನಿವೇಶದಲ್ಲಿ ನಿನ್ನ ವ್ಯಕ್ತಿತ್ವ ಮರೆಯಾಗಿ ದುಶ್ಯಂತನೇ ಆಗಿದ್ದೆ! ಆ ರಸಮಯ ಸನ್ನಿವೇಶದಲ್ಲಿ ನೀನು ಡೈಲಾಗ್ ಮರೆತಿದ್ದೆ! ಆದರೆ ಧೃತಿಗೆಡದೆ ನಿಂತಿದ್ದೆ-ಪ್ರಾಂಪ್ಟಿಗಾಗಿ. ಆಗ ನಾನು ಮೆಲ್ಲನೆ ನಿನ್ನ ಬಳಿ ಬಂದು ಕೆನ್ನೆಗೆ ಮುತ್ತಿಟ್ಟಿದ್ದೆ! ಪ್ರೇಕ್ಷಕರು ಎದ್ದು ನಿಂತು ಪ್ರಚಂಡ ಚಪ್ಪಾಳೆ ತಟ್ಟಿದ್ದರು...! ಇಡೀ ಸಭಾಂಗಣ ಚಪ್ಪಾಳೆಯ ಶಬ್ದಕ್ಕೆ ಕಂಪಿಸಿದಂತೆ ಭಾಸವಾಗಿತ್ತು...ನನೆನಪಾಯಿತೆ..?

ನಿಮ್ಮ ಶಕು'

ಟೈಪಿಸಿದ ಮೆಸೇಜನ್ನು ಮತ್ತೊಮ್ಮೆ ಓದಿದಳು! ಅನುಮಾನ! ಸರಿಯಾಗಿದೆಯೆ? ದೇವರೇ ವಿವೇಕನ ನೆನಪು ಮರಳಿಸು! ನನ್ನ ಬದುಕು ಮರಳಿಸು!

ಹತ್ತು ಸಲ ಆ ಮೆಸೇಜನ್ನು ಓದಿದರೂ ತೃಪ್ತಿಯಾಗಲಿಲ್ಲ. ಮತ್ತೆ ಮತ್ತೆ ಯೋಚಿಸಿ ಕೊನೆಯ ತೀರ್ಮಾನದಂತೆ ಮೆಸೇಜನ್ನು ಕಳಿಸಿಬಿಟ್ಟು, ನಿಟ್ಟುಸಿರಿಟ್ಟಳು!

ತಾನು ಮಾಡಿದ್ದು ಸರಿಯೆ? ಇದರಿಂದ ತನ್ನ ಬದುಕು ಮರಳುವುದೆ?

ಅನುಮಾನ, ಭಯಗಳಿಂದ ಅವಳಿಗೆ ನಿದ್ರೆ ದೂರವಾಗಿತ್ತು!

*****

ಚಿತ್ರಾಳ ಸ್ಟಡಿ ರೂಮನ್ನು ಸರ್ಚ್ ಮಾಡಬೇಕೆಂಬ ಆದಮ್ಯ ಇಚ್ಛೆ ವಿವೇಕನಿಗೆ! ಆದರೆ ಅದನ್ನು ಯಾವಾಗ ಅಂದರೆ ಆವಾಗ ಮಾಡಲು ಸಾಧ್ಯವಿಲ್ಲ. ಚಿತ್ರ ಕಣ್ಣಿಗೆ ಕಾಣಿಸದಂತೆ, ಅವಳ ಗಮನಕ್ಕೆ ಬರದಂತೆ ಆ ಕೆಲಸ ಮಾಡಬೇಕು! ಅದನ್ನು ಹೇಗೆ ಮಾಡಲಿ? ಯಾವಾಗ ಮಾಡಲಿ?

ಮುತ್ತು ಮತ್ತೆ ಫೋನ್ ಮಾಡಿರಲಿಲ್ಲ ಏನು ಪ್ರೋಗ್ರೆಸ್ ಆಗಿರಬಹುದು? ಆ ಡಿಟೆಕ್ಟೀವ್ ತನ್ನ ಕೆಲಸದಲ್ಲಿ ಮುಂದುವರಿಯಲು ಸಾಧ್ಯವಾಗಿದೆಯೇ? ಸಾಧ್ಯವಾಗಿದ್ದರೆ ಆತ ಏನು ಹುಡುಕಿರಬಹುದು? ಯಾವ ರಹಸ್ಯ ಮಾಹಿತಿಯನ್ನು ಪತ್ತೆ ಹಚ್ಚಿರಬಹುದು. ಒಂದು ಅಕ್ಷರದ ಹೆಸರಿನ ಯುವತಿಯನ್ನು ಹುಡುಕಿ, ತಾನು ಕೊಟ್ಟಿದ್ದ ವಸ್ತುಗಳನ್ನು ಹಸ್ತಾಂತರಿಸಲು ಹೀರಾಗೆ ಸಾಧ್ಯವಾಗದೇ ಇದ್ದಿದ್ದರೆ ಅದರ ಬಗೆಗೆ ಡಿಟೆಕ್ಟೀವ್ನಿಂದ ಮಾಹಿತಿ ಬರಬೇಕಿತ್ತು! ಆದರೆ ತಾನು ಇನ್ನೂ ಯುವತಿಯ ವಿಳಾಸವನ್ನು ಮುತ್ತುಗೆ ಕೊಟ್ಟಿಲ್ಲ. ಇಂದು ಶೂಟಿಂಗ್ ಸಮಯದಲ್ಲಿ ಮುತ್ತು ಬರುತ್ತಾನೆ, ಮೇಕಪ್ ಮಾಡುತ್ತಿರುವಾಗ ಅವನಿಗೆ ಆ ವಿಳಾಸವನ್ನು ಕೊಡಬಹುದು. ಅದನ್ನು ಕೊಟ್ಟ ನಂತರವೇ ಮುತ್ತು ಅದನ್ನು ಡಿಟೆಕ್ಟಿವ್ ಗೆ ತಲುಪಿಸುತ್ತಾನೆ ಆನಂತರವೇ ಅವನು ಆಕೆಯನ್ನು ಭೇಟಿ ಮಾಡಬಹುದು ಅಲ್ಲಿಯವರೆಗೂ ಏನು ನಡೆಯುವುದಿಲ್ಲ. ತಾನು ಏನನ್ನೂ ಆಶಿಸಬಾರದು.

ಏಕೋ ತನ್ನ ಅಂತಿಮ ಸಮಯ ಹತ್ತಿರ ಬರುತ್ತಿದೆ ಎನಿಸಿತು ವಿವೇಕನಿಗೆ. ಅಂದರೆ ಗ್ರ್ಯಾಂಡ್ ಕ್ಲೈಮ್ಯಾಕ್ಸ್! ಎಲ್ಲ ರಹಸ್ಯವನ್ನೂ ಅನಾವರಣಗೊಳಿಸುವ ಸಮಯ ಹತ್ತಿರವಾಗುತ್ತಿದೆ ಎಂಬ ಭಾವನೆ! ಆದರೆ ಯಾವ ಸುಳಿವೂ ಇಲ್ಲಿಯವರೆಗೆ ಸಿಗದೆ ಕ್ಲೈಮ್ಯಾಕ್ಸ್ ಹೇಗೆ ಸಾಧ್ಯ? ಮೊದಲು ಚಿತ್ರಳ ಸ್ಟಡಿ ರೂಮಿನ ರಹಸ್ಯ ಬಯಲು ಮಾಡಬೇಕು! ಅಲ್ಲಿ ಏನೋ ರಹಸ್ಯವಾದದ್ದು, ತನ್ನ ಈ ಬದುಕಿಗೆ ಸಂಬಂಧಿಸಿದ್ದೇ ಇರಲೇಬೇಕು. ಅಲ್ಲಿ ಏನಿದೆ? ಅಲ್ಲಿ ಯಾವ ಕೆಲಸ ಮಾಡುತ್ತಾಳೆ? ಅಲ್ಲಿ ಕೂತು ಯಾರೊಂದಿಗೆ ಸಂಪರ್ಕಿಸುತ್ತಾಳೆ? ಯಾವ ವಿಷಯ ಮಾತನಾಡುತ್ತಾಳೆ? ಎಲ್ಲ ಮಾಹಿತಿ ಸಿಗಲೇಬೇಕು. ಅದೆಲ್ಲ ಸಿಕ್ಕ ನಂತರವೇ ಯೋಜನೆ ರೂಪಿಸಬಹುದು!

ಎಲ್ಲ ಯೋಚನೆಗಳೊಂದಿಗೆ ರಾತ್ರಿಯ ನಿದ್ರೆ ಸುಖವಾಗಿರಲಿಲ್ಲ. ಮಧ್ಯೆ ಎರಡು ಸಲ ಎದ್ದಿದ್ದು ನೆನಪು.

ಒಮ್ಮೆ ಮಾತ್ರ, ಎದ್ದಾಗ ಪಕ್ಕದಲ್ಲಿ ಚಿತ್ರ ಇರಲಿಲ್ಲ ಆಗ ಸಮಯ ರಾತ್ರಿ ಒಂದು ಗಂಟೆ ಮೀರಿತ್ತು.

ಎಚ್ಚರದಿಂದ ಇದ್ದು ಚಿತ್ರಳನ್ನು ಕಾಯುತ್ತಿದ್ದೆ. ನಿದ್ರೆಯಲ್ಲಿರುವಂತೆ ನಟನೆ ಮಾಡುತ್ತಿದ್ದೆ! ಹತ್ತು ನಿಮಿಷಗಳ ನಂತರ ಚಿತ್ರ ಬಂದಿದ್ದಳು. ಬಂದವಳೇ ಒಮ್ಮೆ

ತನ್ನನ್ನು ನೋಡಿ ಮಲಗಿದಳು.

ಅಷ್ಟು ಸಮಯ ಎಲ್ಲಿಗೆ ಹೋಗಿದ್ದಳು? ಬಹುಶಃ ಸ್ಟಡಿ ರೂಮಿಗೇ ಹೋಗಿರುತ್ತಾಳೆ! ಅಲ್ಲಿ ಯಾರನ್ನೋ ಸಂಪರ್ಕ ಮಾಡಿ ಮಾತಾಡಿ ಬಂದಿರುತ್ತಾಳೆ. ಅದು ಯಾರು? ಟೈಗರ್..? ತಾನು ಪತ್ನಿ ಎಂದು ತಿಳಿದವಳ ಕೆಲಸ ವಿಚಿತ್ರವೆನಿಸಿತು.

ಇದ್ದಕ್ಕಿದ್ದಂತೆ ಯಾವುದೋ ಕಾಲದಲ್ಲಿ ಓದಿದ ಕಾವ್ಯದ ಕೆಲವು ಸಾಲುಗಳು ಪಕ್ಕನೆ ಮನಸ್ಸಿನಲ್ಲಿ ಗೋಚರಿಸಿದವು

“ಒಲೆಹತ್ತಿ ಉರಿದರೆ ನಿಲಬಹುದಲ್ಲದೆ
ಧರೆ ಹಟ್ಟಿ ಉರಿತಡೆ ನಿಲಬಹುದೇ ಅಯ್ಯಾ
ಏರಿ ನೀರಂಬೋಡೆ
ಬೇಲಿ ಹೊಲವನ್ನು ಮೇದೊಡೆ
ಇನ್ನಾರಿಗೆ ಹೇಳಲಿ ಕೂಡಲಸಂಗಮದೇವ!”

ಪಕ್ಕನೆ ನೆನಪಿಗೆ ಬಂದ ವಚನದ ಸಾಲುಗಳು ಅವನ ಆಶ್ಚರ್ಯವನ್ನು ಇಮ್ಮಡಿಸಿದ್ದವು. ಕನ್ನಡ ವಚನದ ಸಾಲುಗಳು! ಹಿಂದಿ ಭಾಷಿಕ, ಹಿಂದಿ ಚಿತ್ರರಂಗದ ಸೂಪರ್ ಸ್ಟಾರ್ ತಾನು! ತನ್ನ ಬಾಯಲ್ಲಿ ಕನ್ನಡ ವಚನ ಸಾಹಿತ್ಯದ ಸಾಲುಗಳು! ಅಂದರೆ ತನ್ನ ನೆನಪು ಮರುಕಳಿಸುತ್ತಿದೆ! ಈಗ ಬೇಕಾಗಿರುವುದು ಒಂದೇ ಒಂದು ಯಾವುದಾದರೂ ಪ್ರಬಲವಾದ ನೆನಪಿನ ಕೊಂಡಿ! ಆ ಕೊಂಡಿ ಸಿಕ್ಕರೆ ತನ್ನ ಎಲ್ಲಾ ನೆನಪೂ ವಾಪಸ್ಸು ಬರಬಹುದು.””

ಯೋಚಿಸುತ್ತಲೇ ರಾತ್ರಿಯನ್ನು ಕಳೆದಿದ್ದ.

ಬೆಳಿಗ್ಗೆ ಎಂದಿನಂತೆ ತಡವಾಗಿ ಎದ್ದಾಗ ಪಕ್ಕದಲ್ಲಿ ಚಿತ್ರ ಇರಲಿಲ್ಲ. ಅವಳು ಯಾವಾಗಲೋ ಎದ್ದು ಹೋಗಿದ್ದಳು. ಅವಳು 'ಅರ್ಲಿ ಬರ್ಡ್'. ಗೋಡೆಯ ಮೇಲಿನ ಗಡಿಯಾರ ಏಳು ಗಂಟೆ ತೋರಿಸುತ್ತಿತ್ತು. ಅಂದರೆ ಈ ಸಮಯಕ್ಕೆ ಚಿತ್ರ ಸ್ನಾನ ಮುಗಿಸಿ, ಬೆಳಗಿನ ಉಪಹಾರದ ತಯಾರಿಯ ಉಸ್ತುವಾರಿ ನೋಡಿಕೊಳ್ಳಲು ಕಿಚನ್ನಿನಲ್ಲಿ ಇರುತ್ತಾಳೆ. ಅಲ್ಲಿ ಸುಮಾರು ಅರ್ಧ ಗಂಟೆಯಿಂದ ಮುಕ್ಕಾಲು ಗಂಟೆ ಸಮಯ ಕಳೆಯುತ್ತಾಳೆ.

ಇದೇ ಸರಿಯಾದ ಸಮಯ. ಈ ಅರ್ಧ ಗಂಟೆಯನ್ನು ತಾನು ಸಮರ್ಪಕವಾಗಿ ಉಪಯೋಗಿಸಿಕೊಳ್ಳಬೇಕು. ಸ್ಟಡಿ ರೂಮಿನ ರಹಸ್ಯ ಬಯಲು ಮಾಡಬೇಕು.

ತನ್ನ ಮುಂದಿನ ಕೆಲಸದ ಕಲ್ಪನೆಗೆ ಅವನ ಎದೆ ಬಡಿತ ಹೆಚ್ಚಾಯಿತು! ಇದನ್ನು ನಾನು ಚಿತ್ರಳಿಗೆ ತಿಳಿಯದಂತೆ ಮಾಡಬಲ್ಲೆನೆ? ಒಂದು ವೇಳೆ ಸಿಕ್ಕಿಕೊಂಡರೆ?

25

ವಿವೇಕ್ ಬೇಗನೆ ಎದ್ದು ಕಾಫಿಗಾಗಿ ಬೆಲ್ ಮಾಡುವ ಮಾಮೂಲಿ ದಿನಚರಿ ಪಾಲಿಸದೆ, ನೇರ ಚಿತ್ರಳ ಸ್ಟಡಿ ರೂಮಿನ ಕಡೆಗೆ ನಡೆದ.

ನಡೆಯುತ್ತಿರುವಾಗ ಮತ್ತೊಂದು ವಿಲಕ್ಷಣ ಸಂಗತಿ ಅವನ ವಿಚಾರವನ್ನು ಪ್ರಚೋದಿಸಿತು. ಇಡೀ ಆಸ್ತಿಯ ಸಂಪಾದನೆ ತನ್ನ ದುಡಿಮೆಯಿಂದ ಬಂದದ್ದು! ಈ ಮನೆಯಲ್ಲಿ ಚಿತ್ರ ತನಗಾಗಿ ಏನೇನೋ ಅನುಕೂಲಗಳನ್ನು ನಿರ್ಮಿಸಿಕೊಂಡಿದ್ದಾಳೆ! ತನ್ನ ಖಾಸಗಿ ಉಪಯೋಗಕ್ಕೆ ಸ್ಟಡಿ ರೂಮ್ ಸಿದ್ಧ ಮಾಡಿಕೊಂಡಿದ್ದಾಳೆ! ಆದರೆ ತನಗೆ, ಈ ಮನೆಯ ಮಾಲೀಕನಿಗೆ ಅಂತ ವ್ಯವಸ್ಥೆ ಇಲ್ಲ! ಇದೆಂತಾ ವಿಲಕ್ಷಣ ಸಂಗತಿ!?

ಅಂದರೆ... ಯಾವುದೇ ಕಾರಣಕ್ಕೂ ತಾನು ಅಂತ ಸೌಲಭ್ಯವನ್ನು ಡಿಮ್ಯಾಂಡ್ ಮಾಡುವುದಿಲ್ಲ ಎಂಬ ನಂಬಿಕೆ ಚಿತ್ರಾಳಿಗೆ ಇರಬೇಕು!! ಅಂದರೆ ಎಂದೆಂದಿಗೂ ಅವಳ ಮಾತು ಕೇಳುತ್ತ, ಅವಳು ಹೇಳಿದಂತೆ ನಡೆಯುವ ಸೂತ್ರದ ಬೊಂಬೆ ತಾನಾಗಿರುತ್ತೇನೆ ಎನ್ನುವ ಅಚಲ ನಂಬಿಕೆ ಅವಳಗಿದೆ! 'ಆ ನಂಬಿಕೆ ಹುಸಿಯಾಗುವ ಕಾಲ ದೂರವಿಲ್ಲ ಚಿತ್ರ' ವಿವೇಕ ತನಗೆ ತಾನೇ ಹೇಳಿಕೊಂಡ!

ಸ್ಟಡಿ ರೂಮ್ ಬಾಗಿಲ ಮುಂದೆ ನಿಂತಾಗ ಬಾಗಿಲಿಗೊಂದು ಒಂದು ಡಿಜಿಟಲ್ ಲಾಕ್ ಕಂಡಿತು!

ಅದನ್ನು ಹೇಗೆ ಓಪನ್ ಮಾಡುವುದು? ವಿವೇಕ್ ನಂಬರ್ ಪ್ಯಾಡ್ ಕಡೆ ನೋಡಿದ.

ಅದು ಚಿತ್ರ ಒಬ್ಬಳಿಗೆ ತಿಳಿದಿರುವ ನಂಬರುಗಳಿಗೆ ಮಾತ್ರ ಓಪನ್ನಾಗುತ್ತೆ!

ತಾನು ಪ್ರಯತ್ನವನ್ನೇನೋ ಮಾಡಬಹುದು... ಯಾವ ನಂಬರ್ಗಳ ಜೋಡಣೆ ಉಪಯೋಗಿಸಿರಬಹುದು ಚಿತ್ರ? ಎಷ್ಟು ಅಂಕೆಗಳು?

ಅವಳ ಬರ್ತಡೇ ಇರಬಹುದೆ? ತನಗೆ ನೆನಪಿಲ್ಲ! ನಮ್ಮ ಮದುವೆಯ ದಿನ? ಅದೂ ನೆನಪಿಲ್ಲ! ಮತ್ತೆ ಈ ಸ್ಟಡಿ ರೂಮಿನ ಬಾಗಿಲು ತೆಗೆಯುವ ಬಗೆ ಹೇಗೆ?

ಹೆಚ್ಚಿಗೆ ಸಮಯ ಇಲ್ಲ! ತನ್ನ ಬಳಿ ಇರುವುದು ಅರ್ಧ ಗಂಟೆ ಮಾತ್ರ... ಅರ್ಧ ಗಂಟೆಯಲ್ಲಿ ರೂಮಿನ ಬಾಗಿಲು ತೆಗೆದು ಒಳಗಿರುವ ವಸ್ತುಗಳನ್ನು ಸರ್ಚ್ ಮಾಡಬೇಕು! ಆದರೆ ಬಾಗಿಲಿನ ಬೀಗವನ್ನೇ ಓಪನ್ ಮಾಡಲು ಆಗುತ್ತಿಲ್ಲ!

ವಿವೇಕನಿಗೆ ಅತೀವ ನಿರಾಶೆಯಾಯಿತು! ಇವತ್ತೇನೋ ಮಹತ್ಕಾರ್ಯ ಸಾಧಿಸುತ್ತೇನೆ ಎಂದುಕೊಂಡಿದ್ದವನಿಗೆ ತೀವ್ರ ಹಿನ್ನಡೆ!

ಆದರೆ ನಿರಾಶೆ ಮೆಟ್ಟಿ ನಿಲ್ಲಬೇಕು ಎಂದುಕೊಂಡ! ಹಾಗಾದರೆ ಏನು ಮಾಡಲಿ? ಈ ಬಾಗಿಲನ್ನು ಓಪನ್ ಮಾಡಲು ನಂಬರ್ ಲಾಕ್ ಇರಬೇಕಾದರೆ ಕ್ಲೋಸ್ ಮಾಡಲು ಕೂಡ ನಂಬರ್ ಲಾಕ್ ಇರಬಹುದು! ಎಷ್ಟೋ ಸಮಯ ಆ ನಂಬರ್ ಲಾಕ್ ಮಾಡದೆ ಮರೆತು ಬಾಗಿಲನ್ನು ಮುಚ್ಚಿರುವ ಸಾಧ್ಯತೆ ಇದೆ. ಅದು ಮನುಷ್ಯರ ಸಹಜ ಸ್ವಭಾವ.

ಒಂದು ಸಲ ತಳ್ಳಿ ನೋಡಲೇ? ಯೋಚಿಸಿದ ವಿವೇಕ್. ಆದರೆ ಅದು ಅಪಾಯ! ಕಾರಣ ಅದಕ್ಕೆ ಏನಾದರೂ ಅಲಾರಂ ಸೆನ್ಸಾರ್‌ಇದ್ದರೆ ಅದು ಒಮ್ಮೆಲೇ ಹೊಡೆದುಕೊಳ್ಳಲು ಶುರು ಮಾಡಿಬಿಡುತ್ತದೆ! ಚಿತ್ರ ಎಲ್ಲಿದ್ದರೂ ಓಡಿ ಬರುತ್ತಾಳೆ! ಏನು ಮಾಡುತ್ತಿದ್ದೀಯಾ... ಇಲ್ಲೇನು ಕೆಲಸ ನಿಮಗೆ ಎಂದು ಕೇಳುತ್ತಾಳೆ! ಯಾವುದೇ ಕೆಲಸ ಮಾಡಲು ಸ್ವಲ್ಪ ಅಪಾಯವನ್ನು ಎದುರಿಸಲೇಬೇಕಾಗುತ್ತದೆ. ಪ್ರಯತ್ನ ಮಾಡಿ ನೋಡೋಣ, ಅಪಾಯ ಬಂದರೆ ಅದನ್ನು ಎದುರಿಸಲು ಸಿದ್ಧನಾಗಬೇಕು ಎಂದು ಮನಸ್ಸಿನಲ್ಲಿ ಲೆಕ್ಕಾಚಾರ ಮಾಡಿದ ವಿವೇಕ್! ಬಾಗಿಲನ್ನು ಬೆರಳುಗಳಿಂದ ಸೂಕ್ಷ್ಮವಾಗಿ ಮುಂದೆ ತಳ್ಳಿದ!

ಅದೃಷ್ಟ ವಿವೇಕನ ಪಾಲಿಗಿತ್ತು!

ಚಿತ್ರ ಬಾಗಿಲನ್ನು ಡಿಜಿಟಲ್ ಲಾಕ್ ಮಾಡಲು ಮರೆತಿದ್ದಳು! ಬಾಗಿಲು ಮೆಲ್ಲನೆ ತೆರೆಯಿತು. ಶಬ್ದ ಮಾಡದೆ ದೀಪಕ್ ಒಳಗೆ ಸೇರಿ, ಬೆಕ್ಕಿನಂತೆ ಹೆಜ್ಜೆ ಹಾಕಿದ.

ನೇರ ಅವನು ರೂಮಿನ ಮಧ್ಯದಲ್ಲಿದ್ದ ವಿಶಾಲವಾದ ಟೇಬಲ್ ಹತ್ತಿರ ಬಂದಿದ್ದ.

ಹಿಂದೆ ತಾನು ಅಲ್ಲಿಗೆ ಬಂದಾಗ ಅದರ ಮೇಲೆ ಒಂದು ಹೆಡ್ಫೋನಿನಂತ ವಸ್ತುವನ್ನು ಬಟ್ಟೆಯಿಂದ ಮುಚ್ಚಿದ್ದಳು ಚಿತ್ರ.

ಈಗ ಟೇಬಲ್ ಮೇಲೆ ಬಟ್ಟೆ ಇರಲಿಲ್ಲ! ಅದರ ಕೆಳಗಿದ್ದ ವಸ್ತುಗಳೂ ಇರಲಿಲ್ಲ! ಅಂದರೆ ಇನ್ನು ಉಳಿದಿದ್ದೆಲ್ಲ ಸ್ಟೀಲ್ ಅಲ್ಮೈರಾ, ವಾರ್ಡ್ರೋಬು ಅಥವಾ ಸೇಫ್ಟಿ ಲಾಕರ್ ಇವುಗಳಲ್ಲಿ ಒಂದರಲ್ಲಿ ಇರಬೇಕು.

ಅಲ್ಲೂ ತನ್ನ ಅದೃಷ್ಟವನ್ನು ಪರೀಕ್ಷಿಸಿದ ವಿವೇಕ್.

ವಾರ್ಡ್ರೋಬಿನ ಬಾಗಿಲು ಎಳೆದ.

ಆರಾಮವಾಗಿ ಬಾಗಿಲು ತೆರೆದುಕೊಂಡಿತು.

ಮೇಲಿನ ಭಾಗದಲ್ಲಿ ಚಿತ್ರಳ ಬಟ್ಟೆಗಳು ನೀಟಾಗಿ ಜೋಡಿಸಲ್ಪಟ್ಟಿದ್ದವು. ಏನಿಲ್ಲವೆಂದರೆ ನೂರಕ್ಕೂ ಹೆಚ್ಚು ಬಗೆಬಗೆಯ ಉಡುಪುಗಳು! ಅದರಿಂದ ಕೆಳಗಿನ ಹಂತದಲ್ಲಿ ನಾಲ್ಕೈದು ಮೊಬೈಲು ಫೋನುಗಳು ಇದ್ದಂತೆ ಕಂಡಿತು. ವಿವೇಕ್ ಕೈಚಾಚಿ ಅವನ್ನು ಮುಂದೆ ಎಳೆದು ನೋಡಿದ! ನಿಜ! ಅಲ್ಲೇ ಐದು ಮೊಬೈಲ್ ಫೋನ್ ಇದ್ದವು! ಚಿತ್ರ ಐದು ಫೋನುಗಳನ್ನು ಉಪಯೋಗಿಸುತ್ತಿದ್ದಾಳೆ! ಅಂದರೆ ಐದು ವಿವಿಧ ಬಗೆಯ ವ್ಯವಹಾರಗಳನ್ನು ನಡೆಸುತ್ತಿದ್ದಾಳೆ! ಒಂದೊಂದು ವ್ಯವಹಾರಕ್ಕೆ ಒಂದೊಂದು ಮೊಬೈಲ್! ಇಷ್ಟಲ್ಲದೇ ಅವಳ ಖಾಸಗಿಯಾದ ಮೊಬೈಲ್ ಬೇರೆ ಇತ್ತು! ಆಕೆ ಎಂತೆಂತ ಕೆಲಸಗಳನ್ನು ಮಾಡುತ್ತಿರಬಹುದು? ವಿವೇಕ್ ಕುತೂಹಲಕ್ಕೆ ಚಿತ್ರಳ ಬಟ್ಟೆಗಳನ್ನು ಸ್ವಲ್ಪ ಸರಿಸಿ ನೋಡಿದ. ಅಲ್ಲೇ ಕಂಡಿತ್ತು ಅವನಿಗೆ: ರಹಸ್ಯ ಉಪಕರಣ!

ವಯರ್ಲೆಸ್ ಸೆಟ್!

ಅದನ್ನು ಉಪಯೋಗಿಸಿಯೇ ಚಿತ್ರ ಟೈಗರ್ ನೊಂದಿಗೆ ಸಂಪರ್ಕ ಮಾಡುವುದು! ಮೊಬೈಲ್ ಫೋನ್ ಉಪಯೋಗಿಸಿದರೆ ಟ್ರೇಸ್ ಮಾಡಬಹುದು! ಅದಕ್ಕೇ ಈ ವ್ಯವಸ್ಥೆ!

ಹೆಡ್ಫೋನ್ ತೆಗೆದ ತಲೆಗೆ ಧರಿಸಿಕೊಂಡ! ಇದ್ದಕ್ಕಿದ್ದಂತೆ ವಯರ್ಲೆಸ್ ಸೆಟ್ ಆನ್ ಆಯಿತು! ಯಾವ ನಂಬರ್ ಡಯಲ್ ಮಾಡಬೇಕು ಎಂದು ವಿವೇಕನಿಗೆ ಗೊತ್ತಿರಲಿಲ್ಲ! ಡಯಲ್ ಟೋನ್ ಕೇಳಿಸಿತು! ಟೈಗರ್ನನ್ನು ಸಂಪರ್ಕಿಸುವ ಅದಮ್ಯ ಇಚ್ಛೆ ಮೂಡಿತು! ಆದರೆ ಅದು ಅಪಾಯ!

ಇಷ್ಟಂತೂ ತಿಳಿಯಿತಲ್ಲ? ಚಿತ್ರ ಹೇಗೆ ಟೈಗರ್ನ ಸಂಪರ್ಕ ಮಾಡುತ್ತಿದ್ದಾಳೆ ಎನ್ನುವ ರಹಸ್ಯ ತಿಳಿದು ಹೋಯಿತು.

ತಾನೊಂದು ಸೂತ್ರದ ಬೊಂಬೆ; ಆಡಿಸುತ್ತಿರುವವಳು ಚಿತ್ರ! ಅದಕ್ಕೆ ಸೂಚನೆಗಳು ಬರುತ್ತಿರುವುದು ಟೈಗರ್ನಿಂದ! ಆ ಟೈಗರ್ ಒಬ್ಬನೇ ಈ ಕೆಲಸ ಮಾಡುತ್ತಿಲ್ಲ! ಅವನ ಜೊತೆಯವರು ಹಲವಾರು ಇರಬಹುದು! ಎಲ್ಲಾ ಸೇರಿ ಆಟ ಆಡುತ್ತಿದ್ದಾರೆ!

ಗೋಡೆಯ ಮೇಲಿದ್ದ ಗಡಿಯಾರ ಆಗಲೇ ಹತ್ತು ನಿಮಿಷ ಸಂದಿರುವುದು ತೋರಿಸಿತು! ಇನ್ನು ಕೇವಲ ಹತ್ತು ನಿಮಿಷದಲ್ಲಿ ತಾನು ರೂಮಿನಿಂದ ಆಚೆ ಬಂದ ಬಿಡಬೇಕು! ಇಲ್ಲವಾದರೆ ಚಿತ್ರಳನ್ನು ಮುಖಾಮುಖಿಯಾಗಬೇಕಾಗುತ್ತದೆ! ಒಂದು ವೇಳೆ ಚಿತ್ರ ಕಣ್ಣಿಗೆ ತಾನು ಸಿಕ್ಕರೆ ಆ ವಿಷಯ ನೇರ ಟೈಗರ್ ಮುಟ್ಟುತ್ತದೆ! ಆನಂತರ ಅವರು ಏನು ಮಾಡುತ್ತಾರೋ ಗೊತ್ತಿಲ್ಲ! ಮತ್ತೆ ಎಂತೆಂಥ ಚಿತ್ರ ವಿಚಿತ್ರವಾದ ತಂತ್ರಗಾರಿಕೆ ಉಪಯೋಗಿಸುತ್ತಾರೋ? ಮತ್ತೆ ತನ್ನ ನೆನಪನ್ನು

ಹರಣ ಮಾಡಲು ಪ್ರಯತ್ನಿಸುತ್ತಾರೆ! ಎಂದೆಂದಿಗೂ ಅವರ ಅಡಿಯಾಳಾಗಿಯೇ ಇರುವಂತೆ ಪ್ರಯತ್ನ ಮಾಡುತ್ತಾರೆ!

ವಿವೇಕ್ ತಲೆಗೆ ಹಾಕಿಕೊಂಡಿದ್ದ ಹೆಡ್ ಫೋನ್ ವಾಪಸ್ಸು ಇಟ್ಟುಬಿಟ್ಟ! ಆನಂತರ ಬಟ್ಟೆಗಳನ್ನು ಮಧ್ಯೆ ಮಧ್ಯೆ ಸರಿಸಿ ನೋಡಿದ. ಒಂದು ಪುಸ್ತಕ ಕಾಣಿಸಿತು. ಕುತೂಹಲಕ್ಕೆ ಅದನ್ನು ತೆಗೆದುಕೊಂಡು ನೋಡಿದ.

ಪುಸ್ತಕ ಇಂಗ್ಲಿಷ್ ನಲ್ಲಿತ್ತು. ಶೀರ್ಷಿಕೆ: ದಿ ರೈಸ್ ಆಫ್ ಎ ಕೌಬಾಯ್ ಇಂಟು ಎ ಸೂಪರ್ ಸ್ಟಾರ್!

ಅಂದರೆ ಅದು ತನ್ನದೇ ಕಥೆ! ತನ್ನದೇ, ಅಂದರೆ ತನ್ನ ಸ್ಥಾನದಲ್ಲಿ ಹಿಂದೆ ಇದ್ದಂತ ಇನ್ನೊಬ್ಬ ವ್ಯಕ್ತಿಯ ಜೀವನ ಚರಿತ್ರೆ!

ವಿವೇಕ್ ಬೇಗನೆ ಆ ಪುಸ್ತಕವನ್ನು ತನ್ನ ಡ್ರೆಸ್ಸಿನ ಇವಿನಿಂಗ್ ಗೌನಿನ ಜೇಬಿನಲ್ಲಿ ತುರುಕಿಕೊಂಡ.

ಚಿತ್ರ ಬರುವ ಮುಂಚೆ ಜಾಗ ಖಾಲಿ ಮಾಡಬೇಕು, ಇಷ್ಟು ಸಿಕ್ಕಿತಲ್ಲ! ಮತ್ತೆ ಸಮಯ ಸಿಕ್ಕೇ ಸಿಗುತ್ತದೆ... ಆಗ ಇನ್ನಷ್ಟು ಶೋಧನೆ ಮಾಡೋಣ ಎಂದುಕೊಂಡು ವಿವೇಕ ವಾರ್ಡ್ರೋಬಿನ ಬಾಗಿಲನ್ನು ಮುಚ್ಚಿ, ಬಂದ ದಾರಿಯಲ್ಲಿ ಹಿಂತಿರುಗಿದ.

ವಾಪಸ್ಸು ಬೆಡ್ರೂಮಿಗೆ ಬಂದು ನಿಲ್ಲುವಷ್ಟರಲ್ಲಿ ಇಂಟರ್ಕಾಮ್ ಸದ್ದು ಮಾಡಿತು.

ರಿಸೀವರ್ ಕೈಗೆತ್ತಿಕೊಂಡ ವಿವೇಕ್!

"ಇನ್ನು ಎದ್ದಿಲ್ಲವೇ? ಪ್ಲೀಸ್ ಏಳಿ... ಟೈಮ್ ಆಗ್ತಾ ಇದೆ! ಶೂಟಿಂಗಿಗೆ ಹೋಗಬೇಕು ಒಂಬತ್ತಕ್ಕೆ ರೆಡಿಯಾಗಬೇಕು"

"ಒಂಬತ್ತಕ್ಕೆ ತಾನೇ? ಆಗಲಿ ನಾನು ರೆಡಿ ಆಗ್ತೀನಿ. ಅಂದಹಾಗೆ ನಿನ್ನ ತಲೆನೋವು ಹೇಗಿದೆ?"

ಏನು ಆಗಿಲ್ಲ ಎನ್ನುವಂತ ಭಾವನೆ ಬರಲು ವಿವೇಕ ಕೇಳಿದ.

"ನಿನ್ನ ಹಸ್ತ ಸ್ಪರ್ಶಕ್ಕೆ ತಲೆನೋವು ಓಡಿಹೋಯಿತು"

ಚಿತ್ರ ನಕ್ಕದ್ದು ಕೇಳಿಸಿತು.

"ಸೂಪರ್.... ಚಿತ್ರ... ಆದರೂ ವಿದೇಶದಲ್ಲಿ ಯಾರಾದರೂ ಎಕ್ಸ್ಪರ್ಟ್ ಇದ್ದಾರಾ ವಿಚಾರಿಸೋಣ"

ವಿವೇಕ ಆಕೆ ಬಗೆಗೆ ತನಗೆ ಅಪಾರವಾದ ಕಾಳಜಿ ಇದೆ ಎನ್ನುವಂತೆ ಮಾತಾಡಿದ.

"ಅದೆಲ್ಲಾ ಮಾಡೋದಕ್ಕೆ ತುಂಬಾ ಟೈಮ್ ಇದೆ ಈಗ ಮೊದಲು ನೀವು ಸ್ನಾನ ಮಾಡಿ ಡ್ರೆಸ್ ಮಾಡ್ಕೊಂಡು ಡೈನಿಂಗ್ ಟೇಬಲ್ಗೆ ಬನ್ನಿ"

"ಆಯ್ತು ಇದು ಹೊರಟೆ"

ಎಂದು ಹೇಳಿ ವಿವೇಕ್ ಬಾತ್ರೂಮಿಗೆ ತೆರಳಿದ.

ತಾನು ಸ್ಟಡಿ ರೂಮ್ ಸರ್ಚ್ ಮಾಡಿದ್ದು ಚಿತ್ರಾಳಿಗೆ ತಿಳಿದರೆ ಮುಂದಿನ ಪರಿಣಾಮ ಏನಾಗುವುದು?

'ದಿ ರೈಸ್ ಆ ಎ ಕೌಬಾಯ್ ಟು ಸೂಪರ್ ಸ್ಟಾರ್' ಪುಸ್ತಕದಲ್ಲಿ ಏನಿದ್ದೀತು? ವಿವೇಕ ಯೋಚಿಸುತ್ತಿದ್ದ.

26

ರಾತ್ರಿ ಹತ್ತು ಗಂಟೆ ಸಮಯ.

ಭಾರೀ ಬೆಲೆ ತೆತ್ತು ಯಾವುದೋ ದೇಶದಿಂದ ತಂದಿದ್ದ ಸುಂದರ ಕೆತ್ತನೆಯ ಬಿಗ್ ಬೆನ್ ಗಡಿಯಾರ ಒಂಬತ್ತು ಸಲ ಮ್ಯೂಸಿಕಲ್ ನೋಟ್ ಬಿತ್ತರಿಸಿತು.

ಡೈನಿಂಗ್ ಟೇಬಲ್ ಮೇಲೆ ಹರಡಿಕೊಂಡಿದ್ದ ಹತ್ತಾರು ಬಗೆಯ ಖಾದ್ಯಗಳು, ಅವುಗಳ ಜೊತೆಯಲ್ಲಿಯೇ ನಾಲ್ಕಾರು ರೀತಿಯ ಅಪರೂಪದ ಹಣ್ಣುಗಳು ವಿವೇಕ್ ಮತ್ತು ಚಿತ್ರಾರ ಊಟದ ವೈಭವವನ್ನು ಸಾರುತ್ತಿದ್ದವು.

ಸೂಪರ್ ಸ್ಟಾರ್ ವಿವೇಕನ ರಾತ್ರಿಯ ಊಟ ರೆಡಿಯಾಗಿತ್ತು! ಭವ್ಯವಾದ ಡೈನಿಂಗ್ ಟೇಬಲ್! ಊಟ ಮಾಡುವವರು ಮಾತ್ರ ಕೇವಲ ಇಬ್ಬರು ಮಾತ್ರ.

ನಾಲ್ಕು ಜನ ಪರಿಚಾರಕರು ತುದಿಗಾಲ ಮೇಲೆ ನಿಂತಿದ್ದರು-ಮಹಾನ್ ನಟನಿಗೆ ಸೇವೆ ಮಾಡಲು! ಆದರೆ ವಿವೇಕನಿಗೆ ಅದನ್ನೆಲ್ಲ ಆಸ್ವಾದಿಸುವ ಮನಸ್ಸಿರಲಿಲ್ಲ. ಅವನ ಮನಸ್ಸಿನೊಳಗೆ ಗಲಿಬಿಲಿ! ಕಾರಿಗೆ ಸಿಕ್ಕಿಬೀಳುತ್ತಿದ್ದ ಒಂದಕ್ಷರ ಹೆಸರಿನ ಯುವತಿ, ಹೀರಾ ಮತ್ತವನ ಸಾವು, ಕಾಣೆಯಾಗಿದ್ದ ಜಾಕ್, ತನ್ನ ಬದುಕಿನ ದಿಕ್ಕನ್ನೇ ಬದಲಿಸಿದ ಟೈಗರ್, ಅನುಮಾನದ ಹುತ್ತವಾಗಿರುವ ಚಿತ್ರಾ ಎಲ್ಲರೂ ಸೇರಿ ಗೊಂದಲ ಸೃಷ್ಟಿಸಿದ್ದರು! ಮುತ್ತು ಕಡೆಯಿಂದ ಇನ್ನೂ ಯಾವ ಸುದ್ದಿಯೂ ಬಂದಿರಲಿಲ್ಲ.

ಮೌನ ಕವಿದಿತ್ತು! ಚಿತ್ರ ಹಾಕಿದ್ದ ಮೃದುವಾದ ವೀಣೆಯ ಕ್ಲಾಸಿಕಲ್ ಸಂಗೀತ ಅವನನ್ನು ಮುದಗೊಳಿಸಿರಲಿಲ್ಲ.

ಚಿತ್ರಾಗೆ ವಿವೇಕನ ಆತಂಕಕ್ಕೆ ಮೂಲ ಕಾರಣ ತಿಳಿದಿರಲಿಲ್ಲ. ಮಾಮೂಲಿನಂತೆ ಅವನು ಡಿಪ್ರೆಸ್ಡ್ ಮೂಡಿನಲ್ಲಿರಬಹುದೆನಿಸಿತ್ತು. ವಿವೇಕ್ ಹೀಗೇ ಇದ್ದರೆ ತನಗೆ ಕ್ಷೇಮ! ಅವನು ಪ್ರಶ್ನೆಗಳನ್ನು ಕೇಳಲು ಪ್ರಾರಂಭಿಸಿದರೆ ಮಾತ್ರ ಎದೆಯಲ್ಲಿ ಬತ್ತ ಕುಟ್ಟಿದಂತಾಗುತ್ತಿತ್ತು!

ಸಧ್ಯದ ಪರಿಸ್ಥಿತಿಯ ಬಗ್ಗೆ ಅವಳಿಗೆ ಹೆದರಿಕೆ ಇರಲಿಲ್ಲ, ಹೇಗೋ ಆ ಪರಿಸ್ಥಿತಿಯನ್ನು ಎದುರಿಸಬಹುದು. ಆದರೆ ಮುಂದೆ ಭವಿಷ್ಯದಲ್ಲಿ ಇನ್ನೂ ಏನೇನು ಆಗಬಹುದು? ವಿವೇಕನ ಮೂಡ್ ಇನ್ನೂ ಕೆಟ್ಟರೆ ಹೇಗೆ ಸಂಭಾಳಿಸಬೇಕು? ಈ ಎಲ್ಲ ವಿಷಯ ಟೈಗರ್ಗೆ ತಿಳಿದುಬಿಟ್ಟರೆ...ಇನ್ನೂ ಅಪಾಯ! ಆದರೆ ಸಮಾಧಾನ ಕೊಡುವ ಒಂದು ಸಂಗತಿಯೆಂದರೆ ಅವರು ವಿವೇಕನನ್ನು ಮುಗಿಸುವ ಹಂತಕ್ಕೆ ಹೋಗುವುದಿಲ್ಲ. ಆದರೂ ಅವನು ತನ್ನ ಮೂಲ ಕೆದಕದಂತಿರಲು ಏನು ಬೇಕೋ ಅದನ್ನು ಮಾಡುತ್ತಾರೆ. ಆ ಪ್ರಯತ್ನದಲ್ಲೇನಾದರೂ ವಿವೇಕನಿಗೆ ತೊಂದರೆಯಾದರೂ ಆಗಬಹುದು! ಏಕೆಂದರೆ ಅವರೆಲ್ಲರ ಐಷಾರಾಮಿ ಜೀವನದ ಮೂಲವೇ ವಿವೇಕ! ಹಾಗೆ ನೋಡಿದರೆ ತನ್ನ ಸ್ಥಿತಿ ಕೂಡ ಸ್ಥಿರವಾಗೇ ಇದೆ. ಏಕೆಂದರೆ ವಿವೇಕನನ್ನು ಇದೇ ರೀತಿ ಮುಂದುವರಿಸಲು ಸಾಧ್ಯವಿರುವುದು ತನಗೆ ಮಾತ್ರ. ತನ್ನ ಸ್ಥಾನದಲ್ಲಿ ಇನ್ಯಾವ ಹೆಣ್ಣೂ ವಿವೇಕ ಕೆರಳದಂತೆ ನಾಜೂಕಾಗಿ ನೋಡಿಕ್ಕೊಳ್ಳಲು ಸಾಧ್ಯವಿಲ್ಲ. ಆದರೂ ಇದು ಅತಿ ಎನಿಸಿತ್ತು! ಹೇಗಾದರೂ ಆ ಟೈಗರ್ನ್ ಕಪಿಮುಷ್ಟಿಯಿಂದ ತಪ್ಪಿಸಿಕ್ಕೊಳ್ಳಲೇಬೇಕು!

'ಸಾಕು... ಬೇಕು' ಇಂತ ಚಿಕ್ಕಚಿಕ್ಕ ಮಾತುಗಳಲ್ಲೇ ಊಟ ಮುಗಿಯಿತು.

ಬೇಗನೆ ಊಟ ಮುಗಿಸಿದ ಚಿತ್ರ ಕೈತೊಳೆಯಲು ಎದ್ದು ಹೋಗಿದ್ದಳು.

ಪರಿಚಾರಕನೊಬ್ಬ ಮುಂದೆ ಬಂದು ವಿವೇಕನಿಗೆ ಪಕ್ಕದಲ್ಲಿ ನಡುಬಾಗಿಸಿ ನಿಂತ. ಅವನ ಹಾವಭಾವ ನೋಡಿದರೆ ವಿವೇಕನಿಗೆ ಏನೋ ಗುಟ್ಟಾಗಿ ಹೇಳಲು ಬಾಗಿದಂತಿತ್ತು.

"ಸಾರ್, ಮುತ್ತು ಬಂದಿದ್ದಾರೆ. ಆಚೆ ಡ್ರೈಯಿಂಗ್ ರೂಮಿನಲ್ಲಿ ಕೂತಿದ್ದಾರೆ"

ಅವನು ವಿವೇಕನ ಕಿವಿಯಲ್ಲಿ ಪಿಸು ಮಾತಿನಲ್ಲಿ ಹೇಳಿದ.

ಆ ಸುದ್ದಿ ಕೇಳಿದೊಡನೆ ವಿವೇಕನ ಎದೆಯಲ್ಲಿ ಅಳುಕು! ಮುತ್ತು ಯಾವ ಸುದ್ದಿ ತಂದಿದ್ದಾನೋ? ಕಳೆದ ಸಲ ಫೋನ್ ಮಾಡಿದಾಗ ಹೀರೋ ಸಾವಿನ ವಿಷಯ ಹೇಳಿದ್ದ! ಈಗಿನದು ಎಂಥ ಕೆಟ್ಟ ಸುದ್ದಿಯೋ ಗೊತ್ತಿಲ್ಲ!

"ಬರ್ತೀನಿ ಅಂತ ಹೇಳು ಮುತ್ತು ಬಂದಿರೋದನ್ನ ನೇಮ್ ಸಾಬ್ಗೆ ಹೇಳಬೇಡ"

ವಿವೇಕ ಎರಡು ನಿಮಿಷದಲ್ಲಿ ಆಚೆ ಡ್ರಾಯಿಂಗ್ ರೂಮಿನಲ್ಲಿ ನಿಂತಿದ್ದ.

"ಏನಾಯ್ತು? ಏನು ಪ್ರೊಗ್ರೆಸ್? ಆ ಡ್ರಿಟೆಕ್ಟಿವ್ ಏನು ಹೇಳಿದ?"

"ನೀವು ಕೊಟ್ಟಿದ್ದ ವಿಳಾಸವನ್ನ ಕೊಟ್ಟೆ, ಆತ ವಿಳಾಸ ಹುಡುಕಿದ್ದಾನೆ. ಅದು ವರ್ಕಿಂಗ್ ವುಮೆನ್ ಹಾಸ್ಟೆಲ್ ಅಂತೆ. ಅಲ್ಲಿ ಆ ಯುವತಿ ಇರಲಿಲ್ಲ. ಆಕೆ ಕೆಲಸಕ್ಕೆ ಹೋಗಿದ್ದಳು. ಆಕೆ ದಾದನರಿನಲ್ಲಿ ಕೆಲಸ ಮಾಡುತ್ತಾಳಂತೆ, ಆ ವಿಳಾಸಕ್ಕೆ ತನ್ನ ಜನರನ್ನು ಕಳಿಸಿದ್ದಾನೆ. ಅಲ್ಲಿ ಆ ಯುವತಿಯ ಭೇಟಿಯಾಗಿದೆ. ಆಶ್ಚರ್ಯ ಎಂದರೆ

ಹೀರಾ ಸಾಯುವುದಕ್ಕೆ ಮುಂಚೆ ನೀವು ಕೊಟ್ಟಿದ್ದ ಹಣ ಮತ್ತು ಆ ಚೀಟಿಯನ್ನು ಆಕೆಗೆ ತಲುಪಿಸಿದ್ದಾನಂತೆ!"

"ಹೌದೇ? ಓ ಹಿರಾ...ನಿನ್ನ ಹೆಸರಿನ ತಕ್ಕ ಹಾಗೇ ಸಾಯೋಕ್ ಮುಂಚೆ ಎಲ್ಲಾ ಕೆಲಸ ಮಾಡಿ ನಿನ್ನ ಸ್ವಾಮಿನಿಷ್ಠೆ ತೋರಿಸಿಬಿಟ್ಟಿದ್ದೀಯ! ನಿನ್ನ ಸಾವಿಗೆ ನಾನೇ ಕಾರಣ, ಐಯಾಮ್ ವೆರಿ ವೆರಿ ಸಾರಿ"

ವಿವೇಕನ ದನಿ ಕಂಪಿಸಿತು. ಕಣ್ಣುಗಳಲಿ ನೀರು ತುಳುಕಿದವು.

"ಐ ಯಾಮ್ ಸಾರಿ ದಾದಾ..ಮುಂದೆ ಏನ್ ಮಾಡ್ಲಿ? ನನಗೆ ನೆಕ್ಸ್ಟ ಇನ್ಸ್ಟ್ರಕ್ಷನ್ಸ್ ಏನು?"

"ಆ ಯುವತಿಯ ಹೆಸರು ಏನಂತೆ?"

"ಡಿಟೆಕ್ಟೀವ್ ಅದನ್ನು ಹೇಳಿದ್ದರು...ನಾನು ಮರೆತೆ...ಐ ಯಾಮ್ ಸಾರಿ...ದಾದ"

“ಮುತ್ತು ಎಂತಾ ಕೆಲಸ ಮಾಡಿಬಿಟ್ಟೆ?! ಎಲ್ಲಾದ್ರೂ ಬರ್ಕೊಂಡುಬಿಡಬೇಕಿತ್ತು..ಆ ಹೆಸರು ಎಷ್ಟು ಮಹತ್ವದ್ದು ಎನ್ನುವುದು ನಿನಗೆ ಗೊತ್ತಿಲ್ಲ..!”

"ಹಾ...ದಾದಾ ಆ ಹುಡುಗಿಯ ಹೆಸರು ಸು ಎಂಬ ಅಕ್ಷರದಿಂದ ಶುರುವಾಗುತ್ತದೆ!”

“ಅದೀಗಾಗಲೇ ನನಗೆ ಗೊತ್ತು... ಓ ಮೈ ಗಾಡ್ ನನ್ನ ನೆನಪು ನಿಜ ನಿಜವಾಗಿದೆ ಅದು ತನ್ನ ಅಸ್ವಸ್ಥ ಮನಸ್ಸಿನ ಗೊಂದಲ ಅಲ್ಲ! ಅದು ನಿಜವಾದದ್ದು! ಮುತ್ತು ಈ ಸದ್ಯಕ್ಕೆ ನೀನೇನು ಮಾಡಬೇಕಾಗಿಲ್ಲ. ಏನೂ ಆಗಿಲ್ಲ ಅಂದ್ಕೊಂಡು ಇನ್ನು ಐದೇ ಐದು ನಿಮಿಷದಲ್ಲಿ ಇಲ್ಲಿಂದ ಆಚೆ ಹೋಗು. ಮತ್ತೆ ಯಾವುದೇ ಕಾರಣಕ್ಕೂ ಇದುವರೆಗೆ ನಮ್ಮಿಬ್ಬರ ನಡುವೆ ನಡೆದದ್ದು ಯಾರಿಗೂ ಹೇಳಬಾರದು"

"ಆಗ್ಲಿ ದಾದಾ ನಾನಿನ್ನು ಹೊಡ್ತೀನಿ"

"ಯಾರಿಗೂ ಅನುಮಾನ ಬರಬಾರದು, ನಾನು ಹೇಳಿದ್ದೆಲ್ಲ ತಂದಿದ್ಯಲ್ಲ?"

"ತಂದಿದ್ದೇನೆ ತಗೊಳ್ಳಿ...ಇದ್ನೆಲ್ಲ ಹೇಗೆ ಉಪಯೋಗಿಸೋದು ಅಂತ ಬರೆದಿದ್ದೀನಿ. ಆ ಚೀಟಿ ಒಳಗಿದೆ. ಸಾಮಾನ್ಯವಾಗಿ ನಾನು ನಿಮಗೆ ಮೇಕಪ್ ಮಾಡುವಾಗ ಏನೇನು ಮಾಡ್ತಿದ್ದೆ ಎಲ್ಲಾ ನೆನಪು ಮಾಡಿಕೊಳ್ಳಿ. ಇದನ್ನೆಲ್ಲಾ ಹೇಗೆ ಉಪಯೋಗಿಸಬೇಕು ಅಂತ ನಿಮಗೇ ಗೊತ್ತಾಗುತ್ತೆ..ಇಲ್ಲೀವರೆಗೆ ಎಷ್ಟೋ ವೇಷಗಳನ್ನು ನೀವು ಹಾಕೊಂಡಿದ್ದೀರಿ, ಅದಕ್ಕೆ ಹೋಲಿಸಿದರೆ ಇದು ಏನೇನೂ ಅಲ್ಲ"

"ಥ್ಯಾಂಕ್ಯೂ ಮುತ್ತು, ನಿನ್ನ ಸಹಾಯ ನಾನು ಮರೆಯೋದಿಲ್ಲ"

"ಇದು ಸಹಾಯ ಅಲ್ಲ ದಾದಾ, ಇದು ಕೃತಜ್ಞತೆ ಅಷ್ಟೇ!"

****

ವಿವೇಕ್ ವಾಪಸ್ಸು ಬಂದಾಗ ಚಿತ್ರಾ ಇನ್ನೂ ಡೈನಿಂಗ್ ಹಾಲಿನಲ್ಲೇ ಇದ್ದಳು.

“ಮುತ್ತು ಬಂದಿದ್ದನಂತೆ?”

ಚಿತ್ರಾ ಅನುಮಾನಕ್ಕೆ ಆಸ್ಪದ ಬರದಂತೆ ತೀರಾ ಸಾಮಾನ್ಯ ಸಂಗತಿ ಎನ್ನುವಂತೆ ಕೇಳಿದಳು.

ಇಷ್ಟು ಬೇಗನೆ ಈ ವಿಷಯ ಚಿತ್ರಾಗೆ ಹೇಗೆ ತಿಳಿಯಿತು? ಸುಖಾರಾಮ್ ಎಲ್ಲಿಯೋ ಇದ್ದು ಎಲ್ಲ ಸುದ್ದಿ ಚಿತ್ರಾಳಿಗೆ ಮುಟ್ಟಿಸುತ್ತಿದ್ದಾನೆ! ಖದೀಮ! ಅವನನ್ನು ಕಟ್ಟಿಹಾಕಲೇಬೇಕು! ಎಲ್ಲಿದ್ದಾನೆ..? ಹಾ..ಅವನಿಗೆ ಜಾಕ್ ಇದ್ದ ಸರ್ವೆಂಟ್ ಕ್ವಾಟ್ರಸ್ ಕೊಟ್ಟಿದ್ದೇನೆ ಎಂದು ಚಿತ್ರಾ ಹೇಳಿದ್ದು ನೆನಪಾಯಿತು. ಚಿತ್ರಾ ಸ್ಟಡಿ ರೂಮಿನಲ್ಲಿ ಸಿಕ್ಕಂತೆ ಅವನ ಮನೆಯಲ್ಲಿ ಕೂಡ ರಹಸ್ಯ ಉಪಕರಣಗಳನ್ನಿಟ್ಟುಕೊಂಡಿರಬಹುದೆ? ಅದನ್ನೂ ಒಮ್ಮೆ ಶೋಧಿಸಬೇಕು! ಅದಕ್ಕೆ ಸೂಕ್ತ ಸಮಯ ಮತ್ತು ಅವಕಾಶ ಒದಗಬೇಕು! ಅಂತ ಕ್ಲಿಷ್ಟವಾದ ಚಿತ್ರಾಳ ಸ್ಟಡಿ ರೂಮಿನ ರಹಸ್ಯವನ್ನೇ ಭೇದಿಸಿದೆ..ಇನ್ನು ಸುಖಾರಾಮ ಯಾವ ಲೆಕ್ಕ ಎನಿಸಿತು!

“ಹಾ..ಹೌದು, ಮತ್ತೇನೋ ತಾಪತ್ರಯವಂತೆ...ಹಣ ಕೇಳಿದ..”

“ಮತ್ತೆ ಹಾಗೇ ಹೊರಟು ಹೋಗಿದ್ದಾನೆ..?”

“ನಾಳೆ ನಿನ್ನನ್ನ ಕೇಳೋದಕ್ಕೆ ಹೇಳಿದ್ದೀನಿ..”

“ಒಳ್ಳೇ ಕೆಲ್ಸ ಮಾಡಿದ್ರಿ..ನೀವೇ ಹಣ ಕೊಡೋಕೆ ಶುರು ಮಾಡಿದ್ರೆ ಅದು ಸ್ವಲ್ಪದರಲ್ಲಿ ನಿಲ್ಲೋದಿಲ್ಲ..ನಿಮ್ಮ ಒಳ್ಳೇತನ ದುರುಪಯೋಗ ಮಾಡ್ಕೋತಾನೆ..ಹಣ ಕಾಸಿಂದೆಲ್ಲಾ ನನಗೆ ಬಿಡಿ..ನಾನಿನ್ನೂ ಸ್ವಲ್ಪ ಹೊತ್ತು ಸ್ಟಡಿ ರೂಮಲ್ಲಿದ್ದು ಬರ್ತೀನಿ..ಕೆಲವು ಹಣಕಾಸಿನ ವ್ಯವಹಾರ ಇದೆ. ನೀವು ಹೋಗಿ ಮಲಗಿ. ನಿಮಗೆ ಪ್ರತಿನಿತ್ಯದಂತೆ ಹಾಲು ಕಳೀಸ್ತೀನಿ. ಅದು ಟೀಪಾಯ್ ಮೇಲಿರುತ್ತೆ”

“ಆಗಲಿ, ನೀನು ಆರಾಮವಾಗಿ ನಿನ್ನ ಕೆಲಸ ನೋಡ್ಕೋ..”

ಇದು ಒಳ್ಳೆಯ ಅವಕಾಶ. ಚಿತ್ರಾಳ ವಾರ್ಡ್ರೋಬಿನಲ್ಲಿ ಸಿಕ್ಕಿದ ಆ ಪುಸ್ತಕವನ್ನು ಓದಬಹುದು. ಅಲ್ಲಿ ಮಹತ್ತರವಾದ ಸುಳಿವು ಸಿಕ್ಕೇ ಸಿಗುತ್ತದೆ ಎಂದು ಮನಸ್ಸಿನಲ್ಲೇ ಹೇಳಿಕೊಂಡು ವಿವೇಕ್ ಬೆಡ್ರೂಮ್ ಸೇರಿದ.

ಹಾಸಿಗೆಯ ಮೇಲೆ ಕುಳಿತು, ದಿಂಬನ್ನು ಬೆನ್ನಿಗೆ ಆಸರೆಯಾಗಿಟ್ಟುಕೊಂಡು 'ದಿ ರೈಸ್ ಆಫ್ ಎ ಕೌಬಾಯ್ ಇಂಟು ಎ ಸೂಪರ್ ಸ್ಟಾರ್' ಪುಸ್ತಕದ ಪುಟಗಳನ್ನು ತೆರೆದ.

ಮುನ್ನೂರು ಪುಟಗಳ ಚಿತ್ರಗಳನ್ನೊಳಗೊಂಡ ಆಕರ್ಷಕ ಮುಖ ಪುಟ, ಮತ್ತು ಹತ್ತಿಪ್ಪತ್ತು ಸ್ಥಿರ ಚಿತ್ರಗಳು ಒಳಗಿದ್ದವು!

ವಿವೇಕ್ ಅತ್ಯಾಸಕ್ತಿಯಿಂದ ಪುಟಗಳನ್ನು ತಿರುವತೊಡಗಿದ.

ಏನಿರಬಹುದು ಇತಿಹಾಸ? ನಾನು ನಾನೇ..? ಇಲ್ಲಾ...ನಾನು ನಾನಲ್ಲವೆ..?

27

ಚಿತ್ರ ಕಳಿಸಿದ್ದ ಟೀಪಾಯ್ ಮೇಲಿನ ಕಮ್ಮನೆಯ ಕಂಪು ಸೂಸುತ್ತಿದ್ದ ಹಾಲಿನ ಲೋಟ ಅವನ ಗಮನ ಸೆಳೆಯಿತು!

'ಇಲ್ಲ..ಈ ಹಾಲು ನಾನು ಕುಡಿಯಬಾರದು..ಅದರಲ್ಲಿ ಚಿತ್ರಾ ಅಂಡ್ ಗ್ಯಾಂಗ್ ಏನೋ ಡ್ರಗ್ ಸೇರಿಸಿರುತ್ತಾರೆ..ಅದು ನನ್ನನ್ನು ನನ್ನ ಮೂಲ ವ್ಯಕ್ತಿತ್ವದಿಂದ ದೂರ ಮಾಡುತ್ತಿದೆ! ಈ ಹಾಲನ್ನು ಕೆಲವು ದಿನ ಸೇವಿಸಲೇಬಾರದು! ಅಂದರೆ ಚಿತ್ರಾಳ ಕಣ್ಣು ತಪ್ಪಿಸಬೇಕು! ಇವತ್ತೇನೋ ಆಕೆ ಎದುರಲ್ಲಿ ಇಲ್ಲ! ಬಾತ್ರೂಮಿನ ಸಿಂಕಿಗೆ ಕುಡಿಸಬಹುದು..? ಆದರೆ ನಾಳೆ...?

ಈಗ ಪುಸ್ತಕ ಓದುವುದಕ್ಕಿಂತ ಮೊದಲು ಮಾಡಬೇಕಾದ ಮೊದಲ ಕೆಲಸ ಈ ಹಾಲನ್ನು ಬಾತ್ರೂಮಿನ ಸಿಂಕಿನಲ್ಲಿ ಸುರಿಯುವುದು!

ವಿವೇಕ ಪುಸ್ತಕ ಮಡಿಚಿಟ್ಟು ಹಾಲಿನ ಲೋಟ ಕೈಗೆತ್ತಿಕೊಂಡು ಬಾತ್ರೂಮಿನ ಕಡೆ ನಡೆದ!

ಆಗಲೂ ಯೋಚನೆ! ಇದೂ ಕೂಡ ಚಿತ್ರಾಗೆ ತಿಳಿಯಬಹುದೆ? ಅಂತ ಯಾವ ವ್ಯವಸ್ಥೆ ಇಲ್ಲಿದ್ದೀತು..? ಸಿಸಿ ಟಿವಿ ಕ್ಯಾಮರಾಗಳು..? ಇರಲಾರದು.....ಇದು ತನ್ನ ಖಾಸಗಿ ರೂಮು! ಇಲ್ಲಿನ ಸುದ್ದಿ ಹಂಚಿಕ್ಕೊಳ್ಳಲು ಚಿತ್ರಾ ಒಪ್ಪಿರುವುದಿಲ್ಲ! ಅಷ್ಟರಮಟ್ಟಿಗೆ ತಾನು ಸೇಫ್ ಎಂದುಕೊಂಡು ವಿವೇಕ್ ಹಾಲನ್ನು ಸಿಂಕಿನಲ್ಲಿ ಸುರಿದು ಯತೇಚ್ಛ ನೀರು ಹರಿಸಿದ; ವಾಪಸ್ಸು ಬಂದು ತನ್ನದೇ ಬದುಕನ್ನು ದಾಖಲಿಸಿದ್ದ ಪುಸ್ತಕ ಕೈಗೆತ್ತಿಕೊಂಡ!

ಇಲ್ಲಿ ಸಿಗಬಹುದೆ ತನ್ನ ಬದುಕಿನ ಸಮಗ್ರ ರಹಸ್ಯ!!

'ಜೋಹರ್ ಕೇರಾ ಹರ್ಯಾಣ ರಾಜ್ಯದ ಪಲ್ ವಾಲ್ ಡಿಸ್ಟ್ರಿಕ್ಟಿನ ಒಂದು ಕುಗ್ರಾಮ. ಅಲ್ಲಿ ಜನ್ಮ ತಳೆದ ಗೋಪಾಲ ಶರ್ಮ ಕಡುಬಡತನದಲ್ಲಿ ಬೆಳೆದವನು. ಓದಲು ಅನುಕೂಲವಾಗದೆ ಪ್ರೈಮರಿಗೆ ಓದಿಗೆ ಶರಣು ಹೇಳಿದ್ದ. ನಂತರ ಹೊಟ್ಟೆ ಪಾಡಿಗಾಗಿ ಶ್ರೀಮಂತ ಜಮೀನ್ದಾರನ ಗೋವುಗಳನ್ನು ಮೇಯಿಸಲು ದೂರದ

ಬಯಲಿಗೆ ಕರೆದ್ಯೊಯ್ಯುತ್ತಿದ್ದ.

ವ್ಯವಹಾರ ಚತುರ! ಅಗಾಧ ನೆನಪಿನ ಶಕ್ತಿ! ಸಿನಿಮಾ ನಟರ ಮನಮುಟ್ಟುವ ದೃಶ್ಯಗಳನ್ನು ತಾನೇ ಅನುಕರಿಸುತ್ತಿದ್ದ. ಹಳ್ಳಿಯ ನಾಟಕಗಳಲ್ಲಿ ಪ್ರಮುಖ ಪಾತ್ರ ವಹಿಸುತ್ತಿದ್ದ. ಸ್ಫುರದ್ರೂಪಿ, ಆದರೆ ಹಳ್ಳಿಯಲ್ಲಿ, ಬಡತನದ ಬೇಗೆಯಲ್ಲಿ ಅವನ ಪ್ರತಿಭೆ ಬೂದಿ ಮುಚ್ಚಿದ ಕೆಂಡವಾಗಿತ್ತು.

ಮುಂದೊಂದು ದಿನ ಅವನು ಹಿಂದಿ ಚಿತ್ರರಂಗದ ಸೂಪರ್ ಸ್ಟಾರ್ ಆಗಬಹುದು, ಚಿತ್ರರಂಗವನ್ನು ಬೆರಳ ತುದಿಯಲ್ಲಿ ಕುಣಿಸಬಹುದು ಎಂದು ಆ ಹಳ್ಳಿಯವರು ಕನಸಿನಲ್ಲೂ ನಿರೀಕ್ಷಿಸಿರಲಿಲ್ಲ!

ಮುಂದೆ ನಡೆದದ್ದೇ ಒಂದು ಪವಾಡ!'

ಇದು ಪುಸ್ತಕದ ಬೆನ್ನುಡಿಯಲ್ಲಿನ ಬರಹ.

ಹರ್ಯಾಣದ ಯುವಕನಿಗೆ ಕನ್ನಡ ಭಾಷೆಯ ಗಂಧಗಾಳಿಯೂ ಇರಲು ಸಾಧ್ಯವಿಲ್ಲ! ಆದರೆ ತನ್ನ ನೆನಪಿಗೆ ಕನ್ನಡದ ಗಾದೆಗಳು, ವಚನಗಳು, ಪದ್ಯಗಳು ನೆನಪಾಗುತ್ತಿವೆ! ತಾನು ಹರ್ಯಾಣದವನು ಹೇಗಾಗುತ್ತೇನೆ! ಹಿಂದಿ ಭಾಷಿಕ ಹೇಗಾಗುತ್ತೇನೆ?

ಇರಲಿ, ಇನ್ನೂ ಮುಂದೇನಿದೆ ಓದೋಣ ಎಂದು ತನ್ಮಯತೆಯಿಂದ ವಿವೇಕ ಓದಲು ಪುಟಗಳನ್ನು ತಿರುಗಿಸಿದ.

ಓದುವುದಕ್ಕಿಂತ ಅವನಿಗೆ ಸುಲಭವಾಗಿ ಕಂಡಿದ್ದು ಚಿತ್ರಗಳನ್ನು ನೋಡುವುದು. ನೇರವಾಗಿ ಅವನು ಪುಟಗಳ ನಡುವೆ ಇದ್ದ ಸ್ಥಿರ ಚಿತ್ರಗಳನ್ನು ನೋಡತೊಡಗಿದ.

ಗೋಪಾಲ ಶರ್ಮ ಎಂಬ ಹುಡುಗನ ಹದಿನಾಲ್ಕನೆ ವಯಸ್ಸಿನ ಫೋಟೋ ಕಂಡಿತು. ಅದನ್ನು ಎಚ್ಚರಿಕೆಯಿಂದ ವೀಕ್ಷಿಸಿದ ವಿವೇಕ್. ಆ ಫೋಟೋಗೂ ತನಗೂ ಹೋಲಿಕೆ ಇದೆಯೇ? ತಾನು ಆ ರೀತಿ ಇದ್ದೆನೆ ಎಂದು ಪರೀಕ್ಷಿಸಿದ! ಇಲ್ಲ ಅದಕ್ಕೂ ತನಗೂ ತಾಳ ಮೇಳವೇ ಇಲ್ಲ ಎನಿಸಿತು! ಮುಂದಿನ ಫೋಟೋ ಒಂದು ನಾಟಕದ ದೃಶ್ಯ: ಅದರ ಫೋಟೋ. ಕೃಷ್ಣನ ವೇಷ ಭೂಷಣದಲ್ಲಿ ಇದ್ದ ಆ ಯುವಕ ಗೋಪಾಲ ಶರ್ಮ!

ತಾನು ಎಂದೂ ಪೌರಾಣಿಕ ಪಾತ್ರಗಳತ್ತ ಆಕರ್ಷಿತನಾಗಿರಲೇ ಇಲ್ಲ! ತನಗೆ ಆಸಕ್ತಿ ಇದ್ದಿದ್ದು ಸಾಮಾಜಿಕ ಪಾತ್ರಗಳಲ್ಲಿ. ಅಂದರೆ ತಾನು ಕೃಷ್ಣನ ಪಾತ್ರದಲ್ಲಿ ಎಂದೂ ಅಭಿನಯಿಸಿಲ್ಲ! ಮುಂದೆ ಇನ್ನೊಂದು ಚಿತ್ರದಲ್ಲಿ ಅವನು ತನ್ನ ತಂದೆ ಮತ್ತು ಮಲತಾಯಿಯ ಜೊತೆ ಇದ್ದ ಚಿತ್ರ!

ಒಂದು ವೇಳೆ ಇದೇ ಯುವಕ ಮುಂದೆ ವಿವೇಕನಾಗಿದ್ದರೆ...? ಅಂದರೆ ಅದು ತಾನೇ ಆಗಿದ್ದರೆ ಒಂದಿಷ್ಟಾದರೂ ನೆನಪು ಇರಬೇಕಿತ್ತಲ್ಲವೇ? ಅದರಲ್ಲೂ ತಂದೆಯ ನೆನಪು...ಅಷ್ಟು ಸುಲಭದಲ್ಲಿ ಮರೆಯಲಾದೀತೆ? ಅಂತ ಯಾವ ನೆನಪೂ ತನ್ನಲ್ಲಿ ಇಲ್ಲ! ಚಿತ್ರದಲ್ಲಿದ್ದ ವ್ಯಕ್ತಿಗೂ, ಆ ಹೆಂಗಸಿಗೂ ತನಗೂ ಲವಲೇಶವೂ ಸಂಬಂಧ, ಹೋಲಿಕೆ ಯಾವುದೂ ಇಲ್ಲ! ಆ ಹಳ್ಳಿಯ ಹೆಸರನ್ನು ತಾನು ಕೇಳಿಲ್ಲ! ಅದು ಹರಿಯಾಣ ರಾಜ್ಯದ ತುಂಬಾ ಹಿಂದುಳಿದ ಹಳ್ಳಿಯಂತೆ! ತಾನು ಅಲ್ಲಿದ್ದಿರಬಹುದೇ...? ಇಲ್ಲ ಸಾಧ್ಯವೇ ಇಲ್ಲ! ತಾನು ಆ ವ್ಯಕ್ತಿ ಅಲ್ಲವೇ ಅಲ್ಲ!!

ಮುಂದೆ ಮುಂಬೈಗೆ ಬಂದಾಗ ಕೆಲವು ಚಿತ್ರಗಳಲ್ಲಿ ಸಣ್ಣಪುಟ್ಟ ಪಾತ್ರ ಅಭಿನಯಿಸಿದ್ದ ಚಿತ್ರಗಳು. ಅವುಗಳ ತುಣುಕು ನೆನಪೂ ಇಲ್ಲ! ಮತ್ತೆ ಎಲ್ಲಿಯೂ ತಾನು ಚಿತ್ರಳನ್ನು ಮದುವೆಯಾದ ಸಂದರ್ಭದ ಫೋಟೋಗಳೇ ಇಲ್ಲ! ಅಂದರೆ ತಾನು ಅಥವಾ ಈ ಗೋಪಾಲ ಶರ್ಮ ಸೂಪರ್ ಸ್ಟಾರ್ ಹಂತ ಮುಟ್ಟುವವರೆಗಿನ ಎಲ್ಲಾ ದಾಖಲೆಗಳು ಇಲ್ಲಿವೆ! ಆದರೆ ಮುಂದಿನದು ಏಕೆ ಇಲ್ಲ? ಅಂತಹ ಪ್ರಯತ್ನ ಯಾರೂ ಮಾಡೇ ಇಲ್ಲವೇ? ಅಥವಾ ಅಂತಹ ಪ್ರಯತ್ನಕ್ಕೆ ಚಿತ್ರ, ಟೈಗರ್ ಮುಂತಾದವರು ತಡೆಯೊಡ್ಡಿರಬಹುದು!

ಇಲ್ಲಿಯವರೆಗೂ ತನ್ನ ನೆನಪಿಗೆ ತಾಳೆಯಾಗುವ ಒಂದೇ ಒಂದು ತುಣುಕು ಮಾಹಿತಿಯೂ ಅಲ್ಲಿ ಕಾಣಿಸಲಿಲ್ಲ! ಎಲ್ಲವೂ ಅಪರಿಚಿತ! ಎಲ್ಲವೂ ಅಗೋಚರ! ಈ ಪುಸ್ತಕದಲ್ಲಿ ಉಲ್ಲೇಖವಾಗಿರುವ ಗೋಪಾಲ ಶರ್ಮನ ಬದುಕಿಗೂ ತನಗೂ ಒಂದೇ ಒಂದು ಅಣುವಿನಷ್ಟೂ ಹೋಲಿಕೆ ಇಲ್ಲ!

ಅಂದರೆ ಎಲ್ಲಾ ಸ್ಪಷ್ಟವಾಗುತ್ತಿದೆ...ನಾನು ಅವನಲ್ಲ!

ನಾನು ಗೋಪಾಲ ಶರ್ಮ ಅಲ್ಲ!

ಮುಖ ಚಹರೆಯ ಹೋಲಿಕೆಗಳೇನು ಅಸ್ಪಷ್ಟವಾಗಿ ಕಾಣಿಸುತ್ತಿವೆ! ಆದರೆ ತಾನು ಗೋಪಾಲಶರ್ಮ ಅಲ್ಲವೇ ಅಲ್ಲ!

ಹಾಗಾದರೆ ತಾನು ಯಾರು?

ಇದನ್ನೇ ಈಗ ಶೋಧಿಸಬೇಕಾಗಿದೆ! ಯಾವಾಗಲೋ ಕಾಲದ ಎಣಿಕೆಗೆ ಸಿಗದೆ, ಅಗ್ಗಿಲ್ಲದೆ, ಅಸ್ಪಷ್ಟವಾಗಿ, ಬೀಳುತ್ತಿದ್ದ ಕನಸುಗಳನ್ನು ಒಟ್ಟಾಗಿ ಸೇರಿಸಬೇಕಾಗಿದೆ! ಒಂದು ಸಮಗ್ರವಾದ ಚಿತ್ರಣ ಮೂಡಬೇಕಾಗಿದೆ.

ಯಾವುದೋ ಹಂತದಲ್ಲಿ ಏನೋ ಆಗಿದೆ? ಏನಾಗಿದೆ? ಹೇಗೆ ಆಗಿದೆ? ಅದರ ಹಿನ್ನೆಲೆ ಏನು? ಅದಕ್ಕೆ ಕಾರಣಕರ್ತರು ಯಾರು? ಈಕೆ, ಈ ಚಿತ್ರ ಎನ್ನುವ ಹೆಂಗಸು, ಯಾವಾಗ ತನಗೆ ಗಂಟು ಬಿದ್ದಿದ್ದಾಳೆ? ಅವಳನ್ನೇಕೆ ಮದುವೆಯಾದೆ? ಮದುವೆಯಾಗಿದೆಯೋ ಅಥವಾ ಮದುವೆಯ ನಾಟಕ ನಡೆದಿದೆಯೋ?

ಅವಳು ನಿಜಕ್ಕೂ ತನ್ನ ಪತ್ನಿಯೇ ಆಗಿದ್ದರೆ ಆ ದುಷ್ಟರ ಜೊತೆ ಏಕೆ ಕೈಜೋಡಿಸಿದ್ದಾಳೆ?

ಆ ಪುಸ್ತಕದಲ್ಲಿ ಮೂಡಿರುವ, ದಾಖಲಿಸಿರುವ ಆ ವ್ಯಕ್ತಿ ತಾನೇ ಅಲ್ಲ ಎಂದಾಗ..ಅದನ್ನು ಓದಿ ತಿಳಿದುಕೊಳ್ಳಬೇಕಾಗಿರುವುದು ಏನಿದೆ? ತನಗೀಗ ಮುಖ್ಯವಾಗಿ ಬೇಕಾಗಿರುವುದು ಯಾವ ಹಂತದಲ್ಲಿ ತನ್ನ ಯಾವ ಸ್ಥಿತಿಯಲ್ಲಿ ಈ ಬದಲಾವಣೆ ಆಗಿದೆ? ತನ್ನನ್ನು ಯಾರು ತಂದು ಈ ಸ್ಥಾನದಲ್ಲಿ ಕೂರಿಸಿದ್ದಾರೆ? ಸುದೈವ ಎನ್ನುವುದಾದರೆ ನಟನೆಯಲ್ಲಿ ತಾನು ಅದ್ವಿತೀಯ ಎನಿಸಿದ್ದೇನೆ. ಪೂರ್ವದ ಗೋಪಾಲ ಶರ್ಮ ಕೂಡ ಅಭಿನಯದಲ್ಲಿ ಚತುರನಿದ್ದು, ನಟನೆಯ ಪ್ರತಿಭೆಯ ಮುಂದುವರಿಕೆಯಾಗಿದೆ! ಹಾಗಾಗಿ ಬಹುತೇಕ ಜನರಿಗೆ ಈ ಸ್ಥಿತ್ಯಂತರದ ಕಾಲದ ಗುರುತು ಸಿಕ್ಕಿಲ್ಲ! ಯಾವುದೋ ಒಂದು ಹಂತದಲ್ಲಿ ಈ ಬದಲಾವಣೆ ಆಗಿದೆ! ಆ ಸಮಯದಲ್ಲಿ ಇದನ್ನು ಯಾರಾದರೂ ಗುರುತಿಸಿರಲೇಬೇಕು! ಅಂತವರು ಯಾರಾದರೂ ಇರಬಹುದು! ಬಹಳ ಸೂಕ್ಷ್ಮವಾಗಿ ಗಮನ ನೀಡಿದ ಯಾರಾದರೊಬ್ಬ ಪ್ರಜ್ಞಾವಂತ ಇರಬಹುದು! ಅವನಿಗೆ ಮಾತ್ರ ಇದೆಲ್ಲ ಗೋಚರವಾಗಿದೆ. ಅಂತವರು ಯಾರು? ಅವರನ್ನು ಹೇಗೆ ಹುಡುಕಲಿ?

ಸಮಯ ಸರಿಯುತ್ತಿತ್ತು. ಯೋಚನೆ, ಗೊಂದ,ಲ ವಿಚಾರ, ತರ್ಕ ಇವುಗಳ ನಡುವೆ ಸಮಯ ಕಳೆದದ್ದು ವಿವೇಕನಿಗೆ ತಿಳಿಯಲಿಲ್ಲ.

ಗಂಟೆ ಹನ್ನೊಂದಾದಾಗ ವಿವೇಕನಗೆ ಯೋಚನೆಗೆ ಮತ್ತೊಂದು ಆಯಾಮ ಸಿಕ್ಕಿತು. ಈಗೇನಾದರೂ ಚಿತ್ರ ಬಂದುಬಿಟ್ಟರೆ? ಪ್ರಶ್ನಿಸುತ್ತಾಳೆ... ಏಕೆ ಇನ್ನು ಮಲಗಿಲ್ಲ ಎಂದು. ಅದರ ಜೊತೆಗೆ ತಾನೆ ಕಳಿಸಿದ್ದ ಹಾಲು ಕುಡಿದಿದ್ದರೆ ಇಷ್ಟೊತ್ತಿಗೆ ಮಲಗಿರಲೇ ಬೇಕಾಗಿತ್ತು! ಆದರೆ ತಾನು ಎಚ್ಚರವಾಗಿದ್ದರೆ ಚಿತ್ರ ತುಂಬಾ ಪ್ರಶ್ನೆ ಕೇಳುತ್ತಾಳೆ! ಅದನ್ನು ಅವಾಯ್ಡ್ ಮಾಡಬೇಕೆಂದರೆ ಈ ಪುಸ್ತಕವನ್ನು ಅಡಗಿಸಿಟ್ಟು ತಾನು ಮಲಗಲೇಬೇಕು!

ಅದೇ ಸಮಯಕ್ಕೆ ಮೊಬೈಲಿನಲ್ಲಿ ಮೆಸೇಜು ಎಂದು ಬಂದ ಸೂಚನೆ ಬಂತು! ವಿವೇಕ ಚಕಿತನಾದ.

ತನ್ನ ಮೊಬೈಲಿಗೆ ಮೆಸೇಜು ಕಳಿಸುವವರು ಯಾರು? ಚಿತ್ರ ಖುದ್ದು ಆಸಕ್ತಿ ವಹಿಸಿ ತನ್ನ ಮೊಬೈಲ್ ಫೋನಿಗೆ ಯಾವ ವ್ಯಾಪಾರಿ ಕರೆಗಳು, ಅನಗತ್ಯ ಕರೆಗಳು ಅಥವಾ ಮೆಸೇಜುಗಳು ಬಾರದಂತೆ ಬ್ಲಾಕ್ ಮಾಡಿದ್ದಳು! ಕೇವಲ ಖಾಸಗಿ ಮೆಸೇಜುಗಳು ಮಾತ್ರ ಬರಲು ಸಾಧ್ಯವಿತ್ತು! ಅಂತ ಖಾಸಗಿ ಮೆಸೇಜುಗಳು ಕೂಡ ಬಹಳ ಅಪರೂಪವಾಗಿ ಬರುತ್ತಿದ್ದವು. ಅಂದರೆ ಇದು ಕೂಡ ಯಾವುದೋ

ಅಪರೂಪದ ಮೆಸೇಜು.

ವಿವೇಕ ಮೊಬೈಲ್ ತೆಗೆದು ಮೆಸೇಜ್ ಓದಿದ! ಒಮ್ಮೆಲೇ ಹೈ ವೋಲ್ಟೇಜ್ ಕರೆಂಟ್ ಹೊಡೆದ ಸ್ಥಿತಿ ಅವನಿಗಾಯಿತು!

28

ಮೆಸೇಜು ವಿಚಿತ್ರವಾಗಿತ್ತು! ಆದರೆ ಅದು ತುಂಬಾ ಪರಿಚಯದ ವ್ಯಕ್ತಿಯಿಂದ ಬಂದಿದ್ದು ಎನಿಸಿತು.

'ನಾನು ಶಕು,

ಟ್ಯಾಗೋರ್ ಥಿಯೇಟರಿನಲ್ಲಿ ಕಾಳಿದಾಸನ ಶಾಕುಂತಲ ನಾಟಕದ ನಾಯಕಿ!

ದುಶ್ಯಂತ ಶಕುಂತಲೆ ಗೆ ವಿದಾಯ ಹೇಳುವ ಸಮಯ ಅದ್ಭುತವಾದ ರಸಾನುಭವವನ್ನು ಪ್ರೇಕ್ಷಕರಿಗೆ ನಾವು ಗುಣಪಡಿಸುತ್ತಿದ್ದೆವು ನಿನ್ನ ನಟನೆ ಅದ್ಭುತವಾಗಿತ್ತು ಆ ಸನ್ನಿವೇಶದಲ್ಲಿ ನಿನ್ನ ವ್ಯಕ್ತಿತ್ವ ಮರೆಯಾಗಿ ದುಷ್ಯಂತನೆ ಆಗಿದ್ದೆ ಆ ರಸಮಯ ಸನ್ನಿವೇಶದಲ್ಲಿ ನೀನು ಡೈಲಾಗ್ ಮರೆತಿದ್ದೆ ಆದರೆ ಧೃತಿಗೆಡದೆ ನಿಂತಿದೆ ಪ್ರಾಂತಿಗಾಗಿ ಆಗ ನಾನು ಮೆಲ್ಲನೆ ನಿನ್ನ ಬಳಿಗೆ ಬಂದು ಕೆನ್ನೆಗೆ ಮುತ್ತಿಟ್ಟಿದ್ದೆ ಪ್ರೇಕ್ಷಕರು ಎದ್ದು ನಿಂತು ಚಪ್ಪಾಳೆ ತಟ್ಟಿದ್ದರು ಪ್ರಚಂಡವಾದ ಚಪ್ಪಾಳೆ ಇಡೀ ಸಭಾಂಗಣ ಚಪ್ಪಾಳೆಯ ಶಬ್ದಕ್ಕೆ ಕಂಪಿಸಿದಂತೆ ಭಾಸವಾಗಿತ್ತು ನೆನಪಾಯಿತೆ?

ನಿಮ್ಮ ಶಕು'

ಮೈ ಬೆವರತೊಡಗಿತು, ಕೈಗಳು ಕಂಪಿಸುತ್ತಿದ್ದವು ಇದೆ ಇದನ್ನೇ ತಾನು ನಿರೀಕ್ಷಿಸಿದೆ ತನ್ನ ಕಾರಿಗೆ ಅಡ್ಡ ಬಂದ ಆ ಯುವತಿ ತನಗೆ ಗೊತ್ತು ಅದೇ ಈ ಮೆಸೇಜು ಹಾಕೆ ಆಕೆ ತನ್ನ ಪರಿಚಯ ದ ವ್ಯಕ್ತಿ ಅಷ್ಟೇ ಅಲ್ಲ ಅದಕ್ಕಿಂತಲೂ ಹೆಚ್ಚಿನ ಸಲಹೆ ಇದೆ! ನಾಲಿಗೆ ಒಣಗಿತು ಇನ್ನೂ ಹೆಚ್ಚೇನು ಇದೆ ಈ ಮೆಸೇಜು ತನ್ನ ನೆನಪಿನ ಪಾತಾಳಕ್ಕೆ ತಲುಪಬೇಕು ಇದು ಈ ಮೆಸೇಜು ಒಂದು ಪಾತಾಳ ಗರಡಿ ಅದನ್ನು ನೆನಪಿನ ಒಳಕ್ಕೆ ಇಳಿಸಿ ಏನೇನು ಮೇಲೆ ಬರುತ್ತದೆಯಾ ನೋಡಬೇಕು!

ಆ ಸಮಯಕ್ಕೆ ಚಿತ್ರ ಬರುತ್ತಿರುವ ಸೂಚನೆ ಸಿಕ್ಕಿತು!

ವಿವೇಕ ಆತುರದಿಂದ ಪುಸ್ತಕ ಮುಚ್ಚಿದ, ಮೊಬೈಲನ್ನು ಸ್ವಿಚ್ ಆಫ್ ಮಾಡಿ ಎರಡನ್ನೂ ದಿಂಬಿನ ಅಡಿಯಲ್ಲಿಟ್ಟು ಮಲಗಿ, ನಿದ್ರಿಸುವ ನಟನೆ ಮಾಡಿದ!

ಚಿತ್ರ ಬೆಡ್ ರೂಮು ಪ್ರವೇಶಿಸುತ್ತಲೇ ಮೊದಲು ನೋಡಿದ್ದು ವಿವೇಕನ ಹಾಲಿನ ಲೋಟ. ಅದು ಖಾಲಿಯಾಗಿರುವುದು ಕಂಡು ಅವಳಿಗೆ ಸಮಾಧಾನವಾಯಿತು. ಮತ್ತೊಮ್ಮೆ ವಿವೇಕನ ಮುಖವನ್ನು ಪರೀಕ್ಷಿಸಿದಳು. ಸಮಾಧಾನವಾಯಿತು. ಆಕೆ ವಿವೇಕನ ಪಕ್ಕದಲ್ಲಿ ಮಲಗಿದಳು!

ಆದರೆ ವಿವೇಕನಿಗೆ ತನ್ನ ಭಾವತೀವ್ರತೆಯನ್ನು ಹತ್ತಿಕ್ಕಿಕೊಳ್ಳುವುದು ಕಷ್ಟವಾಯಿತು! ಉಸಿರಾಟದ ವೇಗ ಹೆಚ್ಚಿತ್ತು! ಎದೆ ವೇಗವಾಗಿ ಏರಿಳಿಯುತ್ತಿತ್ತು. ಇದನ್ನು ಚಿತ್ರ ಗುರುತಿಸುವಳೆ? ಮೆಲ್ಲನೆ ನಿದ್ರೆಯಲ್ಲಿದ್ದಂತೆ ಹೊರಳಿ ಚಿತ್ರಾ ಮಲಗಿದ ದಿಕ್ಕಿಗೆ ವಿರುದ್ಧವಾಗಿ ತಿರುಗಿದ!

ನಿದ್ರೆಯ ನಟನೆ ಸುಲಭದ ಕೆಲಸವಲ್ಲ! ಅದರಲ್ಲಿಯೂ ಇಂಥ ಮಹತ್ವದ ಮಾಹಿತಿ ಸಿಕ್ಕ ಮೇಲೆ ನಿದ್ರೆ ಎಲ್ಲಿ ಬರಲು ಸಾಧ್ಯ? ನಿದ್ರೆ ದೂರವಾಗಿತ್ತು ಬಹಳ ದೂರ ಹೋಗಿತ್ತು! ಆ ಯುವತಿಯ ಮೆಸೇಜು ಪುನಃ ಪುನಃ ಮಾರ್ದನಿಸುತ್ತಿತ್ತು! ಆಕೆಯೇ ಕಿವಿಯಲ್ಲೇ ಹೇಳಿದಂತಿತ್ತು!

ತನ್ನ ಉಸಿರಾಟದ ಶಬ್ದ ತುಂಬಾ ಹೆಚ್ಚಾಗಿದೆ ಎನಿಸುತ್ತಿತ್ತು ವಿವೇಕನಿಗೆ ಅದು ಚಿತ್ರಾಳನ್ನು ಎಚ್ಚರಿಸಬಹುದು ಎನ್ನುವ ಗಾಬರಿಯಾಗಿತ್ತು!

ಬೆಳಗಾಗಿತ್ತು!

ಎಂದಿನಂತೆ ಬೆಳಗಳಲ್ಲ! ಅತ್ಯಂತ ನಿರ್ಣಾಯಕ ಬೆಳಗು!

ವೃತ್ತಾಕಾರದ ಫೋಮ್ ಹಾಸಿಗೆಯ ಮೇಲೆ ಮಲಗಿದ್ದ ವಿವೇಕ್.

ಮೇಲೆ ನೋಡಿದ. ಚಾವಣಿಯ ಮೇಲೆ ಮೇಲೆ ಮೂಡಿದ್ದ ಹಲವು ಬಣ್ಣ ಮಿಶ್ರಿತ ವಿವಿಧ ಆಕಾರದ ಸಮ್ಮೋಹಕ ಬೆಳಕು, ಹಗಲಿನ ಬೆಳಕಿಗೆ ತನ್ನ ತೀವ್ರತೆ ಕಳೆದುಕೊಂಡಿತ್ತು! 'ಅದನ್ನೇ ನೋಡುತ್ತಾ ಮಲಗಿದರೆ ನಿಮಗೆ ತುಂಬಾ ಚೆನ್ನಾಗಿ ನಿದ್ರೆ ಬರುತ್ತೆ' ಎಂದು ಆಗಾಗ್ಗೆ ಹೇಳುತ್ತಿದ್ದಳು ಚಿತ್ರಾ. ಅದು ಸಾಮಾನ್ಯದಲ್ಲ ಎಂದು ವಿವೇಕನಿಗೆ ಅನ್ನಿಸಿತ್ತು. ಅದರ ಹಿಂದೆ ಯಾವುದೋ ಹುನ್ನಾರವಿದೆ ಎಂದು ಈಗ ಅನಿಸತೊಡಗಿತ್ತು! ಆ ಬೆಳಕು ವಿವಿಧ ಬಣ್ಣಗಳನ್ನು ವಿನ್ಯಾಸಗಳನ್ನು ನಿರಂತರವಾಗಿ ಹೊರಚೆಲ್ಲುತ್ತಾ ಮನಸ್ಸಿನ ಮೇಲೆ ಗಾಢ ಪರಿಣಾಮ ಬೀರುತ್ತಿತ್ತು! ಒಂದು ರೀತಿಯ ಸಂಮೋಹನ ಸ್ಥಿತಿಗೆ ಕರೆದುಕೊಂಡು ಹೋಗುತ್ತಿತ್ತು. ಆ ಸಮಯದಲ್ಲಿ ಬಹುಶಹ ತನ್ನ ಮನಸ್ಸಿಗೆ ನಾಟುವಂತೆ ಕೆಲವು ಮಾತುಗಳನ್ನು ಚಿತ್ರಾ ಹೇಳುತ್ತಿದ್ದಿರಬೇಕು! ಅದೇ ಅಲ್ಲವೇ ಬ್ರೈನ್ ವಾಶ್ ಟೆಕ್ನಿಕ್ಕಿನ ಒಂದು ರೂಪ! ಹಳೆಯ ಸ್ಮರಣೆಯನ್ನು ಮಾಸಿ ಹೋಗುವಂತೆ ಮಾಡಿ, ಅದರ ಜಾಗದಲ್ಲಿ ಹೊಸದಾದ ನೆನಪುಗಳನ್ನು ಸೃಷ್ಟಿಸುವುದು! ಹೊಸದಾದ ಸೂಚನೆಗಳನ್ನು ನೀಡುವ ಮೂಲಕ ಹೊಸ ರೀತಿಗಳನ್ನು, ಹೊಸ ನಂಬಿಕೆಗಳನ್ನು ಬಿತ್ತುವ ಒಂದು

ವ್ಯವಸ್ಥೆ.

ಕಳೆದೆರಡು ದಿನಗಳಿಂದ ತಾನು ಆಕರ್ಷಕ ಬೆಳಕಿನ ವಿನ್ಯಾಸ ನೋಡಿದ ಕಣ್ಮುಚ್ಚಿ ಮಲಗಿಬಿಡುತ್ತಿದ್ದೆ. ಆ ಕಾರಣದಿಂದಲೇ ಇರಬೇಕು ತನ್ನ ಮನಸ್ಸು ಹೆಚ್ಚು ಗೊಂದಲದಲ್ಲಿರುವುದಿಲ್ಲ. ಈಗ ತಿಳಿಯಾಗಿರುತ್ತದೆ, ವಿಚಾರ ಮಾಡುತ್ತಿದೆ, ತಾನು ತಾನೇ ಅಲ್ಲ ಎನ್ನುವ ಭಾವನೆ ಗಾಢವಾಗುತ್ತಿದೆ! ತನ್ನವೇ ಆದ ಯೋಚನೆಗಳು ಸ್ವತಂತ್ರ ವಿಚಾರಗಳು ಮನಸ್ಸಿನಲ್ಲಿ ಮೂಡುತ್ತಿವೆ! ಯಾವ ಪ್ರಭಾವಕ್ಕೂ ಒಳಗಾಗದಂತಹ ಮಾನಸಿಕ ಸ್ಥಿರತೆ ಬರುತ್ತಿದೆ!

ರಾತ್ರಿಯ ನಿದ್ರೆಯಿಲ್ಲದ ರಾತ್ರಿಯ ಸಮಯ ನೆನಪಾಯಿತು. ಪಕ್ಕದಲ್ಲಿ ಚಿತ್ರ ನಿರ್ಲಿಪ್ತಳಾಗಿ ನಿದ್ರಿಸುತ್ತಿದ್ದಳು! ಅದನ್ನು ಕಂಡು ಅಸೂಯೆಯಾಗಿತ್ತು!

ಆಗ ಬಂದಿತ್ತು ತನ್ನ ಪರ್ಸನಲ್ ಫೋನಿಗೆ ಮೆಸೇಜು! ನೂರಾರು ನೆನಪುಗಳ ಜಲಪಾತ! ಅವು ವ್ಯಕ್ತಿತ್ವವನ್ನೇ ಅಲ್ಲೋಲಕಲ್ಲೋಲ ಮಾಡಿದ್ದವು!

ಪರಮ ಸತ್ಯದ ಬಾಗಿಲು ತೆರೆದಿತ್ತು!

ತನ್ನ ನೆನಪಿಗೆ ಒಂದಕ್ಷರ ಮಾತ್ರ ಹೊಳೆದಿದ್ದ ಆಯುವತಿಯ ಹೆಸರು ತಿಳಿದು ಹೋಗಿತ್ತು!

'ಸು' ಅಕ್ಷರದಿಂದ ಶುರುವಾಗುವ ಆ ಯುವತಿಯ ಹೆಸರೂ ಗೊತ್ತಾಗಿಬಿಟ್ಟಿತ್ತು! ಅವಳು ತನಗೆಷ್ಟು ಆತ್ಮೀಯಳು ಎನ್ನುವುದೂ ತಿಳಿದುಹೋಗಿತ್ತು!

ಈಗ ತನ್ನ ಶೋಧನೆ, ಕೊನೆಯ, ನಿರ್ಣಾಯಕ ಹಂತಕ್ಕೆ ಬರುತ್ತಿರುವಾಗ ತಾನು ಮಾಡಬೇಕಾದದ್ದು ಏನು ಎಂದು ವಿವೇಕ ಯೋಚಿಸಿದ. ಮೊದಲು ತನಗೆ ಮೆಸೇಜು ಮಾಡಿ ತನ್ನ ಹಳೆಯ ನೆನಪಿನ ಹಂದರವನ್ನು ಸ್ಥಾಪಿಸಲು ಸಹಾಯಕವಾದ ಆ ಯುವತಿಗೆ ಮೆಸೇಜು ಮಾಡಬೇಕು! ಈಗ ಅವಳ ಹೆಸರು ತಿಳಿದೇ ಹೋಗಿದೆ! ಅದು 'ಸು' ಎನ್ನುವ ಅಕ್ಷರದಿಂದ ಶುರುವಾಗುವುದು!

ಆಕೆ 'ಸುಮನ' ಅಂದರೆ ಒಳ್ಳೆ ಮನಸ್ಸಿನವಳು! 'ನೀನು ಹೆಸರಿಗೆ ತಕ್ಕಂತೆ ಸು-ಮನ ಅಂದರೆ 'ಸು' ಎನ್ನುವ ಶಬ್ದ ಒಳ್ಳೆಯದು ಎಂದು ಅರ್ಥ ಕೊಡುತ್ತದೆ. ಇನ್ನು, ಮನ ಎಂದರೆ ಮನಸ್ಸು... ಅಂದರೆ ನೀನು ಒಳ್ಳೆ ಮನಸ್ಸಿನವಳು' ಎಂದು ಅವಳಿಗೆ ವಿವರಿಸಿ ಹೇಳಿದ್ದೆ! ಅದಕ್ಕೆ ಆಕೆ ನಕ್ಕು ತಲೆಯ ಮೇಲೆ ಮೊಟಕ್ಕಿದ್ದಳು!

'ನೀನು ಯಾವಾಗಲೂ ಈ ಪದ ವಿಂಗಡಣೆ ಮಾಡುವುದು ಬಿಟ್ಟುಬಿಡು, ನನ್ನ ವ್ಯಕ್ತಿತ್ವವನ್ನು ಒಟ್ಟಾರೆಯಾಗಿ ನೋಡು, ಅಷ್ಟು ಮಾತ್ರ ಸಾಕು' ಎಂದಿದ್ದಳು!

ಈಗ ಆ ಸುಮನ ಮತ್ತೆ ಸಂಪರ್ಕಕ್ಕೆ ಬಂದಿದ್ದಾಳೆ! ಈವರೆಗೆ ತನ್ನದು ಒಂಟಿ ಹೋರಾಟವಾಗಿತ್ತು! ಹೀರಾ ತುಂಬಾ ಕಡಿಮೆ ಸಮಯ ತನಗೆ ಸಹಾಯ ಮಾಡಿದ್ದ. ಮತ್ತೀಗ ಮುತ್ತು..ಇದ್ದಾನೆ..ಆದರೆ ಅವನನ್ನು ಅಪಾಯಕ್ಕೆ ಈಡು

ಮಾಡುವ ಮನಸ್ಸಿಲ್ಲ. ತನಗೆ ಸಹಾಯ ಮಾಡುವವರು ಯಾರು ಇಲ್ಲ ಎಂದುಕೊಂಡಿದ್ದೆ, ಇದೀಗ ತನಗೆ ಬಲಗೈಯಾಗಿ ಸುಮನ ಬಂದಿದ್ದಾಳೆ! ಇವಳ ಜೊತೆಯಾಗಿ ಈ ತನ್ನ ಮೂಲ ವ್ಯಕ್ತಿತ್ವದ ಮುಂದೆ ಮುಸುಕಿರುವ ಈ ಸುಳ್ಳು ಹೊದಿಕೆಯನ್ನು ಕಿತ್ತೆಸೆಯಬೇಕು!

ಸುಮನ ರಾತ್ರಿ ಮೆಸೇಜ್ ಮಾಡಿದ್ದಾಳೆ. ಇಲ್ಲಿಯವರೆಗೂ ಅದಕ್ಕೆ ತಾನು ಯಾವ ಪ್ರತಿಕ್ರಿಯೆಯನ್ನು ತೋರಿಸಿಲ್ಲ! ಆಕೆಯ ಮೆಸೇಜಿಗೆ ಪ್ರತಿಕ್ರಿಯೆ ನೀಡಲು ಇದು ಸರಿಯಾದ ಸಮಯ! ಚಿತ್ರ ಕಿಚನ್ನಿನಲ್ಲಿ ಇದ್ದಾಳೆ! ಈ ಸಮಯ ಉಪಯೋಗಿಸಿಕೊಂಡು 'ಸುಮನಾ'ಗೆ ಮೆಸೇಜು ಮಾಡಬೇಕು ಎಂದುಕೊಂಡು ತನ್ನ ಮೊಬೈಲನ್ನು ಕೈಗೆತ್ತಿಕೊಂಡ ವಿವೇಕ್!

'ನೆನಪಿಗಾಗಿ ಥ್ಯಾಂಕ್ಸ್.

ನಾನು ಯಾರೆಂದು ತಿಳಿಯಿತು! ಇಷ್ಟು ಕಾಲ ಅಜ್ಞಾತವಾಸದಲ್ಲಿದ್ದೆ! ಇನ್ನು ಈ ಪೊರೆ ಕಳೆಯುತ್ತೇನೆ! ಸತ್ಯವನ್ನು ಅನಾವರಣ ಮಾಡುತ್ತೇನೆ! ಅದಕ್ಕೆ ನಿನ್ನ ಸಹಾಯ ಬೇಕು. ಮಾಡುವುದೆಲ್ಲ ಗೌಪ್ಯವಾಗಿ ಮಾಡಬೇಕು. ನಾನು ಕಳಿಸಿದ ಗಂಟು ನಿನಗೆ ತಲುಪಿದೆ. ಆ ಸಮಯದಲ್ಲಿ ನೀನು ಕೆಲವರ ಕಣ್ಣಿಗೆ ಬಿದ್ದಿರಬಹುದು. ನನ್ನ ಸುತ್ತುವರೆದಿರುವವರು ಸಾಮಾನ್ಯರಲ್ಲ! ನೀನು ಮತ್ತೆ ನನ್ನನ್ನು ಸಂಪರ್ಕಿಸಲು ಪ್ರಯತ್ನ ಮಾಡಬೇಡ! ಏನು ಮಾಡುವುದಿದ್ದರೂ ನಾವು ಪರಸ್ಪರ ಮೆಸೇಜಿನ ಮೂಲಕವೇ ಮಾಡಬೇಕು. ನನಗಿರುವಂತೆ ನಿನಗೆ ಕೂಡ ಅಪಾಯ ಇದೆ! ಹುಷಾರಾಗಿರು.... ನೋಡುತ್ತಿರು, ಯಾರಾದರೂ ನಿನ್ನನ್ನು ಅಟ್ಯಾಕ್ ಮಾಡಲು ಬಂದರೆ ನಿನ್ನ ಬುದ್ಧಿ ಉಪಯೋಗಿಸಿ ಪಾರಾಗು. ಬಹಳ ಮುಖ್ಯ: ಮೆಸೇಜು ಓದಿದ ತಕ್ಷಣ ಅದನ್ನು ಅಳಿಸಿಬಿಡು

ದುಶ್ಯಂತ್'

ಕಳಿಸುವ ಮುನ್ನ ಇನ್ನೊಮ್ಮೆ ಮೆಸೇಜನ್ನು ಓದಿದ ವಿವೇಕ್. ಎಲ್ಲಾ ಸರಿ ಇದೆ ಎನಿಸಿ ಮೆಸೇಜ್ ಕಳಿಸಿಬಿಟ್ಟ!

ಇದು ಅವನ ಜೀವನದ ಅತ್ಯಂತ ಮಹತ್ತರವಾದ ದಿನವಾಗಿತ್ತು! ಕಳೆದು ಹೋದ ನೆನಪನ್ನು ಗಳಿಸಿದ್ದ! ದೂರವಾಗಿದ್ದ ಗೆಳತಿಯನ್ನು ವಾಪಸ್ಸು ಪಡೆದಿದ್ದ! ಇನ್ನು ಉಳಿದಿದ್ದು ಪರಸ್ಪರರ ಭೇಟಿ ಅಷ್ಟೇ!

ಆದರೆ ಎಷ್ಟು ವರ್ಷ ತಾನು ಈ ಅಜ್ಞಾತವಾಸ ಅನುಭವಿಸಿಬಿಟ್ಟೆ! ನನ್ನ ಅತ್ಯಂತ ಚೈತನ್ಯಯುಕ್ತವಾದ ದಿನಗಳನ್ನು ಅನಾಮಧೇಯನಾಗಿ ಸುಳ್ಳು ಬದುಕನ್ನು ಬದುಕಿದ್ದೇನೆ!

ಮೆಸೇಜನ್ನು ಪೂರಾ ಓದಿ, ಕಳಿಸಿರಿ ನಂತರ ಅದನ್ನು ತನ್ನ ಮೊಬೈಲಿನಿಂದ ಡಿಲೀಟ್ ಕೂಡ ಮಾಡಿಬಿಟ್ಟ ವಿವೇಕ್.

ಅಚಾನಕ್ ಯಾವ ಪೂರ್ವ ಸೂಚನೆಯೂ ಇಲ್ಲದೆ ಚಿತ್ರ ರೂಮನ್ನು ಪ್ರವೇಶಿಸಿದಳು.

"ಏನ್ ಮಾಡ್ತಾ ಇದ್ದೀರಿ ಸ್ನಾನಕ್ಕೆ ಕೂಡ ಹೋಗದೆ? ಇವತ್ತು ಅಜಂತಾಲ್ಲಿ ಶೂಟಿಂಗ್ ಇದೆ ಬೇಗನೆ ತಯಾರಾಗಿ"

ಚಿತ್ರ ತಾನೇ ಸ್ವತಃ ಕಾಫಿಯ ಟ್ರೇಯನ್ನು ತಂದು ವಿವೇಕನ ಪಕ್ಕದಲ್ಲಿಟ್ಟಳು!

ವಿವೇಕನಿಗೆ ಗಾಬರಿಯಾಗಿತ್ತು!

ತಾನೇನು ಮಾಡುತ್ತಿದ್ದೆ ಎಂದು ಅವಳಿಗೆ ತಿಳಿಯುವುದೆ? ಹೇಗೆ?

29

ಸುಮನ ವರ್ಕಿಂಗ್ ವುಮೆನ್ ಹಾಸ್ಟೆಲಿನ ತನ್ನ ರೂಮಿನಲ್ಲಿ ತುಂಬಾ ಆತಂಕದಿಂದ ಕಾಯುತ್ತಿದ್ದಳು-ಅವನ ಪ್ರತಿಕ್ರಿಯೆಗಾಗಿ! ಹತ್ತಾರು ಅನುಮಾನಗಳು ಅವಳನ್ನು ಕಾಡುತ್ತಿದ್ದವು!

ಡಾಕ್ಟರ್ ಮನು ಕೊಟ್ಟಿದ್ದ ವಾಟ್ಸಪ್ ನಂಬರ್ಗೆ ಮೆಸೇಜನ್ನು ಕಳಿಸಿದ್ದಳು. ಅಪರಿಚಿತ ವ್ಯಕ್ತಿ ಲೋಕಲ್ ಟ್ರೈನಿನಲ್ಲಿ ತನ್ನ ಕೈಗೆ ತುರುಕಿದ್ದ ಗಂಟಿನಲ್ಲಿದ್ದ ಚೀಟಿಯನ್ನು ಓದಿದ್ದಳು! ಅದರಲ್ಲಿದ್ದುದೆಲ್ಲಾ ಗ್ರಹಿಸುತ್ತಲೇ ಆ ಚೀಟಿಯನ್ನು ಕಳಿಸಿದವರು ಯಾರೆಂಬುದು ಅವಳಿಗೆ ತಿಳಿದು ಹೋಗಿತ್ತು! ಸರಿಸುಮಾರು ಐದು ವರ್ಷಗಳ ಅಜ್ಞಾತವಾಸದಲ್ಲಿ ಇದ್ದವನು ಈಗ ಗೋಚರಿಸಿದ್ದಾನೆ. ಇದು ಎಷ್ಟು ಸಂತೋಷದ ಸುದ್ದಿಯೋ ಅಷ್ಟೇ ಅಪಾಯಕಾರಿ ಸುದ್ದಿ ಕೂಡ ಎನ್ನಿಸಿತು! ತಮ್ಮಿಬ್ಬರ ನಡುವೆ ಮತ್ತೆ ಸಂಪರ್ಕ ಏರ್ಪಟ್ಟರೆ ಅದು ತಮ್ಮಿಬ್ಬರಿಗೂ ಅಪಾಯವಾಗಬಹುದು-ನಿಸ್ಸಂಶಯವಾಗಿ!

ದುಷ್ಟರ ಕೈಯಲ್ಲಿ ವಿವೇಕ ಸಿಕ್ಕಿಕೊಂಡಿರುವ ಅನುಮಾನ ಬಹಳ ಹಿಂದೆಯೇ ಬಂದಿತ್ತು! ಅವನು ಎಲ್ಲಿದ್ದಾನೆ? ಹೇಗಿದ್ದಾನೆ ಎನ್ನುವುದು ಕಣ್ಣಿಗೆ ಕಾಣಿಸುತ್ತಿದ್ದರೂ ಅವನನ್ನು ಮುಟ್ಟಲು ಸಾಧ್ಯವಾಗಿರಲಿಲ್ಲ! ಅವನ ಸುತ್ತ ಜನರ ಕೋಟೆ ನಿರ್ಮಾಣವಾಗಿತ್ತು! ಆ ಕೋಟೆ ಸಾಮಾನ್ಯವಾದದ್ದಲ್ಲ! ದುಷ್ಟರು, ಖಳರು, ಕೊಲೆಗಾರರು, ಭೂಗತ ರೌಡಿಗಳು ಅವನನ್ನು ಸುತ್ತುವರಿದಿರುತ್ತಿದ್ದರು! ಜೊತೆಗೆ ಅವನ ಹೆಂಡತಿ ಎಂದು ಅಧಿಕೃತವಾಗಿ ಸ್ಥಾಪಿಸಿಕೊಂಡಿದ್ದ ಆಕೆ!! ಆ ಚಿತ್ರ ಎನ್ನುವ ಹೆಂಗಸು ಇದ್ದಳು! ಈ ಮೊದಲಿಗೆ ಅವಳು ಅವನ ಕಾರ್ಯದರ್ಶಿಯಾಗಿದ್ದವಳು ನಂತರ ಅವರಿಬ್ಬರ ಮದುವೆ ನಡೆದಿತ್ತು! ಅದು ಸಿನಿಮಾ ಲೋಕದಲ್ಲಿ ವಿಸ್ಮಯ ಎನ್ನಿಸಿತ್ತು. ಎಲ್ಲಿಯ ವಿವೇಕ್ ಎಲ್ಲಿಯ ಚಿತ್ರಾ..? ಯಾರೂ ನಂಬಲಾರದ, ಸಂಶಯಗಳ ಮಹಾಪೂರವನ್ನೇ ಸೃಷ್ಟಿಸಿತ್ತು!

ಟ್ಯಾಗೋರ್ ಥಿಯೇಟರಿನ ಶಕುಂತಲ ನಾಟಕದಲ್ಲಿ ಅಭಿನಯಿಸಿದ್ದೇ ಕೊನೆ!

ವಿವೇಕ್ ಅದೃಶ್ಯನಾಗಿಬಿಟ್ಟಿದ್ದ! ಅವನನ್ನು ಸಂಪರ್ಕಿಸಲು ಇನ್ನಿಲ್ಲದ ಪ್ರಯತ್ನ ಪಟ್ಟಿದ್ದೆ! ಚಿತ್ರಾ ಜೊತೆ ಅವನ ಮದುವೆಯ ಸುದ್ದಿ ಕೇಳಿದಾಗ ಆತ್ಮಹತ್ಯೆಯ ಪ್ರಯತ್ನ ಮಾಡಿದ್ದೆ! ಆದರೆ ಗೆಳತಿಯರ ಸಾಂತ್ವನ ಅವಳಿಗೆ ಬದುಕನ್ನು ಮೆಟ್ಟಿ ನಿಲ್ಲುವ ಸಾಹಸದ ಪ್ರೇರಣೆ ನೀಡಿತ್ತು.

ಮತ್ತೆ ಅವನನ್ನು ಪಡೆಯಬೇಕು ಆಕೆಯನ್ನು ತೊಡೆದು ಹಾಕಬೇಕು ಎನ್ನುವ ಛಲ ಅವಳಲ್ಲಿ ಹೆಚ್ಚಿತ್ತು!

ಈಗ ಅವನ ಸಂಪರ್ಕವೇನೋ ಸಿಕ್ಕಿದೆ ಅವನ ನೆನಪು ಉದ್ದೀಪನವಾಗಲಿ ಎಂದು ಮೆಸೇಜು ಕೂಡ ಕಳಿಸಿದ್ದೇನೆ. ಆದರೆ ಅವನಿಂದ ಇನ್ನು ಉತ್ತರ ಬಂದಿಲ್ಲ. ಅಂದರೆ ಏನಾಗಿದೆ? ಅವನಿಗೆ ನೆನಪು ಮರಿಕಳಿಸಲಿಲ್ಲವೇ ತಾನು ಯಾರೆಂದು ಮನೆಗೆ ಗೊತ್ತಾಗಲಿಲ್ಲವೇ? ಆದರೆ ಅವನ ಚೀಟಿಯ ಒಕ್ಕಣೆ ಹೇಳಿದೆ 'ನೀನು ಅಪರಿಚಿತಳಲ್' ಎಂದು! ಅಂದರೆ ಅವನ ನೆನಪಲ್ಲಿ ಎಲ್ಲೋ ಒಂದು ಅಸ್ಪಷ್ಟವಾದ ತೀರ ತೆಳುವಾದ ಕೊಂಡಿ ಇದೆ! ಆದ್ದರಿಂದಲೇ ಅವನು ತನಗೆ ಚೀಟಿ ಮತ್ತು ಹಣ ಕಳಿಸಿರುವುದು!!

ಅವನು ತಕ್ಷಣ ಯಾಕೆ ಮೆಸೇಜು ಮಾಡುತ್ತಿಲ್ಲ? ಬರಿ ಮೆಸೇಜ್ ಏಕೆ..? ತನ್ನ ಫೋನ್ ನಂಬರ್ ಕೂಡ ಇದೆಯಲ್ಲ? ಕಾಲ್ ಮಾಡಬಹುದಿತ್ತು! ಆದರೆ ಅವನ ಸುತ್ತ ಇರುವ ಭದ್ರ ಕೋಟೆಯನ್ನು ಭೇದಿಸಿ ಅವನು ಫೋನ್ ಮಾಡಲು ಸಾಧ್ಯವಾಗಿರುವುದಿಲ್ಲ! ಆದರೆ ಕನಿಷ್ಠ ತುಣುಕು ಮೆಸೇಜ್ ಮಾಡಬಹುದಿತ್ತು! ಅದು ಸಾಧ್ಯವಾಗಲಿಲ್ಲವೇ? ಏನಿಲ್ಲವೆಂದರೂ ಬಾತ್ರೂಮ್ನಲ್ಲಿ ಕೂತು ಮೆಸೇಜು ಕಳಿಸಬಹುದಿತ್ತು!

ನಿರಾಶೆ ಮತ್ತೆ ಹೆಪ್ಪುಗಟ್ಟುತ್ತಿತ್ತು! ತನ್ನ ಪ್ರಯತ್ನ ವ್ಯರ್ಥವಾಯಿತೆ? ಅವನು ಮತ್ತೆ ಸಂಪರ್ಕಿಸುವನೋ ಇಲ್ಲವೋ? ಮತ್ತೆ ಸಂಪರ್ಕಿಸದಿದ್ದರೆ ಮುಂದೇನು ಮಾಡಲಿ?

ನಿದ್ರೆ ಇಲ್ಲದೆ ರಾತ್ರಿ ಇಡೀ ಹೊರಡಾಡಿದಳು ಬೆಳಗಾಗುತ್ತಲೇ ಒಂದು ಗಟ್ಟಿ ತೀರ್ಮಾನಕ್ಕೆ ಬಂದಳು. ಅವನ ಅವನಿಲ್ಲದೆ ಐದು ವರ್ಷ ಜೀವನ ಸಾಗಿಸಿದ್ದೇನೆ...ಈಗ ಅವನು ಮತ್ತೆ ಸಂಪರ್ಕಸದಿದ್ದರೂ ಉಳಿದ ಜೀವನವನ್ನು ಕಳೆಯಬಲ್ಲೆ! ನನ್ನ ಜೀವನಕ್ಕೆ ಅವನೇ ಆಧಾರವಾಗ ಬೇಕಿಲ್ಲ ಸ್ವತಂತ್ರವಾಗಿಯೂ ಜೀವಿಸಬಲ್ಲೆ! ಆದರೆ ಶುಷ್ಕ ಜೀವನ! ಅನಿವಾರ್ಯವಾದರೆ ಬದುಕಬಲ್ಲೆ ಎಂದು ಮನಸ್ಸು ಗಟ್ಟಿಮಾಡಿಕೊಂಡಳು!

ಬೆಳಗಾಗುತ್ತಲೇ ಎದ್ದು ಕೆಲಸಕ್ಕೆ ಹೊರಡುವ ಸಿದ್ಧತೆ ನಡೆಸಿದಳು.

ಸ್ನಾನ ಮುಗಿಸಿ ಈಚೆ ಬರುತ್ತಿರುವಾಗ ಮೊಬೈಲಿನಲ್ಲಿ ಮೆಸೇಜು ಬಂದ ಶಬ್ದ!

ಅವಳು ಬಾತ್ರೂಮಿನ ಬಾಗಿಲಲ್ಲಿದ್ದಳು! ಮೊಬೈಲು ಅವಳ ಹಾಸಿಗೆ ಬಳಿಯಿತ್ತು! ಮೆಸೇಜಿನ ರಿಂಗ್ಟೋನಿಗೆ ಜಿಂಕೆಯಂತೆ ಓಡುತ್ತಾ ಬಂದು ಮೊಬೈಲನ್ನು ಕೈಗೆ ತೆಗೆದುಕೊಂಡು ನೋಡಿದಳು!

ಅವನದೇ ಮೆಸೇಜು! ತನ್ನವನದು ತನ್ನ ವಿವೇಕನದು! ಓ ದೇವರೇ ಕೊನೆಗೊಮ್ಮೆ ತನ್ನ ಪ್ರಯತ್ನ ಸಫಲವಾಗಿದೆ!

ಸುಮನಾಳ ಮನಸ್ಸು ಬಲೂನಾಯಿತು! ವಿವೇಕನ ಮೆಸೇಜು ಗಾಳಿಯಾಗಿ ಬಲೂನು ತುಂಬಿ ಮೇಲೆ ಹಾರತೊಡಗಿತ್ತು!

***

ಆ ಮೂರು ಜನ ಧಾಂಡಿಗರು ಟೈಗರ್ ಮುಂದೆ ಕೈಕಟ್ಟಿ ನಿಂತಿದ್ದರು.

"ಎಷ್ಟು ಕೊಬ್ಬು ನಿಮಗೆ? ಹೇಳಿದ ತಕ್ಷಣ ಬರೋಕ್ ಆಗ್ಲಿಲ್ವಾ? ಎಲ್ಲಿ ಕುಡಿದು ಬಿದ್ದಿದ್ರಿ?"

ಟೈಗರ್ ಘರ್ಜಿಸಿದ!

"ಕೆಲಸ ಮುಗ್ಸಿದಿವಲ್ಲ?"

ಹಿಂಜರಿಯುತ್ತಾ ಅಳುಕುತ್ತಾ ಒಬ್ಬ ಹೇಳಿದ!

"ಅವನನ್ನೇನೋ ಮುಗ್ಸಿದ್ರಿ ಆದರೆ ಅವಳನ್ನ ಹಾಗೆ ಬಿಟ್ರಲ್ಲ?"

"ನಮಗೆ ಕೊಟ್ಟ ಕೆಲಸ ಅವನನ್ನು ಹುಡುಕಿ ಮುಗ್ಸೋದು, ಅವಳನ್ನ ಫಾಲೋ ಮಾಡಬೇಕು ಅಂತ ಹೇಳಿರಲಿಲ್ಲ.."

"ಥೂ...ನಿಮ್ಮ ಅಷ್ಟು ಕಾಮನ್ ಸೆನ್ಸ್ ಇಲ್ಲ! ಅದಕ್ಕೆ ನೀವು ಇಂಥ ಕೆಲಸ ಮಾಡುತ್ತಿರೋದು! ಅವನು ಅವಳ ಕೈಗೆ ಗಂಟು ಕೊಟ್ನಲ್ಲ ಆ ತಕ್ಷಣವೇ ನಿಮಗೆ ಅನುಮಾನ ಬರಬೇಕಾಗಿತ್ತು! ಅವಳನ್ನು ಹಿಂಬಾಲಿಸಬೇಕಾಗಿತ್ತು ಅಷ್ಟು ನಿಮ್ಮ ದಡ್ಡ ತಲೆಗೆ ಹೊಳೆಲಿಲ್ಲ! ಅದಕ್ಕೆ ನೀವು ಯಾವತ್ತೂ ನೀವು ಎಲ್ಲಿ ನಿಂತಿದ್ದರೂ ಅಲ್ಲೇ ಇರ್ತೀರಿ! ಆದರೆ ನಾನು ನೋಡು, ನನ್ನ ತಲೆ ಉಪಯೋಗಿಸಿದ್ದಕ್ಕೆ ಘರ್ಜಿಸ್ತಾ ಇದ್ದೇನೆ ಟೈಗರ್ ಆಗಿ"

ಆ ಮೂರು ಜನ ತಲೆ ತಗ್ಗಿಸಿ ನಿಂತಿದ್ದರು.

"ತಪ್ಪು ಮಾಡಿದ್ದೀರಿ... ಅದನ್ನು ಸರಿಮಾಡ್ಕೊಳ್ಳೋದಕ್ಕೆ ಒಂದು ಅವಕಾಶ ಕೊಡ್ತೀನಿ. ಹೋಗಿ ಅವಳನ್ನ ಎಲ್ಲಿದ್ದರೂ ಎಳಕೊಂಡು ಬನ್ನಿ, ಪಾತಾಳ, ಆಕಾಶ ಎಲ್ಲಿದ್ದರೂ ಸರಿ... ಅವಳು ನನಗೆ ಬೇಕು ಗೊತ್ತಾಯ್ತ?"

"ಎಲ್ಲಿ ಹುಡುಕೋದು?"

"ತಲೆ ಉಪಯೋಗಿಸಿರೋ ಪೆದ್ದು ಬಡ್ಡಿಮಕ್ಕಳಾ! ಬರೀ ಕುಡಿಯೋಕೆ ತಿನ್ನೋಕಷ್ಟ ನೀವು ಲಾಯಕ್ಕು! ಯೋಚನೆ ಮಾಡಿ ಹೇಗಾದರೂ ಮಾಡಿ ಅವಳ್ನ ಕರ್ಕೊಂಡು ಬನ್ನಿ"

ಟೈಗರ್ ಐನೂರರ ನೋಟುಗಳ ಎರಡು ಬಂಡಲ್ಗಳನ್ನು ಅವರ ಮುಂದೆ ಎಸೆದ.

ಒಬ್ಬ ಅವಗಳನ್ನು ನೀಟಾಗಿ ಕ್ಯಾಚ್ ಹಿಡಿದ.

"ಅವಳು ಸಿಗೋ ತನಕ ವಾಪಸ್ ಬರಬೇಡಿ"

"ಸರಿ ಟೈಗರ್"

ಆ ಮೂರು ಜನ ನೋಟ ವಿನಿಮಯ ಮಾಡಿಕೊಂಡು ಹಿಂತಿರುಗಿದರು.

****

ಸುಮನಗೆ ತನ್ನ ಮೈಯೆಲ್ಲ ಹಗುರವಾಗಿರುವ ಭಾವನೆ! ಹತ್ತಿಯಷ್ಟು ಹಗುರವಾದ ಮೈ ಗಾಳಿಯಲ್ಲಿ ತೇಲುತ್ತಿರುವಂತಿತ್ತು! ಇನ್ನು ತನ್ನ ಎಲ್ಲಾ ಕಷ್ಟಗಳು ಪರಿಹಾರವಾಗುತ್ತವೆ, ಹಳಿ ತಪ್ಪಿದ ತನ್ನ ಬದುಕು ಸರಿಯಾಗುತ್ತದೆ. ಇನ್ನು ತನ್ನ ಬದುಕಿನಲ್ಲಿ ಅನಿಶ್ಚಿತತೆ ಇರುವುದಿಲ್ಲ! ಆ ಮೆಸೇಜು ಒಣಗುತ್ತಿರುವ ಗಿಡದ ಮೇಲೆ ವರುಣನ ಸಿಂಚನವಾದಂತಾಗಿತ್ತು.

ಸುಮ ಎಂದಿನಂತೆ ಕೆಲಸಕ್ಕೆ ಹೊರಟಿದ್ದಳು. ವಿವೇಕನ ಮೆಸೇಜನ್ನು ಮತ್ತೆ ಮತ್ತೆ ಸ್ಮರಿಸಿಕೊಳ್ಳುತ್ತಿದ್ದಳು. 'ನನ್ನ ಹಾಗೆ ನಿನಗೆ ಕೂಡ ಅಪಾಯವಿದೆ ಎಚ್ಚರವಾಗಿರು' ಎಂದಿದ್ದು ನೆನಪಿನಲ್ಲಿ ಮೂಡಿತು. ಇರಬಹುದೇ...? ಹೌದು, ಆ ದಿನ ತನ್ನ ಕೈಗೆ ಗಂಟನ್ನು ತುರುಕಿ ಹೋದ ಆ ವೃದ್ಧನನ್ನು ಮೂರು ಜನ ಧಾಂಡಿಗರು ಹಿಂಬಾಲಿಸಿದ್ದರು. ಆ ಧಾಂಡಿಗರೇ ತನ್ನ ಬೆನ್ನು ಬೀಳಬಹುದು! ತಾನು ಯಾವುದಕ್ಕೂ ಎಚ್ಚರವಾಗಿರಬೇಕು ಎಂದು ನೆನಪು ಮಾಡಿಕೊಂಡಳು.

ಎಂದಿನಂತೆ ಮುಂಬೈ ಲೋಕಲ್ ಟ್ರೈನುಗಳಲ್ಲಿ ಕಿಕ್ಕಿರಿದ ಜನಸಂದಣಿ. ಅವು ಆಫೀಸಿಗೆ, ಕೆಲಸಕ್ಕೆ, ಕಾರ್ಖಾನೆಗಳಿಗೆ, ಕಾಲೇಜುಗಳಿಗೆ ಹೋಗುವ ಜನರಿಂದ ತುಂಬಿ ತುಳುಕುತ್ತಿದ್ದವು. ಸುಮನ ಸುತ್ತಮುತ್ತಲಿನ ಜನರನ್ನು ಅನುಮಾನದಿಂದ ನೋಡತೊಡಗಿದಳು! ಯಾವುದೋ ಕಾರಣಕ್ಕೆ ಒಮ್ಮೆ ಹಿಂದೆ ಕೂಡ ತಿರಿಗೆ ನೋಡಿದಳು ಆ ಮೂವರು ಧಾಂಡಿಗರಲ್ಲಿ ಒಬ್ಬ ಕಣ್ಣಿಗೆ ಬಿದ್ದ! ಅವನು ಒಬ್ಬನೇ ಇರಬಹುದು ಅಥವಾ ಇನ್ನೂ ಜೊತೆಗೆ ಇನ್ನೂ ಇಬ್ಬರು ಇರಬಹುದೋ?

ವಿವೇಕ್ ಮೆಸೇಜು ಸತ್ಯವಾಗಿತ್ತು!

ಇನ್ನೂ ತನ್ನನ್ನು ಹಿಂಭಾಲಿಸುತ್ತಿರುವ ಈ ಬಾಲವನ್ನು ಹೇಗೆ ಕತ್ತರಿಸಬೇಕು ಎಂದು ಯೋಚಿಸಿದಳು. ಮರುಕ್ಷಣ ಒಂದು ಯೋಜನೆ ತಯಾರಾಯಿತು! ದಾದರ್ ರೈಲ್ವೇ ಸ್ಟೇಷನ್ ಪಕ್ಕದಲ್ಲಿ ಒಂದು ಪೊಲೀಸ್ ಸ್ಟೇಷನ್ ಇರುವುದು ನೆನಪಾಯಿತು. ಮರಕ್ಷಣವೇ ಯೋಜನೆಗೆ ಸ್ಪಷ್ಟ ರೂಪು ನೀಡಿದಳು.

ಆಗಾಗ ಹಿಂದೆ ತಿರುಗಿ ನೋಡುತ್ತಾ, ಆ ಧಾಂಡಿಗರು ಹಿಂದೆಯೇ ಇರುವುದನ್ನು ರಾತ್ರಿ ಮಾಡಿಕೊಂಡು ಪ್ರಯಾಣ ಮುಂದುವರಿಸಿದ್ದಳು.

ದಾದರಿನಲ್ಲಿ ಇಳಿಯುತಲೇ ವೇಗವಾಗಿ ನಡೆದು ಆ ಪೊಲೀಸ್ ಸ್ಟೇಷನ್ ಹೊಕ್ಕಳು. ಆ ಮೂವರು ಇಳಿದು ಜನರ ನಡುವೆ ದಾರಿ ಮಾಡಿಕೊಂಡು ಸುಮನಾಳನ್ನು ನೋಡಿ ಅವಳ ಜಾಡು ಹಿಡಿದು ಬರಲು ಪ್ರಯತ್ನಿಸುತ್ತಿದ್ದರು! ವೇಗವಾಗಿ ಅಲ್ಲಿನ ಪೊಲೀಸರಿಗೆ ತನ್ನನ್ನು ಹಿಂಬಾಲಿಸುತ್ತಿರುವ ವ್ಯಕ್ತಿಗಳ ಬಗೆಗೆ ಸುಮನಾ ಪೋಲೀಸರಿಗೆ ಹೇಳಿದಳು.

"ಅವರು ಯಾರು? ನನಗೆ ತೋರಿಸು ಅವರಿಗೆ ಒಂದು ಗತಿ ಕಾಣಿಸುತ್ತೇನೆ"

ಒಬ್ಬ ಕಾನ್ಸ್ಟೇಬಲ್ ಆಶ್ವಾಸನೆ ನೀಡಿದ.

"ಒಂದು ನಿಮಿಷ ಈಚೆ ಬಂದರೆ ಅವರನ್ನು ತೋರಿಸುತ್ತೇನೆ"

ಸುಮನಾ ಪೊಲೀಸ್ ಸ್ಟೇಷನ್ನಿಂದ ಈಚೆ ಬಂದಳು.

ಆಕೆ, ಎಲ್ಲಿ ಹೋದಳು ಎಂದು ಹುಡುಕಾಡುತ್ತಿದ್ದ ಸುಮನಾಳನ್ನು ಕಂಡ ತಕ್ಷಣ ಹಿಂಭಾಲಿಸುತ್ತಿದ್ದವರು ಅವಳ ಕಡೆಗೆ ದಾಪುಗಾಲು ಹಾಕುತ್ತಾ ಬಂದರು.

ಸುಮನಾ ಹಿಂದೆ ನಿಂತಿದ್ದ ಪೊಲೀಸ್ ಕಂಡು ಒಂದು ಕ್ಷಣ ಅವಕ್ಕಾಗಿ ನಡೆಯುತ್ತಿದ್ದವರು ಗಕ್ಕನೆ ನಿಂತರು!

"ಅಲ್ಲೇ ಯಾಕೆ ನಿಂತ್ರಿ? ಬನ್ನಿ"

ಕಾನ್ಸ್ಟೇಬಲ್ ಅವರನ್ನು ಕರೆದ.

ಬೇರೆ ದಾರಿ ಕಾಣದೆ ಅವರು ಪೊಲೀಸ್ ಕಾನ್ಸ್ಟೇಬಲ್ ಕಡೆಗೆ ಅಳುಕುತ್ತ ನಡೆಯತೊಡಗಿದರು.

"ನೀನು ಹೋಗಮ್ಮ ಇವರನ್ನು ನಾನು ವಿಚಾರಿಸುತ್ತೇನೆ"

ಪೊಲೀಸ್ ಹೇಳುತ್ತಲೇ ಸುಮನ ವೇಗವಾಗಿ ಅಲ್ಲಿಂದ ನಡೆದಳು!

ಸಧ್ಯದ ಪರಿಸ್ಥಿತಿಯಿಂದ ಸುಮನಾ ಪಾರಾಗಿದ್ದಳು! ನಡೆದ ಘಟನೆಗೆ ಬೆದರಿದ್ದಳು! ನಡೆಯುವಾಗ ಗುಂಡಿಗೆ ಇನ್ನು ಹೊಡೆದುಕೊಳ್ಳುತ್ತಿತ್ತು! ಈಗೇನೋ ಬಚಾವಾದೆ ಆದರೆ ಸಂಜೆ ವಾಪಸ್ಸಾಗುವ ಸಮಯದಲ್ಲಿ ಏನಾಗಬಹುದು?

30

ಸುಮನಾಗೆ ಆ ರೌಡಿಗಳ ವಿಷಯ ಮನಸ್ಸಿನಿಂದ ಕಿತ್ತು ಹಾಕಲು ಸಾಧ್ಯವಾಗಲೇ ಇಲ್ಲ!

ಅ ಧಾಂಡಿಗರ ವಿಷಯ ವಿವೇಕನಿಗೆ ತಿಳಿಸಲೇ? ಇಲ್ಲ, ಅದು ತುಂಬಾ ಅಪಾಯಕಾರಿ! ತನ್ನ ಮತ್ತು ವಿವೇಕ ಇಬ್ಬರ ಜೀವವನ್ನೂ ಅಪಾಯದ ಅಂಚಿಗೆ ತಳ್ಳಿದಂತಾಗುತ್ತದೆ!

ವಿವೇಕನೇ ತನ್ನನ್ನು ಸಂಪರ್ಕಿಸುವವರೆಗೂ ತಾನು ಏನನ್ನೂ ಮಾಡಬಾರದು ಎಂದುಕೊಂಡು ಸುಮನಾ ಆಫೀಸಿನತ್ತ ಹೆಜ್ಜೆ ಹಾಕಿದಳು.

****

ವಿವೇಕ, ತಾನು ಯಾರೆಂದು ತಿಳಿಯುವ ಶೋಧನೆಯನ್ನು ಮುಂದುವರಿಸುವ ಬಗೆಗೆ ಯೋಚಿಸುತ್ತಿದ್ದ.

ಬೆಳಗಿನ ಸಮಯದ ಚಿತ್ರೀಕರಣ ಮುಗಿಸಿ ಮನೆಗೆ ಮರಳಿದ್ದ! ಎಂದಿನಂತೆ ಚಿತ್ರ ಎಡಬಿಡದೆ ಅವನ ಜೊತೆಯಿದ್ದಳು!

ರಾತ್ರಿ ಊಟ ಮುಗಿದಿತ್ತು.

ವಿವೇಕ ಡ್ರಾಯಿಂಗ್ ರೂಮಲ್ಲಿ ಹತ್ತು ನಿಮಿಷ ಏಕಾಂಗಿಯಾಗಿ ಕುಳಿತು ಯೋಚಿಸುತಿದ್ದು ನಂತರ ಬೆಡ್ ರೂಮಿಗೆ ಬಂದಿದ್ದ.

ಚಿತ್ರ ತರುವ ಹಾಲನ್ನು ಏನು ಮಾಡಲಿ? ಅದನ್ನು ಪರಿಚಾರಕರು ತಂದರೆ ಅದನ್ನು ಸಿಂಕಿನಲ್ಲಿ ಸುರಿದು ಬಿಡಬಹುದು. ಆದರೆ ಸ್ವತಃ ಚಿತ್ರಾ ತಂದರೆ? ಅದನ್ನು ಕುಡಿಯಲೇಬೇಕಾಗುತ್ತದೆ! ಆ ಪರಿಸ್ಥಿತಿಯನ್ನು ಹೇಗೆ ಮ್ಯಾನೇಜ್ ಮಾಡಲಿ? ಇಂದು ರಾತ್ರಿ ತನಗೆ ಸ್ವಲ್ಪ ಏಕಾಂತದ ಸಮಯ ಬೇಕಾಗಿದೆ. ರಹಸ್ಯ ಕಾರ್ಯಾಚರಣೆ ಮಾಡಬೇಕಾಗಿದೆ. ಅದು ಚಿತ್ರಾಳ ಗಮನಕ್ಕೆ ಬರಬಾರದು. ಅದಕ್ಕೆ ಯಾವ ತಂತ್ರ ಉಪಯೋಗಿಸಲಿ?

ಯೋಚನೆಯೊಂದು ವಿವೇಕನ ಮನಸ್ಸಿನಲ್ಲಿ ಸುಳಿಯಿತು! ಚಕ್ಕನೆದ್ದು ಕಿಚನ್ಗೆ ಧಾವಿಸಿದ.

ಕಿಚನ್ನಿನಲ್ಲಿ ಚಿತ್ರ ಒಬ್ಬಳೇ ಇದ್ದಳು. ಕುಕ್ ಮತ್ತವನ ಸಹಾಯಕ ಇಬ್ಬರೂ ಕೆಲಸ ಮುಗಿಸಿ ಹೋಗಿದ್ದರು. ಚಿತ್ರ ಮಾತ್ರ ತನ್ನ ಮತ್ತು ವಿವೇಕನ ಪೋರ್ಸಲೇನ್ ಮಗ್ಗುಗಳಿಗೆ ಹಾಲು ತುಂಬಿ ಸಕ್ಕರೆ ಸೇರಿಸಿ ಚಮಚದಲ್ಲಿ ಕಲಕುತ್ತಿದ್ದಳು.

ವಿವೇಕ್ ಸದ್ದಿಲ್ಲದೆ ನಿಂತು ಅವಳನ್ನು ನೋಡುತ್ತಿದ್ದ.

ತನ್ನ ಮತ್ತು ಚಿತ್ರಳ ಪೋರ್ಸಲೇನ್ ಮಗ್ಗುಗಳನ್ನು ಗುರುತಿಸಬಹುದಾಗಿತ್ತು. ತನ್ನ ಮಗ್ಗಿನ ಮೇಲೆ ತನ್ನದೇ ಫೋಟೋ ಮತ್ತು ಚಿತ್ರಳ ಮಗ್ಗಿನ ಮೇಲೆ ಅವಳ ಫೋಟೋಗಳು ಪ್ರಿಂಟ್ ಆಗಿದ್ದವು.

ಚಿತ್ರ, ವಿವೇಕನ ಮಗ್ಗಿಗೆ ಸಕ್ಕರೆ ಹಾಕಿದ ನಂತರ ಬೇರೆ ಇನ್ನೂ ಯಾವುದೋ ಒಂದು ವಸ್ತುವನ್ನು ಸೇರಿಸಿದ್ದಳು. ಅದನ್ನು ವಿವೇಕ ಎಚ್ಚರಿಕೆಯಿಂದ ಗಮನಿಸಿದ್ದ. ಅಂದರೆ ತನ್ನ ಊಹೆ ಸರಿಯಾಗಿದೆ ಎಂದುಕೊಂಡ ವಿವೇಕ. ಚಿತ್ರ, ತನ್ನ ಮಗ್ಗಿಗೆ, ಸಕ್ಕರೆ ಮಾತ್ರ ಸೇರಿಸಿದ್ದಳು!

ವಿವೇಕನಿಗೆ ಇದೆಲ್ಲ ಹಿಂದೆಯೇ ಕಲ್ಪನೆ ಬಂದಿತ್ತು. ತನಗೆ ನಿದ್ರೆ ಮಾತ್ರೆಯ ಅಥವಾ ಬೇರೆ ಯಾವುದೋ ಒಂದು ಡ್ರಗ್ ಪ್ರತಿದಿನವೂ ಸೇರಿಸುತ್ತಿದ್ದಾಳೆ ಚಿತ್ರ! ಆ ಡ್ರಗ್ ಮೂಲಕ ತನ್ನ ಮನಸ್ಸು ಬೇರೆ ಯೋಚಿಸದಂತೆ ಮಾಡಲು ವ್ಯವಸ್ಥೆ ನಡೆದಿದೆ!

ಈಗ ಇಬ್ಬರ ಮಗ್ಗುಗಳನ್ನು ಅದಲು ಬದಲು ಮಾಡಬೇಕು! ಚಿತ್ರ ನಿದ್ರೆಗೆ ಹೋಗಬೇಕು, ತನ್ನ ಶೋಧನೆಗೆ ಸಮಯ ಬೇಕು! ಅದನ್ನು ಹೇಗೆ ಮಾಡಲಿ?

ಕಿಚನ್ನಿನಲ್ಲಿ ತನ್ನನ್ನು ಬಿಟ್ಟು ಬೇರೆ ಇನ್ನೂ ಒಬ್ಬರು ಇರುವುದರ ಅನುಮಾನ ಚಿತ್ರಾಗೆ ಬಂದು ತಿರುಗಿ ನೋಡಿದಳು.

"ಅರೆ ನೀವು ಇಲ್ಲಿ? ಯಾವತ್ತೂ ಕಿಚ್ಚನಿಗೆ ಬರೆದವರು ಇವತ್ತೇನು ವಿಶೇಷ?"

ಅನುಮಾನಿಸಿದಳು ಚಿತ್ರ.

"ಹೀಗೆ... ಸುಮ್ಮನೆ... ನೀನಿಲ್ಲದೆ ಬೋರಾಯಿತು, ಅದಕ್ಕೇ ನಿನ್ನನ್ನು ಹುಡುಕಿಕೊಂಡು ಬಂದೆ"

ಅವನ ಮಾತು ಕೇಳಿ ಚಿತ್ರಾಗೆ ಖುಷಿಯಾಯಿತು! ಅವನ ಬದುಕಿನಲ್ಲಿ ತನ್ನ ಪಾತ್ರ ಅರಿವಾಗಿ ಹೆಮ್ಮೆಯಾಯಿತು.

"ಥ್ಯಾಂಕ್ಸ್ ಫಾರ್ ದ ಕನ್ಸರ್ನ್. ಇನ್ನು ಐದು ನಿಮಿಷ ನಾನು ಹಾಲು ತಗೊಂಡು ಬರ್ತೀನಿ ನೀವು ನಡೀರಿ"

"ಇಲ್ಲ, ನಾನು ನಿನಗೆ ಸಹಾಯ ಮಾಡಬೇಕೂಂತ ಬಂದಿದ್ದೇನೆ.."

"ನೀವೇನು ಸಹಾಯ ಮಾಡೋಕೆ ಸಾಧ್ಯ?"

ಚಿತ್ರ ನಕ್ಕಳು.

"ಈ ಮಗ್ಗುಗಳನ್ನು ನಾನು ತಗೊಂಡ್ ಬರ್ತೀನಿ ನೀನು ಹೋಗು"

"ಇದೆಂಥ ವಿಚಿತ್ರವಾದ ಆಸೆ?"

ಚಿತ್ರಾ ನಕ್ಕಳು.

"ಹೌದು, ಕೆಲವು ಇಂತಹ ಸಣ್ಣಸಣ್ಣ ಆಸೆಗಳು ಒಮ್ಮೊಮ್ಮೆ ನನ್ನ ಮನಸ್ಸಿಗೆ ಬರ್ತಾ ಇವೆ, ಪ್ಲೀಸ್ ನನಗೆ ಅವಕಾಶ ಕೊಡು"

ವಿವೇಕ ಬೇಡಿದ.

"ಓ ಮೈ ಗಾಡ್ ಅದಕ್ಕೆ ಇಷ್ಟೊಂದು ಕೇಳ್ಕೊಬೇಕೆ? ಆಯ್ತು, ಒಂದು ಟ್ರೇನಲ್ಲಿಟ್ಕೊಂಡು ತಗೊಂಡ್ ಬನ್ನಿ"

ಚಿತ್ರ ನಗು ತುಳುಕಿಸುತ್ತಾ ಬೆಡ್ರೂಮ್ ಕಡೆಗೆ ನಡೆದಳು.

ಹಾಲು ತುಂಬಿದ ಆ ಎರಡು ಮಗುಗಳನ್ನು ಟ್ರೇನಲ್ಲಿಟ್ಟುಕೊಂಡ ವಿವೇಕ್. ಈಗ ಏನಾದರೂ ಮಾಡಬೇಕು. ವಿವೇಕ್ ಹಿಂದೆ ತಿರುಗಿ ನೋಡಿದ.

ಚಿತ್ರ ಬಾಗಿಲಿಂದ ಆಚೆ ಹೋಗಿದ್ದಳು.

ಮರಕ್ಷಣ ಮಿಂಚಿನಂತೆ ವಿವೇಕ ತನ್ನ ಪ್ಲಾನ್ ನಿರ್ವಹಿಸಲು ಸಿದ್ಧನಾದ.

ತನ್ನ ಮತ್ತು ಚಿತ್ರಳ ಮಗ್ಗುಗಳಿಂದ ಹಾಲನ್ನು ಬೇರೆ ಎರಡು ಕಪ್ಪುಗಳಿಗೆ ಸುರಿದ. ನಂತರ ತನ್ನ ಕಪ್ಪಿನಲ್ಲಿದ್ದ ಹಾಲನ್ನು ಚಿತ್ರಾಳ ಮಗ್ಗಿಗೂ, ಚಿತ್ರಾಳ ಮಗ್ಗಿನಲ್ಲಿದ್ದ ಹಾಲನ್ನು ತನ್ನ ಮಗ್ಗಿಗೂ ವರ್ಗಾಯಿಸಿದ.

ಈ ಅದಲು ಬದಲು ಮಾಡುವ ಕ್ರಿಯೆಯಲ್ಲಿ ಉಪಯೋಗಿಸಿದ್ದ ಬೇರೆ ಇನ್ನೆರಡು ಕಪ್ಪುಗಳನ್ನು ಸಿಂಕಿನಲ್ಲಿ ತೊಳೆದು ಅವುಗಳ ಸ್ಥಾನದಲ್ಲಿಟ್ಟು ಟ್ರೇ ತೆಗೆದುಕೊಂಡು ಬೆಡ್ರೂಮಿಗೆ ಬಂದ.

ಚಿತ್ರ ಡ್ರೆಸ್ಸಿಂಗ್ ಟೇಬಲ್ ಮುಂದೆ ಕುಳಿತಿದ್ದಳು. ಮುಖವನ್ನು ಹತ್ತಿಯಿಂದ ಸ್ವಚ್ಛ ಮಾಡಿಕ್ಕೊಳ್ಳುತ್ತಿದ್ದಳು.

"ನಿಮ್ಮ ಆಸೆ ಈಡೇರಿತೆ?"

ನಗುತ್ತಾ ಕೇಳಿದಳು ಚಿತ್ರಾ.

"ಹಾ ನನ್ನ ಆಸೆ ಪೂರೈಸಿತು, ಅವಕಾಶ ಮಾಡಿಕೊಟ್ಟಿದ್ದಕ್ಕೆ ಥ್ಯಾಂಕ್ಸ್"

"ಯಾವಾಗನಿಂದ ಇಂತಹ ಆಸೆಗಳು ಬರೋಕೆ ಶುರುವಾಗಿವೆ?"

ಚಿತ್ರ ನಕ್ಕು ಡ್ರೆಸ್ಸಿಂಗ್ ಟೇಬಲ್ಲು ಬಿಟ್ಟು ಹಾಸಿಗೆ ಬಳಿ ಬಂದಳು.

"ಏನು ಯೋಚನೆ ಮಾಡ್ತಾ ಇದ್ದೀರಿ? ಹಾಲು ಕುಡೀರಿ"

"ಯೋಚನೆ ಏನಿಲ್ಲ"

ಇಂದು ವಿವೇಕ್ ತನ್ನ ಮಗ್ಗನ್ನು ತೆಗೆದುಕೊಂಡು ನಿಧಾನಕ್ಕೆ ಹಾಲನ್ನು ಗುಟ್ಟುಕರಿಸತೊಡಗಿದ.

ಚಿತ್ರ ಕೂಡ ಅದೇ ರೀತಿ ಮಾಡುವಾಗ ವಿವೇಕನ ಕಡೆ ತಿರುಗಿ ನೋಡಿದಳು.

"ಏನಾಯಿತು?"

ವಿವೇಕ್ ಕೇಳಿದ.

"ಹಾಲು ಕಹಿಯಾಗಿದೆ? ನೀವು ಕುಡಿತಿರೋ ಹಾಲು ಹೇಗಿದೆ?"

ಚಿತ್ರ ಅನುಮಾನಿಸುತ್ತಾ ಕೇಳಿದಳು.

"ಮಾಮೂಲಿನ ಹಾಗೆ ಕಹಿಯಾಗಿದೆ. ಏನೋ ಹಾಲಿನಲ್ಲಿ ವ್ಯತ್ಯಾಸವಾಗ್ತಾಯಿದೆ. ನಾಳೆ ಬೇರೆ ಕಡೆಯಿಂದ ಹಾಲು ತರೋದಕ್ಕೆ ಹೇಳು"

ಎಂದು ಹೇಳಿದ ವಿವೇಕ ಹಾಲನ್ನ ಸಂಪೂರ್ಣವಾಗಿ ಮುಗಿಸಿ 'ಗುಡ್ ನೈಟ', ಹೇಳಿ ಮಲಗಿದ.

ಚಿತ್ರ ಮುಖವನ್ನು ಗಂಟಿಕ್ಕಿಕ್ಕೊಳ್ಳುತ್ತಲೇ ಹಾಲನ್ನು ಕುಡಿದು ಮುಗಿಸಿ ಮಲಗಿದಳು.

ವಿವೇಕ್ ಎಚ್ಚರವಾಗಿದ್ದ! ಅವಳೇ ಹಾಕಿದ್ದ ಮಾತ್ರೆ ಅಥವಾ ಡ್ರಗ್ಗಿನ ಪ್ರಭಾವಕ್ಕೆ ಅವಳೇ ಒಳಗಾಗುತ್ತಾಳೆ! ಆ ಸಮಯಕ್ಕೆ ತಾನು ಕಾಯಬೇಕು! ಆಕೆ ಮಲಗಿದ ನಂತರವೇ ತನ್ನ ರಹಸ್ಯ ಕೆಲಸ ಶುರು ಮಾಡಬೇಕು! ನೆನಪು ಮಾಡಿಕೊಂಡ.

ಹತ್ತು ನಿಮಿಷ ಗಡಿಯಾರ ಸರಿದಿರುವುದನ್ನು ತೋರಿಸಿತು.

ವಿವೇಕ ಮಲಗಿದ್ದೆಡೆಯಿಂದಲೇ ತಲೆ ಎತ್ತಿ ಚಿತ್ರ ಕಡೆ ನೋಡಿದ.

ಅವಳ ದೇಹದಿಂದ ಲಘುವಾದ ಗೊರಕೆ ಶಬ್ದ ಕೇಳಿಸಿತು!

"ನೌ ಈಸ್ ದ ಟೈಮ್ ಫಾರ್ ಆಕ್ಷನ್"

ವಿವೇಕ ಮೆಲ್ಲನೆ ಮಂಚದಿಂದ ಕೆಳಗಿಳಿದ.

****

ಬೆಳಗಿನ ಮೂರು ಗಂಟೆಯ ಸಮಯ! ಕತ್ತಲಲ್ಲಿ ಒಬ್ಬ ವ್ಯಕ್ತಿ ಬಂಗಲೆ ಹಿಂದಿನ ಸರ್ವೆಂಟ್ ಕ್ವಾಟರ್ಸ್ ಕಡೆ ನಡೆಯುತ್ತಿತ್ತು! ನೇರವಾಗಿ ಸುಖರಾಮನ ರೂಮಿನ ಕಡೆಗೆ ನಡೆಯಿತು! ಆ ವ್ಯಕ್ತಿ ಶಾಲು ಹೊದೆದಿತ್ತು! ಮೆಲ್ಲನೆ ಯಾರೂ ತನ್ನನ್ನು ಗುರುತಿಸದಂತೆ ಎಚ್ಚರದಿಂದ ನಡೆದಿತ್ತು ಆ ವ್ಯಕ್ತಿ.

ಬಂಗಲೆಯ ಮುಂದಿನ ಗೇಟ್ ಬಳಿ ಒಬ್ಬ ಸೆಕ್ಯೂರಿಟಿಯವನಿದ್ದ. ಅವನು ರಾತ್ರಿ ಪಾಳಿಯವನು. ಅವನ ಗಮನವೆಲ್ಲ ಬಂಗಲೆಯ ಮುಂದಿತ್ತು. ಹಿಂದೆ ನಡೆಯುತ್ತಿದ್ದ ಘಟನೆಗಳ ಬಗೆಗೆ ಗಮನ ವಹಿಸಿರಲಿಲ್ಲ.

ಆ ರೂಮನ್ನು ಮೊದಲು ಜಾಕ್ ಉಪಯೋಗಿಸುತ್ತಿದ್ದು, ನಂತರ ಅದನ್ನು ಸುಖಾರಾಮನಿಗೆ ಕೊಟ್ಟಿದ್ದೇನೆ ಎಂದು ಚಿತ್ರ ಹೇಳಿದ್ದಳು. ಕೈಯಲ್ಲಿದ್ದ ಟಾರ್ಚನ್ನು ಉಪಯೋಗಿಸದೆ ಆ ವ್ಯಕ್ತಿ ಒಂದು ಕ್ಷಣ ಸುಖಾರಾಮನ ರೂಮಿನ ಬಾಗಿಲ ಮುಂದೆ ನಿಂತು ಅನುಮಾನಿಸಿದ. ಕತ್ತಲಲ್ಲೇ ಬಾಗಿಲಿನ ಚಿಲಕದ ಮೇಲೆ ಕೈ ಆಡಿಸಿದ. ಬೀಗ ಕೈಗೆ ಸಿಕ್ಕಿತು!

ಅಂದರೆ ಸುಖಾರಾಮ ಮನೆಯಲ್ಲಿ ಇಲ್ಲ!

ಆ ವ್ಯಕ್ತಿ ಕೈಯಲ್ಲಿದ್ದ ತುಣುಕು ತಂತಿಯ ನೆರವಿನಿಂದ ಆ ಬೀಗದ ಜೊತೆಗೆ ಸೆಣಸಿದ! ಅವನು ಹೆಚ್ಚು ಶ್ರಮಪಡಬೇಕಾಗಿರಲಿಲ್ಲ. ಸುಲಭವಾಗಿ ಬೀಗ ತೆರೆಯಿತು! ಅದ ಅಂತ ಒಳ್ಳೆಯ ಬೀಗ ಆಗಿರಲಿಲ್ಲ

ಬಾಗಿಲನ್ನು ಮೆಲ್ಲನೆ ನೂಕಿದ ಆ ವ್ಯಕ್ತಿ. ಬಾಗಿಲು ತೆರೆಯಿತು! ವ್ಯಕ್ತಿಗೆ ಅಚ್ಚರಿ! ಎಂತಾ ಚಿಲ್ಲರೆ ಕ್ರಿಮಿನಲ್ಗಳೂ ಒಂದು ಒಳ್ಳೆಯ ಬೀಗವನ್ನು ರೂಮಿಗೆ ಹಾಕದಿರುವುದಕ್ಕೇನು ಕಾರಣ? ಅಂದರೆ, ಅಷ್ಟರಮಟ್ಟಿಗೆ ಅವರಿಗೆ ತಮ್ಮ ತೋಳ್ಬಲದ ಮೇಲೆ ವಿಶ್ವಾಸವೇ?

ಕಿರ್ರೆಂದು ತೆರೆದ ಬಾಗಿಲ ಶಬ್ದಕ್ಕೆ ಕ್ಷಣ ಭಯವಾಯಿತು, ಸುತ್ತ ನೋಡಿದ... ಯಾರಾದರೂ ಕೇಳಿಸಿಕೊಂಡಿರಬಹುದೆ? ಅಲ್ಲಿ ಒಟ್ಟು ಸಾಲಾಗಿ ಐದು ಮನೆಗಳಿದ್ದವು. ಅವುಗಳಲ್ಲಿ ಕೊನೆಯದೇ ಸುಖರಾಮನ ಮನೆ.

ಉಳಿದ ನಾಲ್ಕು ಮನೆಗಳಲ್ಲಿ ಕತ್ತಲಿತ್ತು. ಅವರೆಲ್ಲರೂ ಸುಖನಿದ್ರೆಯಲ್ಲಿ ಇರಬಹುದು. ಅಂದರೆ ತನ್ನ ಕೆಲಸ ಈಗ ಸುಸೂತ್ರವಾಗುತ್ತದೆ.

ಒಳಗೆ ಸೇರಿದ ವ್ಯಕ್ತಿ ಬೇಗನೆ ಬಾಗಿಲು ಹಾಕಿಕೊಂಡ ಮುಖವನ್ನು ಮುಚ್ಚಿಕೊಂಡಿದ್ದ ಶಾಲನ್ನು ತೆರೆದು ಸ್ವಲ್ಪ ಆರಾಮ ಮಾಡಿಕೊಂಡ. ಟಾರ್ಚಿನ ಗುಂಡಿಯೊತ್ತಿದ. ಹೆಚ್ಚು ಪ್ರಕಾಶಮಾನವಾದ ಬೀಮ್ ಉಪಯೋಗಿಸದೆ, ಕ್ಷೀಣವಾದ ಬೆಳಕಿನ ಬೀಮ್ ಒಂದೆಡೆ ಬೀರಿದ!

ಬೆಳಕಿನಲ್ಲಿ ಕಂಡಿದ್ದು ಭಯನಾಕವಾಗಿತ್ತು! ನೋಡಿ ಭೀರುವಂತಾಯಿತು!

31

ಸಣ್ಣದಾದ ಬೆಳಕಿನ ಬೀಮ್ ರೂಮಿನ ಒಂದು ಭಾಗವನ್ನು ಬೆಳಗಿತು.

ಬೆಳಕಿನಲ್ಲಿ ಕಂಡಿದ್ದು ಭಯನಾಕವಾಗಿತ್ತು! ನೋಡಿ ಭೀರುವಂತಾಯಿತು!

ಆಕ್ರಮಣ ಮಾಡಲು ಸಿದ್ಧವಾಗಿರುವ ಹುಲಿಯ ಆಳೆತ್ತರದ ಪೋಸ್ಟರ್! ಆ ವ್ಯಕ್ತಿ ತನ್ನನ್ನು ಸಮಾಧಾನಪಡಿಸಿಕೊಂಡ! ಮತ್ತೆ ಇತರ ಕಡೆ ಬೆಳಕು ಚೆಲ್ಲಿದ.

ಬೆಳಕು ಬಿದ್ದ ಕಡೆ ವಸ್ತುಗಳು ಅಸ್ಥವ್ಯಸ್ಥವಾಗಿ ಹರಡಿಕೊಂಡಿದ್ದವು.

ಒಂದು ಕಡೆ ಮಂಚದ ಮೇಲಿನ ಹಾಸಿಗೆ ಮತ್ತು ಅದರ ಮೇಲಿನ ಮುದುಡಿದ ಹೊದಿಕೆ ಕಾಣಿಸಿತು. ಟಾರ್ಚಿನ ಬೆಳಕನ್ನು ರೂಮಿನ ಸುತ್ತ ಹರಡಿ ನೋಡಿದ. ಗೋಡೆಗೆ ನೇತು ಹಾಕಿದ್ದ ನಾಲ್ಕಾರು ಬಟ್ಟೆಗಳು ಅವನ ಗಮನ ಸೆಳೆದವು. ಅವುಗಳ ಬಳಿಗೆ ಹೋಗಿ ಜೇಬುಗಳನ್ನು ತಡಕಿ ನೋಡಿದ. ಜೇಬುಗಳು ಖಾಲಿಯಾಗಿದ್ದವು. ಸುಖರಾಮ ಆಲಿಯಾಸ್ ಜಾಕ್ ಬುದ್ಧಿವಂತ! ಯಾವುದೇ ಕುರುಹನ್ನು ಬಿಟ್ಟಿರಲಿಲ್ಲ!

ಗೋಡೆಯ ಮೇಲಿನ ವಿದ್ಯುತ್ ಸ್ವಿಚ್ ಬೋರ್ಡಿನಿಂದ ಒಂದು ವೈರು ಇಳಿ ಬಿದ್ದಿತ್ತು! ಆ ವ್ಯಕ್ತಿ ಅದನ್ನು ಅನುಸರಿಸಿ ವೈರಿನ ಇನ್ನೊಂದು ತುದಿಯನ್ನು ಹುಡುಕಿದ. ಅದು ನೇರವಾಗಿ ಮರದ ಬೀರುವಿನ ಬಳಿ ಬಂದು, ಬಾಗಿಲ ಸಂದಿಯಿಂದ ಒಳಗೆ ಸೇರಿತ್ತು. ವ್ಯಕ್ತಿ ಬೀರುವಿನ ಬಾಗಿಲು ತೆರೆಯಲು ಪ್ರಯತ್ನಿಸಿದ. ತೆರೆಯಲಿಲ್ಲ. ಬೀಗ ಹಾಕಿರಬಹುದೆ? ಟಾರ್ಚಿನ ಬೆಳಕು ಬಾಗಿಲು ಮೇಲೆ ಚೆಲ್ಲಿದ. ಬೀಗವೇನೂ ಕಾಣಲಿಲ್ಲ! ಬಾಗಿಲುಗಳು ಪರಸ್ಪರ ಕಚ್ಚಿಕೊಂಡಿರಬಹುದೆನ್ನಿಸಿ, ಜೋರಾಗಿ ಎಳೆದ.

ಅಲ್ಲಿಯೇ ಇತ್ತು ಅವನಿಗೆ ಬೇಕಾದ ವಸ್ತು! ಒಂದು ವಯರ್ಲೆಸ್ ಸೆಟ್ಟು ಮತ್ತು ಹೆಡ್ ಫೋನ್!

ಬಂಗಲೆಯ ಎಲ್ಲಾ ಚಟುವಟಿಕೆ ಟೈಗರ್ಗೆ ವರದಿಯಾಗುತ್ತಿದ್ದ ಮಾರ್ಗ ಆ ವ್ಯಕ್ತಿಗೆ ತಿಳಿದುಹೋಯಿತು!

ವ್ಯಕ್ತಿ ಹೆಡ್ಫೋನ್ ತಲೆಗೇರಿಸಿಕೊಂಡ ವಯರ್ಲೆಸ್ ಡಯಲ್ ಪ್ಯಾಡಿನ ಗುಂಡಿ ಒತ್ತಿದ. ತಾನು ತಪ್ಪು ಮಾಡಿದೆ ಎನ್ನುವುದರ ಅರಿವು ಅವನಿಗಿರಲಿಲ್ಲ!

ಮರಕ್ಷಣದಲ್ಲಿ ಹೆಡ್ಫೋನಿನಲ್ಲಿ ಹೆಣ್ಣಿನ ದನಿಯೊಂದು ಕೇಳಿಸಿತು.

"ಹಲೋ... ಹಲೋ? ಡಯಾನಾ ಸ್ಪೀಕಿಂಗ್ ...ವಾಟ್ ನ್ಯೂಸ್ ಫಾರ್ ಟೈಗರ್?"

ವ್ಯಕ್ತಿಗೆ ಗಾಬರಿಯಾಗಿ ಏನು ಮಾಡಬೇಕೆಂದು ತೋಚಲಿಲ್ಲ. ತಕ್ಷಣವೇ ವಯರ್ಲೆಸ್ ಸೆಟ್ ಆಫ್ ಮಾಡಿ, ತಲೆಗೇರಿಸಿಕೊಂಡಿದ್ದ ಹೆಡ್ಫೋನ್ ತೆಗೆದು ಒಂದು ಕ್ಷಣ ಸಾವರಿಸಿಕೊಂಡ. ಅದನ್ನು ಮರಳಿ ಬೀರುಗೆ ಸೇರಿಸಿ ಮತ್ತೆ ಇನ್ನೂ ಐದು ನಿಮಿಷಗಳು ರೂಮನ್ನು ಹುಡುಕಾಡಿದ. ಅವನಿಗೆ ಉಪಯೋಗವಾಗುವ ಯಾವ ವಸ್ತುವೂ ಸಿಗಲಿಲ್ಲ. ಇನ್ನು ಬೇಗನೆ ಜಾಗ ಖಾಲಿ ಮಾಡಬೇಕೆಂದುಕೊಂಡ. ಅಷ್ಟರಲ್ಲಿಯೇ ಬಾಗಿಲಿನ ಹೊರಗೆ ಬೂಟು ಕಾಲಿನ ಹೆಜ್ಜೆಗಳ ಸಪ್ಪಳ ಕೇಳಿಸಿತು.

ವ್ಯಕ್ತಿ ನಿಂತಲ್ಲಿಯೇ ಸೆಟೆದ!

ಈಗೇನು ಮಾಡಲಿ? ಬೂಟು ಕಾಲಿನ ಶಬ್ದ ಮುಂಚೆಯೇ ಗ್ರಹಿಸಿದ್ದರೆ ಕಿಟಿಕಿಯಿಂದ ಆಚೆ ಹೋಗಬಹುದಿತ್ತು! ಈಗ ಆ ವ್ಯಕ್ತಿ ಕಿಟಕಿಯ ಮುಂದೆಯೇ ನಿಂತಿರುತ್ತಾನೆ!

ವ್ಯಕ್ತಿ ಚಕ್ಕನೆ ಬಾಗಿಲಿನ ಹಿಂದೆ ನಿಂತ! ಬರಲಿರುವ ವ್ಯಕ್ತಿಗಾಗಿ ಕಾದು ನಿಂತ! ಬಂದ ಮೇಲೆ ಏನು ಮಾಡಬೇಕು? ಯೋಚಿಸಿದ.

ಆಚೆ ನಿಂತಿದ್ದವನು ಕ್ಷಣಕಾಲ ಅನುಮಾನಿಸಿದ. ನಂತರ ಬಾಗಿಲು ತಳ್ಳಿದ, ಆದರೆ ಪ್ರವೇಶಿಸಲಿಲ್ಲ! ಅವನ ಲೆಕ್ಕಾಚಾರ ಏನು?

ಒಳಗೆ ನಿಂತಿದ್ದವನು ಉಸಿರು ಬಿಗಿ ಹಿಡಿದ.

ಮೆಲ್ಲನೆ ಆಚೆ ಇದ್ದವನು ಅನುಮಾನಿಸುತ್ತ ಒಳಗೆ ಕಾಲಿಟ್ಟು, "ಯಾರು..?" ಎಂದ.

ಒಳಗಿದ್ದವ ಉತ್ತರಸಲಿಲ್ಲ.

ಅವನು ಇನ್ನೂ ಒಂದು ಹೆಜ್ಜೆ ಮುಂದಿಟ್ಟ! ಅವನ ಆಕೃತಿ ನೋಡುತ್ತಲೇ ಅದು ಸುಖರಾಮ್ ಎಂದು ಗುರುತಿಸಿಬಿಟ್ಟ ಒಳಗಿದ್ದವನು!

ಮರುಕ್ಷಣ ತನ್ನ ದೇಹದ ಬಲವನ್ನೆಲ್ಲ ಒಟ್ಟುಗೂಡಿಸಿ ಸುಖಾರಾಮನ ಕುತ್ತಿಗೆಯ ಮೇಲೆ ಪ್ರಹಾರ ಮಾಡಿದ.

"ಹಾ.." ಎನ್ನುವ ಚೀತ್ಕಾರದೊಂದಿಗೆ ಸುಖಾರಾಮ ಉರುಳಿ ಬಿದ್ದ.

ಒಳಗಿದ್ದ ವ್ಯಕ್ತಿ ಚಕ್ಕನೆ ಈಚೆ ಬಂದು ಬಾಗಿಲಿಗೆ ಬೀಗ ಹಾಕಿದ! ನಂತರ ಬಂಗಲೆಯ ಕಡೆಗೆ ಓಡಿದ.

ಒಳ ಬಾಗಿಲನ್ನು ಪ್ರವೇಶಿಸಿ ಹೊದೆದಿದ್ದ ಶಾಲನ್ನು ತೆಗೆದ.

ಅವನು ವಿವೇಕ್!

ರಹಸ್ಯ ಬಯಲು ಮಾಡುವ ಸಾಹಸಕ್ಕೆ ಕೈಹಾಕಿದ್ದ. ಏಕಾಂಗಿಯಾಗಿ ಸುಖಾರಾಮನ ರೂಮಿಗೆ ಹೋಗಿದ್ದ.

ವಯರ್ಲೆಸ್ ಸೆಟ್ಟಿನ ವಿಷಯ ಸ್ಪಷ್ಟವಾಗಿತ್ತು! ವಿಷಯಗಳು ಟೈಗರ್ಗೆ ವರದಿ ಮಾಡುತ್ತಿದ್ದವರು ಯಾರು ಎನ್ನುವುದು ತಿಳಿದುಹೋಗಿತ್ತು; ಅದು ಸುಖಾರಾಮ ಆಲಿಯಾಸ್ ಜಾಕ್!

ಡ್ರಾಯಿಂಗ್ ರೂಮಿಗೆ ಹೋಗಿ ಲ್ಯಾಂಡ್ಲೈನ್ ಫೋನನ್ನು ಉಪಯೋಗಿಸಿ ಪೊಲೀಸ್ ಸ್ಟೇಷನ್ಗೆ ಫೋನ್ ಮಾಡಿದ.

"ಹಲೋ? ಮುಂಬೈ ಸೆಂಟ್ರಲ್ ಪೊಲೀಸ್ ಸ್ಟೇಷನ್?"

"ಹೌದು, ತಾವ್ಯಾರು?"

"ನಾನು ಫಿಲಂ ಸ್ಟಾರ್ ವಿವೇಕ್ ಮಾತಾಡ್ತಾ ಇರೋದು"

"ಯಾರು? ದಾದಾ ವಿವೇಕ್?"

"ಎಸ್"

"ಓ ಮೈ ಗಾಡ್! ದಾದಾ ತಮಗೆ ಏನು ಸಹಾಯ ಮಾಡಲಿ?" ಉದ್ವೇಗದಿಂದ ಬಡಬಡಿಸಿತು ದನಿ.

"ನನ್ನ ಮನೆಯಲ್ಲಿ ಕೆಲಸ ಮಾಡುತ್ತಿದ್ದ ಆಳೊಬ್ಬನ ಮೇಲೆ ನನಗೆ ಮೊದಲಿಂದ ಅನುಮಾನ ಇತ್ತು. ಇವತ್ತು ಅವನ ರೂಂನಲ್ಲಿ ಒಂದು ವಯರ್ಲೆಸ್ ಸಿಕ್ಕಿದೆ, ಅದಕ್ಕೆ ಲೈಸನ್ ಇಲ್ಲ! ಅದು ಅಪರಾಧ ಅಲ್ಲವೇ?"

"ಖಂಡಿತವಾಗಿ ಅಪರಾಧ"

"ಅವನನ್ನ ರೂಮಲ್ಲಿ ಕೂಡಿ ಹಾಕಿದ್ದೇನೆ. ದಯವಿಟ್ಟು ತಾವು ತಕ್ಷಣ ಬಂದು ಅವನನ್ನ ಅರೆಸ್ಟ್ ಮಾಡಬೇಕು. ಅವನು ಅದೇನು ಕಾನೂನು ಬಾಹಿರ ಕೆಲಸ ಮಾಡುತ್ತಿದ್ದನೋ ಗೊತ್ತಿಲ್ಲ"

"ಈ ತಕ್ಷಣ ಹೊರಡ್ತಾ ಇದ್ದೀವಿ ದಾದಾ"

"ನನ್ನ ಮನೆ ವಿಳಾಸ..."

"ಅದರ ಅವಶ್ಯಕತೆ ಇಲ್ಲ ದಾದಾ! ನಮಗೆ ಗೊತ್ತಿದೆ ತಾವು ಮಹಾನ್ ನಟರು"

"ಥ್ಯಾಂಕ್ ಯು... ಬೇಗ ಬನ್ನಿ ತಡ ಮಾಡಿದ್ರೆ ಅವನು ಬೇರೆ ಏನಾದರೂ ಮಾಡಬಹುದು"

ವಿವೇಕ್ ರಿಸೀವರ್ ಕೆಳಗಿಟ್ಟ.

ಅಬ್ಬ ಅಂತೂ ಒಂದು ಶೋಧನೆ ಮುಗಿಯಿತು! ಮುಂದೆ? ವಿವೇಕ್ ನಿಟ್ಟುಸಿರಿಟ್ಟ!

ವಿವೇಕನಿಗೆ ಯಾರೋ ತನ್ನನ್ನು ಗಮನಿಸುತ್ತಿರುವ ಅನುಮಾನವಾಯಿತು. ಅನುಮಾನ ಬಂದ ಕಡೆ ತಿರುಗಿ ನೋಡಿದ. ಬಾಗಿಲಲ್ಲಿ ಚಿತ್ರ ಕೈಕೊಟ್ಟಿಕೊಂಡು ನಿಂತಿದ್ದಳು! ಮುಖ ಗಂಟಿಕ್ಕಿತ್ತು!

ಒಂದು ಕ್ಷಣ ವಿವೇಕನಿಗೆ ಅಳುಕಿದ! ಕ್ಷಣದಲ್ಲೇ ಸಾವರಿಸಿಕೊಂಡ. ತಾನು ಮಾಡಿರುವ ಕೆಲಸ ಅವಳಿಗೆ ತಿಳಿದಿರಲಾರದು ಎನಿಸಿತು. ತಾನು ಮಾಡಿರುವ ತಪ್ಪು ಸಹ ಗೋಚರಿಸಿತು.

ಸುಖಾರಾಮನನ್ನು ವೈರ್ಲೆಸ್ ಸೆಟ್ ಜೊತೆ ಬಿಟ್ಟಿದ್ದು ತಪ್ಪಾಗಿತ್ತು! ಅವನು ಎದ್ದು ಅದನ್ನು ಉಪಯೋಗಿಸಬಹುದು!!

ಸುಖರಾಮ್ ರೂಮಿನಲ್ಲಿ ಬಂದಿಯಾಗಿದ್ದಾನೆ! ನಿಜ, ಆದರೆ ಅವನು ಬಿಡಿಸಿಕೊಳ್ಳುವ ಪ್ರಯತ್ನ ಮಾಡಬಹುದು. ಮೇಲಾಗಿ ವಯರ್ಲೆಸ್ ಬೇರೆ ಇದೆ! ಅದರ ಸಹಾಯದಿಂದ ತನ್ನ ಪರಿಸ್ಥಿತಿಯನ್ನು ಟೈಗರ್ಗೆ ವಿವರಿಸಬಹುದು. ಟೈಗರ್ ತನ್ನ ಕಡೆಯವರನ್ನು ಕಳಿಸಿ ಅವನನ್ನು ಬಿಡಿಸಿಕೊಳ್ಳಬಹುದು!

ಚಿತ್ರ ತನ್ನನ್ನೇ ನೋಡುತ್ತಿದ್ದಾಳೆ ಎನ್ನುವ ಅರಿವಿದ್ದರೂ ವಿವೇಕ ಹೆದರಲಿಲ್ಲ! ಮೊದಲಿಗೆ ಸುಖಾರಾಮನನ್ನು ನಿಷ್ಕ್ರಿಯನನ್ನಾಗಿ ಮಾಡುವ ಬಗೆಗೆ ಯೋಚಿಸಿದ. ಅದನ್ನು ಹೇಗೆ ಮಾಡಲಿ? ಅದಕ್ಕೆ ಒಂದು ದಾರಿ ಇದೆ! ಅದೇ ಸರಿಯಾದ ಕ್ರಮ!

ವಿವೇಕ್ ಅವಸರದಿಂದ ಸ್ವಿಚ್ ಬೋರ್ಡ್ ಕಡೆಗೆ ನೋಡಿದ. ಅಲ್ಲಿದ್ದ ಸುಮಾರು ಒಪ್ಪತ್ತಕ್ಕೂ ಹೆಚ್ಚು ಸ್ವಿಚ್ಚುಗಳು ಕಂಡವು! ಚಿತ್ರ ತನ್ನ ಹಿಂದೆಯೇ ನಡೆದು ಬಂದಿದ್ದಳು.

"ಚಿತ್ರ ಇದರಲ್ಲಿ ಸರ್ವರ್ ಕ್ವಾರ್ಟರ್ಸ್ ನ ಮೇನ್ ಸ್ವಿಚ್ ಯಾವುದು?"

"ಯಾಕೆ?" ಚಿತ್ರ ಪ್ರಶ್ನೆ ಹರಿತವಾಗಿತ್ತು.

"ಕೇಳಿದ್ದಕ್ಕೆ ಉತ್ತರ ಕೊಡು"

ವಿವೇಕನ ಅಧಿಕಾರಯುತ ಮಾತಿಗೆ, ಮಾತಿನಲ್ಲಿದ್ದ ವಿಶ್ವಾಸಕ್ಕೆ ಚಿತ್ರಗಳಿಗೆ ಭಯವಾಯಿತು!

"ಬಲಗಡೆಯಿಂದ ಆರನೆಯದು ಎರಡನೇ ಪಂಕ್ತಿಯಲ್ಲಿ"

ವಿವೇಕ ಆರನೆಯ ಸ್ವಿಚ್ ಆರಿಸಿಬಿಟ್ಟ! ಆದಿದ್ದರೆ ತಾನೇ ಉಪಯೋಗಿಸಲು ಸಾಧ್ಯ? ಇಷ್ಟರಲ್ಲೇ ಅವನು ಸುದ್ದಿ ಕಳಿಸಿರುವ ಸಾಧ್ಯತೆ ಕಡಿಮೆ ಇದೆ! ಇನ್ನು ಆತ ಆಚೆ ಮುಸುಳದಂತೆ ನೋಡಿಕೊಳ್ಳಬೇಕು. ಅದನ್ನು ಸೆಕ್ಯೂರಿಟಿಗೆ ಹೇಳಿದರೆ ಮಾಡುತ್ತಾರೆ.

ವಿವೇಕ ತಕ್ಷಣ ಬಂಗಲೆಯಿಂದ ಆಚೆ ಹೋಗುವ ಮುಖ್ಯ ಬಾಗಿಲನ್ನು ತೆರೆದ.

"ಎಲ್ಲಿಗೆ ಹೋಗ್ತಾ ಇದ್ದೀರಿ? ಏನ್ ಮಾಡ್ತಾ ಇದ್ದೀರಿ?"

ಅಸಹನೆಯಿಂದ ಕುದಿಯುತ್ತ ಕೇಳಿದಳು ಚಿತ್ರ.

"ಅರ್ಥವಾಗುತ್ತೆ, ಎಲ್ಲಾ ಗೊತ್ತಾಗುತ್ತೆ... ಒಂದು ಹತ್ತು ನಿಮಿಷ ಕಾದರೆ ಎಲ್ಲ ಗೊತ್ತಾಗುತ್ತೆ"

ಎಂದು ಹೇಳಿ ವಿವೇಕ ಬಂಗಲೆಯ ಆಚೆ ನಡೆದ. ಆಚೆ ನಿಂತು ಚಪ್ಪಾಳೆ ತಟ್ಟಿದ.

ಮೊದಲಿಗೆ ಅನುಮಾನಿಸಿದ ನಂತರ ಸೆಕ್ಯೂರಿಟಿಯವ ಓಡುತ್ತಾ ಬಂದ. ಬೆಳಗಿನ ಈ ಸಮಯದಲ್ಲಿ ವಿವೇಕ್ ಬಂದಿರುವುದು ಅವನಿಗೆ ಆಶ್ಚರ್ಯವಾಗಿತ್ತು

"ಗಾರ್ಡನ್ ಕೆಲಸ ಮಾಡೋ ಸುಖಾರಾಮನ ರೂಮು ಗೊತ್ತು ತಾನೆ?"

"ಗೊತ್ತು ಸಾರ್"

"ಅವನು ಮಾಡಬಾರದ ಕೆಲಸ ಮಾಡಿದ್ದಾನೆ! ಇನ್ನೊಂದು ಹತ್ತು ನಿಮಿಷದಲ್ಲಿ ಪೊಲೀಸರು ಬಂದು ಅವನನ್ನ ಕರ್ಕೊಂಡು ಹೋಗ್ತಾರೆ. ಅಲ್ಲೀತನಕ ಅವನು ತಪ್ಪಿಸಿಕೊಂಡು ಆಚೆ ಹೋಗದ ಹಾಗೆ ನೀನು ನೋಡ್ಕೊಬೇಕು. ನೀನೇನಾದ್ರೂ ಅವನಿಗೆ ತಪ್ಪಿಸ್ಕೊಳ್ಳೋಕೆ ಸಹಾಯ ಮಾಡಿದರೆ ನೀನೇ ಜೈಲಿಗೆ ಹೋಗಬೇಕಾಗುತ್ತೆ! ಈಗ ಓಡು ಆ ಸುಖ ರಾಮನ ರೂಮಿನ ಮುಂದೆ ನಿಂತ್ಕೋ"

ಸೆಕ್ಯೂರಿಟಿ ಗಾರ್ಡ್ ಮುಖದಲ್ಲಿ ಗಾಬರಿ ಕಾಣಿಸಿತು! ಹೆದರಿಕೆಯಿಂದ ವಿವೇಕನ ಮುಖ ನೋಡಿ, ಸಾವರಿಸಿಕೊಂಡು ಬಂಗಲೆ ಹಿಂಭಾಗದತ್ತ ಓಡಿದ!

32

“ಏನ್ಮಾಡ್ತಾ ಇದ್ದೀರಿ? ನಿಮಗೇನಾಗಿದೆ?”

ಒಳಗೆ ಬಂದ ವಿವೇಕನನ್ನು ಚಿತ್ರ ಆಕ್ಷೇಪಿಸುವಂತೆ ಕೇಳಿದಳು.

“ನಾನೇನು ಮಾಡಬಾರದು ಮಾಡ್ತಾ ಇಲ್ಲ! ಯಾರು ನಮಗೆ ಮಾಡಬಾರದ್ದು ಮಾಡ್ತಿದ್ದಾರೋ ಅಂತಾವರಿಗೆ ಬುದ್ಧಿ ಕಲಿಸ್ತಿದ್ದೀನಿ....””

“ಅಂತವರು ಯಾರು?” ಚಿತ್ರ ಕನಲಿದಳು.

“ಸುಖರಾಮ, ನಮ್ಮ ತೋಟದ ಮಾಲಿ ಮೊದಲು ಅವನು ಜಾಕ್, ಈಗ ತೋಟದ ಮಾಲಿ”

“ಅಂದರೆ... ಇದೆಲ್ಲ ನಿಮಗೆ...”

ಚಿತ್ರಳ ಬಾಯಲ್ಲಿನ ದ್ರವ ಆರಿತ್ತು!

“ಎಲ್ಲಾ ಹೇಳೋದಿಕ್ಕೆ ತುಂಬಾ ಸಮಯ ಬೇಕು! ನಾನೀಗ ತಿಳ್ಕೊಂಡಿರೋದುನ್ನೆಲ್ಲ ಹೇಳೋದಕ್ಕೆ ಸಮಯ ಇಲ್ಲ”

“ಓ...ವಿವೇಕ್... ವಿವೇಕ್... ನಿಮಗೇನಾಗಿದೆ?”

ಚಿತ್ರ ಕಣ್ಣಲ್ಲಿ ನೀರು ಹನಿಸುತ್ತ ಬಡಬಡಿಸಿದಳು.

“ಚಿತ್ರ ಕಂಟ್ರೋಲ್ ಮಾಡ್ಕೋ, ನಂಗೇನು ಆಗಿಲ್ಲ! ಆ ಮಾಲಿ ಇದ್ದಾನಲ್ಲ ಅವನ ಮೇಲೆ ನನಗೆ ಮೊದಲಿಂದಲೂ ಅನುಮಾನ ಇತ್ತು. ಜಾಕ್ ಮಾಯ ಅದ್ನಲ್ಲ, ಆ ದಿವಸವೇ ಇವನು ಮಾಲಿಯಾಗಿ ಕಾಣಿಸಿಕೊಂಡ. ಅವನ ರೂಂನಲ್ಲಿ ಒಂದು ವಯರ್ಲೆಸ್ ಸೆಟ್ ಇದೆ! ನಿನಗೆ ಗೊತ್ತಾ...? ಅದರ ಸಹಾಯದಿಂದ ಬಂಗ್ಲೆಯಲ್ಲಿ ನಡೆಯೋ ಎಲ್ಲಾ ಸುದ್ದೀನೂ ಅವನು ಯಾರಿಗೋ ಕಳಿಸುತ್ತಿದ್ದ! ಅದನ್ನ ನಾನು ಕಣ್ಣಾರೆ ಕಂಡಿದ್ದೀನಿ... ಈಗ ಪೊಲೀಸ್ ಗೆ ಸುದ್ದಿ ಕಳಿಸಿದ್ದೀನಿ, ಅವರು ಬಂದು ಅವನನ್ನು ಅರೆಸ್ಟ್ ಮಾಡ್ಕೊಂಡು ಹೋಗ್ತಾರೆ”

ಪರಿಸ್ಥಿತಿಯನ್ನು ಚಿತ್ರಾಳಿಗೆ ವಿವರಿಸಿದ ವಿವೇಕ್.

"ಹಾಗ್ಯಾಕೆ ಮಾಡೋಕೆ ಹೋದ್ರಿ, ಅದಕ್ಕೆ ಮುಂಚೆ ನನಗೆ ಒಂದು ಮಾತು ಹೇಳಬಾರ್ದಾಗಿತ್ತ?"

"ಹೇಳಿದ್ರೆ ನೀನ್ ಏನು ಮಾಡ್ತಿದ್ದೆ?"

ವಿವೇಕನ ಆ ಪ್ರಶ್ನೆಯನ್ನು ಆಕೆ ಊಹಿಸಿರಲಿಲ್ಲ! ಆಶ್ಚರ್ಯದಿಂದ ಅವನತ್ತ ನೋಡಿದಳು.

"ಏನು ಮಾಡ್ತಿದ್ದೆ ಅಂದರೆ...? ಇದಕ್ಕಿಂತ ಉತ್ತಮವಾದದ್ದು ಮಾಡ್ತಾ ಇದ್ದೆ! ಈಗ ನಾವು ಅಪಾಯದಲ್ಲಿ ಇದ್ದೀವಿ..ನಿಮಗೆ ಗೊತ್ತಾ?"

"ಏನು ಅಪಾಯವೆ?"

ಸಂಶಯ ವ್ಯಕ್ತಪಡಿಸಿದ ವಿವೇಕ್!

"ಹೌದು ಅಪಾಯ! ಆದರೆ...ಆದರೆ..?"

ಏನು ಹೇಳಬೇಕು ಎಂಬ ಬಗೆಗೆ ಚಿತ್ರಾಳಿಗೆ ಗೊಂದಲ ಇದ್ದಂತಿತ್ತು! ಆಕೆ ಮಾತು ತಡವರಿಸಿದಳು!

ದೂರದಲ್ಲಿ ಪೊಲೀಸ್ ವ್ಯಾನ್ ಬರುತ್ತಿರುವ ಸೈರನ್ನಿನ ಶಬ್ದ ಕೇಳಿಸಿತು!

ಚಿತ್ರಾ ಚಿಂತಾಕ್ರಾಂತಳಾಗಿದ್ದಳು.

****

"ಯಾವನೋ ಮೂರ್ಖ?"

ಬಾಗಿಲನ್ನು ಯಾರೋ ತಟ್ಟುತ್ತಿರುವ ಶಬ್ದಕ್ಕೆ ಎದ್ದ ಟೈಗರ್! ಮದಿರೆ, ಮಾನಿನಿಯ ನಡುವಿನ ನಶೆಯಲ್ಲಿ ತೂರಾಡುತ್ತಿದ್ದ!

ಅವನ ಜೊತೆಯಲ್ಲೇ ಮದ್ಯ ಸೇವೆಸುತ್ತಿದ್ದವಳು ಕುತೂಹಲದಿಂದ ಟೈಗರ್ ಕಡೆ ನೋಡಿದಳು.

"ಇವರಿಗೆ ಹೊತ್ತು ಗೊತ್ತು ಇಲ್ಲವೆ?"

ರಪರಪನೆ ಬಾಗಿಲಿನ ಮೇಲೆ ಬಡಿಯುತ್ತಿದ್ದ ಆಚೆಯಿದ್ದವನು!

"ಬಾಸ್ ಬಾಸ್.."

ಬೆಂಕಿಯಲ್ಲಿ ಬಿದ್ದವನಂತೆ ಚೀರುತ್ತಿದ್ದ.

ಟೈಗರ್ ಬಾಗಿಲು ತೆರೆದು ಆಚೆ ನಿಂತವನನ್ನು ದುರುಗುಟ್ಟಿ ನೋಡಿದ.

"ಏನಾಯಿತು? ಯಾರು ಸತ್ತರು?"

"ಜಾಕ್..!"

ಬಾಗಿಲಾಚೆ ಇದ್ದವನು ನಡುಗುತ್ತಾ ಹೇಳಿದ.

"ಏನು? ಜಾಕ್ ಸತ್ತನೆ ಹೇಗೆ?"

"ಹೌದು ಬಾಸ್ ಜಾಕ್ ಸತ್ತಿದ್ದಾನೆ. ಬೆಳಗಿನ ಜಾವ ಮೂರು ಗಂಟೆಯಲ್ಲಿ ಒಂದು ವಯರ್ಲೆಸ್ ಮೆಸೇಜ್ ಬಂತು ಆದರೆ ಅದು ನಿಜವಾದ ಮೆಸೇಜ್ ಅಲ್ಲ ಬರಿ

ಶಬ್ದ ಅಷ್ಟೇ"

"ಏ ಕುಡಿದು ಮಾತಾಡ್ತಿದ್ಯೋ ಹೇಗೆ?

"ಇಲ್ಲ ಬಾಸ್ ಸತ್ಯವಾದ ಸುದ್ದಿ ಯಾರೋ ವಯರ್ಲೆಸ್ ಸೆಟ್ಟಲ್ಲಿ ಟ್ರೈ ಮಾಡಿ ಮತ್ತೆ ಆಫ್ ಮಾಡಿದ್ದಾರೆ ಆಮೇಲೆ ದಾದಾ ಬಂಗಲೇಲಿ ಸೆಕ್ಯೂರಿಟಿಯವ ಮೆಸೇಜ್ ಕೊಟ್ಟಿದ್ದಾನೆ! ಜಾಕ್ ನ ಪೊಲೀಸ್ನವರು ಅರೆಸ್ಟ್ ಮಾಡೋದ್ರಲ್ಲಿ ಇದ್ರಂತೆ, ಅಷ್ಟರಲ್ಲಿ ಅವನು ಸೈನೈಡ್ ಟ್ಯಾಬ್ಲೆಟ್ ತಿಂದು ಸತ್ತಿದ್ದಾನೆ! ಅವನ ರೂಮಲ್ಲಿ ಸಿಕ್ಕಿದ ವಯರ್ಲೆಸ್ ಪೊಲೀಸ್ನವರು ಸೀಜ್ ಮಾಡಿ ತಗೊಂಡು ಹೋಗಿದ್ದಾರೆ..ನಮ್ಮ ಗತಿ ಏನು ಬಾಸ್..?"

"ಇಷ್ಟೆಲ್ಲ ಆಯ್ತಾ? ಶಾಮ್ಲಿಗೆ ಇಮೀಡಿಯೇಟ್ ಆಗಿ ಮೆಸೇಜ್ ಕೊಡು, ಮನೇಲಿ ನಡೆಯೋ ಎಲ್ಲ ಘಟನೇನೂ ಪ್ರತಿ ನಿಮಿಷದಲ್ಲೂ ಕವರ್ ಮಾಡಬೇಕು ಅಂತ. ಹಾಗೇನೇ... ಫಾರೋಕ್ಗೆ ಅರ್ಜೆಂಟಾಗಿ ಬರೋದಕ್ಕೆ ಹೇಳು"

"ಆಗ್ಲಿ ಬಾಸ್"

ಅವನು ಚುರುಕಾಗಿ ಅಲ್ಲಿಂದ ನಡೆದ.

ಇವತ್ತು ದಾದಾ ಶಿಮ್ಲಾಗೆ ಶೂಟಿಂಗಿಗೆ ಹೋಗ್ತಾನೆ. ಶಿಮ್ಲಾಗೆ ನನ್ನ ಜೊತೆ ಡಾಕ್ಟರ್ ಬ್ಯಾನರ್ಜಿ ಮತ್ತು ಫಾರೂಕ್ ಬರಬೇಕು. ಶಿವಾನಿ ತಕ್ಷಣ ಅವರೆಲ್ಲರಿಗು ಈಗಲೇ ಫೋನ್ ಮಾಡು. ಈಗೀಗ ಚಿತ್ರಾಗೆ ಕೂಡ ನಮ್ಮನ್ನು ಕಂಡ್ರೆ ಬೇಸರ ಆಗ್ತಾ ಇದೆ... ಶಿಮ್ಲಾದಿಂದ ವಾಪಸ್ ಬರೋದ್ರಲ್ಲಿ ದಾದಾ ರಿಪೇರಿ ಆಗೋ ಹಾಗೆ ಮಾಡಬೇಕು"

ಟೈಗರ್ ಜೊತೆಯಲ್ಲಿದ್ದವಳಿಗೆ ಹೇಳಿದ.

ಆಕೆ ತಕ್ಷಣ ತನ್ನ ಮೊಬೈಲು ಕೈಗೆತ್ತಿಕೊಂಡಳು.

ಜಾಕ್ ಸತ್ತ ಸುದ್ದಿಯನ್ನು ಟೈಗರ್ಗೆ ಜೀರ್ಣಿಸಿಕ್ಕೊಳ್ಳಲು ಆಗಲಿಲ್ಲ! ಜಾಕ್ ಸತ್ತಿದ್ದು, ಅವನಿಗೆ ಬೇಸರವಾಗಿತ್ತು, ತುಸು ಅಂಜಿಕೆಯೂ ಶುರುವಾಗಿತ್ತು! ವರ್ಯಲೆಸ್ ಸೆಟ್ ಡೀಕೋಡ್ ಮಾಡಿ ನನ್ನವರೆಗೂ ಪೋಲೀಸ್ ಬರಬಹುದೆ? ಆತಂಕ ಎದುರಾಗಿತ್ತು!

"ಜಾಕ್ ಎಲ್ಲೋ ಮೈಮರೆತಿದ್ದಾನೆ, ತಪ್ಪು ಮಾಡಿದ್ದಾನೆ! ಇಲ್ಲದಿದ್ದರೆ ಸೈನೈಡ್ ಮಾತ್ರೆ ತಿಂದು ಸಾಯಬೇಕಾಗಿರಲಿಲ್ಲ. ಮೂರ್ಖ ಜೀವ ಕಳೆದುಕೊಂಡ! ಅದೂ ಕ್ಷುಲ್ಲಕ ಕಾರಣಕ್ಕೆ! ಇನ್ನು ಫಾರೂಕ್ ತುಂಬಾ ಮುಖ್ಯವಾಗುತ್ತಾನೆ.

"ಏನಾಯ್ತು ಇಷ್ಟಕ್ಕೆಲ್ಲಾ ತುಂಬಾ ಅಪ್ಸೆಟ್ ಆಗಿದೀಯಲ್ಲ?"

ರೂಮಿನಲ್ಲಿ ಅವನ ಜೊತೆ ಶಿವಾನಿ ಕೇಳಿದಳು.

"ಆಗಬಾರದು ಆಯ್ತು ಈಗ ನೀನೂ ಎದ್ದು ಹೋಗು! ಗೆಟ್ ಲಾಸ್ಟ್"

ಟೈಗರ್ ಚೀರಿದ!

ಆಕೆ ನಡುಗುತ್ತಾ ಆಚೆ ನಡೆದಳು!

ಟೈಗರ್ ರೂಮಿನೊಳಗೆ ಬಂದು ಹಾಸಿಗೆ ಅಂಚಲ್ಲಿ ಕೂತು ಸಿಗಾರ್ ಹಚ್ಚಿ ಗಾಢವಾಗಿ ಹೊಗೆಯನ್ನು ಎಳೆದುಕೊಂಡು, ಈಚೆ ಊದಿದ!

ಈ ಅಪಾಯಕಾರಿ ಆಟ ಇನ್ನೂ ಎಷ್ಟು ದಿನ ನಡೆಯಲು ಸಾಧ್ಯ? ಅಪಾಯ ಬೆನ್ನ ಹಿಂದೆ ಬರುತ್ತಲೇ ಇದೆ! ಈ ಸಾರಿ ಎಲ್ಲಾ ಮುಗಿಸಬೇಕು! ಫಾರೂಕ್ ಮತ್ತು ಬ್ಯಾನರ್ಜಿ ಕೆಲಸಾನೇ ಹೆಚ್ಚಿಗೆ ಇದೆ.

ಟೈಗರ್ ಗಾಢವಾಗಿ ಯೋಚಿಸುತ್ತಿದ್ದ. ಶಿಮ್ಲಾದಿಂದ ವಾಪಸ್ ಬರುವುದರಲ್ಲಿ ವಿವೇಕ ಎದುರು ಮಾತನಾಡಬಾರದು, ಹೇಳಿದ್ದು ಕೇಳುತ್ತಾ, ನಾಯಿಯಂತೆ ಬಾಲ ಅಲ್ಲಾಡಿಸಬೇಕು! ಅದಕ್ಕೆ ತಕ್ಕ ಏರ್ಪಾಟು ಮಾಡಬೇಕು! ನಿದ್ರೆ ಹಾಳಾಯಿತು! ಜೊತೆಯಲ್ಲಿದ್ದವಳನ್ನೂ ಆಚೆ ಕಳಿಸಿದೆ! ಈಗ ಉಳಿದ ಕೆಲಸಗಳನ್ನಾದರೂ ಮುಗಿಸಬೇಕು. ಅಂದರೆ....? 'ಕ್ಲೈಮ್ಯಾಕ್ಸ್ ಹತ್ತಿರವಾಯಿತು' ತನಗೆ ತಾನೇ ಹೇಳಿಕೊಂಡು ವಿಲಕ್ಷಣವಾಗಿ ನಕ್ಕು ಬಾಯಲ್ಲಿದ್ದ ಸಿಗರೇಟ್ ನೆಲಕ್ಕೆ ಹಾಕಿ ಬೂಟು ಕಾಲಿನಿಂದ ಹೊಸಕಿ ಹಾಕಿದ!

****

"ಚಿತ್ರ ಮುಖರ್ಜಿಗೆ ಫೋನ್ ಮಾಡಿ ಸಿಮ್ಲಾ ಔಟ್ ಡೋರ್ ಶೂಟಿಂಗ್ ಶೆಡ್ಯೂಲ್ ಕ್ಯಾನ್ಸಲ್ ಮಾಡಿಸು"

ವಿವೇಕ್ ಅಸಹನೆಯ ಅಗ್ನಿಪರ್ವತವಾಗಿದ್ದ.

"ಈ ಕೊನೆ ನಿಮಿಷದಲ್ಲಿ ಹೇಗೆ ಆಗುತ್ತೆ?"

ಚಿತ್ರ ಕಕ್ಕಾಬಿಕ್ಕಿಯಾಗಿ ಕೇಳಿದಳು.

"ಯಾಕೆ? ಏನು? ಹೇಗೆ-ಅಂತಲ್ಲ ಕೇಳಬೇಡ... ಪ್ಲೀಸ್ ನನ್ನ ಮಾತು ನಡೆಸಿಕೊಡು"

ತನ್ನ ಉದ್ವೇಗವನ್ನು ಹತೋಟಿಗೆ ತಂದುಕೊಂಡು ಹೇಳಿದ ವಿವೇಕ್.

"ವಿವೇಕ್ ಡೋಂಟ್ ಬಿ ಸಿಲ್ಲಿ, ಈ ಲಾಸ್ಟ್ ಮಿನಿಟಲ್ಲಿ ಶೂಟಿಂಗ್ ಕ್ಯಾನ್ಸಲ್ ಮಾಡಿದ್ರೆ ನಮ್ಮ ಮಾನ ಮರ್ಯಾದೆ ಗಾಳಿಗೆ ತೂರಿದ ಹಾಗಾಗುತ್ತೆ! ಪ್ರೊಡ್ಯೂಸರ್ ಮುಖರ್ಜಿ ಸುಮ್ಮನೆ ಬಿಡ್ತಾನಾ? ಪೇಪರ್ನವರು ಇದೇ ಸುದ್ದಿ ಡೈನಾಮೈಟ್ ಸಿಡಿಸಿದ ಹಾಗೆ ಸಿಡಿಸುತ್ತಾರೆ"

ಚಿತ್ರ ಆತಂಕಗೊಂಡಿದ್ದಳು.

"ಚಿತ್ರ ಟ್ರೈ ಟು ಅಂಡಸ್ಟ್ಯಾಂಡ್. ಈಗ ನೀನು ಹೇಳೋ ಯಾವ ವಿಷಯಾನೂ ಮುಖ್ಯ ಆಗೋದಿಲ್ಲ. ನಾನು ಹೇಳುತ್ತಿರೋದೆ ಬೇರೆ ಉದ್ದೇಶಕ್ಕೆ"

"ಯಾವ ಉದ್ದೇಶದಿಂದ ನೀವು ಹೇಳ್ತಿದ್ದೀರೋ ಗೊತ್ತಾಗ್ತಿಲ್ಲ! ಆದರೆ ನಾನು ಹೇಳುವುದನ್ನು ಅರ್ಥ ಮಾಡಿಕೊಳ್ಳಕ್ಕೆ ಟ್ರೈ ಮಾಡಿ. ಒಟ್ಟಾರೆ ನಮಗೆ ಒಳ್ಳೆಯದಾಗಬೇಕು...ಅದಕ್ಕೆ ನಾನು ಹೇಳ್ತಿರೋದು... ಮನೇಲಿ ನಡೆದಿರೋ ಘಟನೆ ನಿಮಗೆ ಗೊತ್ತಿದೆ! ಸುಖಾರಾಮ್ ರೂಮಲ್ಲೇ ಸತ್ತು ಹೋದ. ಇನ್ನು ಅದು ಕೊಲೆ ಅಂತ ಅನುಮಾನಪಡ್ತಾರೆ! ಪೇಪರ್ಗಳೆಲ್ಲ ಗುಲ್ಲೆಬ್ಬಿಸುತ್ತಾರೆ! ಮೀಡಿಯಾದವರು ರಂಗುರಂಗಿನ ಸುದ್ದಿ ಮಾಡ್ತಾರಾ?"

"ಇಂಥ ಕೆಲಸಕ್ಕೆ ಬಾರದ ವಿವರಣೆ ಕೊಡೋದು ಬಿಟ್ಟು ಮುಖರ್ಜಿಗೆ ಫೋನ್ ಮಾಡು ನನ್ನ ಆರೋಗ್ಯ ಈಗ ಸರಿ ಇಲ್ಲ ಅಂತ ಹೇಳು ಶೂಟಿಂಗ್ ಕ್ಯಾನ್ಸಲ್ ಮಾಡಿಸು"

"ಪ್ಲೀಸ್ ವಿವೇಕ್ ಹಠ ಮಾಡಬೇಡ ಹಠ ಮಾಡೋ ಸಮಯ ಅಲ್ಲ ಶಿಮ್ಲಾಗೆ ನಾವೀಗ ಹೋಗಲೇಬೇಕು ಎಷ್ಟು ಬೇಗ ಹೋಗ್ತೀವೋ ಅಷ್ಟು ಕ್ಷೇಮ! ಜಾಕ್ ಸತ್ತಿದ್ದಾನೆ ಅಂತ ತಿಳಿದರೆ ಟೈಗರ್ ನಮ್ಮನ್ನ ಸುಮ್ನೆ ಬಿಡೋದಿಲ್ಲ! ನನ್ನ ಬಗ್ಗೆ ನಾನು ಯೋಚನೆ ಮಾಡ್ತಾ ಇಲ್ಲ ಆದರೆ ನಿನಗೆ ಏನಾದರೂ ಆದರೆ ನಾನು ಹೇಗೆ ಬದುಕಿರಲಿ?"

ಚಿತ್ರ ಕಣ್ಣುಗಳಲ್ಲಿ ದಳದಳನೆ ನೀರು ಇಳಿದವು.

ಇವಳು ನಾಟಕ ಆಡುತ್ತಿರಬಹುದು ತನ್ನ ಬಗ್ಗೆ ಇವಳ ಭಾವನೆಗಳು ನಿಜವಾಗಿದ್ದರೆ ತನ್ನೆಲ್ಲ ಹಿಂದಿನ ಪ್ರಶ್ನೆಗಳಿಗೆ ಏಕೆ ಉತ್ತರಿಸಲಿಲ್ಲ!? ಉತ್ತರ ಹೇಳಬೇಕಾಗಿ ಬಂದಾಗಲೆಲ್ಲ ನಿದ್ರೆಯ ಮಾತ್ರೆಗಳನ್ನು ತಿನ್ನಿಸಿದ್ದಳು! ಇವಳ ಮಾತನ್ನು ಹೇಗೆ ನಂಬಲಿ? ಇದು ನಟನೆಯೋ..? ನೈಜವೋ..? ಕಗ್ಗಂಟಾಗಿತ್ತು ವಿವೇಕನಿಗೆ!

33

"ಪ್ಲೀಸ್ ವಿವೇಕ್ ಹಠ ಮಾಡಬೇಡ ಹಠ ಮಾಡೋ ಸಮಯ ಅಲ್ಲ ಶಿಮ್ಲಾಗೆ ನಾವೀಗ ಹೋಗಲೇಬೇಕು ಎಷ್ಟು ಬೇಗ ಹೋಗ್ತೀವೋ ಅಷ್ಟು ಕ್ಷೇಮ! ಜಾಕ್ ಸತ್ತಿದ್ದಾನೆ ಅಂತ ತಿಳಿದರೆ ಟೈಗರ್ ನಮ್ಮನ್ನ ಸುಮ್ನೆ ಬಿಡೋದಿಲ್ಲ! ನನ್ನ ಬಗ್ಗೆ ನಾನು ಯೋಚನೆ ಮಾಡ್ತಾ ಇಲ್ಲ ಆದರೆ ನಿನಗೆ ಏನಾದರೂ ಆದರೆ ನಾನು ಹೇಗೆ ಬದುಕಿರಲಿ?"

ಚಿತ್ರ ಕಣ್ಣುಗಳಲ್ಲಿ ದಳದಳನೆ ನೀರು ಇಳಿದವು.

ಇವಳು ನಾಟಕ ಆಡುತ್ತಿರಬಹುದು ತನ್ನ ಬಗ್ಗೆ ಇವಳ ಭಾವನೆಗಳು ನಿಜವಾಗಿದ್ದರೆ ತನ್ನೆಲ್ಲ ಹಿಂದಿನ ಪ್ರಶ್ನೆಗಳಿಗೆ ಏಕೆ ಉತ್ತರಿಸಲಿಲ್ಲ!? ಉತ್ತರ ಹೇಳಬೇಕಾಗಿ ಬಂದಾಗಲೆಲ್ಲ ನಿದ್ರೆಯ ಮಾತ್ರೆಗಳನ್ನು ತಿನ್ನಿಸಿದ್ದಳು! ಇವಳ ಮಾತನ್ನು ಹೇಗೆ ನಂಬಲಿ? ಇದು ನಟನೆಯೋ..? ನೈಜವೋ..? ಕಗ್ಗಂಟಾಗಿತ್ತು ವಿವೇಕನಿಗೆ!

ಚಿತ್ರ ಕಣ್ಣುಗಳಲ್ಲಿ ದಳದಳನೆ ನೀರು ಇಳಿದವು.

ಇವಳು ನಾಟಕ ಆಡುತ್ತಿರಬಹುದು ತನ್ನ ಬಗ್ಗೆ ಇವಳ ಭಾವನೆಗಳು ನಿಜವಾಗಿದ್ದರೆ ತನ್ನೆಲ್ಲ ಹಿಂದಿನ ಪ್ರಶ್ನೆಗಳಿಗೆ ಉತ್ತರಿಸಿದೆ ಇರುತ್ತಿರಲಿಲ್ಲ. ಉತ್ತರ ಹೇಳಲೇಬೇಕಾಗಿ ಬಂದಾಗಲೆಲ್ಲ ನಿದ್ರೆಯ ಮಾತ್ರೆಗಳನ್ನು ತಿನ್ನಿಸಿದಳು! ಬಹುಶಃ ಅವಳಿಗೂ ಏನೋ ತೊಂದರೆ ಇರಬಹುದು. ಹಾಗೇನಾದರೂ ಇದ್ದರೆ ನೇರವಾಗಿ ತನಗೆ ಹೇಳಬಹುದು. ಆ ಕೆಲಸ ಇವಳೇಕೆ ಮಾಡುತ್ತಿಲ್ಲ?

"ಚಿತ್ರ ನೀನು ಎಲ್ಲ ವಿಷಯಾನೂ ನನ್ನಿಂದ ಮುಚ್ಚಿಡ್ತಾ ಇದ್ದೀಯ. ನಾನು ಕೇಳಿದ್ದಕ್ಕೆ ಉತ್ತರ ಕೊಡುತ್ತಾ ಇಲ್ಲ. ಈಗ ಟೈಗರ್ ಹೆಸರು, ಜಾಕ್ ಹೆಸರು ಹೇಳುತ್ತಿದ್ದೀಯ! ಆದರೆ ಇಷ್ಟು ದಿನ ಅವರ ಬಗ್ಗೆ ಏನೂ ಗೊತ್ತೇ ಇಲ್ಲ ಅನ್ನೋ ತರಾ ಇದ್ದೆ?"

ವಿವೇಕನ ಮಾತು ಕಟುವಾಗಿತ್ತು!

"ವಿವೇಕ್, ಮೈ ಡಾರ್ಲಿಂಗ್ ನನ್ನ ಕ್ಷಮಿಸು. ನಾನು ದೊಡ್ಡ ತಪ್ಪು ಮಾಡಿದ್ದೇನೆ. ಅದ್ನೆಲ್ಲಾ ಶಿಮ್ಲಾಗೆ ಹೋಗೋ ದಾರೀಲಿ ಎಲ್ಲ ಹೇಳ್ತೀನಿ. ಶಿಮ್ಲಾ ಶೂಟಿಂಗ್ ಮಾತ್ರ ಕ್ಯಾನ್ಸಲ್ ಮಾಡಿಸಬೇಡಿ"

"ಈ ಮಾತನ್ನು ನಾನು ನಂಬಲೇ?"

"ನನ್ನ ಮೇಲೆ ಆಣೆ!"

"ಹಾಗಿದ್ರೆ ಸರಿ, ಆದರೆ ಒಂದು ವಿಷಯ ಮಾತ್ರ ಈಗ ಹೇಳಲೇಬೇಕು ಈ ಟೈಗರ್ ಯಾರು? ಅವನೆಷ್ಟು ಡೇಂಜರ್?"

"ಅವನೊಬ್ಬ ಭೂಗತ ಲೋಕದ ರೌಡಿ ತುಂಬಾ ಅಪಾಯಕಾರಿ, ಅವನ ಜಾಲ ತುಂಬ ದೊಡ್ಡದು"

"ಹಾಗಾದ್ರೆ ಅವನು ನಮ್ಮನ್ನು ಹುಡುಕೊಂಡು ಶಿಮ್ಲಾಗೆ ಬಂದೇ ಬರ್ತಾನೆ"

"ಬರ್ಲಿ, ಆದರೆ ನನ್ನ ಪ್ಲಾನ್ ಗಳು ಬೇರೆ ಇವೆ"

"ಓ.ಕೆ ಚಿತ್ರ ನಿನ್ನ ಮಾತು ಕೇಳ್ತೀನಿ. ಆದರೆ ಆದಷ್ಟು ಬೇಗನೆ ಎಲ್ಲಾ ವಿಷಯಾನೂ ಹೇಳಬೇಕು, ಒಂದು ಚೂರೂ ಮರೆಮಾಚಬಾರದು"

"ಇಲ್ಲ ನನ್ನಾಣೆ, ಇನ್ನು ನಿಮ್ಮಿಂದ ನಾನು ಏನು ಮುಚ್ಚಿಡುವುದಿಲ್ಲ ಈ ದೇಹದಲ್ಲಿ ಉಸಿರಿರುವವರೆಗೂ ನಿಮ್ಮನ್ನ ಉಳಿಸಿಕೋತೀನಿ"

"ಸಾಕು ಡಾರ್ಲಿಂಗ್ ಇನ್ನೇನೂ ಹೇಳಬೇಡ, ನಿನ್ನನ್ನು ನಂಬಿದ್ದೇನೆ ಮುಂದೆ ಕೂಡ ನಂಬ್ತೀನಿ"

ವಿವೇಕ್ ಚಿತ್ರಳನ್ನು ತನ್ನ ತೋಳಿನಲ್ಲಿ ಬಳಸಿಕೊಂಡ.

ಆಕೆ ಅವನೆದೆಯ ಮೇಲೆ ಮುಖವಿಟ್ಟು ಬಿಕ್ಕಳಿಸಿದಳು. ವಿವೇಕ್ ಪ್ರೀತಿಯಿಂದ ಅವಳ ಮೈದಡವಿದ.

ಆಚೆ, ಕಿಟಕಿಯ ಬಳಿ ಒಂದು ಆಕೃತಿ ಅವರ ಎಲ್ಲಾ ಮಾತುಗಳನ್ನು ಕದ್ದು ಕೇಳುತ್ತಾನೆ ನಿಂತಿತ್ತು!

ಅವರ ಮಾತು ಮುಗಿಯುವ ಸಮಯಕ್ಕೆ ಮೆಲ್ಲನೆ ಒಂದು ಚೂರು ಶಬ್ದವಾಗದಂತೆ ಆ ವ್ಯಕ್ತಿ ಮೆಲ್ಲನೆ ದೂರ ಸರಿಯಿತು.

"ಚಿತ್ರ, ಒಂದು ನಿಮಿಷ"

ಚಿತ್ರಳನ್ನು ದೂರ ತಳ್ಳಿ ವಿವೇಕ್ ಕಿಟಕಿಯ ಬಳಿ ಧಾವಿಸಿದ! ಯಾರೋ ತಮ್ಮ ಮಾತುಗಳನ್ನು ಕೇಳಿಸಿಕೊಂಡರು ಎನ್ನುವ ಅನುಮಾನ ಅವನಿಗಾಗಿತ್ತು! ಆದರೆ ಆ ಜಾಗ ತಲುಪುವಷ್ಟರಲ್ಲಿ ಅಲ್ಲಿ ಯಾರೂ ಇರಲಿಲ್ಲ!

"ಈ ಮನೇಲಿರೋ ಕೆಲಸಗಾರರೆಲ್ಲ ಒಳ್ಳೆಯವರೇ ತಾನೇ?"

"ಯಾಕೆ ಆ ಮಾತು ಕೇಳ್ತಾ ಇದ್ದೀರಿ?"

"ಟೈಗರ್ ಕಡೆಯವರು ಇನ್ನೂ ಕೆಲವರು ಇರಬಹುದಲ್ಲ?"

"ಇಲ್ಲ, ಅಂತವರು ಯಾರೂ ಇಲ್ಲ"

ವಿವೇಕನಿಗೆ ಅವಳ ಮಾತುಗಳಲ್ಲಿ ನಂಬಿಕೆ ಬರಲಿಲ್ಲ!

ಹಾಗಿದ್ದರೆ ಕಿಟಿಕಿಯ ಬಳಿ ನಿಂತಿದ್ದವರು ಯಾರು?

ಚಿತ್ರಾಗೆ ಅಚ್ಚರಿಯಾಗಿತ್ತು!

****

ಚಿತ್ರಾ ಮತ್ತು ವಿವೇಕ್ ಶಿಮ್ಲಾಗೆ ಹೊರಟಿದ್ದರು ಸಿನಿಮಾ ಶೂಟಿಂಗಿಗಾಗಿ.

ಏರ್ಪೋರ್ಟಿನಲ್ಲಿ ಚಿತ್ರಾಳಿಗೆ ಅಚ್ಚರಿ ಕಾದಿತ್ತು!

ಪ್ರಡ್ಯೂಸರ್ ವಿಶೇಷ ವಿಮಾನ ಮಾಡುತ್ತೇನೆಂದು ಹೇಳಿದ್ದರು! ಅವರ ಕಡೆಯವರು ಯಾರೂ ಪತ್ತೆಯಿರಲಿಲ್ಲ! ಏನಾಯಿತು? ಚಿತ್ರಾ ಕಕ್ಕಾಬಿಕ್ಕಿಯಾಗಿ ಸುತ್ತ ನೋಡುತ್ತಿದ್ದಳು!

“ಸಾರಿ ಚಿತ್ರಾ, ನಿನಗೆ ಹೇಳೋದು ಮರೆತಿದ್ದೆ! ಪ್ರಡ್ಯೂಸರ್ ಮುಖರ್ಜಿಯವರು ಕ್ಷಮೆ ಕೇಳಿ ರೆಗ್ಯೂಲರ್ ಫ್ಲೈಟಲ್ಲಿ ಬರೋಕೆ ಹೇಳಿದ್ದಾರೆ..ಟಿಕೇಟು ಅವರೇ ನೇರ ಕಳಿಸಿದ್ದಾರಂತೆ!

ಚಿತ್ರಾಗೆ ನಡೆದಿರುವುದು ನಂಬಲಾಗಿರಲಿಲ್ಲ! ತನಗೆ ತಿಳಿಯದೆ ಇಂತದೆಲ್ಲಾ ಹಿಂದೆ ನಡೆದೇ ಇರಲಿಲ್ಲ!

ಏರ್ಪೋರ್ಟಿನಲ್ಲಿ ಎಲ್ಲಾ ಫರ್ಮಾಲಿಟಿಸ್ ಮುಗಿದಿತ್ತು. ವಿಮಾನದ ಗೇಟಿನ ಕಡೆಗೆ ಅವರು ನಡೆಯಬೇಕಿತ್ತು. ವಿವೇಕ್ ಸುತ್ತ ನೋಡುತ್ತಾ ಅನುಮಾನಾಸ್ಪದವಾಗಿ ಕಾಣುವವವರು ಯಾರಾದರೂ ಇರಬಹುದು ಎಂದು ಪರೀಕ್ಷಿಸುತ್ತಾ ನಡೆದಿದ್ದ.

ಅಕಸ್ಮಾತ್ ಟೈಗರ್ ಕಡೆಯವರು ಅಲ್ಲಿದ್ದರೆ ಅವರನ್ನು ಗುರುತಿಸುವ ಬಗೆ ಹೇಗೆ? ಮನೆಯ ಒಳಗೆ ಕೆಲಸ ಮಾಡುವ ಎಲ್ಲರೂ ಪರಿಚಿತರು! ಅವರ ಮುಖಗಳನ್ನು ಗುರುತಿಸಬಲ್ಲೆ...ಹಿಂದೆ ಹಿರಾ ಇದ್ದ, ಜಾಕ್ ಇದ್ದ- ನಂತರ ಜಾಕ್, ಸುಖರಾಮನಾಗಿ ಬಂದಿದ್ದ. ಇನ್ನು ಉಳಿದ ಪರಿಚಾರಕರ ಮುಖಗಳೂ ಚೆನ್ನಾಗಿ ಗೊತ್ತು. ಆದರೆ ಅವರನ್ನು ಬಿಟ್ಟು ಟೈಗರ್ ಕಡೆಯವರು ಇನ್ನೂ ಬಹಳ ಜನ ಇರಬಹುದು!

ಜಗತ್ತಿನಲ್ಲಿರುವ ರೌಡಿಗಳಿಗೆ ಸಂಖ್ಯೆ ಲೆಕ್ಕಕ್ಕೆ ಸಿಗದು! ಅದೊಂದು ರಕ್ತಬೀಜಸುರ ಸಂತತಿ! ಒಬ್ಬ ಗತಿಸಿದರೆ, ಇನ್ನು ಹತ್ತು ಜನ ಹುಟ್ಟಿಕ್ಕೊಳ್ಳುತ್ತಾರೆ! ಆ ಕಾರಣದಿಂದಲೇ ಭೂಗತ ಲೋಕದಲ್ಲಿ ರೌಡಿಗಳು ಹೆಚ್ಚುತ್ತಿದ್ದಾರೆ! ಎಂದು ವಿವೇಕನ ಚಿಂತನೆ ಹರಿದಿತ್ತು. ಏರ್ಪೋಟಿನೊಳಗೆ ವಿಮಾನದ ಗೇಟಿನವರೆಗೂ ಅನುಮಾನಾಸ್ಪದ ವ್ಯಕ್ತಿಗಳು ಯಾರೂ ಕಾಣಲಿಲ್ಲ. ಅದು ವಿವೇಕನಿಗೆ ನೆಮ್ಮದಿಯ

ವಿಷಯವಾಗಿತ್ತು. ಚಿತ್ರ, ವಿವೇಕ್ ಇಬ್ಬರೂ ಇನ್ನೇನು ಗೇಟಿನ ಹತ್ತಿರ ಹತ್ತಿರ ಬಂದಿದ್ದರು.

ಇದ್ದಕ್ಕಿದ್ದಂತೆ ನಡೆಯುತ್ತಿದ್ದ ಚಿತ್ರಳ ಕೈಹಿಡಿದು ನಿಲ್ಲಿಸಿದ ವಿವೇಕ್.

"ಯಾಕೆ?"

"ವಾಪಸ್ ಹೋಗೋಣ?"

"ಎಲ್ಲಿಗೆ?"

"ನಾನು ಹೇಳೋ ಕಡೆಗೆ!"

"ವಾಪಸ್ಸು ಮನೆಗೆ ಹೋದರೆ ಟೈಗರ್ ಕಡೆಯವರು ನಮ್ಮನ್ನು ಬಿಡ್ತಾರಾ?"

"ಆದರೆ ನಾವು ಮನೆಗೆ ಹೋಗುತ್ತಿಲ್ಲ"

"ಮತ್ತೆಲ್ಲಿಗೆ ಹೋಗ್ತಿದ್ದೀವಿ?"

"ಸುಮ್ಮನೆ ನನ್ನ ಜೊತೆ ಬಾ"

"ಶಿಮ್ಲಾಗೆ ಶೂಟಿಂಗ್?"

"ಈ ಫ್ಲೈಟಿನಲ್ಲೇ ಟೈಗರ್ ಮತ್ತು ಅವನ ಗ್ಯಾಂಗ್ ಇದ್ದಾರೆ?"

"ಇದೆಲ್ಲಾ ನಿಮಗೆ ಹೇಗೆ ತಿಳಿಯಿತು?"

"ಅದ್ನೆಲ್ಲಾ ಕೇಳಬೇಡ ಸುಮ್ನೆ ನನ್ನ ಜೊತೆ ಬಾ"

"ನಾವು ಶಿಮ್ಲಾಗೆ ಹೋಗೋ ಪ್ರೊಗ್ರಾಮು ಅವರಿಗೆ ಗೊತ್ತಾ?"

"ಖಂಡಿತ ಗೊತ್ತು! ಬಂಗಲೆಯಲ್ಲಿ ನಡೆಯೋ ಇಂಚಿಂಚೂ ಟೈಗರ್‌ಗೆ ವರದಿ ಆಗಿರುತ್ತೆ"

"ಮತ್ತೆ ನಾವು ಹೋಗೋದೆಲ್ಲಿಗೆ?"

"ಹೋಗ್ತಾ ಹೋಗ್ತಾ ಹೇಳ್ತೀನಿ?"

"ಮತ್ತೆ ಶೂಟಿಂಗ್? ಪ್ರೊಡ್ಯೂಸರ್ ಮುಖರ್ಜಿ?"

"ನಾನಾಗ್ಲೇ ಮುಖರ್ಜಿಗೆ ಫೋನ್ ಮಾಡಿ ತಿಳಿಸಿದ್ದೀನಿ... ಶೂಟಿಂಗ್ ನಡೆಯೋದಿಲ್ಲ, ಕ್ಯಾನ್ಸಲ್ ಮಾಡಿಸಿದ್ದೀನಿ"

"ಓ...ವಿವೇಕ್ ಏನ್ ಮಾಡ್ಬಿಟ್ರಿ?"

"ನಾನೆಲ್ಲ ಚೆನ್ನಾಗಿ ಯೋಚನೆ ಮಾಡಿ ಇದನ್ನೆಲ್ಲ ಮಾಡಿದ್ದೀನಿ"

"ಈಗ ಮನೆಗೆ ಹೋದರೆ ಟೈಗರ್ ಕಡೆಯವರು ಇರೋದಿಲ್ಲ ಅಂತ ಹೇಗೆ ಹೇಳ್ತೀರಿ?"

"ಆ ಅನುಮಾನ ನಿನಗೆ ಬೇಡ, ನಾವು ಮನೆಗೆ ಹೋಗ್ತಾ ಇಲ್ಲ"

"ಮನೆಗೆ ಹೋಗದೆ ಇದ್ರೂ, ಕಾರಲ್ಲಾದರೂ ಹೋಗ್ತೀವಲ್ಲ?"

ಚಿತ್ರಳ ಮಾತು ಮೊನಚಾಗಿತ್ತು.

"ಹೌದು ಕಾರಲ್ಲಂತೂ ಹೋಗಲೇಬೇಕು? ಯಾಕೆ?"

"ವಿವೇಕ್, ಆ ಟೈಗರ್ ಕೈಗಳು ತುಂಬಾ ಉದ್ದ, ತುಂಬಾ ಬಲಿಷ್ಠ.... ನಮ್ಮ ಡ್ರೈವರ್ ಕೂಡ ಟೈಗರ್ ಶಿಷ್ಯನೇ!"

ಚಿತ್ರ ವಿಷಾದದಿಂದ ಹೇಳಿದಳು.

ವಿವೇಕ್ ಒಂದು ಕ್ಷಣ ಯೋಚಿಸಿದ.

"ವಿವೇಕ್ ನೀನು ಇರೋ ಸಮಸ್ಯೆ ಇನ್ನೂ ದೊಡ್ಡದು ಮಾಡ್ತಿದ್ದೀಯಾ! ಇದು ಬಿಡಿಸಲಾಗದ ಸಮಸ್ಯೆ!"

"ಚಿತ್ರ, ಈ ಪ್ರಪಂಚದಲ್ಲಿ ಬಿಡಿಸಲಾಗದೆ ಇರೋ ಸಮಸ್ಯೆ ನಿನ್ನ ಗಂಡನಿಗೆ ಯಾವುದೂ ಇಲ್ಲ"

"ಅಯ್ಯೋ ಹುಚ್ಚಪ್ಪ! ನಿನ್ನ ಬಗ್ಗೆ ನೀನು ಏನ್ ತಿಳ್ಕೊಂಡಿದ್ದಿಯಾ?"

ವಿಷಾದದ ದಾಟಿಯಲ್ಲಿ ಅವಳ ಮಾತು ಮುಂದುವರೆದಿತ್ತು.

"ಯಾಕೆ ಹೀಗೆ ಹೇಳ್ತಿದ್ದೀಯಾ?"

ವಿವೇಕ್ ಅನುಮಾನಿಸುತ್ತಾ ಅವಳ ಮುಖ ನೋಡಿದ.

ಚಿತ್ರ ಅವನ ದೃಷ್ಟಿ ತಪ್ಪಿಸಿ ಬೇರೆ ಕಡೆ ನೋಡಿದಳು. ಅವಳ ಕಣ್ಣುಗಳಲ್ಲಿ ಅಶ್ರು ಬಿಂದುಗಳು ಕಾಣಿಸಿದವು. ಯಾವ ಕ್ಷಣದಲ್ಲಾದರೂ ಅವು ಧಾರೆಯಾಗಿ ಹರಿಯಬಹುದು ಎನಿಸಿತು.

ವಿವೇಕ್ ಅವಳ ಕೈಯ್ಯನ್ನು ಹಿಡಿದು ಎಳೆಯುತ್ತಾ ಏರ್ಪೋರ್ಟಿನ ಆಚೆ ಬಂದ.

ದೂರದಲ್ಲಿ ನಿಂತಿದ್ದ ಒಂದು ಟ್ಯಾಕ್ಸಿಯನ್ನು ಕರೆದ.

"ಬೇಗ ಟ್ಯಾಕ್ಸಿ ಹತ್ತು, ಯಾರಾದರೂ ನೋಡೋಕೆ ಮುಂಚೆ ಟ್ಯಾಕ್ಸಿ ಹತ್ತು"

ವಿವೇಕ ಟ್ಯಾಕ್ಸಿ ಡೋರ್ ತೆಗೆದು ಅವಳನ್ನು ಒಳಗೆ ತಳ್ಳಿದ.

ಚಿತ್ರ ಅವನ ಬಲಕ್ಕೆ ಆಶ್ಚರ್ಯಗೊಂಡು ಕಾರಿನೊಳಗೆ ಸೇರಿದಳು. ಮನಸ್ಸು ಗಟ್ಟಿ ಮಾಡಿಕೊಂಡಳು... ಹತಾಶೆಯಿಂದ ಏನಾದರೂ ಆಗಲಿ ಎಂದುಕೊಂಡಳು.

ವಿವೇಕ ಕೂಡ ಟ್ಯಾಕ್ಸಿ ಹತ್ತಿ ಅವಳ ಪಕ್ಕದಲ್ಲಿ ಕುಳಿತ.

ಒಳಗೆ ಸೇರುವ ಮುಂಚೆ ಟ್ಯಾಕ್ಸಿ ಚಾಲಕನ ಮುಖ ನೋಡಿದ್ದ. ಯಾವ ಅನುಮಾನವೂ ಬಂದಿರಲಿಲ್ಲ.

ಟ್ಯಾಕ್ಸಿ ಏರ್ಪೋರ್ಟ್ ಬಿಟ್ಟು ಈಚೆ ಬಂದಾಗ ಖುಷಿಯಿಂದ ಸಿಟಿ ಹಾಕುತ್ತಿದ್ದ ಡ್ರೈವರ್ ಕೇಳಿದ.

"ಎಲ್ಲಿಗೆ ಸಾಬ್?"

"ಪಾಲಿ ಹಿಲ್ಸ್"

ಹಿಂದೆ ಮುಂದೆ ನೋಡದೆ ಆತ್ಮವಿಶ್ವಾಸದಿಂದ ವಿವೇಕ್ ಹೇಳಿದ.

"ಪಾಲಿ ಹಿಲ್ಸ್?"

ಚಿತ್ರ ಅಚ್ಚರಿಯಿಂದ ಕೇಳಿದಳು!

"ಅಲ್ಲಿ ಯಾರಿದ್ದಾರೆ? ಅಲ್ಲಿಗೆ ಯಾಕೆ ಹೋಗ್ತಿದ್ದೇವೆ? ಅಲ್ಲಿ ನಮಗೆ ರಕ್ಷಣೆ ಇದೆಯೇ"

ಇದೆಂತಹ ಹುಚ್ಚುತನ ವಿವೇಕನದು? ಚಿತ್ರಾಳನ್ನು ಚಿಂತೆ ಆವರಿಸಿತ್ತು!

34

"ಹೆಚ್ಚು ಪ್ರಶ್ನೆ ಕೇಳಬೇಡ ಚಿತ್ರ. ಈಗ ನನಗೆ ಬಹಳ ವಿಷಯಗಳು ಗೊತ್ತಾಗಿವೆ... ಅದು ಹೇಗೆ ಸಾಧ್ಯವಾಯಿತು ಎಂದಲ್ಲ ಕೇಳ್ಬೇಡ"

ಟ್ಯಾಕ್ಸಿ ವೇಗವಾಗಿ ಓಡುತ್ತಿತ್ತು! ಚಿತ್ರ ಆತಂಕದಿಂದ ರಸ್ತೆಯ ಎರಡೂ ಬದಿಗಳನ್ನು ನೋಡುತ್ತಿದ್ದಳು. ವಿವೇಕನ ಮನಸ್ಸಿನಲ್ಲಿ ಏನಿದೆ? ಏನು ಮಾಡುತ್ತಿದ್ದಾನೆ? ಅವನು ಎಷ್ಟು ವಿಷಯಗಳನ್ನು ತಿಳಿದುಕೊಂಡಿದ್ದಾನೆ? ಒಂದು ವೇಳೆ ಎಲ್ಲಾ ವಿಷಯ ಅವನಿಗೆ ಗೊತ್ತಾಗಿದ್ದರೆ ತನ್ನ ಮುಂದಿನ ಗತಿ ಏನು?

ಟ್ಯಾಕ್ಸಿವಾಲಾ ವಿವೇಕನನ್ನು ಗುರುತಿಸಿದ್ದ ಅವನು ಸೂಪರ್ ಸ್ಟಾರ್ ಎನ್ನುವುದನ್ನು ಗೊತ್ತಾಗಿ ಖುಷಿಯಾಗಿದ್ದ! ಅಂತ ಮಹಾನ್ ನಟ ತನ್ನ ಟ್ಯಾಕ್ಸಿಯಲ್ಲಿ ಕೂತಿರುವುದು ಅವನಿಗೆ ಅನಿವರ್ಚನೀಯ ಆನಂದ ಉಂಟು ಮಾಡಿತ್ತು! ವಿವೇಕ ಏನು ಹೇಳಿದರೂ ಮಾಡಲು ತಯಾರಾಗಿದ್ದ! ಆದ್ದರಿಂದಲೇ ವಿವೇಕ ಪಾಲಿ ಹಿಲ್ಸ್ ಎಂದರು ಹಿಂದೆಮುಂದೆ ನೋಡದೆ ಒಪ್ಪಿದ್ದ. ಸಾಮಾನ್ಯ ಟ್ಯಾಕ್ಸಿವಾಲಗಳಾಗಿದ್ದರೆ ಪಾಲಿಹಿಲ್ಸ್ ಗೆ ಹೋಗಬೇಕೆಂದರೆ ಟ್ಯಾಕ್ಸಿಯವರು ಮೊದಲು ಹಣ ಎಷ್ಟು ಅನ್ನೋದನ್ನ ಮಾತಾಡುತ್ತಿದ್ದರು. ಆದರೆ ಈ ಡ್ರೈವರ್ ಮಾತ್ರ ಖುಷಿಯಿಂದ ವೇಗವಾಗಿ ಟ್ಯಾಕ್ಸಿ ಓಡಿಸುತ್ತಿದ್ದ!

ವಿವೇಕ ಏನೇನೋ ಯೋಚನೆ ಮಾಡುತ್ತಿದ್ದ! ಎಲ್ಲಿಗೆ ಹೋಗಬೇಕೆಂಬುದನ್ನು ಆಗಲೇ ನಿರ್ಧರಿಸಿದ್ದ. ಭೂತ, ಭವಿಷ್ಯಗಳ ನೆನಪುಗಳು ಈಗ ಅವನಲ್ಲಿ ಚುರುಕಾಗಿದ್ದವು!

ಮರುಕಳಿಸಿದ ನೆನಪಿನಲ್ಲಿ ತನ್ನ ಬೇಸಿಗೆಯ ಮನೆ ಪಾಲಿಹಿಲ್ಸಿನಲ್ಲಿ ಇರುವುದು ಅರಿವಾಗಿತ್ತು!

ಹಲವು ಲೆಕ್ಕಾಚಾರಗಳೊಂದಿಗೆ ಶಿಮ್ಲಾದ ನಡೆಯಬೇಕಿದ್ದ ಶೂಟಿಂಗನ್ನು ತಾನೇ ನೇರವಾಗಿ ಪ್ರಡ್ಯೂಸರಿಗೆ ಕಾಲ್ ಮಾಡಿ ಕ್ಯಾನ್ಸಲ್ ಮಾಡಿಸಿದ್ದ!

ಮುತ್ತುವಿನ ಮೇಕಪ್ ಬಾಕ್ಸ್ ಅವನ ಸಣ್ಣ ಬ್ರೀಫ್ ಕೇಸ್ನಲ್ಲಿತ್ತು. ಶಿಮ್ಲಾಗೆಂದು ಸಿದ್ಧಮಾಡಿದ್ದ ಸೂಟ್ಕೇಸ್ಗಳು ಟ್ಯಾಕ್ಸಿಯೊಳಗಿದ್ದವು. ಅದರಲ್ಲಿ ಚಿತ್ರ ಮತ್ತು ವಿವೇಕರ ಬಟ್ಟೆಗಳು, ವೈಯಕ್ತಿಕ ವಸ್ತುಗಳಿದ್ದವು. ವಿವೇಕನ ಬ್ರೀಫ್ಕೇಸ್ನಲ್ಲಿ ಮುತ್ತುವಿನ ಮೇಕಪ್ ಕಿಟ್ಟಿನೊಂದಿಗೆ ಎರಡು ಜೊತೆ ಬಟ್ಟೆಗಳಿದ್ದವು! ಫಿಲಂ ಶೂಟಿಂಗಿಗಾಗಿ ಅಂತ ಬಟ್ಟೆಗಳನ್ನು ವಿವೇಕ ತೊಟ್ಟಿದ್ದ. ಆದರೆ ನಿಜ ಜೀವನದಲ್ಲಿ, ವಿವೇಕನಂತ ಸೂಪರ್ ಸ್ಟಾರ್ ನಟ ಅಂತ ಬಟ್ಟೆಗಳನ್ನು ತೊಟ್ಟರೆ ಕಂಡವರು ಆಶ್ಚರ್ಯಪಡುವಂತಿತ್ತು!

ಪಾಲಿ ಹಿಲ್ಸ್ನ ಸಮ್ಮರ್ ಬಂಗಲೆಯಲ್ಲಿ ಇಬ್ಬರು ಪರಿಚಾರಕರಿದ್ದರು. ಅವರಿಗೆ ತಮ್ಮ ಯಜಮಾನ ಬರುವುದು ಕೇವಲ ಎರಡು ಗಂಟೆಗಳ ಹಿಂದಷ್ಟೇ ಗೊತ್ತಾಗಿತ್ತು! ಅವರಿಬ್ಬರೂ ಮನೆಯನ್ನು ಸಿದ್ಧ ಮಾಡುವ ತುರಾತುರಿಯಲ್ಲಿದ್ದರು.

ಗೇಟಿನ ಬಳಿ ಕಾರಿನ ಹಾರನ್ ಶಬ್ದವಾದಾಗ ಮನೆಯಿಂದ ಇಬ್ಬರೂ ಈಚೆ ಓಡಿ ಬಂದರು. ಒಬ್ಬ ಬಂದು ಗೇಟ್ ತೆಗೆದು ಟ್ಯಾಕ್ಸಿ ಒಳಗೆ ಬರಲು ಅನುವು ಮಾಡಿದ. ಇನ್ನೊಬ್ಬ ಟ್ಯಾಕ್ಸಿಯ ಡಿಕ್ಕಿಯತ್ತ ಓಡಿದ.

"ಸಾಬ್ ಆಪ್ ಟ್ಯಾಕ್ಸಿ ಮೇ?"

ಟ್ಯಾಕ್ಸಿ ಒಳಗೆ ಬರುವಾಗ ಉದ್ಗರಿಸಿದ್ದ ಒಬ್ಬ ಪರಿಚಾರಕ.

ತಮ್ಮ ಮಾಲೀಕ ಟ್ಯಾಕ್ಸಿಯಲ್ಲಿ ಏಕೆ ಬಂದಿದ್ದಾನೆ ಎನ್ನುವ ಕುತೂಹಲ ಅವನಿಗೆ ತಡೆಯಲಾಗಿರಲಿಲ್ಲ! ತಮ್ಮ ನಾಲ್ಕು ಐಷಾರಾಮಿ ಕಾರುಗಳನ್ನು ಬಿಟ್ಟು ಈ ಸಾಮಾನ್ಯ ಜನರ ಟ್ಯಾಕ್ಸಿಯಲ್ಲಿ ಏಕೆ ಬಂದಿದ್ದಾರೆ?"

"ಅಪ್ಕಾ ನಾಮ್?"

ವಿವೇಕ್ ಟ್ಯಾಕ್ಸಿಯವನಿಗೆ ಹಣ ಕೊಡುತ್ತಾ ಕೇಳಿದ.

ಚಿತ್ರ ಅಚ್ಚರಿಯಿಂದ ನೋಡುತ್ತಿದ್ದಳು. ಇದುವರೆಗೂ ರೂಬಾಟಿನಂತಿದ್ದ ವಿವೇಕ ಬದಲಾಗಿದ್ದ! ಸ್ವತಃ ತಾನೆ ಹಣಕಾಸು ನಿರ್ವಹಿಸುತ್ತಿದ್ದ. ತಾನೇ ಟ್ಯಾಕ್ಸಿಗೆ ಹಣ ಕೊಡುತ್ತಿದ್ದಾನೆ!

"ಜೀ ಸಾಬ್... ಮೇರಾ ನಾಮ್ ಬಲವಿಂದರ್"

ಆತ ಹೆಮ್ಮೆಯಿಂದ ಹೇಳಿದ.

ಆ ಸಮಯಕ್ಕೆ ಬಂಗಲೆಯ ಪರಿಚಾರಕರು ಚಿತ್ರ ಮತ್ತು ವಿವೇಕರ ಸೂಟ್ಕೇಸ್ ಎತ್ತಿಕೊಂಡು ಬಂಗಲೆಯ ಕಡೆ ನಡೆದಿದ್ದರು.

"ಅಚ್ಛಾ ಬಲವಿಂದರ್, ನನ್ನ ಒಂದು ಮಾತು ನಡೆಸಿ ಕೊಡ್ತೀಯಾ?"

"ದಾದಾ ಅದೇನು ಅಂತ ಆರ್ಡರ್ ಮಾಡಿ. ನೀವು ಹೇಳಿದ್ದು ನಾನು ಮಾಡ್ತೀನಿ"

"ಪಾಲಿ ಹಿಲ್ಸ್ ಗೆ ನನ್ನನ್ನು ಡ್ರಾಪ್ ಮಾಡಿದ್ದು ಯಾರಿಗೂ ಹೇಳಬೇಡ"

ಅಂದು ಹೇಳುತ್ತಾ ಐನೂರರ ನಾಲ್ಕು ನೋಟುಗಳನ್ನು ಅವನ ಕೈಗಿಟ್ಟು ಹೇಳಿದ ವಿವೇಕ್.

ಬಲವಿಂದರ್ ಆ ನೋಟುಗಳಿಗೆ ಮುತ್ತಿಕ್ಕಿದ, ಕಣ್ಣುಗಳಿಗೆ ಒತ್ತಿಕೊಂಡ.

"ಜರೂರ್ ದಾದಾ. ಜೋ ಆಪ್ ಬೋಲೇಗ ಹಮ್ ವಹಿ ಕರೇಂಗಾ "

"ಗುಡ್"

"ನಮಸ್ಕಾರ ದಾದಾ"

ವಿವೇಕನ ಕೈ ಹಿಡಿದು ಚುಂಬಿಸಿ ನಂತರ ನಮಸ್ಕಾರ ಮಾಡಿ ಟ್ಯಾಕ್ಸಿ ಚಾಲಕ ತೆರಳಿದ!

ಪರಿಚಾರಕರಿಬ್ಬರೂ ವಿವೇಕನ ಸೂಟ್ಕೇಸ್ ನೊಂದಿಗೆ ಬಂಗಲೆಯ ಬಾಗಿಲಲ್ಲಿದ್ದರು. ಚಿತ್ರ ಅವರನ್ನು ಹಿಂಬಾಲಿಸಿದ್ದಳು.

ತನ್ನ ಪ್ಲಾನು ಸರಿಯಾಗಿದೆಯೇ? ತಾನು ಮಾಡುತ್ತಿರುವುದು ಸರಿಯೇ? ಟೈಗರ್ ತನ್ನನ್ನು ಟ್ರೇಸ್ ಮಾಡಲು ಸಾಧ್ಯವೇ? ವಿವೇಕ ಚಿಂತಿಸುತ್ತಾ ಪಾಲಿಹಿಲ್ಸ್ ಬಂಗಲೆ ಒಳಗೆ ನಡೆದ.

ಈ ಬಂಗಲೆಯಲ್ಲಿ ಇರುವ ಪರಿಚಾರಕರು ಟೈಗರ್ ಕಡೆಯವರಲ್ಲ ಎಂದು ಹೇಗೆ ತಿಳಿದುಕೊಳ್ಳಲಿ? ಅದನ್ನು ಹೇಗೆ ಪತ್ತೆ ಮಾಡಲಿ?

ವಿವೇಕ್ ಯೋಚಿಸುತ್ತಿದ್ದ?

ಪಾಲಿ ಹಿಲ್ಸ್ನಲ್ಲಿ ತಮಗೆ ಬಂಗಲೇ ಇರುವುದು ವಿವೇಕ ಹೇಗೆ ಪತ್ತೆ ಹಚ್ಚಿದ? ತನ್ನ ಇದುವರೆಗಿನ ಎಲ್ಲಾ ತಂತ್ರಗಾರಿಕೆ ಹೊಳೆಯಲ್ಲಿ ಹುಣಸೆಹಣ್ಣು ತೊಳೆದಂತಾಗಿದೆ! ಭಯ, ಅನುಮಾನ, ಆತಂಕದಿಂದ ಚಿತ್ರ ಕಂಗಾಲಾಗಿದ್ದಳು!

"ಡಾರ್ಲಿಂಗ್ ಇನ್ನೊಂದು ಸಲ ಯೋಚನೆ ಮಾಡಿ, ಪ್ಲೀಸ್ ನನಗೋಸ್ಕರ... ಅಲ್ಲ ನಮಗೋಸ್ಕರ..ನಮ್ಮಿಬ್ಬರಿಗೋಸ್ಕರ"

ಚಿತ್ರ ಸೂಟ್ಕೇಸ್ ಓಪನ್ ಮಾಡುತ್ತಾ ಹೇಳಿದಳು.

"ಚಿತ್ರ ಪ್ರಶ್ನೆ ಕೇಳೋದನ್ನು ಬಿಟ್ಟುಬಿಡು. ನಾನು ಯೋಚನೆ ಮಾಡದೆ ಈಗ ಕೆಲಸ ಮಾಡ್ತಿದ್ದೀನಿ ಅನ್ಕೊಂಡಿದ್ದೀಯಾ?"

ಬ್ರಿಫ್ ಕೇಸ್ ಓಪನ್ ಮಾಡುತ್ತಾ ವಿವೇಕ್ ಕೇಳಿದ.

"ನನಗೆ ಗೊತ್ತಿಲ್ಲ ವಿವೇಕ್, ನನ್ನ ಬುದ್ಧಿಗೆ ಮಂಕು ಕವಿದಿದೆ! ನನ್ನ ಭಯ ಹೆಚ್ಚಾಗಿದೆ! ಏನು ಮಾಡೋಕೂ ನನ್ನ ಕೈಲಿ ಆಗ್ತಿಲ್ಲ"

"ಗುಡ್, ಇಷ್ಟು ವರ್ಷ ಸಾಕಷ್ಟು ಯೋಚಿಸಿದ್ದೀಯ! ಈಗ ಅದನ್ನೆಲ್ಲ ನನಗೆ ಬಿಟ್ಟುಬಿಡು. ಆರಾಮವಾಗಿ ನಾನು ಹೇಳಿದ ಹಾಗೆ ಕೇಳು. ಈ ಮಾತ್ರೆ ನಿನ್ನ ಕೈ

ಕೊಡ್ತಾ ಇದೀನಿ... ಇದನ್ನ ಆ ಇಬ್ಬರು ಕೆಲಸದವರು ಕುಡಿಯೋ ಪಾನೀಯದಲ್ಲಿ ಹಾಕ್ಬೇಕು; ಇದನ್ನ ಮಾಡಬೇಕಾದದ್ದು ನೀನು!"

"ಯಾಕೆ?" ಆತಂಕದಿಂದ ಕೇಳಿದಳು ಚಿತ್ರ.

"ಯಾಕೆಂದರೆ ಮೈ ಡಿಯರ್ ಚಿತ್ರ, ಈ ಇಬ್ಬರೂ ಟೈಗರ್ ಚಮಚಾಗಳು! ಈ ಮಾತ್ರೆ ಅವರು ತಿಂದರೆ ನಿದ್ರೆ ಮಾಡ್ತಾರೆ..ಇಲ್ದೆ ಇದ್ರೆ ನಾವಿಲ್ಲಿಗೆ ಬಂದ ಸುದ್ದಿ ಟೈಗರ್ಗೆ ಹೇಳ್ತಾರೆ...ಆಮೇಲೆ ಅವನು ಕೊಡೋ ಸೂಚನೇನ ಫಾಲೋ ಮಾಡ್ತಾರೆ..ಅದರಿಂದ ನಮಗೆ ಅಪಾಯ ಕೂಡ ಆಗಬಹುದು!"

"ಇಲ್ಲ, ಅವರು ಅಂತವರಲ್ಲ"

"ನಿನಗೆ ನಂಬಿಕೆ ಬರೋದಿಲ್ಲ ಅಲ್ವಾ? ಈಗಲೇ ಹಾಲಿಗೆ ಹೋಗಿ ನೋಡು, ಅವರಿಬ್ಬರಲ್ಲಿ ಒಬ್ಬ ಟೈಗರ್ಗೆ ಫೋನ್ ಮಾಡ್ತಾ ಇರ್ತಾನೆ"

"ಓ ಮೈ ಗಾಡ್ ಹಾಗಾದ್ರೆ...?"

ಚಿತ್ರ ಹೆದರಿಕೆಯಿಂದ ಉದ್ಗರಿಸಿದಳು.

"ಯೋಚಿಸಬೇಡ, ನಾನು ಒಳಗೆ ಬರೋಕೆ ಮುಂಚೆ ಟೆಲಿಫೋನ್ ವೈರುಗಳನ್ನು ಕಟ್ ಮಾಡಿ ಬಂದಿದ್ದೇನೆ! ನೀನು ಮಾತ್ರೆ ವಿಚಾರ ನೋಡ್ಕೋ, ಉಳಿದಿದ್ದು ನಾನು ನೋಡ್ಕೋತೀನಿ"

ವಿವೇಕ್ ಆತ್ಮವಿಶ್ವಾಸದಿಂದ ಹೇಳಿದ.

"ಏನೋ ನನಗೆ ದಿಕ್ಕೇ ತೋಚ್ತಿಲ್ಲ, ನೀನು ಹೇಳಿದ ಕೆಲಸ ಮಾಡ್ತೀನಿ"ಎನ್ನುತ್ತಾ ಆಕೆ ಮಾತ್ರೆಗಳನ್ನು ಕೈಯಲ್ಲಿ ಹಿಡಿದುಕೊಂಡು ರೂಮಿನಿಂದ ಆಚೆ ಬಂದಳು.

ಅಲ್ಲಿ ಕಂಡಿದ್ದು ಆಶ್ಚರ್ಯವಾಗಿತ್ತು!

ವಿವೇಕ್ ಹೇಳಿದಂತೆ ಅವರಿಬ್ಬರಲ್ಲಿ ಒಬ್ಬ ಹಾಲಿನಲ್ಲಿ ನಿಂತು ಟೆಲಿಫೋನ್ ಉಪಯೋಗಿಸಲು ಹೆಣಗುತ್ತಿದ್ದ. ವೈರುಗಳನ್ನು ಕಟ್ ಮಾಡಿರುವುದು ಅವನಿಗೆ ಗೊತ್ತಿರಲಿಲ್ಲ!

ಚಿತ್ರಾಗೆ ಮೊದಲ ಸಲ ವಿವೇಕನ ಜಾಣತನಕ್ಕೆ ಅಚ್ಚರಿಯಾಗಿತ್ತು!

ವಿವೇಕ್ ಇದ್ದಕ್ಕಿದ್ದಂತೆ ಹೊಸ ವ್ಯಕ್ತಿತ್ವವನ್ನು ಧಾರಣೆ ಮಾಡಿಕೊಂಡಂತಿತ್ತು! ಇಲ್ಲಿಯವರೆಗಿದ್ದ ಅತ್ಯಂತ ವಿಧೇಯ ವಿವೇಕ್ ಎಲ್ಲಿ? ಈ ಸ್ಮಾರ್ಟ್ ವಿವೇಕ ಎಲ್ಲಿ? ಇದೆಲ್ಲಾ ಹೇಗಾಯಿತು? ಯಾವಾಗ ಆಯಿತು? ಇದರ ಒಂದು ತುಣುಕು ಸುಳಿವೂ ತನಗೆ ಸಿಗಲೇ ಇಲ್ಲವಲ್ಲ! ವಿವೇಕ ಬದಲಾಗಿದ್ದಾನೆ... ಅದಂತೂ ಪರಮ ಸತ್ಯ! ಎಲ್ಲಾ ವಿಷಯ ತಿಳಿದುಬಿಟ್ಟರೆ ವಿವೇಕ ತನ್ನ ಬಗೆಗೆ ಯಾವ ನಿಲುವು ತೆಗೆದುಕೊಳ್ಳುತ್ತಾನೆ?

ಬೆನ್ನುಹುರಿಯಲ್ಲಿ ತಣ್ಣಗಿನ ಚಳುಕು ಹೊಡೆಯಿತು!

ವಿವೇಕ್ ಹೇಳಿದ್ದು ಸರಿಯಾಗಿತ್ತು. ಟೈಗರ್ಗೆ ಫೋನ್ ಮಾಡಲು ಅವನು ಇನ್ನಿಲ್ಲದ ಪ್ರಯತ್ನ ಮಾಡುತ್ತಿದ್ದ!

ಟೈಗರ್ ಜಾಲ ತಾನು ತಿಳಿದುದ್ದಕ್ಕಿಂತ ದೊಡ್ಡದು, ಅವನು ತಾನು ತಿಳಿದಿರುವುದಕ್ಕಿಂತಲೂ ಕ್ರೂರಿ ಆಗಿರಬಹುದು...ಮತ್ತೆ ತಮ್ಮ ಗತಿ?

ಚಿತ್ರ ಗಂಟಲು ಸರಿ ಮಾಡಿಕೊಂಡಳು.

ಟೆಲಿಫೋನ್ ಉಪಯೋಗಿಸಲಾಗದೆ ಕನ್ಫ್ಯೂಸ್ ಆಗಿದ್ದ ಅವನು ಹಿಂದೆ ತಿರುಗಿ ನೋಡಿ ಬೆದರಿದ. ಬೆದರಿದ್ದ ಅವನ ಕೈಲಿದ್ದ ಫೋನಿನ ರಿಸೀವರ್ ನೆಲಕ್ಕೆ ಬಿತ್ತು!

"ಏನ್ ಮಾಡ್ತಿದ್ದೀಯಾ?"

ಗಡುಸಾಗಿ ಕೇಳಿದಳು ಚಿತ್ರ.

"ಯಾರಿಗೋ ಫೋನ್ ಮಾಡಬೇಕಿತ್ತು?"

"ಯಾರಿಗೆ?"

ಅವನು ಮಂಕನಂತೆ ಮಾತಿಗೆ ಒದ್ದಾಡಿದ.

"ಎರಡು ದಿವಸದಿಂದ ನೀರು ಸರಿಯಾಗಿ ಬರ್ತಿಲ್ಲ ಅದಕ್ಕೆ ಕಂಪ್ಲೇಂಟ್ ಮಾಡ್ತಿದ್ದೆ.."

ತೊದಲುತ್ತಾ ಹೇಳಿದ.

"ನೆಲಕ್ಕೆ ಬಿದ್ದಿರೋ ಟೆಲಿಫೋನ್ ಸರಿಯಾಗಿಟ್ಟು, ಒಳಗೆ ಹೋಗಿ ಟೀ ಮಾಡ್ಕೊಂಡು ಬಾ. ಬರ್ತಾ ನಿನ್ನ ಜೊತೆಯವನನ್ನೂ ಕರ್ಕೊಂಡು ಬಾ. ನಾನು ರೂಮಲ್ಲಿ ಇರ್ತೀನಿ"

"ಸರಿ ಮೇಮ್ ಸಾಬ್"

ಅವನು ಅಸ್ತವ್ಯಸ್ತವಾಗಿ ಕೆಳಗೆ ಬಾಗಿ ರಿಸೀವರನ್ನು ಕೈಗೆತ್ತಿಕೊಂಡು ಸ್ವಸ್ಥಾನದಲಿಟ್ಟು, ಭಯದಿಂದ ಕಿಚನ್ ಕಡೆಗೆ ಹೊರಟ.

ಚಿತ್ರ ಹತ್ತಿರದ ವಾಷ್ ಬೇಸಿನ್ನಿನ ನಲ್ಲಿ ತಿರುಗಿಸಿದಳು. ನೀರು ಹರಿಯುತ್ತಿತ್ತು. ಟ್ಯಾಂಕಿನಲ್ಲಿ ಯಥೇಚ್ಛ ನೀರಿರುವಂತೆ ಇತ್ತು!

ಅಂದರೆ ಅವನು ಹೇಳಿದ್ದು ಸುಳ್ಳು! ಅವನು ಫೋನ್ ಮಾಡೋಕೆ ಪ್ರಯತ್ನ ಮಾಡ್ತಾ ಇದ್ದಿದ್ದು ಟೈಗರ್ಗೆ ಇರಬೇಕು!

35

ಇನ್ನು ಈ ಮಾತ್ರೆಯನ್ನು ಅವರಿಬ್ಬರೂ ಸೇವಿಸುವಂತೆ ಮಾಡಬೇಕು! ಹೇಗೆ ಮಾಡಲಿ? ವಿವೇಕನನ್ನೇ ಕೇಳಲೇ?

ಚಿತ್ರ ವಾಪಸ್ ರೂಮಿಗೆ ಬಂದಾಗ ವಿವೇಕ್ ಇರಲಿಲ್ಲ. ಅಟ್ಯಾಚ್ಡ್ ಬಾತ್ರೂಮ್ ಬಾಗಿಲು ತೆರೆದಿತ್ತು!

"ವಿವೇಕ್...?"

ಚಿತ್ರ ಕೂಗಿದಳು.

"ಒಳಗಿದ್ದೀನಿ ಬಾ"

ದನಿ ಬಂತು! ಚಿತ್ರ ಬಾತ್ರೂಮಿಗೆ ಬಂದಾಗ ವಿವೇಕ್ ಕನ್ನಡಿಯ ಎದುರು ಮೇಕಪ್ ಬಾಕ್ಸ್ ತೆರೆದಿದ್ದ. ವಸ್ತುಗಳು ಈಚೆ ಹರಡಿದ್ದವು.

ಮೇಕಪ್ ಸಾಮಾನುಗಳನ್ನು ನೋಡಿ ಚಿತ್ರಗೆ ಅಚ್ಚರಿ!

"ಏನು ಮಾಡ್ತಾ ಇದ್ದೀರಿ?"

"ಸ್ವಲ್ಪ ಹೊತ್ತಿಗೆ ನಿನಗೇ ತಿಳಿಯುತ್ತೆ, ಆ ಮಾತ್ರೆಗಳು?"

"ನಿಮ್ಮ ಮಾತು ನಿಜವಾಗಿತ್ತು"

"ಯಾವ ಮಾತು?"

"ಈ ಮನೆಯಲ್ಲಿರೋ ಇಬ್ಬರು ಕೆಲಸದವರು ಟೈಗರ್ ಕಡೆಯವರು"

"ಈಗ ನಿನಗೆ ನಂಬಿಕೆ ಬಂತೆ? ಮಾತ್ರೆ ವಿಷಯ?"

"ಅದನ್ನ ಹೇಗೆ ಹಾಕಬೇಕು ಗೊತ್ತಾಗಿಲ್ಲ ರೂಮಿಗೆ ಟೀ ತರೋದಿಕ್ಕೆ ಹೇಳಿ ಬಂದೆ"

ತಪ್ಪೊಪ್ಪಿಕೊಳ್ಳುವಂತೆ ಚಿತ್ರ ಹೇಳಿದಳು.

"ಅವರಿಬ್ಬರು ಬರಲಿ, ಆಮೇಲೆ ನೋಡೋಣ. ನಡಿ, ರೂಮಲ್ಲಿ ಕೂತಿರೋಣ"

ಹತ್ತು ನಿಮಿಷಗಳಲ್ಲಿ ಬಾಗಿಲು ತಟ್ಟಿದ ಶಬ್ದ.

"ಕಮಿನ್"

ವಿವೇಕ್ ಹೇಳಿ, ಮುಖದ ಮುಂದೆ ಪೇಪರ್ ಹಿಡಿದುಕೊಂಡ.

ಮೆಲ್ಲನೆ ಬಾಗಿಲು ತೆರೆಯಿತು. ಒಬ್ಬ ಕೈಯಲ್ಲಿ ಟ್ರೇ ಹಿಡಿದು ಒಳಗೆ ಬಂದ ಇನ್ನೊಬ್ಬ ಅವನ ಪಕ್ಕದಲ್ಲಿ ನಿಂತ ಟೀಪಾಯ್ ಮೇಲೆ ಟ್ರೇ ಇಟ್ಟು ಕಪ್ಪುಗಳಿಗೆ ಟೀಪಾಟಿನಿಂದ ಟೀ ತುಂಬಿಸಿದ.

"ಚಿತ್ರ?"

ವಿವೇಕ್ ಅವಳಿಗೆ ನೆನಪು ಮಾಡಿದ.

ಚಿತ್ರ ಎದ್ದು ಆ ಕಪ್ಪುಗಳಿಗೆ ಮಾತ್ರೆಗಳನ್ನು ಹಾಕಿದಳು. ಅದೂ ಅವರಿಬ್ಬರ ಕಣ್ಣುಗಳ ಮುಂದೆಯೇ! ಅವರಿಬ್ಬರೂ ಪರಸ್ಪರ ಮುಖ ನೋಡಿಕೊಂಡರು! ಮುಖದಲ್ಲಿ ಆಶ್ಚರ್ಯವಿತ್ತು.... ಚಿತ್ರ ರೂಮಿನ ಬಾಗಿಲು ಮುಚ್ಚಿದಳು!"

"ಇಲ್ನೋಡಿ?"

ವಿವೇಕ್ ಅವರಿಬ್ಬರ ಗಮನ ಸೆಳೆದ.

ಅವರಿಬ್ಬರೂ ವಿವೇಕನ ಕಡೆ ನೋಡಿದರು.

ವಿವೇಕ ಓದುತ್ತಿದ್ದಂತೆ ನಟಿಸುತ್ತಿದ್ದ ಪೇಪರ್ ಕೆಳಗಿಳಿಸಿದ.

ಕುರ್ಚಿಯ ಎರಡು ಪಕ್ಕಗಳಲ್ಲಿದ್ದ ಗನ್ನುಗಳನ್ನು ಕೈಯಲ್ಲಿ ಹಿಡಿದು ಅವರಿಬ್ಬರತ್ತ ಗುರಿ ಮಾಡಿದ!

"ಸಾಬ್ ಇದೇನಿದು...?"

ಅವರಿಬ್ಬರೂ ದಿಗ್ಭ್ರಮೆಯಿಂದ ನಡುಗತೊಡಗಿದ್ದರು.

"ಅಲ್ಲಷ್ಟೇ ಇಲ್ಲ ಇಲ್ಲಿ ನೋಡಿ"

ಅವರಿಬ್ಬರೂ ಚಿತ್ರಳ ಕಡೆ ನೋಡಿದರು.

ಅವಳ ಎರಡೂ ಕೈಗಳಲ್ಲೂ ಪಿಸ್ತೂಲುಗಳಿದ್ದವು!

"ನೀವು ಯಾರು ಅಂತ ನನಗೆ ಗೊತ್ತಿದೆ ನಕರಾ ಮಾಡದೆ ಟೀ ಕುಡಿಯಿರಿ"

ವಿವೇಕ್ ಗಂಭೀರವಾಗಿ ಹೇಳಿದ.

"ನಾವೇನ್ ಮಾಡ್ತಿದ್ದೀವಿ ಅಂತ?"

"ನೀವೇನು ಮಾಡೇ ಇಲ್ಲವೇ? ಸುಮ್ನೆ ಟೀ ಕುಡೀರಿ! ಕುಡಿದರೆ ನಿದ್ದೆ ಮಾಡುತ್ತೀರಿ...ಕುಡಿಯೋದಿಲ್ಲ ಅಂದ್ರೆ ಈ ಗನ್ನಿಂದ ಶೂಟ್ ಮಾಡ್ತೀವಿ... ಇಬ್ರೂ ಸಾಯ್ತೀರಿ, ಹೇಳಿ ನಿಮಗೆ ಬದುಕು ಬೇಕೋ..? ಸಾವು ಬೇಕೋ..?"

ಅವರಿಬ್ಬರೂ ದೃಷ್ಟಿ ಬದಲಾಯಿಸಿಕೊಂಡು ಟೀ ಕಪ್ಪುಗಳನ್ನು ಕೈಗೆ ತೆಗೆದುಕೊಂಡರು.

"ವಾಂತಿ ಏನಾದರೂ ಮಾಡೋದಕ್ಕೆ ಪ್ರಯತ್ನಪಟ್ಟರೆ ಗುಂಡು ಹಾರಿಸ್ತೀನಿ! ಬಂಗ್ಲೆ ಆಚೆ ಪೊಲೀಸ್ನವರು ಇದ್ದಾರೆ ಹುಷಾರ್!"

ತಪ್ಪಿಸಿಕೊಳ್ಳಲು ಬೇರೆ ಮಾರ್ಗವಿಲ್ಲ ಎನ್ನುವುದು ಅರಿವಾಗಿ ಅವರು ಟೀ ಕುಡಿದರು. ನಂತರ ವಿವೇಕನ ಮುಖ ನೋಡುತ್ತಾ ನಿಂತರು! ಕೆಲ ನಿಮಿಷಗಳಲ್ಲೇ ನಿದ್ರೆ ಒತ್ತರಿಸಿಬಂದು ಅವರಿಬ್ಬರೂ ನೆಲಕ್ಕೆ ಕುಸಿದರು.

“ಚಿತ್ರ ಬೇಗ ಹಗ್ಗ ತೆಗೆದುಕೊಂಡ ಬಾ"

ಚಿತ್ರ ಚುರುಕಾಗಿ ಹೋಗಿ ಹಗ್ಗ ತಂದಳು. ಇಬ್ಬರೂ ಬೇಗ ಬೇಗನೆ ಅವರಿಬ್ಬರ ಕೈ ಮತ್ತು ಕಾಲಗಳನ್ನು ಕಟ್ಟಿಹಾಕಿ ನೆಲದ ಮೇಲೆ ಉರುಳಿಸಿದರು.

ನಂತರ ಇಬ್ಬರು ಮೇಕಪ್ ಮಾಡಿಕೊಳ್ಳ ತೊಡಗಿದರು ಚಿತ್ರ ಸ್ವಲ್ಪ ಸ್ವಲ್ಪವಾಗಿ ಟೈಗರ್ ನ ಕಥೆಯನ್ನು ಬಿಡಿಸಿ ಬಿಡಿಸಿ ಹೇಳತೊಡಗಿದಳು?

ಮುಂಬೈಯಿಂದ ಶಿಮ್ಲಾಗೆ ಹೊರಡುವ ಇಂಡಿಗೋ ವಿಮಾನ ಇನ್ನೇನು ನೆಲ ಬಿಟ್ಟು ಆಕಾಶಕ್ಕೆ ಹಾರುವುದರಲ್ಲಿತ್ತು.

ವಿಮಾನದಲ್ಲಿ ಕುಳಿತಿದ್ದ ಟೈಗರ್ ಡಾ. ಬ್ಯಾನರ್ಜಿ ಮತ್ತು ಕಟುಕ ಎಂದು ಹೆಸರು ಪಡೆದಿದ್ದ ಫಾರೂಕ್ ಕುಳಿತಿದ್ದರು.

ಟೈಗರ್ ಪದೇ ಪದೇ ಹಿಂದೆ ತಿರುಗಿ ನೋಡುತ್ತಿದ್ದ ಅದೇ ಫ್ಲೈಟಿಗೆ ಬರಬೇಕಾಗಿದ್ದ ಚಿತ್ರ ಮತ್ತು ವಿವೇಕರ ದಾರಿ ಕಾಯುತ್ತಿದ್ದ.

ಅವರ ಮಾಹಿತಿ ಪ್ರಕಾರ ಚಿತ್ರ ಮತ್ತು ವಿವೇಕ್ ಇದೆ ಫ್ಲೈಟ್ ನಲ್ಲಿ ಬರುವವರಿದ್ದರು.

ಅವರ ಜೊತೆಯಲ್ಲೇ ಶಿಮ್ಲಾಗೆ ಹಾರಿ, ಅವರು ತಂಗಲಿದ್ದ ಹೋಟೆಲಿನಲ್ಲೇ ಈ ಮೂವರು ವಾಸ್ತವ್ಯ ಹೊಡಿ ಸಮಯ ನೋಡಿಕೊಂಡು ವಿವೇಕನನ್ನು ತಮ್ಮ ವಶಕ್ಕೆ ತೆಗೆದುಕೊಂಡು ಡಾಕ್ಟರ್ ಬ್ಯಾನರ್ಜಿಯ ಇಂಜೆಕ್ಷನ್ನುಗಳಿಂದ ಅವನ ಸ್ಮರಣೆಗೆ ತೆರೆ ಎಳೆಯುವ ಸಿದ್ಧತೆಗಳನ್ನು ಮಾಡಿಕೊಂಡಿದ್ದರು.

ಟೈಗರ್ಗೆ ತುಂಬ ಆತಂಕವಾಗಿತ್ತು.

ಇಲ್ಲಿಯವರೆಗೂ ಚಿತ್ರ ಮತ್ತು ವಿವೇಕ್ ವಿಮಾನ ಹತ್ತಿರಲಿಲ್ಲ! ವಿಮಾನ ಟೇಕ್ ಆಫ್ ಆಗುವ ಹಂತಕ್ಕೆ ಬಂದಿತ್ತು. ಗಗನಸಖಿಯರು ವಿಮಾನದ ಬಾಗಿಲನ್ನು ಮುಚ್ಚುತ್ತಿದ್ದಂತೆ ಟೈಗರ್ ಆತಂಕದಿಂದ ಏಳಲು ಪ್ರಯತ್ನಿಸಿದ.

"ನೋ ಸರ್, ನೀವೀಗ ಸೀಟಿನಿಂದ ಏಳಕೂಡದು! ವಿಮಾನ ರನ್ವೇನಲ್ಲಿ ತುಂಬಾ ವೇಗದಲ್ಲಿ ಓಡುತ್ತದೆ. ಆ ಸಮಯದಲ್ಲಿ ನಿಮಗೆ ಬ್ಯಾಲೆನ್ಸ್ ಸಿಗುವುದಿಲ್ಲ. ದಯವಿಟ್ಟು ಕೂರಿ"

ಎಂದು ಆಕೆ ಹೇಳುತ್ತಿದ್ದಂತೆ ವಿಮಾನದ ಇಂಜಿನಿಗಳು ಬಾರಿ ಶಬ್ದದ ಅಲೆಯನ್ನು ಸೃಷ್ಟಿಸಿದವು.

ಅತೀವ ಶಬ್ಧ ಮಾಡುತ್ತಾ ವಿಮಾನ ರನ್ವೇನಲ್ಲಿ ವೇಗವಾಗಿ ಓಡುತ್ತಿತ್ತು!

"ಸ್ಟಾಪ್! ಸ್ಟಾಪ್!"

ಟೈಗರ್ ಗಟ್ಟಿಯಾಗಿ ಕೂಗತೊಡಗಿದ್ದ.

ಅವನ ಆ ಕೂಗು ಇಂಜಿನ್ನಿನ ಶಬ್ದದಲ್ಲಿ ಕರಗಿ ಹೋಗಿತ್ತು!

ಎಲ್ಲರನ್ನೂ ಹೆದರಿಸುತ್ತಿದ್ದ ಟೈಗರ್ನ ಮುಖದಲ್ಲಿ ಭಯ ಕಾಣಿಸಿತು! ಅವನ ಹಣೆ ಸಣ್ಣಗೆ ಬೆವರಿತು.

"ಏನಾಯ್ತು? ಯಾಕೆ ಹಾಗೆ ಕಿರುಚುತ್ತಾ ಇದ್ದೀಯಾ?"

ಪಕ್ಕದಲ್ಲಿ ಕುಳಿತಿದ್ದ ಫಾರೂಕ್ ಟೈಗರ್ ಭುಜ ಹಿಡಿದು ಸೀಟಿನಲ್ಲಿ ಕೂರುವಂತೆ ಅದುಮಿ ಹಿಡಿದಿದ್ದ.

"ಅವರು... ಅವರು.... ಈ ಫ್ಲೈಟ್ ಗೆ ಬಂದಿಲ್ಲ!"

ಟೈಗರ್ ಬಡಬಡಸಿದ.

"ಹಾಗಾದ್ರೆ ಏನು ಮಾಡೋದು ಈಗ?"

"ಈ ಫ್ಲೈಟು ಸ್ಟಾಪ್ ಮಾಡಿಸಲೇಬೇಕು! ನಾವು ಶಿಮ್ಲಾಗೆ ಹೋಗ್ಬಾರ್ದು... ಚಿತ್ರ ಮತ್ತು ವಿವೇಕ್ ನಮಗೆ ಚಳ್ಳೆಹಣ್ಣು ತಿನ್ನಿಸಿದ್ದಾರೆ! ಪ್ಲಾನೆಲ್ಲ ಅಪ್ಸೆಟ್ ಆಗಿದೆ.."

ವಿಮಾನ ನೆಲ ಬಿಟ್ಟು ಚಿಮ್ಮಿ ಆಕಾಶಕ್ಕೆ ನೆಗೆಯಿತು.

ಟೈಗರ್ ಹತಾಶನಾಗಿ ಸೀಟಿನಲ್ಲಿ ಕುಸಿದ!

ಇಲ್ಲ, ಈಗ ಪರಿಸ್ಥಿತಿ ಮೊದಲಿನಂತೆ ಇಲ್ಲ. ಚಿತ್ರ ಏನೋ ಹುನ್ನಾರ ನಡೆಸುತ್ತಿದ್ದಾಳೆ. ವಿವೇಕನ ಮನಸ್ಥಿತಿಯಲ್ಲಿ ತುಂಬಾ ಬದಲಾವಣೆ ಆಗಿದೆಯಂತೆ, ಅದನ್ನು ಜಾಕ್ ಹೇಳುತ್ತಿದ್ದ. ಕೊನೆ ನಿಮಿಷದಲ್ಲಿ ಶಿಮ್ಲಾ ಪ್ಲಾನ್ ಬದಲಾಗಿದೆ! ಅದಕ್ಕೆ ಯಾರು ಕಾರಣ? ಈಗ ಶಿಮ್ಲಾಕ್ಕೆ ವಿವೇಕ್ ಮತ್ತು ಚಿತ್ರ ಹೋಗುತ್ತಿದ್ದಾರೆಯೇ ಇಲ್ಲವೇ?

ತನಗೇಕೆ ಈವರೆಗೆ ಯಾವುದು ಮಾಹಿತಿ ಬಂದಿಲ್ಲ? ನನ್ನ ಜನ ಏನು ಮಾಡುತ್ತಿದ್ದಾರೆ? ಇತ್ತೀಚಿಗೆ ನನ್ನ ಜನ ಎಲ್ಲಾ ಅಸಡ್ಡೆ ತೋರಿಸ್ತಾ ಇದ್ದಾರೆ! ಮತ್ತೆ ನನ್ನ ಸಾಮ್ರಾಜ್ಯದಲ್ಲಿ ಭಯ ಹುಟ್ಟಿಸಬೇಕು! ಒಂದಿಬ್ಬರು ತಲೆಗಳನ್ನು ತೆಗೆಯಬೇಕು! ಇಲ್ಲಿದಿದ್ದರೆ ಭಯ ಹುಟ್ಟುವುದಿಲ್ಲ! ಭಯ ಹುಟ್ಟಿಸದಿದ್ದರೆ ಈ ಜನ ಮಾತು ಕೇಳುವುದಿಲ್ಲ.

ಹಾರುತ್ತಿರುವ ವಿಮಾನವನ್ನು ನಿಲ್ಲಿಸಲು ಸಾಧ್ಯವಿಲ್ಲ. ಮತ್ತೆ ಪರ್ಯಾಯವಾಗಿ ಏನು ಮಾಡುವುದು? ವಿಮಾನ ಶಿಮ್ಲಾ ತಲುಪುವುದು ಗ್ಯಾರಂಟಿ. ಅಲ್ಲಿಯ ಪರಿಸ್ಥಿತಿ ನೋಡಿಕೊಂಡು, ವಿವೇಕ್ ಮತ್ತು ಚಿತ್ರ ಶಿಮ್ಲಾಗೆ ಬಂದಿದ್ದರೆ ತನ್ನ ಕೆಲಸ ಸುಸೂತ್ರ.

ಇನ್ನುಳಿದ ಮಾಹಿತಿ ಎಂದರೆ ಅವರು ತಂಗುವ ಹೋಟೆಲಿನ ಹೆಸರು. ಶಿಮ್ಲಾದಲ್ಲಿ ಮೂರು ದಿನ ಶೂಟಿಂಗ್ ನಡೆಯುವ ಯೋಜನೆ ಇದೆ. ಆ ಮೂರು ದಿನಗಳಲ್ಲಿ ಒಂದು ದಿನ ಎರಡು ಗಂಟೆ ಸಮಯ ಸಿಕ್ಕರೆ ಸಾಕು, ವಿವೇಕನ ಹೊಸ ಬೆಳವಣಿಗೆಗೆ ಬ್ರೇಕ್ ಹಾಕಿ ಮಾಮೂಲಿನ ಹಾಗೆ ಮಾಡಲು ಸಾಧ್ಯ!

ವಿಮಾನ ಸಾಕಷ್ಟು ಎತ್ತರ ಏರಿದ ಮೇಲೆ ಸಮಸ್ಥಿತಿಗೆ ಬಂತು. ವಿಮಾನದ ಪ್ರಯಾಣಿಕರಲ್ಲ ಸೀಟ್ ಬೆಲ್ಟ್ ತೆಗೆದು ಕುರ್ಚಿಗಳಲ್ಲಿ ಆರಾಮವಾಗಿ ಮೈಚೆಲ್ಲಿದರು. ಗಗನಸಖಿಯರು ವೆಲ್ಕಮ್ ಪಾನೀಯವನ್ನು ಎಲ್ಲರಿಗೂ ವಿತರಿಸತೊಡಗಿದರು.

ಪೈಲೆಟ್ ಕ್ಯಾಬಿನ್ನಿನಿಂದ ಕ್ಯಾಪ್ಟನ್ ಒಬ್ಬ ಈಚೆ ಬಂದು ನೇರ ಟೈಗರ್ನತ್ತ ಬಂದ.

"ವಿಮಾನ ಟೆಕ್ ಆಫ್ ಸಮಯದಲ್ಲಿ ನೀವು ಗಲಾಟೆ ಮಾಡ್ತಿದ್ರಿ. ಈ ತರಾ ನಡತೆ ವಿಮಾನದಲ್ಲಿ ನಿಷಿದ್ಧ... ಪ್ಲೀಸ್ ಬಿಹೇವ್ ಯುವರ್ ಸೆಲ್ಫ್"

ಆತ ಟೈಗರ್ನ ಉದ್ದೇಶಿಸಿ ಹೇಳಿದ.

ಟೈಗರ್ ನಖಶಿಕಾಂತ ಉರಿದು ಹೋದ!

"ನೀನು ಯಾರೊಂದಿಗೆ ಮಾತಾಡುತ್ತಿದ್ದೀಯಾ ಗೊತ್ತಿದೆಯೆ?"

"ನೀನು ಯಾರಾದರೆ ನನಗೇನು? ನೀನೊಬ್ಬ ಪ್ರಯಾಣಿಕ ಅಷ್ಟೇ... ಬೇರೆ ಏನೇ ನಿನ್ನ ಬಿರುದು ಭಾವಲಿಗಳಿದ್ದರೂ ಅದನ್ನು ತಿಳಿಯುವ ಅವಶ್ಯಕತೆ ಇಲ್ಲ. ಇದು ಮೊದಲನೆ ಎಚ್ಚರಿಕೆ! ಇದಕ್ಕೂ ಮೀರಿ ನಿಮ್ಮ ವರ್ತನೆ ಸರಿ ಇಲ್ಲದಿದ್ದರೆ ಶಿಮ್ಲಾದಲ್ಲಿ ಇಳಿದ ತಕ್ಷಣ ಪೋಲಿಸಿಗೆ ಹಸ್ತಾಂತರಿಸಲಾಗುವುದು"

ಟೈಗರ್ಗೆ ಮೊದಲ ಬಾರಿಗೆ ಆ ಕ್ಯಾಪ್ಟನ್ ಮಾತುಗಳು ಭಯ ಹುಟ್ಟಿಸಿದವು.

ಹಾಗೇನಾದರೂ ಆಗಿಬಿಟ್ಟರೆ? ಪೊಲೀಸ್ ತನ್ನ ಇತಿಹಾಸವನ್ನು ಅಲ್ಲ ಬಗೆದು ಹಾಕುತ್ತಾರೆ! ತನ್ನ ಎಲ್ಲಾ ಅಪರಾಧ ಕೃತ್ಯಗಳಿಗೆ ಜೀವಾವಧಿ ಶಿಕ್ಷೆ ಆಗಿಬಿಡುತ್ತದೆ! ಅದಕ್ಕೂ ಮೀರಿ ಮರಣದಂಡನೆ ಕೂಡ ಆಗಬಹುದು!

ಕ್ಯಾಪ್ಟನ್ ಮಾತಿಗೆ ಟೈಗರ್ ಮೌನವಾಗಿ ಗುರ್ರೆಂದು ನೋಡಿದ.

"ನಿಮಗೆ ಅರ್ಥವಾಗಿದೆ ಎಂದು ಭಾವಿಸುವೆ"

ಎಂದು ಹೇಳಿದ ಕ್ಯಾಪ್ಟನ್ ಕ್ಯಾಬಿನ್ನಿಗೆ ಹಿಂತಿರುಗಿದ.

ಟೈಗರ್ ಕೈಕೈ ಹಿಸುಕಿಕೊಂಡ.

"ನೀನು ಹೂ..ಎಂದಿದ್ದಾರೆ ಕ್ಯಾಪ್ಟನ್ ಟೈ ಹಿಡಿದು ಎಳೆದು ಕಪಾಲಕ್ಕೆ ನಾಲ್ಕು ಬಾರಿಸುತ್ತಿದ್ದೆ"

ಫಾರೂಕ್ ಹೇಳಿದ.

36

"ನಮಗಿನ್ನೂ ಬಹಳ ಸಮಯ ಇದೆ. ನಮ್ಮ ಕಾರ್ಯಾಚರಣೆ ಇಷ್ಟು ಬೇಗನೆ ಶುರುವಾಗುವುದಿಲ್ಲ. ಅದಕ್ಕೂ ಮುಂಚೆ ನೀನು ಕಳೆದೈದು ವರ್ಷಗಳಲ್ಲಿ ನನ್ನ ಜೀವನದಲ್ಲಿ ಏನೇನು ನಡೆಯಿತು ಎಲ್ಲವನ್ನು ಒಂದಿಂಚೂ ಬಿಡದೆ ಹೇಳಬೇಕು"

ವಿವೇಕನ ಮಾತಿಗೆ ಚಿತ್ರ ಅಪ್ರತಿಭಳಾಗಿದ್ದಳು.

ಎಲ್ಲ ಹೇಳಿದರೂ ಅಪಾಯ ಹೇಳದಿದ್ದರೂ ಅಪಾಯ... ಅತ್ತ ದರಿ ಇತ್ತ ಹುಲಿ ಎನ್ನುವಂತಾಗಿತ್ತು ಚಿತ್ರಾಳ ಸ್ಥಿತಿ!

ಕಳೆದ ಐದು ವರ್ಷಗಳಲ್ಲಿ ಅವನ ವೈಯುಕ್ತಿಕ ಜೀವನದಲ್ಲಿ ತಾನೆಷ್ಟು ಹಸ್ತಕ್ಷೇಪ ಮಾಡಿದ್ದೇನೆ ಎನ್ನುವುದು ತಿಳಿದರೆ ಆತ ತನ್ನನ್ನು ಜೀವಂತ ಉಳಿಸುವನೆ? ಅದು ಹೇಳಿದ ಮೇಲೂ ತನ್ನನ್ನು ಒಪ್ಪುವನೆ? ತನ್ನ ಬದುಕನ್ನೇ ಹೈಜಾಕ್ ಮಾಡಿದ ರಾಕ್ಷಸಿ ಎಂದು ನಿಂದಿಸುವುದಿಲ್ಲವೆ?

'ಓ...ದೇವರೇ ನನ್ನನ್ನು ರಕ್ಷಿಸು..ಈ ಸಂದಿಗ್ಧದಿಂದ ಪಾರು ಮಾಡು...'

ದೇವರಿಗೆ ಮೊರೆಯಿಟ್ಟು ಭಯದಿಂದ ವಿವೇಕನ ಮುಖ ನೋಡಿದಳು!

ಅವನ ಮುಖದಲ್ಲೀಗ ಕಾಠಿಣ್ಯತೆ ಇರಲಿಲ್ಲ. ಎಲ್ಲ ಹೇಳಿಬಿಡಲೆ? ಆದರೂ...ಆದರೂ...ಯೋಚಿಸುತ್ತಿದ್ದಳು ಚಿತ್ರ.

"ಯಾಕೆ? ಏನಾಯ್ತು ಇದ್ದಕ್ಕಿದ್ದಂತೆ ಮೌನಿಯಾದೆಯಲ್ಲ?"

ವಿವೇಕ್ ಮತ್ತೆ ಕೇಳಿದ.

"ಎಲ್ಲಾ ಹೇಳುವುದಕ್ಕೆ ಮುಂಚೆ ನನ್ನ ಕೆಲವು ಮಾತು ಮನಸ್ಸು ತೆರೆದು ಕೇಳಿಸಿಕೋ... ಯಾವುದೇ ಪೂರ್ವಗ್ರಹವಿಲ್ಲದೆ ಯೋಚಿಸು! ಈಗ, ನಾವಿರುವ ಸ್ಥಿತಿಯಲ್ಲಿ ನಿನಗೇಕೆ ಸಮಾಧಾನವಿಲ್ಲ? ಐಷಾರಾಮಿ ಜೀವನ ನಮ್ಮದು. ಚಲನಚಿತ್ರದ ಲೋಕದ ಅನಭಿಷಿಕ್ತ ದೊರೆ ನೀನು! ಕಾರುಗಳು ಬಂಗಲೆಗಳು ಎಲ್ಲಾ ಇವೆ! ಮೇಲಾಗಿ ನಿನ್ನನ್ನು ಆರಾಧಿಸುವ ಲಕ್ಷಾಂತರ ಜನರು ನಿನ್ನನ್ನು ಜೀವನದ ಸುಖ ದುಃಖಗಳಿಗೆ ಸ್ಪಂದಿಸಿದ್ದಾರೆ! ನಿನ್ನ ಜೊತೆ ನಾನು ನಿನ್ನೆಲ್ಲಾ

ಸ್ಥಿತಿಗಳಲ್ಲೂ ಸಮಭಾಗಿಯಾಗಿದ್ದೇನೆ. ಇಷ್ಟಕ್ಕೂ ಮೀರಿ ಬೇರೇನೂ ಬೇಕು ನಿನಗೆ? ನಾನು ಯಾರು ಎಂದು ಶೋಧಿಸಲು ಏಕೆ ಹಪಹಪಿಸುತ್ತಿದ್ದೀಯ? ಈಗಿರುವುದನ್ನ ಒಪ್ಪಿ ನೆಮ್ಮದಿಯಾಗಿರಬಹುದು! ನಿನ್ನ ಮನಸ್ಸೇಕೆ ಇದನ್ನು ಒಪ್ಪುತ್ತಿಲ್ಲ! ಇದಕ್ಕಿಂತಲೂ ಉತ್ತಮವಾದ ಬದುಕು ನಿನಗೆ ಸಿಗಲು ಸಾಧ್ಯವಿಲ್ಲ! ಯೋಚಿಸು, ಚೆನ್ನಾಗಿ ಯೋಚಿಸು!! ಆತುರದಲ್ಲಿ ಇದನ್ನು ತಿರಸ್ಕರಿಸಿದರೆ ಮತ್ತೆ ಇಂತಾ ಬದುಕು ನಿನಗೆ ಸಿಗುವುದಿಲ್ಲ"

ಮಾತುಗಳನ್ನು ಎಚ್ಚರಿಕೆಯಿಂದ ತೂಕ ಮಾಡಿ ಆಡುತ್ತಿದ್ದಳು ಚಿತ್ರ!

"ನಿನ್ನ ಯೋಚನೆ ಒಬ್ಬ ಸಾಮಾನ್ಯ ಮನುಷ್ಯನಿಗೆ ಸರಿ ಅನ್ನಿಸೀತು! ಆದರೆ ನಾನು ಅಂಥವನಲ್ಲ...ನಾನು ಬೇರೆ ಪಾತ್ರದಲ್ಲಿ ಕೆಲವು ಕಾಲ ರಂಗದ ಮೇಲೆ ಸ್ವಲ್ಪ ಸಮಯ ಇರಬಲ್ಲೆ! ಆದರೆ ಇಡೀ ಜೀವನ ಆ ಪಾತ್ರವೇ ನಾನಾಗಲಾರೆ! ನನಗೆ ಸ್ವಾತಂತ್ರ ಬೇಕು... ನನಗೆ ಅಭಿವ್ಯಕ್ತಿ ಸ್ವಾತಂತ್ರ್ಯ ಬೇಕು! ನನ್ನ ವಿಚಾರಗಳನ್ನು, ನನ್ನ ಕಲೆಯನ್ನು, ನನಗೆ ಬೇಕಾದ ರೀತಿಯಲ್ಲಿ ಅಭಿವ್ಯಕ್ತಿಸಲು ಅವಕಾಶ ಬೇಕು! ಹೀಗೆ ಯಾರದೋ ನಿಯಂತ್ರಣದಲ್ಲಿದ್ದು, ಯಾವುದೋ ಪಾತ್ರವನ್ನು ವಹಿಸುತ್ತಾ ಯಾರ ಹಾಗೋ ಬದುಕಲು ನನ್ನಿಂದ ಸಾಧ್ಯವೇ ಇಲ್ಲ! ಈಗ ಯಾವುದೇ ಮುಚ್ಚುಮರೆ ಇಲ್ಲದೆ ಎಲ್ಲವನ್ನೂ ನನಗೆ ಹೇಳಲೇಬೇಕು.."

"ಅದೆಲ್ಲಾ ತಿಳಿದರೆ ನಮ್ಮ ಬದುಕು ಬಿರುಗಾಳಿಗೆ ಸಿಕ್ಕಿದ ತರಗೆಲೆಯಂತೆ ಎತ್ತೆತ್ತಲೋ ಹಾರಿ ಹೋಗುತ್ತದೆ ಎನ್ನುವುದು ನಿನಗೆ ಗೊತ್ತಾಗುತ್ತಿಲ್ಲ..."

ಚಿತ್ರ ವ್ಯಾಕುಲಳಾಗಿ ಹೇಳಿದಳು.

"ಏನಾದರೂ ಚಿಂತೆ ಇಲ್ಲ... ಎಲ್ಲಕ್ಕೂ ನಾನು ಸಿದ್ಧನಾಗಿದ್ದೇನೆ! ನನ್ನ ಬದುಕು ಪ್ರಪಾತಕ್ಕೆ ಬಿದ್ದರೂ...ಸರಿ ನಾನು ಯಾರೆಂದು ತಿಳಿಯಲೇಬೇಕು, ಈ ಅಜ್ಞಾತವಾಸದಿಂದ ಮುಕ್ತಿ ಬೇಕು"

ಚಿತ್ರ ನಿಟ್ಟುಸಿರಿಟ್ಟಳು.

"ನಿನ್ನ ಕೊನೆಯ ಆಯ್ಕೆ ಅದೇ ಆದರೆ... ನಾನು ಕೂಡ ನಿನ್ನಂತೆ ಆ ಕೊಟ್ಟ ಕೊನೆಯ ಸ್ಥಿತಿಗೆ ಸಿದ್ಧಳಾಗಿಬಿಡುತ್ತೇನೆ! ಏನಾಗುವುದೋ ಆಗಲಿ....ಹಾಗಾದರೆ ಕೇಳು ಸತ್ಯ ಹೇಳುತ್ತಿದ್ದೇನೆ:

ಹಿಂದೆ ನಾನು ಎಸ್ಕೆ ಸ್ಟುಡಿಯೋದ ಮಾಲೀಕರ ಕಾರ್ಯದರ್ಶಿಯ ಕೆಲಸದಲ್ಲಿದ್ದೆ. ಅಲ್ಲಿ ಮೂಲ ವಿವೇಕನ ಸಿನಿಮಾಗಳ ಶೂಟಿಂಗ್ ನಡೆಯುತ್ತಿತ್ತು"

"ಅಂದರೇನು ಚಿತ್ರ? ಮೂಲ ವಿವೇಕನ ಸಿನಿಮಾ..? ಹಾಗಾದರೆ ನಾನು?"

"ಎಲ್ಲಾ ತಿಳಿಯುವ ಅದಮ್ಯ ಹಂಬಲ ನಿನಗಿದೆ ಅಲ್ಲವೇ? ಅದನ್ನು ಶೋಧಿಸುವ ಹಂಬಲ ನಿನಗೆ! ಅದಕ್ಕೆ ಎಲ್ಲವನ್ನು ಪೂರ್ತಿಯಾಗಿ ಕೇಳು, ಆಮೇಲೆ ನಿನ್ನ

ನಿರ್ಧಾರ ಏನಿದೆಯೋ ಅದನ್ನು ಒಪ್ಪಲು ನಾನೂ ಸಿದ್ಧಳಾಗಿದ್ದೇನೆ"

"ಹಾಗಾದರೆ... ಮುಂದುವರಿಸು"

"ವಿವೇಕನ ಶೂಟಿಂಗ್ ಸಮಯದಲ್ಲಿ ಅವನನ್ನು ನೋಡಲು ಹೋಗುತ್ತಿದ್ದೆ. ನಾನು ಸೆಕ್ರೆಟೇರಿಯಲ್ ಪ್ರಾಕ್ಟೀಸ್ ಮಾಡುತ್ತಿದ್ದ ಸಮಯದಲ್ಲೇ ಅವನ ಮೇಲೆ ಕ್ರಶ್ ಆಗಿತ್ತು! ಕನಸು ಮನಸ್ಸಿನಲ್ಲಿಯೂ ಅವನನ್ನೇ ಆರಾಧಿಸುತ್ತಿದ್ದೆ! ಅವನನ್ನು ಪಡೆಯಲು ಏನನ್ನಾದರೂ ಮಾಡಲು ಸಿದ್ಧನಿದ್ದೆ. ಆದರೆ ಒಂದು ದಿನ ಆ ಪಾಪಿ ನನ್ನ ಕೋಮಲ ಮನಸ್ಸನ್ನು ಅವನು ಬೆಂಕಿಯಲ್ಲಿ ಹಾಕಿ ಸುಟ್ಟುಬಿಟ್ಟ!"

"ಏನಾಯಿತು?"

"ಅವನು ನಟಿಸುತ್ತಿದ್ದ ಸೆಟ್ಟಿಂಗಿನಲ್ಲಿ ನಾನಿದ್ದರೆ ಅವನಿಗೆ ಡಿಸ್ಟ್ರ್ಯಾಕ್ಷನ್ ಆಗುತ್ತಿತ್ತಂತೆ! ನಟಿಸಲು ಸಾಧ್ಯವಾಗುತ್ತಿರಲಿಲ್ಲವಂತೆ! ಆದ್ದರಿಂದ ನನ್ನನ್ನು ಶೂಟಿಂಗ್ ಸಮಯದಲ್ಲಿ ಬಿಡಬಾರದು ಎಂದು ಹೇಳಿಬಿಟ್ಟಿದ್ದ! ನನಗೆಂತಾ ಆಘಾತವಾಗಿತ್ತು ಗೊತ್ತಾ? ಆ ಕ್ಷಣದಿಂದ ಅವನನ್ನು ದ್ವೇಷಿಸಲು ಪ್ರಾರಂಭಿಸಿದೆ! ಸೇಡು ತೀರಿಸಿಕೊಳ್ಳಲು ಹವಣಿಸಿದೆ. ನನ್ನನ್ನು ತಿರಸ್ಕರಿಸಿದ ಇವನನ್ನೇ ಮದುವೆಯಾಗಲು ಯೋಚನೆಗಳನ್ನು ರೂಪಿಸತೊಡಗಿದ್ದೆ. ಅದೇ ಸಮಯದಲ್ಲಿ ವಿವೇಕನ ಹೆಸರು ಅವನ ಕಾರ್ಯದರ್ಶಿಯೊಂದಿಗೆ ತುಳುಕು ಹಾಕಿಕೊಂಡಿತ್ತು. ಚಿತ್ರರಂಗದಲ್ಲಿ ಗುಲ್ಲೆದ್ದಿತ್ತು! ಅವನ ವ್ಯಕ್ತಿತ್ವಕ್ಕೆ, ಚಾರಿತ್ಯಕ್ಕೆ ಧಕ್ಕೆಯಾಗುವಂತಹ ಪರಿಸ್ಥಿತಿ ಎದುರಾಗಿತ್ತು! ನೂರಾರು ಹದಿಹರೆಯದ ಯುವತಿಯರ ಹೃದಯ ಸಾಮ್ರಾಟ ಆಗಿದ್ದವನ ಜನಪ್ರಿಯತೆ ಕುಗ್ಗಲಾರಂಭಿಸಿತ್ತು.

ಆ ಸಮಯದಲ್ಲೇ ಕೆಲವು ಪುಡಿ ರೌಡಿಗಳ ಸಹಾಯದಿಂದ ಅವಳನ್ನು ದೂರಕ್ಕೆ ಸಾಗು ಹಾಕಿದ. ಅದಕ್ಕೆ ಸಾಕಷ್ಟು ಬೆಲೆಯನ್ನೂ ತೆತ್ತ.

ವಿವೇಕನ ಈ ಕುಕೃತ್ಯಕ್ಕೆ ಕೈಜೋಡಿಸಿದ್ದವನು ಟೈಗರ್! ಒಬ್ಬ ಪುಡಿ ರೌಡಿ! ವಿವೇಕನ ಸಹಾಯದಿಂದ ದೊಡ್ಡ ರೌಡಿಯಾಗಿ ಪರಿವರ್ತನೆಗೊಂಡಿದ್ದ!

ವಿವೇಕನಿಂದ ಆಗಾಗೆ ಹಣ ಸುಲಿಯುತ್ತಿದ್ದ. ಅದು ಸಾಲದೆ ಅವನ ಮಹತ್ವ ಆಕಾಂಕ್ಷೆ ಹೆಚ್ಚಾಗಿತ್ತು. ಎಸ್ಕೆ ಸ್ಟುಡಿಯೋದಲ್ಲಿ ಅವನು ಹಲವಾರು ಸಲ ಓಡಾಡುವಾಗ ಟೈಗರ್ ನನ್ನನ್ನು ನೋಡಿದ್ದ. ನಾನು ಸ್ಟುಡಿಯೋ ಮಾಲೀಕರ ಕಾರ್ಯದರ್ಶಿ ಎನ್ನುವುದು ಅವರಿಗೆ ಗೊತ್ತಿತ್ತು.

ನನಗೆ ವಿವೇಕನ ಮೇಲೆ ಕ್ರಶ್ ಇದೆ ಎನ್ನುವ ಸುದ್ದಿ ಹೇಗೋ ತಿಳಿದುಕೊಂಡಿದ್ದ.

'ನಿನ್ನನ್ನು ವಿವೇಕನ ಕಾರ್ಯದರ್ಶಿಯಾಗಿ ಮಾಡಿಸುತ್ತೇನೆ, ಆದರೆ ಅದಕ್ಕೆ ನೀನು ಪ್ರತಿಫಲ ನೀಡಬೇಕು' ಎಂದ್ದಿದ್ದ.

ವಿವೇಕನ ಮೇಲೆ ಸೇಡು ತೀರಿಸಿಕೊಳ್ಳುವ ತೀವ್ರತೆಯಲ್ಲಿದ್ದ ನನಗೆ ಇದೊಂದು ಸುವರ್ಣ ಅವಕಾಶ ಎನಿಸಿತು. ಆದರೆ ಅಷ್ಟಕ್ಕೆ ಒಪ್ಪಲಿಲ್ಲ ನಾನು ಒಪ್ಪಿರಲಿಲ್ಲ.

'ಅವನೊಂದಿಗೆ ನನ್ನ ಮದುವೆಯಾಗಲು ಸಹಾಯ ಮಾಡುವುದಾದರೆ ಮಾತ್ರ ನಿನ್ನ ಜೊತೆ ಕೈಜೋಡಿಸುತ್ತೇನೆ' ಎಂಬ ಕಂಡೀಶನ್ ಹಾಕಿದೆ.

ಅವನಿಗೆ ಬೇರೆ ದಾರಿ ಇರಲಿಲ್ಲ-ಒಪ್ಪಿದ! ಮತ್ತೆ ಮುಂದೆ ತನ್ನ ಮಾತಿನಂತೆ ಹೆದರಿಸಿಯೋ ಬೆದರಿಸಿಯೋ ಅವನ ಜೊತೆ ಮದುವೆ ಮಾಡಿಸಲು ಸಿದ್ಧನಾಗಿದ್ದ.

ಆದರೆ ವಿವೇಕ ಯಾವುದೇ ಕಾರಣಕ್ಕೂ ನನ್ನನ್ನು ಮದುವೆಯಾಗಲು ಒಪ್ಪಿರಲಿಲ್ಲ! ಕಾರ್ಯದರ್ಶಿಯಾಗಿ ನೇಮಿಸಿಕ್ಕೊಳ್ಳಲು ಮಾತ್ರ ಒಪ್ಪಿದ್ದ.

ಅವನ ಮನ ಒಲಿಸುವಲ್ಲಿ ಬೇಸತ್ತು ಹೋಗಿದ್ದ ಟೈಗರ್ ಕೊನೆಗೆ ವಿವೇಕನನ್ನೇ ಕಿಡ್ನಾಪ್ ಮಾಡುವ ಹಾಗೂ ಶಾಶ್ವತ ಬಂಧನದಲ್ಲಿ ಇಡುವ ಯೋಜನೆ ಮಾಡಿದ. ಆದರೆ ಅದು ಅತ್ಯಂತ ಕ್ಲಿಷ್ಟ ಪರಿಸ್ಥಿತಿ ಸೃಷ್ಟಿಸುವ ಸಾಧ್ಯತೆ ಇತ್ತು. ಮೇರು ನಟ ವಿವೇಕ್ ಇದ್ದಕ್ಕಿದ್ದಂತೆ ಕಾಣೆಯಾದರೆ ಚಿತ್ರರಂಗದಲ್ಲಿ ಅಲ್ಲೋಲ ಕಲ್ಲೋಲವಾಗುತ್ತಿತ್ತು.

ಅದೇ ಸಮಯದಲ್ಲಿ ಕರ್ನಾಟಕದಿಂದ ಬಂದಿದ್ದ ಒಂದು ಪ್ರಸಿದ್ಧ ಹವ್ಯಾಸಿ ತಂಡ ಟ್ಯಾಗೋರ್ ರಂಗಮಂದಿರದಲ್ಲಿ ಶಾಕುಂತಲ ನೃತ್ಯ ನಾಟಕದ ಪ್ರದರ್ಶನ ಏರ್ಪಾಟಾಗಿತ್ತು. ದುಶ್ಯಂತನ ಪಾತ್ರಧಾರಿ ತದ್ರೂಪಿ ವಿವೇಕನಂತಿದ್ದ! ಟೈಗರ್ ರೊಟ್ಟಿ ಜಾರಿ ತುಪ್ಪಕ್ಕೆ ಬಿದ್ದಿತ್ತು!

ಮುಂದೆ ಒಂದು ಪಾರ್ಟಿಯಲ್ಲಿ ಮಿತಿಮೀರಿ ಮಧ್ಯ ಸೇವಿಸುತ್ತಿದ್ದ ಮೂಲ ವಿವೇಕನನ್ನು ಕಿಡ್ನ್ಯಾಪ್ ಮಾಡಿ ಅಜ್ಞಾತ ಸ್ಥಳದಲ್ಲಿ ಕೂಡಿ ಹಾಕಿದ ಟೈಗರ್!

ಮೂಲ ಟೈಗರ್ ನನ್ನು ಕಿಡ್ನಾಪ್ ಮಾಡಿ ಬಂಧನದಲ್ಲಿಟ್ಟು ಆ ಜಾಗದಲ್ಲಿ ರಂಗಭೂಮಿಯ ನಟನನ್ನು ಅಪಹರಿಸಿ ಬ್ರೈನ್ವಾಶ್ ಮಾಡಿ ವಿವೇಕನ ಸ್ಥಾನದಲ್ಲಿ ಕೂರಿಸುವ ಯೋಜನೆ ನನಗೆ ವಿವರಿಸಿದ.

ವಿವೇಕನ ಮೇಲಿನ ದ್ವೇಷದಿಂದ ನಾನು ಹುಚ್ಚಿಯಾಗಿದ್ದೆ! ಅವನ ಈ ಯೋಜನೆಯನ್ನು ಒಪ್ಪಿದೆ.

"ಅವನಿನ್ನೂ ಬದುಕಿರುವನೇ?"

"ಬದುಕಿದ್ದಾನೆ ಜೀವಚ್ಛವದಂತೆ"

"ಎಲ್ಲಿ?"

"ನಿನ್ನನ್ನೇ ಅಲ್ಲಿಗೆ ಕರೆದುಕೊಂಡು ಹೋಗುತ್ತೇನೆ. ಶಾಕುಂತಲ ನಾಟಕದ ಕೊನೆಯ ಪ್ರದರ್ಶನದ ದಿನ ನೀನು ಮೇಕಪ್ ಅಳಿಸುತ್ತಿದ್ದಾಗ ನಿನ್ನ ನಾಯಕಿ ನಟಿ

ಅಪರಣ ಮಾಡಿದ್ದೇನೆ ಎಂದು ಟೈಗರ್ ಚೀಟಿ ಕಳಿಸಿದ್ದ! ಆ ಚೀಟಿಯನ್ನು ನಂಬಿ ನೀನು ಥಿಯೇಟರ್ನ ಹೊರಗೆ ಅವನ ಕಾರಿನ ಬಳಿಗೆ ಬಂದೆ. ಆ ಸಮಯದಲ್ಲಿ ನಿನಗೆ ಪ್ರಜ್ಞೆ ತಪ್ಪುವಂತೆ ಮಾಡಿ ನಿನ್ನನ್ನು ಕೂಡ ಅಪಹರಿಸಿದರು.

ಡಾಕ್ಟರ್ ಬ್ಯಾನರ್ಜಿ ಎಂಬ ವಿಕೃತ ವೈದ್ಯನ ಸಹಾಯ ಪಡೆದು ವ್ಯವಸ್ಥಿತವಾಗಿ ನಿನಗೆ ಬ್ರೈನ್ ವಾಶ್ ಮಾಡಿ ಮೂಲ ವಿವೇಕನ ಸ್ಥಾನದಲ್ಲಿ ನಿನ್ನನ್ನು ಪ್ರತಿಷ್ಠಾಪಿಸಿದರು.

ಕೊಟ್ಟ ಮಾತಿನಂತೆ ಟೈಗರ್ ನಿನ್ನ ಜೊತೆ ನನ್ನ ಮದುವೆ ಮಾಡಿಸಿದ. ಅವನ ಕಾರ್ಯದರ್ಶಿಯಾಗಿಯೂ ನಾನು ಮುಂದುವರಿದೆ.

ಆದರೆ ಕ್ರಮೇಣ ಟೈಗರ್ನ ಹಣದ ಆಸೆ ಮೀತಿ ಮೀರಿತು! ನಿನ್ನ ದುಡಿಮೆಯ ಬಹುಪಾಲನ್ನು ಅವನೇ ಕಬಳಿಸುತ್ತಿದ್ದ. ಇದು ನನಗೆ ಸಹಿಸಲಾಗಲಿಲ್ಲ. ಹೇಗಾದರೂ ಅವನಿಂದ ದೂರವಾಗಬೇಕೆಂದು ಬಯಸುತ್ತಿದ್ದೆ. ಆ ಸಮಯದಲ್ಲೇ ಯಾವುದೋ ಕಾರಣಕ್ಕೆ ನಿನ್ನ ನಡವಳಿಕೆಯಲ್ಲಿ ಬದಲಾವಣೆ ಕಂಡಿತು ಹಂತಹಂತವಾಗಿ ನೀನು ನನ್ನಿಂದ ದೂರವಾದ ತೊಡಗಿದೆ. ಅಷ್ಟೇ ಅಲ್ಲದೆ, ನಿನ್ನ ಹಳೆಯ ನೆನಪುಗಳು ಮರುಕಳಿಸುತ್ತಿದ್ದವು.

ಬಹುಶಹ ನನ್ನ ಅಂದಾಜಿನಂತೆ ನಮ್ಮ ಕಾರಿಗೆ ಆ ದಿನ ಸಿಕ್ಕಿಕೊಳ್ಳಲಿದ್ದ ಯುವತಿಯೇ ಶಾಕುಂತಲ ನಾಟಕದಲ್ಲಿ ಪಾತ್ರವಹಿಸಿದ್ದ, ನಿನ್ನ ಪ್ರೇಯಸಿ! ಆಕೆಯನ್ನು ನೋಡುತ್ತಿದ್ದಂತೆ ನಿನ್ನ ನೆನಪು ಇನ್ನಷ್ಟು ಪ್ರಖರವಾಯಿತು...ಈಗ ನೀನು ಮೂಲ ವಿವೇಕ ಅಲ್ಲ ಎನ್ನುವುದು ಗೊತ್ತಾಯಿಯಲ್ಲ?"

"ಹಾಗಾದರೆ ನಾನು ಯಾರು?"

"ನೀನು ಮಾಧವ! ಕರ್ನಾಟಕದ ಪ್ರಸಿದ್ಧ ಹವ್ಯಾಸಿ ನಟ ಮತ್ತು ನೃತ್ಯಪಟು!"

"ಓ ದೇವರೇ...ಎಷ್ಟು ವರ್ಷ...? ನನ್ನ ಜೀವನದ ಅಮೂಲ್ಯವಾದ ಐದು ವರ್ಷ ನನ್ನ ಉಸಿರಿನಂತಿದ್ದ ಆಕೆಯಿಂದ ದೂರವಾಗಿ ಯಾವುದೋ ಪಾತ್ರದಲ್ಲಿ ಕಳೆದುಹೋಗಿದ್ದೆ..! ಅಮೂಲ್ಯ ಸಮಯ ಕಳೆದುಬಿಟ್ಟೆ..."

ವಿವೇಕ ಅಲ್ಲ ಮಾಧವನ ಕಣ್ಣುಗಳಲ್ಲಿ ನೀರು ಕಂಡು ಚಿತ್ರ ಗಾಬರಿಯಾದಳು!

ಮುಂದೆ ನನ್ನನ್ನು ಇವನೇನು ಮಾಡಬಹುದು? ಅವನ ಕೈಯಲ್ಲಿ ಗನ್ನುಗಳಿದ್ದವು!

ಮೆಲ್ಲನೆ ಅವನು ಬಲಗೈಯಲ್ಲಿದ್ದ ಗನ್ನನ್ನು ಚಿತ್ರಳತ್ತ ಗುರಿ ಮಾಡಿದ!!

ಚಿತ್ರಳ ಜೀವ ಬಾಯಿಗೆ ಬಂದಿತ್ತು!

37

ಶಿಮ್ಲಾ ಫ್ಲೈಟಿನಲ್ಲಿ ಟೈಗರ್ಗೆ ಮುಖಭಂಗವಾಗಿತ್ತು!

"ನಿಮಗೆ ಅರ್ಥವಾಗಿದೆ ಎಂದು ಭಾವಿಸುವೆ"

ಎಂದು ಹೇಳಿದ ಕ್ಯಾಪ್ಟನ್ ಕ್ಯಾಬಿನ್ನಿಗೆ ಹಿಂತಿರುಗಿದ.

ಟೈಗರ್ ಕೈಕೈ ಹಿಸುಕಿಕೊಂಡ.

"ಟೈಗರ್, ನೀನು ಹೂ..ಎಂದಿದ್ದಾರೆ ಕ್ಯಾಪ್ಟನ್ ಟೈ ಹಿಡಿದು ಎಳೆದು ಕಪಾಲಕ್ಕೆ ನಾಲ್ಕು ಬಾರಿಸುತ್ತಿದ್ದೆ"

ಫಾರೂಕ್ ಹೇಳಿದ.

"ಹಾಗೆಲ್ಲ ಮಾಡೋಕಾಗಲ್ಲ ಫಾರೂಕ್, ಇದು ವಿಮಾನ... ಮುಂಬೈ ಗಲ್ಲಿಗಳಲ್ಲ! ತಪ್ಪಾಗೇ ಕೂತ್ಕೋ"

ಟೈಗರ್ ಅಸಹನೆಯಿಂದ ಹೇಳಿದ.

"ಏನಾಯ್ತು ಟೈಗರ್? ಯಾಕೆ ಅಪ್ಸೆಟ್ ಆಗಿದ್ದೀಯಾ?"

ಟೈಗರ್ ಇನ್ನೊಂದು ಪಕ್ಕದಲ್ಲಿ ಕುಳಿತಿದ್ದ ಡಾ. ಬ್ಯಾನರ್ಜಿ ಕೇಳಿದರು.

"ಚಿತ್ರ ಮತ್ತು ವಿವೇಕ್ ಇದೇ ಫ್ಲೈಟಲ್ಲಿ ಬರಬೇಕಿತ್ತು, ಅವರು ಬಂದಿಲ್ಲ! ಯಾಕೆ ಬಂದಿಲ್ಲ ಅದೇ ನನ್ನ ತಲೆ ತಿಂತಾ ಇದೆ.."

"ಈಗೇನೂ ಮಾಡಕ್ಕಾಗಲ್ಲ, ಶಿಮ್ಲಾದಲ್ಲಿ ಇಳಿದ ಮೇಲೆ ಯೋಚನೆ ಮಾಡೋಣ.."

ಡಾಕ್ಟರ್ ಬ್ಯಾನರ್ಜಿ ಮಾತಿಗೆ ಟೈಗರ್ಗೆ ಸ್ವಲ್ಪ ಸಮಾಧಾನವಾಯಿತು.

ಮುಂಬೈನ ತನ್ನ ಚಮಚಾಗಳಲ್ಲಿ ಒಬ್ಬನಿಗೆ ಫೋನ್ ಮಾಡಲು ಮೊಬೈಲ್ ಈಚೆ ತೆಗೆದ ಟೈಗರ್.

"ಸಾರಿ ಸರ್, ವಿಮಾನ ಹಾರುತ್ತಿರುವಾಗ ನೀವು ಮೊಬೈಲ್ ಉಪಯೋಗಿಸುವ ಹಾಗಿಲ್ಲ. ದಯವಿಟ್ಟು ಸ್ವಿಚ್ ಆಫ್ ಮಾಡಿ"

"ಇಲ್ಲ, ಇದು ಅರ್ಜೆಂಟ್... ನಾನು ಕಾಲ್ ಮಾಡ್ಲೇಬೇಕು! ಏನ್ ಮಾಡ್ತೀಯೋ ಮಾಡ್ಕೋ ಹೋಗು?"

ಟೈಗರ್ ಗರ್ಜಿಸಿದ.

"ಏನು ಮಾಡಲ್ಲ ಸರ್, ಶಿಮ್ಲಾದಲ್ಲೆ ಇಳಿದ ತಕ್ಷಣ ಪೊಲೀಸ್ನವರು ಬಂದು ನಿಮ್ಮನ್ನು ಅರೆಸ್ಟ್ ಮಾಡ್ತಾರೆ"

"ಓ ದೇವರೇ! ಇದು ವಿಮಾನ ಅಲ್ಲ ಇದು ನರಕ"

ಎನ್ನುತ್ತಾ ಟೈಗರ್ ಮೊಬೈಲನ್ನು ಜೇಬಿನಲ್ಲಿಟ್ಟುಕೊಂಡ.

"ಥ್ಯಾಂಕ್ಯೂ ಫಾರ್ ಕೋ ಆಪರೇಟಿಂಗ್... ಯಾವ ಜ್ಯೂಸ್ ಕೊಡಲಿ ನಿಮಗೆ? ಆರೆಂಜ್ ಪೈನಾಪಲ್ ಲೆಮನ್?"

ಆಕೆ ಶಾಂತಳಾಗಿ ಕೇಳಿದಳು.

"ಒಂದಿಷ್ಟು ವಿಷ ಕೊಡು"

ಟೈಗರ್ ತೀವ್ರ ಅಸಹನೆಯಿಂದ ಹೇಳಿದ.

"ಸಾರಿ ಸರ್, ವಿ ಡೋಂಟ್ ಸರ್ವ್ ದಟ್ ಇನ್ ಅವರ್ ಫ್ಲೈಟ್..."

ಎಂದು ಆಕೆ ವ್ಯಂಗ್ಯವಾಗಿ ಹೇಳಿದಳು!

"ಕೂಲ್..ಕೂಲ್... ಟೈಗರ್ ಇದು ಕೋಪ ಮಾಡಿಕೊಳ್ಳ ಜಾಗ ಅಲ್ಲ"

****

ಡಾಕ್ಟರ್ ಬ್ಯಾನರ್ಜಿ ಟೈ ವಿವೇಕನ ಸಮ್ಮರ್ ಹೌಸಿನಲ್ಲಿ ನಾಟಕದ ದೃಶ್ಯ ನಡೆದಿತ್ತು!

ವಿವೇಕ್ ಚಿತ್ರಾಳತ್ತ ಗನ್ ಗುರಿ ಮಾಡಿದ್ದ!

ಚಿತ್ರಾ ಬೆಚ್ಚಿದ್ದಳು! ಕೊನೆಗೆ ಅಂದುಕೊಂಡಂತೇ ಆಯಿತಲ್ಲ..? ಇನ್ನಿವನು ನನ್ನನ್ನು ಸಾಯಿಸಿಯೇಬಿಡುತ್ತಾನೆ! ಅವನ ಬದುಕಿನಲ್ಲಿ ಅಲ್ಲೋಲ ಕಲ್ಲೋಲ ಸೃಷ್ಟಿಸಿದ್ದಕ್ಕೆ, ಅವನ ಪ್ರೇಯಸಿಯಿಂದ ದೂರ ಮಾಡಿದ್ದಕ್ಕೆ, ತಾನು ಯಾರೆಂದೇ ತಿಳಿಯದಂತೆ ಮಾಡಿದ್ದಕ್ಕೆ ಇದು ಪ್ರತಿಫಲ!

"ಹೆದರಿಬಿಟ್ಟೆಯಾ..?"

ವಿವೇಕ್ ಅಲ್ಲ ಮಾಧವ ತಣ್ಣಗೆ ನುಡಿದಾಗ ಚಿತ್ರಾಗೆ ಆಶ್ಚರ್ಯ!

"ಅಂದರೆ ನೀನು ನನ್ನನ್ನು ಕೊಲ್ಲುವುದಿಲ್ಲವಾ..?"

ಚಿತ್ರಾಳಿಗೆ ನಡೆದಿರುವುದನ್ನು ನಂಬಲು ಸಾಧ್ಯವೇ ಇರಲಿಲ್ಲ!

"ಕೊಲ್ಲುವವರು ರಾಕ್ಷಸರು..ನಾನು ಮನುಷ್ಯ..ಅಲ್ಲದೆ ಒಬ್ಬ ಸಂವೇದನಾಶೀಲ ಕಲಾವಿದ.."

ಮಾಧವನ ಮಾತಿಗೆ ಇನ್ನಷ್ಟು ಆಶ್ಚರ್ಯ ಚಿತ್ರಾಳಿಗೆ!

"ಅಂದರೆ...? ನನ್ನನ್ನು ಕ್ಷಮಿಸಿದ್ದೀಯ..?'

"ನನ್ನ ಕ್ಷಮೆಗಿಂತಾ ನಿನ್ನ ಪಶ್ಚಾತ್ತಾಪ ಮುಖ್ಯ...ಕ್ಷಮಿಸಲು ನಾನು ದೇವರಲ್ಲ.. ಅಪರಾಧ ಒಪ್ಪಿದ್ದೀಯಲ್ಲ..ಅಷ್ಟು ಸಾಕು..ಇನ್ನು ಮುಂದಿನ ಕೆಲಸ ನೋಡೋಣ..ವಿವೇಕನನ್ನು ಅವನದೇ ಸ್ಥಾನದಲ್ಲಿ ನಿಲ್ಲಿಸುವತನಕ ನಾನು ಪ್ರಯತ್ನ ಮುಂದುವರಿಸುತ್ತೇನೆ.."

"ಅದಕ್ಕೆ ನಾನು ಸಹಾಯ ಮಾಡುತ್ತೇನೆ..ಈಗ ಬೇಗ ಮೇಕ್ ಅಪ್ ಮುಗಿಸಿ ಹೊರಡೋಣ"

ಚಿತ್ರ ಹೇಳಿದ್ದಕ್ಕೆ ವಿವೇಕ್ 'ಹೂ'ಗುಟ್ಟಿದ.

*****

ಅವನು ಸೂಪರ್ ಸ್ಟಾರ್ ವಿವೇಕ್ ಎಂದು ಹೇಳಲು ಯಾರಿಗೂ ಸಾಧ್ಯವೇ ಇರಲಿಲ್ಲ! ಅವನ ಜೊತೆಯಲ್ಲಿದ್ದವಳು ಅವನ ಪತ್ನಿ ಚಿತ್ರ ಎಂದು ಹೇಳಿದರೂ ಯಾರು ನಂಬಲು ಸಾಧ್ಯವಿರಲಿಲ್ಲ!

ಹಿಂದಿ ಚಲನಚಿತ್ರ ರಂಗದ ಚಕ್ರವರ್ತಿ ಸೂಪರ್ ಸ್ಟಾರ್ ಒಬ್ಬ ಭಿಕ್ಷುಕನಾಗಿ ನಟಿಸಬಹುದು! ಆದರೆ ನಿಜ ಜೀವನದಲ್ಲಿ ಅವನು ಭಿಕ್ಷುಕನಾಗಬಲ್ಲನೇ? ಆದರೆ... ಇಂದು ಅದು ನಿಜವಾಗಿತ್ತು!

ದಾದಾ ವಿವೇಕ್ ಒಬ್ಬ ಭಿಕ್ಷುಕನ ವೇಷದಲ್ಲಿದ್ದ!

ಅಡ್ಡಾದಿಡ್ಡಿ ಬೆಳೆದ ಗಡ್ಡ ಮೀಸೆಗಳು, ಎಣ್ಣೆ ಕಾಣದೆ ಕಂದು ಬಣ್ಣಕ್ಕೆ ತಿರುಗಿದ್ದ ತಲೆ ಕೂದಲು! ಒಗೆದು ಎಷ್ಟೋ ದಿನಗಳಾಗಿದ್ದ ಹರಕಲು ಬಟ್ಟೆ, ಊಟ ಮಾಡಿ ಎಷ್ಟು ದಿನಗಳಾಗಿವೆ ಎನ್ನುವ ಹಸಿದ ಮುಖ! ದೀನ ಭಾವ! ಅವನ ಜೊತೆಯಲ್ಲಿದ್ದ ಆಕೆಯದೂ ಅದೇ ಸ್ಥಿತಿ! ಅವರಿಬ್ಬರ ನಡುವಿನ ವ್ಯತ್ಯಾಸವೆಂದರೆ ಅವನು ಕಪ್ಪು ಕನ್ನಡಕ ಹಾಕಿಕೊಂಡು ಕುರುಡನಂತೆ ನಟಿಸುತ್ತಿದ್ದ! ಆಕೆ ಅವನ ಕೈ ಹಿಡಿದು ನಡೆಸುವ ಮಾರ್ಗದರ್ಶಿಯಾಗಿದ್ದಳು!

ಒಟ್ಟಾರೆ, ಭಿಕ್ಷುಕ ದಂಪತಿಗಳು ಮುಂಬೈನ ರೈಲ್ವೇ ಸ್ಟೇಶನ್ನಿನಲ್ಲಿ ಅವರು ಲೋಕಲ್ ಟ್ರೈನಿಗಾಗಿ ಕಾಯುತ್ತಿದ್ದರು!

ಮನೆಯಲ್ಲಿ ನಾಲ್ಕು ಐಷಾರಾಮಿ ಕಾರುಗಳಿದ್ದುವು! ಅವುಗಳಲ್ಲಿ ಎರಡು ಇಂಪೋರ್ಟಡ್ ಕಾರುಗಳು! ಆದರೂ ಅವರೀಗ ಲೋಕಲ್ ಟ್ರೈನಿಗೆ ಕಾದು ನಿಂತಿದ್ದರು. ಆ ಗಂಡಸು ಬಿಕ್ಷುಕನನ್ನು ಟ್ರೈನಿನೊಳಗೆ ಹತ್ತಿಸಿಕೊಂಡು ಗಮ್ಯ ಸ್ಥಾನಕ್ಕೆ ಕರೆದೊಯ್ಯುವ ಹೊಣೆ ಅವನ ಭಿಕ್ಷುಕ ಸಂಗಾತಿಯದಾಗಿತ್ತು. ಇದೆಲ್ಲವೂ ವಿಚಿತ್ರವಾಗಿತ್ತು, ಆದರೆ ನಿಜವಾಗಿತ್ತು!

ಲೋಕಲ್ ಟ್ರೈನ್ ಪ್ಲಾಟ್ಫಾರ್ಮ್ಗೆ ಬಂತು.

ಇರುವೆಗಳಂತೆ ಜನ ಇಳಿದರು ಮತ್ತೆ ಇರುವೆಗಳಂತೆ ಟ್ರೈನಿನೊಳಗೆ ತುಂಬಿಕೊಂಡರು! ಅದರೊಳಗೆ ಈ ಭಿಕ್ಷುಕ ದಂಪತಿಗಳು ಸಹ ಇದ್ದರು. ಜನರು

ಅವರನ್ನು ನೋಡಿ ಅಸಹ್ಯಪಟ್ಟುಕೊಂಡು ದೂರ ಸರಿಯುತ್ತಿದ್ದರು. ಅದನ್ನು ಮನಸ್ಸಿಗೆ ಹಚ್ಚಿಕೊಳ್ಳದೆ ಅದೆಲ್ಲವೂ ಸಹಜ ಎಂಬಂತೆ ಆ ಭಿಕ್ಷುಕರು ನಿರ್ವಿಕಾದಿಂದಿದ್ದರು. ಮಾತು ಬಾರದೇನೋ ಎಂಬಂತೆ ಮೌನದಿಂದ ಇದ್ದರು. ಅವರ ಸ್ಥಿತಿ ಕೆಲವರಿಗೆ ಮರುಕ ಹುಟ್ಟಿಸಿದರೆ ಇನ್ನು ಕೆಲವರಿಗೆ ಮುಜುಗರ ಉಂಟುಮಾಡಿತ್ತು!

ಟ್ರೈನು ಚಲಿಸಿತು.

ತಮ್ಮ ದಿನದ ಕೆಲಸ ಭಿಕ್ಷೆ ಬೇಡುವುದನ್ನು ಮುಗಿಸಿ ತಮ್ಮ ತಾಣಕ್ಕೆ, ಬಾಂಬೆಯ ಯಾವುದೋ ಕೊಳಗೇರಿಗೆ ಹೊರಟಿರುವಂತೆ ಆ ಭಿಕ್ಷುಕ ದಂಪತಿಗಳು ಕಾಣುತ್ತಿದ್ದರು.

ಟ್ರೈನು ವಿಲೇ ಪಾರ್ಲಿಯ ಸ್ಟೇಷನ್ನಲ್ಲಿ ನಿಂತಾಗ ಆ ಬಿಕ್ಷುಕ ದಂಪತಿಗಳು ಕೆಳಗಿಳಿದರು. ಅವರನ್ನು ಅನುಮಾನಿಸುವವರಾಗಲೀ ಇಲ್ಲ ಗಮನಿಸುವವರಾಗಲಿ, ಯಾರು ಇರಲಿಲ್ಲ. ಅವರ ಹೊಲಸು ಬಟ್ಟೆಗಳಿಗೆ ಅಸಹ್ಯಪಟ್ಟುಕೊಂಡು, ಜನ ತಾವಾಗೇ ದಾರಿ ಬಿಡುತ್ತಿದ್ದರು!

ಸ್ಟೇಷನ್ನಿಂದ ಈಚೆ ಬಂದಾಗ ಆ ಭಿಕ್ಷುಕ ತನ್ನ ಸಂಗಾತಿಯನ್ನು ಕೇಳಿದ:

"ತುಂಬಾ ದೂರವೇನು?"

"ಒಂದುವರೆ ಫರ್ಲಾಂಗಿರಬಹುದು. ಒಂದೇ ಸಲ ಕಾರಿನಲ್ಲಿ ನಾನು ಬಂದಿದ್ದು. ದೂರ ಸರಿಯಾಗಿ ಅಂದಾಜು ಮಾಡೋಕಾಗ್ತಿಲ್ಲ"

"ಈ ಬಿಕ್ಷುಕ ವೇಷ ಸರಿಯಾಗಲಿಲ್ಲ! ಈಗ ನೋಡು, ಟ್ಯಾಕ್ಸೀಲೂ ಹೋಗೋ ಹಾಗಿಲ್ಲ! ಭಿಕ್ಷಕರು ಟ್ಯಾಕ್ಸಿಯಲ್ಲಿ ಹೋಗ್ತಾರೆ ಅಂದ್ರೆ ಯಾರಿಗಾದರೂ ಅನುಮಾನ ಆಗುತ್ತೆ.."

"ಬೇರೆ ದಾರಿನೇ ಇಲ್ಲ, ನಡಿಲೇಬೇಕು?"

ಚಿತ್ರ ಗೊಣಗಿದಳು.

"ಅಲ್ಲಿಗೆ ಹೋದ ಮೇಲೆ ಏನೇನು ಮಾಡಬೇಕು ಅನ್ನೋದು ಚೆನ್ನಾಗಿ ನೆನಪು ಮಾಡ್ಕೋ"

ಆ ಅಂಧ ಭಿಕ್ಷುಕ ತನ್ನ ಸಂಗಾತಿಗೆ ಹೇಳಿದ.

"ಒಬ್ಬ ಸೂಪರ್ ಸ್ಟಾರ್ನ ಕೋಟ್ಯಂತರ ರೂಪಾಯಿಗಳ ವ್ಯವಹಾರ ನೋಡಿಕೊಳ್ಳೋ ನನಗೆ ಇದನ್ನೆಲ್ಲ ನೆನಪಿಟ್ಟುಕೊಳ್ಳುವುದು ಕಷ್ಟನಾ?"

"ನಿಂಗೆ ಕಷ್ಟ ಅಂತ ನಾನು ಹೇಳಲಿಲ್ಲ, ಇದೊಂದೇ ಚಾನ್ಸು ನಮಗೆ ಸಿಕ್ಕಿರೋದು! ಸೋತ್ರೆ ಪ್ರಾಣ ಕೂಡ ಉಳಿಯೋದಿಲ್ಲ"

"ನನಗೆ ಗೊತ್ತು, ಎಲ್ಲಾದಕ್ಕೂ ತಯಾರಾಗೇ ಬಂದಿದ್ದೀನಿ"

"ಗುಡ್, ಥ್ಯಾಂಕ್ಯು. ನೀನು ಇದಕ್ಕೂ ಮುಂಚೇನೇ ಎಲ್ಲಾ ಹೇಳಿಬಿಟ್ಟಿದ್ರೆ ಇಲ್ಲೀವರೆಗೂ ಕಾಯ್ಬೇಕಾಗಿರಲಿಲ್ಲ"

"ಎಲ್ಲಾದಕ್ಕೂ ಕಾಲ ಕೂಡಿ ಬರಲೇಬೇಕಲ್ವಾ? ಆ ಕಾಲ ಈಗ ಬಂದಿದೆ. ಆದದ್ದೆಲ್ಲ ಒಳ್ಳೇದಕ್ಕೆ ಆಗಿದೆ.. ಭಗವದ್ಗೀತೆಯ ಸಾಲುಗಳು ನೆನಪಿದೆ ತಾನೆ?"

"ನೆನಪಿದೆ ಆಗೋದೆಲ್ಲ ಒಳ್ಳೆಯದಕ್ಕೇನೆ, ಈಗ ಆಗುತ್ತಿರುವುದು ಒಳ್ಳೆಯದಕ್ಕೆ, ಮುಂದೆ ಆಗುವುದೂ ಒಳ್ಳೆಯದಕ್ಕೇನೆ.."

ಮಾತನಾಡುತ್ತಾ ಅವರು ಒಂದು ಫರ್ಲಾಂಗ್ ದೂರ ನಡೆದಿದ್ದರು... ಇನ್ನೇನು ಆ ಜಾಗದ ಹತ್ತಿರ ತಾವು ಬಂದಿದ್ದೇವೆ ಎನಿಸಿತು ಅವಳಿಗೆ!

"ನನ್ನ ತಪ್ಪುಗಳನ್ನೆಲ್ಲಾ ನೀವು ಕ್ಷಮಿಸಿದ್ದೀರಾ?"

ನಡೆಯುತ್ತಿದ್ದ ಅವಳು ನಿಂತು ಅವನ ಕಡೆ ತಿರುಗಿ ಕೇಳಿದಳು.

ರಾತ್ರಿ ಒಂಬತ್ತು ಗಂಟೆ ಮೀರಿತ್ತು. ರಸ್ತೆ ಬದಿಗಳಿಂದ ಚಿಮ್ಮುತ್ತಿದ್ದ ಬೀದಿ ದೀಪಗಳ ಬೆಳಕಲ್ಲಿ ಕಪ್ಪು ಕನ್ನಡಕದ ಗಾಜಿನ ಮೂಲಕ ಅವನು ಅವಳನ್ನು ನೋಡಿದ.

"ಇದರಲ್ಲಿ ನಿನ್ನ ತಪ್ಪಿಲ್ಲ. ನೀನೊಂದು ಬೊಂಬೆ ಆಗಿದ್ದೆ! ಸೂತ್ರ ಇದ್ದಿದ್ದು ಟೈಗರ್ ಕೈಯಲ್ಲಿ. ನ್ಯಾಯವಾಗಿ ಇಷ್ಟಕ್ಕೆಲ್ಲ ಕಾರಣ ಅವನು"

"ನಾನು ಹೆಣ್ಣು, ಮನಪೂರ್ವಕವಾಗಿ ನಿಮ್ಮನ್ನು ಮದುವೆಯಾಗಿದ್ದೇನೆ... ಇದೆಲ್ಲಾ ಮುಗಿದ ಮೇಲೆ...?"

ಮನಸ್ಸು ಸಂಶಯಗಳ ಹುತ್ತವಾಗಿತ್ತು.

"ಎಲ್ಲಾ ಮುಗಿದ ಮೇಲೂ ಸಹ ನೀನು ನನ್ನ ಹೆಂಡತಿ! ಯಾಕೆ ಈಗ ಅನುಮಾನ?"

"ನಿಮ್ಮನ್ನು ಬಿಟ್ಟು ನನಗೆ ಬೇರೆ ಬದುಕು ಇಲ್ಲ. ನೀವು ಸ್ವೀಕರಿಸದಿದ್ದರೆ ಆತ್ಮಹತ್ಯೆಯೊಂದೇ ನನಗುಳಿದಿರೋದು"

ಅವಳ ಕಣ್ಣಂಚಿನಲ್ಲಿ ಹನಿಗಳು ಭೋರ್ಗರೆಯಲು ಸಿದ್ಧವಾಗಿದ್ದವು.

"ಆತ್ಮಹತ್ಯೆಯ ಮಾತೇಕೆ? ನಾನು ನಿನ್ನನ್ನು ಒಪ್ಪುವುದಿಲ್ಲ ಅನ್ನೋ ಯೋಚನೆ ನಿನ್ನ ಮನಸ್ಸಿಗೆ ಹೇಗೆ ಬಂತು?"

"ಇದರಲ್ಲಿ ನನ್ನ ಪಾತ್ರ ಇದ್ದರೂ ನೀನು ಅಷ್ಟು ಉದಾರನ ಮನಸ್ಸಿನಿಂದ ನನ್ನನ್ನು ಕ್ಷಮಿಸಿದ್ದೀಯ ಎಂದರೆ ನಂಬಿಕೆ ಬರುತ್ತಿಲ್ಲ"

"ಕಾರಣಗಳು? ಪರಿಸ್ಥಿತಿಗಳು ಹತ್ತು ಹಲವು ಇರಬಹುದು... ಈಗ, ಈ ಹಂತಕ್ಕಾದರೂ ಬಂದಿದ್ದೀಯಲ್ಲ? ನೀನು ಮನಸ್ಸು ಮಾಡದಿದ್ದರೆ ನಾನು ಇನ್ನೂ ಅದೆಷ್ಟು ಕಾಲ ದ್ವಂದ್ವ ಪಾತ್ರಗಳಲ್ಲಿ ಬಳಲುತ್ತಿದ್ದೆನೋ ಗೊತ್ತಿಲ್ಲ"

"ಅಲ್ಲಿ ನೋಡು ಅಲ್ಲಿ ಕಾಣ್ತಾ ಇದೆ: ಅದೇ ಬಿಲ್ಡಿಂಗ್! ಆ ಟೈಗರ್ ಅಡ್ಡಾ!"

ಚಿತ್ರ ಕೈ ಮಾಡಿದತ್ತ ಮಾಧವ ಆಲಿಯಾಸ್ ವಿವೇಕ್ ನೋಡಿದ.

ಅಲ್ಲೊಂದು ಸಿನಿಮಾ ಥಿಯೇಟರ್ ಕಂಡಿತು. ತುಂಬಾ ಹಳೆಯ ಶಿಥಿಲ ಕಟ್ಟಡ! ಅಥವಾ ಬೇಕಂತಲೇ ಹಾಗೆ ಕಾಣಲು ಸುಣ್ಣ ಬಣ್ಣ ಮಾಡಿಸದೆ ಇರಬಹುದು ಎನ್ನಿಸಿತು.

ಸಂಜೆಯ ಮೊದಲ ಶೋ ಆಗತಾನೇ ಮುಗಿದಿತ್ತು. ಜನರೆಲ್ಲ ಹಿಂದು ಹಿಂದಾಗಿ ಕಟ್ಟಡದಿಂದ ಈಚೆ ಬರುತ್ತಿದ್ದರು. ಅವರೆಲ್ಲ ಆರ್ಥಿಕವಾಗಿ ಹಿಂದುಳಿದ ಜನರೆಂಬುದನ್ನು ಯಾರಾದರೂ ಹೇಳಬಹುದಿತ್ತು.

"ಸರಿಯಾದ ಟೈಮಿಗೆ ಬಂದಿದ್ದೀವಿ"

ಮಾಧವನಿಗೆ ಹೇಳಿದಳು ಚಿತ್ರಾ!

38

"ಎಲ್ಲಾ ಬಿಟ್ಟು ಈ ಟೈಗರ್ಗೆ ಸಿನಿಮಾ ಥಿಯೇಟರ್ ಏಕೆ ಬೇಕಿತ್ತು?"

"ಟೈಗರ್ ಚಮಚಾಗಳಿಗೆ ಬಂದು ಹೋಗೋದಕ್ಕೆ ಅನುಕೂಲ. ಶೋ ಮುಗಿದ ಮೇಲೆ ಸಾವಿರಾರು ಜನ ಈಚೆ ಬರ್ತಾರೆ. ಅವರ ಜೊತೆ ಆಚೆ ಹೋಗಬಹುದು... ಶೋ ಪ್ರಾರಂಭವಾದಾಗ ಅವರ ಜೊತೆ ಒಳಗೂ ಬರಬಹುದು! ಯಾರಿಗೂ ಅನುಮಾನ ಬರೋಕೆ ಅವಕಾಶವೇ ಇಲ್ಲ"

"ಪ್ಲಾನ್ ಚೆನ್ನಾಗಿದೆ"

"ಸಿನಿಮಾ ಥಿಯೇಟರ್ ಅಲ್ಲದೆ ಮಾಮೂಲಿ ಮನೆಯಾಗಿದ್ದುಕೊಂಡು ಅವನ ಗೂಂಡಾಗಳು ಬಂದು ಹೋಗೋದು ಯಾರಿಗಾದರೂ ಅನುಮಾನಕ್ಕೆ ಆಸ್ಪದವಾಗುತ್ತಿತ್ತು! ಅವನ ಚಟುವಟಿಕೆಗಳು ಜನರ ಕಣ್ಣನ್ನು ಕೆಂಪು ಮಾಡುತ್ತಿದ್ದವು! ಅದಕ್ಕೆ ಟೈಗರ್ ಈ ಹಳೆ ಥಿಯೇಟರನ್ನು ಕೊಂಡುಕೊಂಡಿದ್ದಾನೆ... ಅದೂ ನಮ್ಮ ಹಣದಿಂದ....ಆದರೆ ಮಾಲೀಕ ಟೈಗರ್"

ಆ ಭಿಕ್ಷುಕ ದಂಪತಿಗಳಿಬ್ಬರೂ ಈಗ ಥಿಯೇಟರ್ ಗೇಟಿನ ಬಳಿಗೆ ಬಂದಿದ್ದರು. ಅಲ್ಲಿ ಹತ್ತು ನಿಮಿಷ ನಿಂತು ಭಿಕ್ಷೆ ಬೇಡಿದರು. ಅವರ ಮೇಲೆ ಯಾರಿಗೂ ಅನುಮಾನ ಬರುವಂತೆಯೇ ಇರಲಿಲ್ಲ. ಸಿನಿಮಾ ಮುಗಿಯುವ ಸಮಯಕ್ಕೆ ಭಿಕ್ಷೆ ಬೇಡಲು ಬಂದಿದ್ದಾರೆ ಎಂದು ಜನ ಅಂದುಕೊಳ್ಳಬಹುದು ಅಷ್ಟೇ.

ಜನರು ಕಮ್ಮಿಯಾದ ಮೇಲೆ ಅವರಿಬ್ಬರೂ ಸಿನಿಮಾ ಥಿಯೇಟರ್ನ ಹಿಂಭಾಗದತ್ತ ಮೆಲ್ಲನೆ ನಡೆದರು.

ಅಲ್ಲೊಂದು ದೊಡ್ಡದಾದ ಜಿಂಕ್ ಶೀಟಿನ ಶೆಡ್ ಇತ್ತು. ಅದು ಥಿಯೇಟರಿನ ಹಿಂಭಾಗಕ್ಕೆ ಹೊಂದಿಸಿ ನಿರ್ಮಿಸಿದ್ದರು. ಬಹುಶಹ ಲಾರಿಗಳನ್ನು ನಿಲ್ಲಿಸಲು ಈ ಷೆಡ್ಡುಗಳನ್ನು ನಿರ್ಮಿಸಿದ್ದಾರೆ ಎನ್ನಿಸುವಂತಿತ್ತು.

ಬಿಕ್ಷುಕ ದಂಪತಿಗಳು ಅದರ ಮುಂದೆ ಕುಳಿತು ತಮ್ಮ ದಿನದ ಸಂಪಾದನೆಯನ್ನು ಎಣಿಕೆ ಮಾಡುವ ಕೆಲಸದಲ್ಲಿ ತೊಡಗಿದರು.

*****

ಹತ್ತು ನಿಮಿಷದ ನಂತರ ಒಬ್ಬ ಮನುಷ್ಯ ಶೆಡ್ಡಿನಿಂದ ಈಚೆ ಬಂದ. ಅವನು ಈಚೆ ಬರುತ್ತಲೇ ಬಾಗಿಲು ಮುಚ್ಚಿಕೊಂಡುಬಿಟ್ಟಿತು!

"ಏಯ್... ಯಾರು ನೀವು? ಇಲ್ಲೇನು ಮಾಡುತಿದ್ದೀರಿ?"

ಈಚೆ ಬಂದ ಒರಟು ಮುಖದ ರೌಡಿಯೊಬ್ಬ ಜೋರು ಮಾಡಿದ.

"ಹಮ್ ಗರೀಬ್ ಮಾಲಿಕ್!"

"ಇಲ್ಲೇನು ಕೆಲಸ ನಿಮಗೆ? ಎದ್ದು ಹೋಗಿ, ಪ್ರಪಂಚದಲ್ಲಿ ಬೇರೆ ಕಡೆ ಎಲ್ಲೂ ಜಾಗ ಇಲ್ವಾ ನಿಮಗೆ?"

ಆತ ಗದರಿದ.

"ಹೊರಡ್ತೀವಿ ಯಜಮಾನ್.."

ತಪ್ಪಿತಸ್ಥಳಂತೆ ಚಿತ್ರ ನುಡಿದಳು.

"ಬೇಗ ಹೊರಡಿ, ಥೂ ಕೆಟ್ಟ ಜನ "

ಅಸಹ್ಯಪಟ್ಟುಕೊಂಡು ಗೊಣಗೊತ್ತಾ ಆಚೆ ಹೋದ.

"ಈಗೇನು ಮಾಡೋಣ? ಅವನು ವಾಪಸ್ಸು ಬಂದಾಗ ನಾವು ಇನ್ನೂ ಇಲ್ಲೇ ಇದ್ರೆ ಏನ್ಮಾಡ್ತಾನೋ ಗೊತ್ತಿಲ್ಲ"

ಚಿತ್ರ ಕಳವಳ ವ್ಯಕ್ತಪಡಿಸಿದಳು.

"ಸ್ವಲ್ಪ ಹೊತ್ತು ನೋಡೋಣ, ಹೊರಗಿಂದ ಯಾರಾದ್ರೂ ಒಳಕ್ಕೆ ಹೋಗೋದನ್ನು ನೋಡಬೇಕು...ಆಗೊಂದು ಕ್ಲೂ ಸಿಗುತ್ತೆ.. ಒಂದು ಸ್ವಲ್ಪ ವೈಟ್ ಮಾಡೋಣ"

ಅವರು ಮತ್ತೆ ಚಿಲ್ಲರೆ ಕಾಸು ಎಣಿಸುವ ಕಾರ್ಯದಲ್ಲಿ ನಿರತರಾದರು.

ಅವರ ಅದೃಷ್ಟ ಚೆನ್ನಾಗಿತ್ತು. ಕೆಲವೇ ನಿಮಿಷಗಳಲ್ಲಿ ಹತ್ತು ಜನರ ಗುಂಪೊಂದು ಶೆಡ್ಡಿನ ಕಡೆ ಹೊರಟಿತು.

ಅವರುಗಳಲ್ಲಿ ಅರ್ಧ ಜನ ಕಟ್ಟು ಮಸ್ತಾಗಿದ್ದರು, ಅವರಲ್ಲಿ ಇಬ್ಬರು ಹೆಂಗಸರೂ ಇದ್ದರು.

ಮಾಧವ ಚಿತ್ರಳ ಕೈ ಅದುಮಿದ! ಅದೇ ಸೂಚನೆ ಎಂದು ಅವಳು ಎದ್ದು ನಿಂತಳು. ಮಾಧವ ಕೂಡ ಎದ್ದು ನಿಂತ.

ಈ ಮೊದಲು ಶೆಡ್ಡಿನಿಂದ ಆಚೆ ಬಂದವನಿಗೆ ಆ ಭಿಕ್ಷಕರನ್ನು ನೋಡಿದಾಗ ಅನುಮಾನ ಬಂದಂತೆ ಈ ಗುಂಪಿಗೆ ಅಂತ ಅನುಮಾನ ಬಂದಂತೆ ಇರಲಿಲ್ಲ.

ಅವರೆಲ್ಲರೂ ಭಿಕ್ಷುಕ ದಂಪತಿಗಳನ್ನು ನೋಡಿದರೂ ನೋಡದಂತೆ ಶೆಡ್ಡಿನ ಬಾಗಿಲ ಕಡೆಗೆ ಹೋದರು. ನೆರಳಿನಂತೆ ಚಿತ್ರ ಮತ್ತು ಮಾಧವ ಅವರ ಹಿಂದೆ ಸೇರಿದರು. ತಮ್ಮ ಹಿಂದೆ ಬರುತ್ತಿರುವ ಆ ಇಬ್ಬರ ಬಗೆಗೆ ಆ ಗುಂಪಿನ ಜನರಿಗೆ

ಅನುಮಾನವೇ ಇರಲಿಲ್ಲ.

ಆ ತಂಡದಲ್ಲಿ ಮುಂದಿದ್ದವ ಶೆಡ್ಡಿನ ಬಾಗಿಲ ಮೇಲೆ ಎರಡು ದೀರ್ಘ ಮತ್ತು ಮೂರು ಶೀಘ್ರ ಟ್ಯಾಪ್ ಮಾಡಿದ.

ಶೆಡ್ಡಿನ ಬಾಗಿಲು ತೆರೆಯಿತು ಬಾಗಿಲ ಹಿಂದೆ ಒಬ್ಬ ವಾಚ್ಮನ್ ನಿಂತಿದ್ದ. ಅವನಿಗೆ ಇಂಥ ವೇಷಗಳೇನೂ ಹೊಸವಲ್ಲ. ಆದ್ದರಿಂದ ಅವನು ತಲೆ ಕೆಡಿಸಿಕೊಳ್ಳಲಿಲ್ಲ.

ಶೆಡ್ಡು ಸಾಕಷ್ಟು ವಿಶಾಲವಾಗಿತ್ತು. ಮೂರು ಲಾರಿಗಳನ್ನು ಸಾಲಾಗಿ ನಿಲ್ಲಿಸಬಹುದಾಗಿತ್ತು. ಆ ಹತ್ತು ಜನರ ಗುಂಪು ಒಬ್ಬರ ಹಿಂದೆ ಒಬ್ಬರು ನಡೆಯುತ್ತಿದ್ದರು. ಮಾಧವ ಮತ್ತು ಚಿತ್ರ ಅವರೊಡನೆ ಸೇರಿ ಸಾಗಿದರು.

ಗೋಡೆಯ ಇನ್ನೊಂದು ತುದಿಗೆ ಬಂದು ಅವರು ನಿಂತರು.

ಅವರಲ್ಲೊಬ್ಬ ಗೋಡೆಯ ಮೇಲಿದ್ದ ಹಳೆಯ ಸಿನಿಮಾ ಪೋಸ್ಟರಿನ ಫ್ರೇಮನ್ನು ಸರಿಸಿದ. ಒಳಗಿದ್ದ ಕುದುರೆ ಗೊರಸಿನ ಲಾಳವನ್ನು ಮುಟ್ಟಿದ.

ನೆಲದಲ್ಲಿ ಬಾಗಿಲೊಂದು ತೆರೆಯಿತು!

ಕೆಳಗೆ ಮೆಟ್ಟಿಲುಗಳು ಕಂಡವು!

ಅವರೆಲ್ಲ ಮೆಟ್ಟಿಲುಗಳನ್ನು ಇಳಿಯ ತೊಡಗಿದರು. ಚಿತ್ರ ಮತ್ತು ಮಾಧವ ಅವರನ್ನು ಅನುಸರಿಸಿದರು.

ಸುಮಾರು ಹತ್ತು ಅಡಿ ಕೆಳಗಿಳಿದಾಗ ನೆಲ ಕಂಡಿತು! ಅದು ಉದ್ದಕ್ಕೆ ಓಣಿಯಂತಿತ್ತು. ಚಿತ್ರ ಮತ್ತು ಮಾಧವ ಮುಖ ನೋಡಿಕೊಂಡರು. ಅಗಲ ಸುಮಾರು ನೂರು ಅಡಿ ಉದ್ದವಿರುವಂತೆ ಕಂಡಿತು.

"ಇದೇ ಜಾಗ ತಾನೆ?" ಮಾಧವ ಕೇಳಿದ.

ಚಿತ್ರ ತಲೆ ಅಲುಗಿಸಿದಳು.

ಆ ಗುಂಪಿನ ಜನರ ಜೊತೆಯಲ್ಲೇ ಅವರು ಸಾಗಿದರು ಮುಂದೆ ಗೋಡೆಯ ಅಂಚಿನಲ್ಲಿ ಒಂದು ಲಿಫ್ಟ್ ಕಾಣಿಸಿತು. ಅಷ್ಟು ಜನರಿಗೆ ಲಿಫ್ಟಿನಲ್ಲಿ ಜಾಗ ಇರಲಿಲ್ಲ.

"ಮೆಟ್ಟಿಲು ಇಳಿದು ಬಿಡೋಣ"

ಅವರಲ್ಲೊಬ್ಬ ತಮ್ಮ ಜೊತೆಯವರಿಗೆ ಹೇಳಿದ.

"ಹಾಗೆ

"ಹಾಗೇ ಮಾಡೋಣ... ಎಷ್ಟು ಮೆಟ್ಟಿಲು ಮಹಾ?"

ಇನ್ನೊಬ್ಬ ಪ್ರತಿಕ್ರಿಯೆ ವ್ಯಕ್ತಪಡಿಸಿದ.

ಆ ಕ್ಷಣ ಮುಂದಿನ ಯೋಜನೆ ಸಿದ್ಧಪಡಿಸಿದ್ದ ಮಾಧವ.

ತಾವು ಸಹ ಮೆಟ್ಟಿಲಿಳಿದು ಹೋಗುವುದೇ ಸೂಕ್ತ ಎನಿಸಿತು.

ಲಿಫ್ಟಿನಲ್ಲಿ ಯಾರಾದರೂ ಗುರುತಿಸಬಹುದು. ಮೆಟ್ಟಿಲು ಇಳಿಯುವಾಗ ಅಂತಹ ಅನಾಹುತ ಆಗಲಾರದು.

ಎಲ್ಲರೂ ಮೆಟ್ಟಿಲಿಳಿದು ಹೋಗುತ್ತಿರುವಾಗ ಚಿತ್ರ ಮತ್ತು ಮಾಧವ ಎರಡು ನಿಮಿಷ ತಡ ಮಾಡಿ ಇಳಿಯತೊಡಗಿದರು. ಈ ಸಲ ಅವರು ತುಂಬಾ ಮೆಟ್ಟಿಲುಗಳನ್ನು ಇಳಿಯಬೇಕಾಯಿತು. ಸುಮಾರು ಹನ್ನೆರಡು ಅಡಿ ಆಳಕ್ಕೆ ಇಳಿದಿರಬಹುದು ಎನಿಸಿತು.

ನೆಲ ಸಿಕ್ಕಿತು! ಮೇಲಿನ ರೀತಿಯಲ್ಲಿಯೇ ಮತ್ತೊಂದು ಓಣಿ. ಆದರಿದು ಅಗಲವಾಗಿತ್ತು ಮತ್ತು ಉದ್ದವಾಗಿತ್ತು.

ಪ್ಯಾಸೇಜಿನಲ್ಲಿ ನಡೆಯುತ್ತಿರುವಾಗ ಎರಡೂ ಪಕ್ಕಗಳಲ್ಲಿ ಹಲವಾರು ಬಾಗಿಲುಗಳು ಕಂಡವು! ಆದರೆ ಅವೆಲ್ಲವೂ ಮುಚ್ಚಿದ್ದವು! ಅಂದರೆ ಅವೆಲ್ಲವೂ ರೂಮುಗಳು. ಅಲ್ಲಿ ಏನೇನೋ ಕಾನೂನುಬಾಹಿರ ವ್ಯವಹಾರ ನಡೆಯುತ್ತಿರಬಹುದು ಎಂದು ಮಾಧವ ಯೋಚಿಸಿದ.

ಮುಂದೆ ಮಾಧವ, ಹಿಂದೆ ಚಿತ್ರ ನಡೆಯುತ್ತಿದ್ದರು. ಮಾಧವ ಹಿಂದೆ ತಿರುಗಿ ಚಿತ್ರಾಳ ಮುಖ ನೋಡಿದ. ಕಾರಿಡಾರಿನಲ್ಲಿ ಸಾಕಷ್ಟು ಬೆಳಕಿತ್ತು, ಗಾಳಿ ಕೂಡ ನಿರಂತರವಾಗಿ ಬರುತ್ತಿತ್ತು. ಇಡೀ ಜಾಗವನ್ನು ಏರ್ಕಂಡೀಶನ್ ಮಾಡಿರುವಂತಿತ್ತು.

"ನೀನು ನೋಡಿದ ಜಾಗ ಯಾವುದು?"

ಮಾಧವನ ಪ್ರಶ್ನೆ!

"ಇಲ್ಲೇ ಎಲ್ಲೋ ಒಂದು ರೂಮು! ಯಾವುದು ಅಂತ ಸರಿಯಾಗಿ ನೆನಪಿಲ್ಲ!"

"ಈ ನೆಲ ಮಾಳಿಗೆಯಲ್ಲಿ ಆ ಹುಲಿ ಅಡಗಿಕೊಂಡಿದೆ! ಈ ಕ್ಷಣದಿಂದ ಅಪಾಯ ಶುರುವಾಗಿದೆ ಹುಷಾರಾಗಿರು, ಗನ್ ಈಚೆ ತೆಗೆದಿಟ್ಟುಕೋ, ಆದರೆ ಶೂಟ್ ಮಾಡಬೇಡ ಅದು ಸೆಲ್ಫ್ ಡಿಫೆನ್ಸ್ಗೆ ಅಷ್ಟೇ"

ಪಿಸು ದನಿಯಲ್ಲಿ ಎಚ್ಚರಿಕೆ ನೀಡಿದ ಮಾಧವ.

ಅಲ್ಲಿರುವ ಸುಮಾರು ಹನ್ನೆರಡು ರೂಮುಗಳಲ್ಲಿ ಯಾವ ರೂಮಿನ ಬಾಗಿಲು ತಟ್ಟುವುದು? ಮೇಲಿರುವ ಥಿಯೇಟರಿನಷ್ಟೇ ನೆಲ ಮಾಳಿಗೆಯು ದೊಡ್ಡದಾಗಿರುವಂತೆ ಕಾಣಿಸಿತು!

ಮುಂದೆ? ಚಿತ್ರಳ ನೆನಪು ಸ್ಪಷ್ಟವಾಗಿರಲಿಲ್ಲ! ಇಂಥ ಸ್ಥಿತಿಯಲ್ಲಿ ಮಾಡುವುದೇನು? ಚಿತ್ರ ತಳಮಳದಲ್ಲಿದ್ದಳು. ಮಾಧವ ಒಂದು ರೂಮಿನ ಮುಂದೆ ನಿಂತು ಬಾಗಿಲನ್ನು ಮೆಲ್ಲನೆ ತಳ್ಳಿದ. ಒಳಗಿಂದ ಚಿಲಕ ಹಾಕಿದಂತಿತ್ತು. ಅದನ್ನು ಬಿಟ್ಟು ಅದರ ಪಕ್ಕದ ಬಾಗಿಲನ್ನು ಪ್ರಯತ್ನಿಸಿದ. ಆದರೆ ಅಲ್ಲೂ ಸೋಲೇ ಆಯಿತು!

ಮತ್ತೊಂದು ಬಾಗಿಲು ತಳ್ಳಿದ. ಅದೃಷ್ಟದ ಒಂದು ತುಣುಕು ಅವನ ಪಾಲಿಗೊದಗಿತ್ತು! ಬಾಗಿಲು ತೆರೆಯಿತು!

ಒಳಗೆ ಮಂಕು ಬೆಳಕಿತ್ತು. ಅದೊಂದು ಸ್ಟೋರ್ ರೂಮಿನಂತಿತ್ತು ಒಳಗೆ ಅಸಂಖ್ಯ ಸಾಮಾನುಗಳು ಸೇರಿದ್ದವು. ಹಳೆಯ ಡ್ರಮ್ಮುಗಳು, ಮೂಟೆಗಳು, ಉಪಯೋಗಿಸಿ ಎಸೆದಿರುವ ಟೈರುಗಳು- ಇಂತಹ ಹಲವಾರು ವಸ್ತುಗಳು ಕಂಡವು!

ಅವುಗಳ ನಡುವಿನ ಸಂದುಗೊಂದುಗಳಲ್ಲಿ ಮಾಧ ಮತ್ತು ಚಿತ್ರ ನುಸುಳಿ ಹುಡುಕಾತೊಡಗಿದರು. ಮುಂದೆ ಮುಂದೆ ನಡೆಯುತ್ತಾ ಅದು ಒಂದು ಚಕ್ರವ್ಯೂಹದಂತೆ ಭಾಸವಾಯಿತು. ಇದರ ಕೊನೆ ಯಾವುದು?

ಕೊನೆಗೊಮ್ಮೆ ಗೋಡೆ ಕಂಡಿತು. ಅಲ್ಲೂ ಸಹ ಒಂದು ಬಾಗಿಲಿತ್ತು. ಅಂದರೆ ಅಲ್ಲಿ ಇನ್ನೊಂದು ರಹಸ್ಯ ಕೋಣೆ ಇದೆಯೆ?

ಯಾರೋ ನಗುವುದು ಕೇಳಿಸಿತು!

ಮಾಧವ, ಚಿತ್ರ ತಕ್ಷಣ ಡ್ರಮ್ಮುಗಳ ಹಿಂದೆ ಮರೆಯಾದರು. ಅಲ್ಲಿಂದಲೇ ಇಣುಕಿ ನೋಡಿದರು.

ಸ್ವಲ್ಪ ದೂರದಲ್ಲೇ ಕ್ಯಾಂಡಲ್ ಬೆಳಕಿನಲ್ಲಿ ಇಬ್ಬರು ಇಸ್ಪೀಟ್ ಆಡುತ್ತಿದ್ದರು. ಅವರು ಆಟದ ನಡುವೆ ನಗುತ್ತಿದ್ದರು. ಅದೇ ಶಬ್ದ, ಚಿತ್ರ ಮತ್ತು ಮಾಧವರಿಗೆ ಕೇಳಿಸಿದ್ದು! ಅವರು ಆಡುತ್ತಿದ್ದ ಆಟದ ವೈಖರಿ ನೋಡಿದರೆ ಅವರು ಈ ಸ್ಟೋರ್ ರೂಮನ್ನು ಕಾಯುವವರಿರಬೇಕು! ಕೆಲಸದ ನಡುವೆ ಬಿಡುವು ಮಾಡಿಕೊಂಡು ಇಸ್ಪೀಟ್ ಆಡುತ್ತಿದ್ದಾರೆ! ಅಂದರೆ ಈ ಕಾಂಕ್ರೀಟ್ ಜಂಗಲ್ನಲ್ಲಿ ಅವರನ್ನು ಕೇಳುವವರಿಲ್ಲ... ಅಂದರೆ...? ಮಾಧವನ ತುಟಿಗಳ ಮೇಲೆ ನಗು ಸುಳಿಯಿತು!

ಅವನ ನಗುವಿಗೆ ಏನು ಕಾರಣ? ಚಿತ್ರ ಆತಂಕಪಟ್ಟಳು!

39

ತನ್ನ ಭಾಗ್ಯ ಮರಳಿತು, ಮಾಧವ ಸಿಕ್ಕಿಬಿಟ್ಟ ಎಂದುಕ್ಕೊಳ್ಳುವಾಗುತ್ತಿರುವಾಗಲೆ
ಮತ್ತೆ ನಿರಾಶೆ! ಅವನು ತನ್ನ ಬದುಕಿನಲ್ಲಿ ಬಹಳ ಮುಖ್ಯವಾದವನು. ಅವನಿಲ್ಲದೆ
ತನಗೆ ಬದುಕೇ ಇಲ್ಲ! ಈಗೇನು ಮಾಡಲಿ? ಮೌನ ಹೆಪ್ಪುಗಟ್ಟಿದ್ದ ಅಷ್ಟೂ ವರ್ಷಗಳ
ನಂತರ ಒಂದು ಮೆಸೇಜು ಕಳಿಸಿದ್ದಾನೆ: ಆದರೆ ಮತ್ತೆ ಸಂಪರ್ಕಿಸಬೇಡ
ಎಂದಿದ್ದಾನೆ! ಹಾಗೆಂದು ಕೈಕಟ್ಟಿ ಕೂರಲು ಸಾಧ್ಯವಿಲ್ಲ! ತನ್ನ ಸಿಕ್ತ್ ಸೆನ್ಸ್
ಹೇಳುತ್ತಿದೆ..ಎಲ್ಲ ಮುಗಿಯುವ ಕಾಲ ಹತ್ತಿರವಾಗಿದೆ! ಈಗವನನ್ನು
ನೋಡಲೇಬೇಕು.

ಕಾಯುತ್ತಾ ಕೂರುವುದಂತೂ ಸಾಧ್ಯವೇ ಇಲ್ಲ! ಏನಾದರೂ ಮಾಡಲೇಬೇಕು!

ಏನು ಮಾಡಲಿ? ಹೇಗೆ ಅವನನ್ನು ಭೇಟಿ ಮಾಡಲಿ? ಎಲ್ಲಿ ಸಿಗುತ್ತಾನೆ?
ಸುಮನಾಗೆ ಕಾದ ಹೆಂಚಿನ ಮೇಲೆ ಕುಳಿತ ಚಡಪಡಿಕೆ!

ವಿವೇಕನ ಖಾಸಗಿ ಫೋನ್ ನಂಬರ್ ಕೊಟ್ಟ ನರ್ಸಿಂಗ್ ಹೋಮ್ ಡಾಕ್ಟರ್
ನೆನಪಾದರು. ಅವರು ತನಗೆ ಹಿಂದೆ ಸಹಾಯ ಮಾಡಿದ್ದರು. ಈಗಲೂ ಸಹ
ಮಾಡುತ್ತಾರೆ! ಕೇಳಿಕೊಂಡರೆ ಇಲ್ಲ ಎನ್ನಲಾರರು!

ಯೋಚನೆ ಬರುತ್ತಲೇ ಸುಮನಾ ಕೆಲಸಕ್ಕೆ ರಜೆ ಹೇಳಿ, ನರ್ಸಿಂಗ್ ಹೋಮಿಗೆ
ಕ್ಯಾಬ್ ಹಿಡಿದಳು!

ಆಗ ತಾನೇ ನರ್ಸಿಂಗ್ ಹೋಮಿಗೆ ಬಂದಿದ್ದ ಡಾಕ್ಟರ್ ಸುಮನಾಳನ್ನು ನೋಡಿ
ಅಚ್ಚರಿಗೊಂಡರು! ಅವಳ ಮುಖ ಅವರಿಗೀಗ ಚೆನ್ನಾಗಿ ಪರಿಚಯವಿತ್ತು.

"ಏನಾಯಿತು? ದಾದಾಗೆ ಮೆಸೇಜ್ ಕಳಿಸಿದೆಯಾ?"

"ಕಳಿಸಿದೆ ಸರ್, ಅವನಿಂದ ಮರು ಮೆಸೇಜ್ ಕೂಡ ಬಂತು"

"ದಟ್ ಈಸ್ ಗುಡ್...ಈಗ ಮತ್ತೇನು ನಿನ್ನ ಸಮಸ್ಯೆ?"

"ನಾನೀಗ ಅವರನ್ನು ನೋಡಲೇಬೇಕು?"

"ನಿನಗೆ ಸಮಸ್ಯೆ ಸಂಪೂರ್ಣ ಅರಿವೇ ಇಲ್ಲ! ಅವನನ್ನು ಸಾಮಾನ್ಯ ಮನುಷ್ಯನಂತೆ ನೀನು ನೋಡ್ತಿದ್ದೀಯ...ಅವನನ್ನು ಸಂಪರ್ಕ ಮಾಡೋದು ಎಷ್ಟು ಕಷ್ಟ ಎಂದು ನಿನಗೆ ಅರ್ಥವಾಗುತ್ತಿಲ್ಲ!"

"ಸರ್, ಪ್ಲೀಸ್ ನನಗೆ ಸಹಾಯ ಮಾಡಿ. ನನಗೆ ಗೊತ್ತು, ಅವರನ್ನು ಸಂಪರ್ಕ ಮಾಡುವುದು ಸುಲಭ ಅಲ್ಲ. ಅವರು ಸೂಪರ್ ಸ್ಟಾರ್, ಆದರೆ ಅವರಿಗೆ ನನ್ನ ಅವಶ್ಯಕತೆ ಇದೆ. ಅವರು ಅಪಾಯದಲ್ಲಿದ್ದಾರೆ...ಅವರನ್ನು ರಕ್ಷಿಸಬೇಕು.."

"ನಿನ್ನ ಮಾತು ನನಗೆ ಏನೇನೂ ಅರ್ಥವಾಗ್ತಿಲ್ಲ...ಬಟ್ ನಿಮ್ಮಿಬ್ಬರ ನಡುವೆ ಯಾವುದೋ ಸಂಬಂಧ ಇದೆ ಅನ್ನೋದು ಅರ್ಥವಾಗಿದೆ..ನಾನು ಹೆಚ್ಚೇನೂ ಮಾಡೋಕಾಗೊಲ್ಲ! ಅವನ ಮನೆ ವಿಳಾಸ ಕೊಡ್ತೀನಿ...ಉಳಿದಿದ್ದು ನಿನ್ನ ಅದೃಷ್ಟ..!"

'ಅಷ್ಟು ಮಾಡಿ, ನಿಮ್ಮ ಉಪಕಾರ ನಾನು ಯಾವತ್ತೂ ಮರೆಯೋಲ್ಲ!"

"ದಾದ ಬಳಿ ನಾನು ವಿಳಾಸ ಕೊಟ್ಟೆ ಎಂದು ಯಾವ ಕಾರಣಕ್ಕೂ ಹೇಳಬಾರದು..."

"ಖಂಡಿತವಾಗಿಯೂ ಹೇಳುವುದಿಲ್ಲ ಸರ್"

****

ಶಿಮ್ಲಾದಲ್ಲಿ ವಿಮಾನ ನೆಲದ ಸ್ಪರ್ಶ ಮಾಡುತ್ತಲೇ ಟೈಗರ್ ಸೀಟ್ ಬೆಲ್ಟ್ ಕಳಚಿ ಎದ್ದು ನಿಲ್ಲಲು ಪ್ರಯತ್ನಿಸಿದ. ಅವನ ಇಂತಹ ಹುಚ್ಚಾಟಗಳನ್ನು ಗಮನಿಸಿದ್ದ ಒಬ್ಬಳು ಗಗನಸಖಿ ನೇರವಾಗಿ ಅವನ ಬಳಿ ಬಂದಳು.

“ನೀವು ವಿಮಾನ ಪೂರಾ ನಿಂತು ಸಮಸ್ಥಿತಿಗೆ ಬರುವವರೆಗೂ ಸೀಟಿನಿಂದ ಏಳಬಾರದು! ಅದು ಅಪಾಯ. ವಿಮಾನ ನಿಂತ ನಂತರ ಕೂಡ ಕೆಲವು ಫಾರ್ಮಾಲಿಟಿಸ್ ಇವೆ. ಅದೆಲ್ಲ ಮುಗಿಯುವ ತನಕ ನೀವು ಎದ್ದು ಆಚೆ ಹೋಗಲು ಪ್ರಯತ್ನಿಸಬಾರದು"

"ನಿಮ್ಮ ಫಾರ್ಮಾಲಿಟಿಸ್ಗೆ ಬೆಂಕಿ ಹಾಕಿ. ನನಗೆ ತುರ್ತು ಪರಿಸ್ಥಿತಿ! ನಿಮ್ಮ ರೀತಿ ನೀತಿಗಳಲ್ಲ ನಾನು ಫಾಲೋ ಮಾಡಲ್ಲ"

ಎಂದು ಹೇಳುತ್ತಿದ್ದ ಟೈಗರ್ ವಿಮಾನದ ಅಲುಗಾಟಕ್ಕೆ ಮತ್ತೆ ಸೀಟಿನ ಮೇಲೆ ಕುಸಿದು ಕುಳಿತ.

"ನಾನು ಹೇಳಿದ್ದು ಕೇಳ್ದಿದ್ರೆ ಇಂತಾ ಪರಿಸ್ಥಿತಿ ಎದುರಾಗುತ್ತೆ! ಅದಕ್ಕೆ ನಾವು ಹೊಣೆಗಾರರಾಗಲ್ಲ"

ಗಗನಸಖಿ ಮತ್ತೊಮ್ಮೆ ಹೇಳಿದಳು.

ಟೈಗರ್ಗೆ ಘರ್ಜಿಸುವುದೊಂದು ಬಿಟ್ಟು ಬೇರೇನೂ ಸಾಧ್ಯವಾಗಲಿಲ್ಲ. ಆಕೆಯನ್ನು ದುರುಗುಟ್ಟಿ ನೋಡಿದ.

"ಟೈಗರ್ ಕಂಟ್ರೋಲ್ ಮಾಡ್ಕೋ. ವಿಮಾನ ನಿಲ್ಲೋತನಕ ನಾವೇನು ಮಾಡೋಕಾಗಲ್ಲ. ವಿಮಾನ ನಿಂತ ಮೇಲೆ ನಾವು ಆಚೆ ಹೋಗೋದಕ್ಕೆ ಒಂದು ಚ್ಯೂಟ್ ತಂದು ಸೇರಿಸುತ್ತಾನೆ. ಆಮೇಲಷ್ಟೇ ನಾವು ಇಳಿಯಬಹುದು. ಏನೋ ಮಾಡೋಕೆ ಹೋಗಿ ಮತ್ತೆ ಪೊಲೀಸ್ನವರ ಕೈಗೆ ಸಿಕ್ಕಿಕೊಳ್ಳೋ ಪರಿಸ್ಥಿತಿ ತಂದೊಡ್ಡಬೇಡ"

ಅವನ ಜೊತೆಯಲ್ಲಿದ್ದ ಡಾ. ಬ್ಯಾನರ್ಜಿ ಎಚ್ಚರಿಸಿದರು.

"ನನ್ನ ಪ್ಲಾನ್ ಎಲ್ಲಾ ಉಲ್ಟಾ ಆಗೋಯ್ತು, ಯಾಕೆ ಹೀಗಾಯ್ತು ಅಂತ ಗೊತ್ತಾಗ್ತಾ ಇಲ್ಲ! ಇಷ್ಟು ವರ್ಷ ನಾನು ಹಾಕಿದ ಗೆರೇನಾ ಆ ವಿವೇಕನಾಗಲಿ ಚಿತ್ರ ಆಗಲಿ ದಾಟುತ್ತಿರಲಿಲ್ಲ! ಈಗ ಏನೇನೋ ಆಟ ಆಡ್ತಾ ಇದ್ದಾರೆ! ಇದರ ಹಿಂದೆ ಏನೋ ಇದೆ! ನಾನು ಆದಷ್ಟು ಬೇಗ ವಿವೇಕನ್ನ ಮತ್ತೆ ನನ್ನ ಕಂಟ್ರೋಲಿಗೆ ತಗೋಬೇಕು"

"ಅದೆಲ್ಲಾ ಮಾಡೋಕೆ ಟೈಮ್ ಇದ್ಯಲ್ಲ ಯಾಕೆ ಹೀಗೆ ಹಾರಾಡ್ತಿದ್ದೀಯಾ?"

ಡಾಕ್ಟರ್ ಬ್ಯಾನರ್ಜಿ ಮತ್ತೆ ಹೇಳಿದರು.

ವಿಮಾನದ ಎಲ್ಲಾ ವಿಧಾನಗಳು ಮುಗಿದ ಮೇಲೆ ಈಚೆ ಬಂದ ಟೈಗರ್ ತನ್ನ ಜೊತೆಯವರನ್ನೂ ಲೆಕ್ಕಕ್ಕೆ ತೆಗೆದುಕೊಳ್ಳದೆ ಏರ್ಪೋರ್ಟಿನಲ್ಲಿ ದುಡುದುಡು ಹೆಜ್ಜೆ ಹಾಕಿದ.

ಸೀದಾ ತಾನು ಬಂದಿದ್ದ ವಿಮಾನದ ಟಿಕೆಟ್ ಕೌಂಟರಿನ ಮುಂದೆ ನಿಂತ.

ಅವನ ಜೊತೆಗಾರರು ಫಾರೂಕ್ ಮತ್ತು ಡಾಕ್ಟರ್ ಬ್ಯಾನರ್ಜಿ ಅವನ ಹಿಂದೆ ದಾಪುಗಾಲು ಹಾಕುತ್ತಿದ್ದರು.

"ಏನಾಗಿದೆ ಇವನಿಗೆ? ಇದ್ದಕ್ಕಿದ್ದಾಗೆ ಹುಚ್ಚನಾಗೆ ಹಾಡ್ತಾ ಇದ್ದಾನೆ"

ಫಾರೂಕ್ ಆಶ್ಚರ್ಯಪಟ್ಟ.

"ನನಗೆ ಒಂದು ಎಮರ್ಜೆನ್ಸಿ ಪರಿಸ್ಥಿತಿ ಎದುರಾಗಿದೆ! ನಾನೀಗ ವಾಪಸ್ಸು ಮುಂಬೈಗೆ ಹೋಗ್ಬೇಕು"

"ಸಾರಿ ಸರ್, ನೆಕ್ಸ್ಟ್ ಫ್ಲೈಟ್ ಮುಂಬೈಗೆ ಇರೋದು ಇನ್ನೂ ಆರು ಗಂಟೆ ಮೇಲೆ! ಅಲ್ಲಿ ತನಕ ನೀವು ಕಾಯಬೇಕು"

"ಬೇರೆ ಇನ್ಯಾವ್ ಫ್ಲೈಟು ಇಲ್ವೇ?"

"ಸರ್ ಬೇರೆ ಯಾವ ಫ್ಲೈಟೂ ಇಲ್ಲ!"

"ನೋಡಿ ನಾವು ಮೂರು ಜನ ಇದ್ದೀವಿ...ಮೂರು ಜನಕ್ಕೋಸ್ಕರ ನೀವು ಒಂದು ಸ್ಪೆಷಲ್ ವಿಮಾನ ಈಗಲೇ ಇಲ್ಲಿಂದ ಮುಂಬೈಗೆ ಹೋಗ್ಬೇಕು...ಎಷ್ಟು ಹಣ ಅದ್ರೂ ಚಿಂತೆ ಇಲ್ಲ, ನಾನು ಕೊಡ್ತೀನಿ.."

ಟೈಗರ್ ವಿಮಾನದ ಕೌಂಟರ್ನಲ್ಲಿದ್ದ ಮಧ್ಯವಯಸ್ಕನನ್ನು ಆತುರಪಡಿಸಿದ.

"ಸಾರಿ ಸರ್. ನಮ್ಮದೇ ಕೆಲವು ನೀತಿ ನಿಯಮಗಳಿವೆ. ಹೇಗೆಂದರೆ ಹಾಗೆ ನಾವು ಫ್ಲೈಟ್ ಅನ್ನ ಶೆಡ್ಯೂಲ್ ಮಾಡಕ್ಕಾಗಲ್ಲ. ಇದು ಕಾರು, ಬಸ್ಸುಗಳ ಹಾಗಲ್ಲ. ಏವಿಯೇಶನ್ ಕಂಟ್ರೋಲ್ ಬೋರ್ಡ್ ನಿಯಮಗಳಿಗೆ ನಾವು ಬದ್ಧರಾಗಿದ್ದೇವೆ. ನೀವು ಬೇಕಾದ್ರೆ ಕೆಲವು ಖಾಸಗಿ ಕಂಪನಿಗಳ ಹೆಲಿಕಾಪ್ಟರ್ ಸರ್ವೀಸ್ ತಗೋಬಹುದು"

"ನಾನೀಗ ಅರ್ಜೆಂಟಾಗಿ ಹೋಗ್ಬೇಕು ಅದಕ್ಕೆ ನಿನ್ನತ್ರ ಏನಾದರೂ ಉಪಾಯ ಇದೆಯಾ?"

"ಸರ್, ನಾನು ಒಂದೆರಡು ಫೋನ್ ನಂಬರ್ ಕೊಡ್ತೀನಿ ಫೋನ್ ಮಾಡಿ, ನಿಮಗೆ ಹೆಲಿಕಾಪ್ಟರ್ ಸರ್ವೀಸ್ ಸಿಗಬಹುದು"

"ಅದ್ನೆಲ್ಲಾ ನೀನೇ ಮಾಡು, ನಾನು ದುಡ್ಡು ಕೊಡುತ್ತೇನೆ?"

"ಸಾರಿ ಸರ್, ನಾವು ಒಂದು ಸಂಸ್ಥೆಯಲ್ಲಿ ಕೆಲಸ ಮಾಡ್ತಾ ಇರೋರು.... ಹಾಗೆಲ್ಲ ಕಸ್ಟಮರ್ಸ್ ಗೆ ಪರ್ಸನಲ್ ಆಗಿ ಏನೇನೋ ಮಾಡಕ್ಕಾಗಲ್ಲ"

"ಈ ದರಿದ್ರ ಸಿಸ್ಟಮ್ಗಳು ಕೇಳಿ ಕೋಪ ಬರ್ತಿದೆ! ಹೋಗ್ಲಿ ಆ ಫೋನ್ ನಂಬರ್ಗಳು ಕೊಡು. ಡಾಕ್ಟರ್ ಅವನೇ ಹೇಳೋ ಫೋನ್ ನಂಬರ್ ಬರ್ಕೊಳ್ಳಿ"

ಡಾಕ್ಟರ್ ಬ್ಯಾನರ್ಜಿ ಫೋನ್ ನಂಬರ್ಗಳನ್ನು ಬರೆದುಕೊಂಡರು.

"ಥ್ಯಾಂಕ್ ಯು"

ಆ ನಂಬರ್ಗಳನ್ನು ನೀಡಿದಾತನಿಗೆ ಧನ್ಯವಾದ ಸೂಚಿಸಿದರು ಬ್ಯಾನರ್ಜಿ.

"ಅವನಿಗೆ ಯಾಕೆ ಥ್ಯಾಂಕ್ಸ್ ಹೇಳ್ತಿರಿ...? ಅವನು ಮಾಡಿದ್ದಾದರೂ ಏನು ಮಹಾ?"

ಟೈಗರ್ ಮಾತಿಗೆ ಬ್ಯಾನರ್ಜಿ ಮುಖ ಗಂಟಿಕ್ಕೊಕೊಂಡರು.

ಇವನೇನು ತನ್ನನ್ನು ಕಾಡು ಮನುಷ್ಯ ಅಂದುಕೊಂಡಿದ್ದಾನೋ? ಒಂದಿಷ್ಟಾದರೂ ಸೌಜನ್ಯತೆ ಬೇಡವೇ? ತಮ್ಮಲ್ಲೇ ಹೇಳಿಕೊಂಡರು.

ಆ ಕೌಂಟರನಿಂದ ಸ್ವಲ್ಪ ದೂರ ಬಂದ ಮೇಲೆ ಒಂದೆಡೆ ಕುಳಿತು ಅವರು ಹೆಲಿಕಾಪ್ಟರ್ ಸರ್ವೀಸ್ ಕಂಪನಿಗೆ ಫೋನ್ ಮಾಡತೊಡಗಿದರು.

****

ಸುಮನಾ ವಿವೇಕನ ಬಂಗಲೆಯನ್ನು ತಲುಪಿದಳು.

ಬಂಗಲೆಯಲ್ಲಿದ್ದ ಕೆಲಸದವರೌ ಮೊದಲಿಗೆ ಸುಮನಾ ಜೊತೆ ಮಾತಾಡಲು ಅನುಮಾನಿಸಿದರು. ನಂತರ ವಿವೇಕ್ ಮತ್ತು ಚಿತ್ರ ಶಿಮ್ಲಾಗೆ ಶೂಟಿಂಗಿಗೆ ಹೋಗಿರುವುದನ್ನು ತಿಳಿಸಿದರು.

ಆ ಸುದ್ದಿ ಕೇಳಿ ಸುಮನಾ ಶಾಕ್ ಆಗಿ ನಿಂತಳು.

ವಿವೇಕ್ ಬಂಗಲೆಯಲ್ಲಿ ಇಲ್ಲ ಎನ್ನುವುದು ಅವಳ ಉತ್ಸಾಹವನ್ನು ಕುಗ್ಗಿಸಿ ಬಿಟ್ಟಿತು! ಇನ್ನೇನು ವಿವೇಕನನ್ನು ನೋಡುತ್ತೇನೆ ಎಂದುಕೊಂಡಿದ್ದವಳಿಗೆ ನಿರಾಶೆಯಾಗಿತ್ತು.

ಆ ಮನೆಯಲ್ಲಿದ್ದ ಕೆಲಸದವರಲ್ಲಿ ಒಬ್ಬನನ್ನು ತಾನೆಲ್ಲೋ ನೋಡಿರುವೆ ಎನಿಸಿತು ಸುಮನಾಗೆ. ದಾದರಿನ ರೈಲ್ವೆ ಸ್ಟೇಷನ್ನಲ್ಲಿ ಟ್ರೈನಲ್ಲಿ ಇಳಿದಾಗ ತನ್ನನ್ನು ಹಿಂಬಾಲಿಸುತ್ತಿದ್ದ ಮೂವರಲ್ಲಿ ಇವನೂ ಒಬ್ಬ ಎನಿಸಿತು!

ಅವನು ಕೂಡ ಸುಮನಾಳನ್ನು ಗುರುತಿಸಿದ. ಮರುಕ್ಷಣವೇ ಬಾಸ್ಗೆ ಹೇಳಿದರೆ ತನಗೆ ಶಬಾಷ್ಗಿರಿ ಸಿಗಬಹುದು, ಮತ್ತು ಒಂದಿಷ್ಟು ಭಕ್ಷೀಸೂ ಸಿಗಬಹುದು ಎನಿಸಿತು.

"ನೀವು ದಾದಾ ವಿವೇಕ್ ಅವರ ಜೊತೆ ಮಾತಾಡೋಕೆ ನಾನು ಹಾಟ್ಲೈನಲ್ಲಿ ಸಂಪರ್ಕ ಮಾಡಿಕೊಡುತ್ತೇನೆ ಒಳಗಡೆ ಬನ್ನಿ"

ಸುಮನಾಳನ್ನು ಆಹ್ವಾನಿಸಿದ.

ಸುಮನಾಗೆ ಸಂಶಯ! ಆದರೆ ವಿವೇಕನನ್ನು ನೋಡಲೇಬೇಕು ಎನ್ನುವ ಹಂಬಲದಿಂದ ಅವನ ಮಾತನ್ನು ಒಪ್ಪಿದಳು.

ಅವನ ಜೊತೆ ಬಂಗಲೆಯ ಒಳಕ್ಕೆ ನಡೆದಳು.

ಬಂಗಲೆಯ ಭವ್ಯತೆಗೆ ಅವಳು ಬೆರಗಾಗಿದ್ದಳು ಇಂತ ಮನೆಯಲ್ಲಿ ಎಷ್ಟು ವರ್ಷ ಮಾಧವ ಕಳೆದಿದ್ದಾನೆ? ಅದು ಆ ಹೆಂಗಸಿನ ಜೊತೆಗೆ ಎನ್ನುವುದು ಅವಳಿಗೆ ಕಸಿವಿಸಿಯಾಗಿತ್ತು! ನುಂಗಲಾರದ ತುತ್ತಾಗಿತ್ತು!

ಹೊರಗಿನ ವೆರಾಂಡದಲ್ಲೇ ಆಕೆಯನ್ನು ಕೂಡಿಸಿ ಅವನು ಲ್ಯಾಂಡ್ಲೈನ್ ನಿಂದ ಫೋನ್ ಮಾಡಿದ.

ಅವನು ಕಾಂಟಾಕ್ಟ್ ಮಾಡಿದ್ದು ವಿವೇಕನನ್ನು ಅಲ್ಲ ಬದಲಿಗೆ ಟೈಗರನ್ನು!

****

ವಿಮಾನ ನಿಲ್ದಾಣದಲ್ಲಿ ಕುಳಿತು ಚಾರ್ಟೆಡ್ ಹೆಲಿಕಾಪ್ಟರ್ ಸರ್ವಿಸಿಗಾಗಿ ಶತಾಯುಗತಾಯು ಪ್ರಯತ್ನ ಮಾಡುತ್ತಿದ್ದ ಟೈಗರ್. ಪ್ರತಿ ಅರ್ಧ ನಿಮಿಷಕ್ಕೂ ಡಾ. ಬ್ಯಾನರ್ಜಿಯನ್ನು ಆತುರದಿಂದ ಕೇಳುತ್ತಿದ್ದ. ಅವರಿಗೆ ಪೂರ್ಣ ಮಾತಾನಾಡಲು ಅವಕಾಶ ಕೊಡುತ್ತಿರಲಿಲ್ಲ. ಪ್ರತಿ ಮಾತಿಗೂ 'ಅವರು ಏನು ಹೇಳಿದರು? ಒಪ್ಪಿದರೆ? ಹೋಗೋಣವೇ?' ಇತ್ಯಾದಿ ಮಾತುಗಳನ್ನಾಡುತ್ತಾ ಬ್ಯಾನರ್ಜಿಗೆ ಸರಿಯಾಗಿ ಮಾತನಾಡಲು ಬಿಡಲಿಲ್ಲ!

ಅದೇ ಸಮಯಕ್ಕೆ ಮೊಬೈಲ್ ಫೋನ್ ರಿಂಗ್ ಆಯಿತು.

ಫೋನ್ ಟೈಗರ್ ಕಿವಿಗೆ ಹಿಡಿದ.

"ಯಾರೋ ಅವನು ಹೇಳು, ಬೊಗಳೋ ಏನೂಂತ"

"ಬಾಸ್ ಅವತ್ತು ಆ ಟ್ರೈನಲ್ಲಿ ಒಬ್ಬಳು ಯುವತಿಯನ್ನ ನಾವು ಫಾಲೋ ಮಾಡ್ತಿದ್ವಲ್ಲ? ಅವಳು ವಿವೇಕಾನ ಬಂಗಲೆಗೆ ಬಂದಿದ್ದಾಳೆ!"

ತನ್ನ ಚೇಲಾನ ಮಾತಿಗೆ ಟೈಗರ್ ಉರಿದು ಬಿದ್ದ.

ವಾಪಸು ಮುಂಬೈಗೆ ವಾಪಸ್ಸಾಗಲು ತಕಪಕ ಕುಣಿದಾಡುತ್ತಿದ್ದ ಟೈಗರ್ಗೆ ತನ್ನ ಚೇಲಾನ ಮಾತು ಉರಿಯುವ ಬೆಂಕಿಗೆ ತುಪ್ಪ ಹಾಕಿದಂತಾಗಿತ್ತು.

"ಅದಕ್ಕೆ ನಾನೇನು ಮಾಡಲಿ?"

ಕೆರಳಿ ನುಡಿದ.

"ಅವಳು ತಾನಾಗೆ ಬಂದಿದ್ದಾಳೆ! ಅವಳನ್ನ ಏನು ಮಾಡ್ಲಿ?"

"ಅವಳ ಜೊತೆ ಹೋಗಿ ಲೋಕಲ್ ಟ್ರೈನ್ ಕಂಬಿ ಮೇಲೆ ಬಿದ್ದು ಸಾಯಿ"

ಟೈಗರ್ ಅಬ್ಬರಿಸಿದ!

ಅವನ ಪೆಚ್ಚು ಮುಖ ನೋಡಿ, ಅಲ್ಪಸ್ವಲ್ಪ ಟೈಗರ್ ಮಾತನ್ನು ಕೇಳಿಸಿಕೊಂಡ ಸುಮನಾಗೆ ಅನುಮಾನ ಬಂತು! ಆಕೆ ಗಾಅರಿಯಿಂದ ಎದ್ದು ಬಂಗಲೆಯಿಂದ ಆಚೆಗೆ ಓಡತೊಡಗಿದಳು!

ಬಾಸ್ ಬಿರುನುಡಿಗೆ ಅವನು ಕನಲಿದ್ದ! ತನ್ನ ಮಾತನ್ನು ಕೇಳಿ ಖುಷಿಯಾಗಿ ಭೇಷ್ ಎನ್ನುತ್ತಾನೆ ಎಂದುಕೊಂಡಿದ್ದವನಿಗೆ ತೀವ್ರ ನಿರಾಶೆಯಾಗಿತ್ತು!

ಎದ್ದು ಓಡಿ ಹೋಗುತ್ತಿದ್ದ ಸುಮನಾಳನ್ನು ತಡೆಯುವ ಯಾವ ಪ್ರಯತ್ನವನ್ನು ಮಾಡಲಿಲ್ಲ! ಮಂಕು ಬಡಿದಂತೆ ಅವಳನ್ನೇ ನೋಡುತ್ತಿದ್ದ!

40

ಜಗತ್ತನ್ನೇ ಮರೆತು ಇಸ್ಪೀಟಿನಲ್ಲಿ ಮೈಮರೆತಿದ್ದವರು ಕಾಣಿಸುತ್ತಲೇ ಮಾಧವನಿಗೆ ಖಾತ್ರಿಯಾಗಿತ್ತು!

ಅಂದರೆ ಈ ಕಾಂಕ್ರೀಟ್ ಗುಹೆಯಲ್ಲಿ ಟೈಗರ್ ಇಲ್ಲ! ಟೈಗರ್ ಇದ್ದಿದ್ದರೆ ಈ ಜನ ಇಷ್ಟು ಬಿಂದಾಸ್ ಆಗಿ ಇಸ್ಪೀಟ್ ಆಡುತ್ತಾ ಕೂತಿರುತ್ತಿರಲಿಲ್ಲ!

ನಿಜ, ಟೈಗರ್ ಈ ಜಂಗಲ್ ಬಿಟ್ಟು ಹೊರಗೆ ಹೋಗಿದ್ದಾನೆ! ಬಹುಶಹ ತನ್ನನ್ನು ಫಾಲೋ ಮಾಡಲು ಶಿಮ್ಲಾಗೆ ಹೋಗಿದ್ದಾನೆ! ತಾನು ಶಿಮ್ಲಾದಲ್ಲಿ ಇಲ್ಲ ಎನ್ನುವ ಸುದ್ದಿ ತಿಳಿದೊಡನೆ ವಾಪಸ್ಸಾಗುತ್ತಾನೆ.

ಈಗ ಈ ಇಸ್ಪೀಟ್ ದಾಸರನ್ನು ಏನು ಮಾಡಲಿ?

"ಈಗೇನು ಮಾಡೋದು?"

"ಚಿತ್ರ ಆತಂಕದಿಂದ ಕೇಳಿದಳು.

"ಯೋಚನೆ ಮಾಡಬೇಡ, ಎಲ್ಲಾ ಸಮಸ್ಯೆಗೂ ಪರಿಹಾರ ಇದೆ"

ಮಾಧವ ಮೂಗಿಗೆ ಮಾಸ್ಕ್ ಹಾಕಿಕೊಂಡ, ನಂತರ ತನ್ನ ಜೋಳಿಗೆಯಿಂದ ಒಂದಿಷ್ಟು ಬಟ್ಟೆಯ ತುಂಡುಗಳನ್ನು ತೆಗೆದ. ಮತ್ತೊಮ್ಮೆ ಒಂದು ಗಾಜಿನ ಪುಟ್ಟ ಬಾಟಲ್ ತೆಗೆದ. ಅದರ ಒಳಗಿನ ಕ್ಲೋರೋಫಾರಂ ದ್ರಾವಣವನ್ನು ಬಟ್ಟೆಯ ಮೇಲೆ ಸಿಂಪಡಿಸಿದ. ಚಿತ್ರಾಳತ್ತ ತಿರುಗಿದ. ಅವಳೂ ಸಹ ಮಾಸ್ಕ್ ಹಾಕಿಕೊಂಡು ತಯಾರಾಗಿದ್ದಳು. ಅವಳ ಕೈಗೂ ಒಂದು ಕ್ಲೋರೋಫಾರಂ ಬಟ್ಟೆ ಕೊಟ್ಟ. ಇಬ್ಬರು ಮಾರ್ಜಾಲಗಳಂತೆ ಕಳ್ಳ ಹೆಜ್ಜೆ ಹಾಕುತ್ತ, ಅಲ್ಲಿದ್ದ ಇಬ್ಬರ ಹಿಂದೆ ಬಂದರು. ಅವರಿಬ್ಬರೂ ಎದುರು ಬದಲಾಗಿ ಕೂತಿದ್ದರು. ಚಿತ್ರ ಮತ್ತು ಮಾಧವ ಒಬ್ಬೊಬ್ಬರ ಹಿಂದೆ ನಿಂತರು! ಆ ಇಬ್ಬರೂ ಧುತ್ತನೆ ಎದುರು ಕಾಣಿಸಿಕೊಂಡವರನ್ನು ಆಶ್ಚರ್ಯದಿಂದ ಕಣ್ಣರಳಿಸಿದರು. ಅದೇ ಸಮಯಕ್ಕೆ ಕ್ಲೋರೋಫಾರಂ ಬಟ್ಟೆ ಅವರ ಮುಖ ಮುಚ್ಚಿತ್ತು. ಅವರು ದಿಗ್ಭ್ರಮೆಯಿಂದ ಒದ್ದಾಡಿ ನಿಶ್ಚಲರಾದರು.

ಮಾಧವ ಅವರಿಬ್ಬರ ಉಡುಪನ್ನೂ ಶೋಧಿಸಿದ. ಒಬ್ಬನ ಸೊಂಟದಲ್ಲಿ ಬೀಗದ ಕೈ ಗೊಂಚಲು ಸಿಕ್ಕವು. ಅವನ್ನು ತೆಗೆದುಕೊಂಡು ರೂಮಿನ ಬಾಗಿಲತ್ತ ಧಾವಿಸಿದ.

"ವಿವೇಕ್ ನಂಗೀಗ ನೆನಪಾಗ್ತಿದೆ ಇದೇ ರೂಮು"

ಚಿತ್ರ ಉದ್ವೇಗದಿಂದ ಹೇಳಿದಳು!

"ಇನ್ನೂ ವಿವೇಕನ ಹೆಸರು...? ನಾನು ವಿವೇಕನಲ್ಲ..."

"ಸಾರಿ ಮಾಧವ..ಇದೇ ರೂಮು..?"

"ನಿಜವಾಗಿ? ಹಾಗಾದ್ರೆ ನಮ್ಮ ಶ್ರಮ ಸಾರ್ಥಕ"

ಮಾಧವ ಬೀಗದ ಕೈ ಗೊಂಚಲಿಂದ ಬೀಗ ತೆರೆಯಲು ಪ್ರಯತ್ನಿಸಿದ. ಒಂದು ಕೀಗೆ ಬೀಗ ತೆರೆಯಿತು. ಬಾಗಿಲನ್ನು ಮುಂದೆ ತಳ್ಳಿದ!

ಒಳಗೆ ಕತ್ತಲು ಗೌವ್ವೆಂದಿತು!

ಮೊಟ್ಟ ಮೊದಲಿಗೆ ಕತ್ತಲು ಬಿಟ್ಟು ಒಳಗೇನು ಕಾಣಲಿಲ್ಲ!

ಚಿತ್ರ ಓಡಿಹೋಗಿ ಇಸ್ಪೀಟ್ ಆಡುತ್ತಿದ್ದವರ ಮುಂದಿದ್ದ ಕ್ಯಾಂಡಲ್ ತೆಗೆದುಕೊಂಡು ಒಳಗೆ ಓಡಿ ಬಂದಳು

ಆ ಮೊಂಬತ್ತಿಯನ್ನು ಹಿಡಿದು ಮಾಧವ ಒಳಗೆ ನಡೆದ.

ಮೂಲೆಯಲ್ಲಿ ಒಂದು ಆಕೃತಿ ಮುದುರಿ ಕೂತಿತ್ತು!

ಆ ವ್ಯಕ್ತಿಯ ಕೈಕಾಲುಗಳನ್ನು ಕಟ್ಟಿಹಾಕಿತ್ತು! ಅದು ಗಂಡಸು! ಆ ಮುಖದ ಮೇಲೆ ಬೆದರಿದ ಭಾವ! ದೂರದಲ್ಲಿ ಒಂದು ನೀರಿನ ಬಾಟಲ್ ಇನ್ನೊಂದೆಡೆ ಅಸ್ತವ್ಯಸ್ತವಾದ ಗೋಣಿಚೀಲದ ಹಾಸಿಗೆ.

"ಹೊಡಿಬೇಡಿ, ನಾನು ಏನೂ ಮಾಡಿಲ್ಲ! ಯಾವ ತಪ್ಪು ಮಾಡಿಲ್ಲ... ಪ್ಲೀಸ್ ಪ್ಲೀಸ್"

ಆತ ಬೇಡಿದ, ಅಷ್ಟಲ್ಲದೆ ಅವನು ನಡುಗುತ್ತಿದ್ದ!

"ಹೆದರಬೇಡ, ನಾವು ಟೈಗರ್ ಕಡೆಯವರಲ್ಲ, ನಿನ್ನನ್ನ ಬಿಡಿಸಿಕೊಂಡು ಹೋಗಕ್ಕೆ ಬಂದಿದ್ದೇನೆ"

ಎನ್ನುತ್ತಾ ಮಾಧವ ಅವನ ಕೈಗಳನ್ನು ಕಟ್ಟಿದ್ದ ಹಗ್ಗವನ್ನು ಬಿಚ್ಚತೊಡಗಿದ.

ನೆಲದ ಮೇಲೆ ಕುಸಿದು ಕುಳಿತಿದ್ದ ಅವನಿಗೆ ಮೇಣದ ಬತ್ತಿ ಹಿಡಿದ ಮಾಧವ ದೇವರಂತೆ ಕಂಡ! ಪ್ರಪಂಚದ ಓರ್ವ ಅಸಾಮಾನ್ಯ ವ್ಯಕ್ತಿಯಂತೆ ಕಂಡ. ಕತ್ತಲ ಕೂಪದಿಂದ ರಕ್ಷಿಸುತ್ತಿರುವವನು ದೇವರಲ್ಲದೆ ಬೇರೆ ಇನ್ಯಾರು?

"ನೀನು.... ನೀನು?...ನೀನು ಯಾರು? ಇಲ್ಲಿಗೆ ಹೇಗೆ ಬಂದೆ...?"

ಆಶ್ಚರ್ಯದಿಂದ ಉದ್ಗರಿದ ಆ ವ್ಯಕ್ತಿ! ಮಾತುಗಳು ಪೂರ್ತಿ ಆಗಲೇ ಇಲ್ಲ!

"ಈಗ ಅದೆಲ್ಲ ಹೇಳು ಸಮಯ ಇಲ್ಲ, ನಾನು ಹೇಳಿದ ಹಾಗೆ ನೀವು ಕೇಳಿದರೆ ನಿಮಗೆ ಬಿಡುಗಡೆ.."

ವಿವೇಕ ಆತನನ್ನು ಸಮಾಧಾನ ಮಾಡಲು ಪ್ರಯತ್ನಿಸಿದ!

"ನಿಜವಾಗಿಯೂ ನೀನು ಟೈಗರ್ ಕಡೆಯವನು ಅಲ್ಲವೇ?"

"ಖಂಡಿತವಾಗಿ ಅಲ್ಲ.. ಈಕೆ ನಿಮಗೆ ನೆನಪಿರಬೇಕಲ್ಲ?"

ಮಾಧವ ಚಿತ್ರಳ ಕಡೆ ಕೈ ತೋರಿಸಿದ.

ಆ ವ್ಯಕ್ತಿ ಚಿತ್ರಳನ್ನು ಕ್ಷಣವಷ್ಟೇ ದಿಟ್ಟಿಸಿ ನೋಡಿದ. ಹಿಂದಿನ ಎಲ್ಲಾ ನೆನಪುಗಳು ಮಿಂಚಿನಂತೆ ಮರುಕಳಿಸಿದವು.

"ರಾಕ್ಷಸಿ ನನ್ನ ಜೀವನ ಹಾಳು ಮಾಡಿದ್ದಲ್ಲದೆ ಈಗ ನೀನು ಮತ್ತೆ ಬಂದಿದ್ದೀಯಾ?"

ಒಮ್ಮೆಲೇ ಆ ವ್ಯಕ್ತಿ ಕಿರುಚುತ್ತಾ ಚಿತ್ರಳತ್ತ ನುಗ್ಗಿದ!

ಚಿತ್ರಳ ಜಂಘಾಬಲ ಉಡುಗಿ ನೆಲಕ್ಕೆ ಕುಸಿದಳು!

*****

ತನ್ನ ಭಾಗ್ಯ ಮರಳಿತು, ಮಾಧವ ಸಿಕ್ಕಿಬಿಟ್ಟ ಎಂದುಕ್ಕೊಳ್ಳುವಾಗುತ್ತಿರುವಾಗಲೆ ಮತ್ತೆ ನಿರಾಶೆ! ಅವನು ತನ್ನ ಬದುಕಿನಲ್ಲಿ ಬಹಳ ಮುಖ್ಯವಾದವನು. ಅವನಿಲ್ಲದೆ ತನಗೆ ಬದುಕೇ ಇಲ್ಲ! ಈಗೇನು ಮಾಡಲಿ? ಮೌನ ಹೆಪ್ಪುಗಟ್ಟಿದ್ದ ಅಷ್ಟೂ ವರ್ಷಗಳ ನಂತರ ಒಂದು ಮೆಸೇಜು ಕಳಿಸಿದ್ದಾನೆ: ಆದರೆ ಮತ್ತೆ ಸಂಪರ್ಕಿಸಬೇಡ ಎಂದಿದ್ದಾನೆ! ಹಾಗೆಂದು ಕೈಕಟ್ಟಿ ಕೂರಲು ಸಾಧ್ಯವಿಲ್ಲ! ತನ್ನ ಸಿಕ್ತ್ ಸೆನ್ಸ್ ಹೇಳುತ್ತಿದೆ..ಎಲ್ಲ ಮುಗಿಯುವ ಕಾಲ ಹತ್ತಿರವಾಗಿದೆ! ಈಗವನನ್ನು ನೋಡಲೇಬೇಕು.

ಕಾಯುತ್ತಾ ಕೂರುವುದಂತೂ ಸಾಧ್ಯವೇ ಇಲ್ಲ! ಏನಾದರೂ ಮಾಡಲೇಬೇಕು!

ಏನು ಮಾಡಲಿ? ಹೇಗೆ ಅವನನ್ನು ಭೇಟಿ ಮಾಡಲಿ? ಎಲ್ಲಿ ಸಿಗುತ್ತಾನೆ? ಸುಮನಾಗೆ ಕಾದ ಹೆಂಚಿನ ಮೇಲೆ ಕುಳಿತ ಚಡಪಡಿಕೆ!

ವಿವೇಕನ ಖಾಸಗಿ ಫೋನ್ ನಂಬರ್ ಕೊಟ್ಟ ನರ್ಸಿಂಗ್ ಹೋಮ್ ಡಾಕ್ಟರ್ ನೆನಪಾದರು. ಅವರು ತನಗೆ ಹಿಂದೆ ಸಹಾಯ ಮಾಡಿದ್ದರು. ಈಗಲೂ ಸಹ ಮಾಡುತ್ತಾರೆ! ಕೇಳಿಕೊಂಡರೆ ಇಲ್ಲ ಎನ್ನಲಾರರು!

ಯೋಚನೆ ಬರುತ್ತಲೇ ಸುಮನಾ ಕೆಲಸಕ್ಕೆ ರಜೆ ಹೇಳಿ, ನರ್ಸಿಂಗ್ ಹೋಮಿಗೆ ಕ್ಯಾಬ್ ಹಿಡಿದಳು!

ಆಗ ತಾನೇ ನರ್ಸಿಂಗ್ ಹೋಮಿಗೆ ಬಂದಿದ್ದ ಡಾಕ್ಟರ್ ಸುಮನಾಳನ್ನು ನೋಡಿ ಅಚ್ಚರಿಗೊಂಡರು. ಅವಳ ಮುಖ ಅವರಿಗೀಗ ಚೆನ್ನಾಗಿ ಪರಿಚಯವಿತ್ತು.

"ಏನಾಯಿತು? ದಾದಾಗೆ ಮೆಸೇಜ್ ಕಳಿಸಿದೆಯಾ?"

"ಕಳಿಸಿದೆ ಸರ್, ಅವನಿಂದ ಮರು ಮೆಸೇಜ್ ಕೂಡ ಬಂತು"

"ದಟ್ ಈಸ್ ಗುಡ್...ಈಗ ಮತ್ತೇನು ನಿನ್ನ ಸಮಸ್ಯೆ?"

"ನಾನೀಗ ಅವರನ್ನು ನೋಡಲೇಬೇಕು?"

"ನಿನಗೆ ಸಮಸ್ಯೆ ಸಂಪೂರ್ಣ ಅರಿವೇ ಇಲ್ಲ! ಅವನನ್ನು ಸಾಮಾನ್ಯ ಮನುಷ್ಯನಂತೆ ನೀನು ನೋಡ್ತಿದ್ದೀಯ...ಅವನನ್ನು ಸಂಪರ್ಕ ಮಾಡೋದು ಎಷ್ಟು ಕಷ್ಟ ಎಂದು ನಿನಗೆ ಅರ್ಥವಾಗುತ್ತಿಲ್ಲ!"

"ಸರ್, ಪ್ಲೀಸ್ ನನಗೆ ಸಹಾಯ ಮಾಡಿ. ನನಗೆ ಗೊತ್ತು, ಅವರನ್ನು ಸಂಪರ್ಕ ಮಾಡುವುದು ಸುಲಭ ಅಲ್ಲ. ಅವರು ಸೂಪರ್ ಸ್ಟಾರ್, ಆದರೆ ಅವರಿಗೆ ನನ್ನ ಅವಶ್ಯಕತೆ ಇದೆ. ಅವರು ಅಪಾಯದಲ್ಲಿದ್ದಾರೆ...ಅವರನ್ನು ರಕ್ಷಿಸಬೇಕು.."

"ನಿನ್ನ ಮಾತು ನನಗೆ ಏನೇನೂ ಅರ್ಥವಾಗ್ತಿಲ್ಲ...ಬಟ್ ನಿಮ್ಮಿಬ್ಬರ ನಡುವೆ ಯಾವುದೋ ಸಂಬಂಧ ಇದೆ ಅನ್ನೋದು ಅರ್ಥವಾಗಿದೆ..ನಾನು ಹೆಚ್ಚೇನೂ ಮಾಡೋಕಾಗೊಲ್ಲ! ಅವನ ಮನೆ ವಿಳಾಸ ಕೊಡ್ತೀನಿ...ಉಳಿದಿದ್ದು ನಿನ್ನ ಅದೃಷ್ಟ..!"

'ಅಷ್ಟು ಮಾಡಿ, ನಿಮ್ಮ ಉಪಕಾರ ನಾನು ಯಾವತ್ತೂ ಮರೆಯೋಲ್ಲ!"

"ದಾದ ಬಳಿ ನಾನು ವಿಳಾಸ ಕೊಟ್ಟೆ ಎಂದು ಯಾವ ಕಾರಣಕ್ಕೂ ಹೇಳಬಾರದು..."

"ಖಂಡಿ ವಿವೇಕನ ಬಂಗಲೆಯಿಂದ ಈಚೆ ಓಡಿ ಬಂದ ಸುಮನಾಗೆ ಎಲ್ಲಿಗೆ ಹೋಗಬೇಕು..ಏನು ಮಾಡಬೇಕು? ಎಂದು ತಿಳಿಯದೆ ಕಂಗಾಲಾಗಿದ್ದಳು.

ವಾಪಸ್ಸು ಹಾಸ್ಟೆಲಿಗೆ ಹೋಗಿಬಿಡಲೇ? ಆದರೆ ತಾನು ಯಾವ ಉದ್ದೇಶಕ್ಕೆ ಹೊರಟಿದ್ದೆನೋ ಅದು ಈಡೇರಲೇ ಇಲ್ಲ! ಮಾಧವನನ್ನು ನೋಡಲೇಬೇಕು.... ಆ ಕ್ಷಣ ಸಹಿತವಾಗಿದೆ! ಇನ್ನು ತಡ ಮಾಡಬಾರದು! ಆದರೆ... ಅವನೆಲ್ಲಿದ್ದಾನೆ? ಅವನನ್ನು ಹೇಗೆ ಹುಡುಕಲಿ?

ಮುಂಬೈನ ಬೀದಿಗಳು ಸದಾ ಜನರಿಂದ ಗಿಜಿಗುಟ್ಟುವ ಸ್ಥಿತಿಯಲ್ಲಿ ಇರುತ್ತಿದ್ದವು. ಒಂದೆಡೆ ನೆಮ್ಮದಿಯಾಗಿ ನಿಲ್ಲಲು ಸಾಧ್ಯವೇ ಇರಲಿಲ್ಲ! ಒಂದೆಡೆ ನಿಲ್ಲಲೂ ಜಾಗ ಸಿಗುತ್ತಿರಲಿಲ್ಲ... ಏನು ಮಾಡಲಿ? ಯೋಚನೆ ಸುಮನಾಳನ್ನು ಕಾಡಿತು. ಹತ್ತಿರದಲ್ಲಿ ಎಲ್ಲಿಯಾದರೂ ಒಂದು ಪಾರ್ಕ್ ಸಿಕ್ಕಿದರೆ ಅಲ್ಲಿ ಕೂತು ಯೋಚಿಸಬಹುದು. ಆದರೆ ಅದು ಅವಳಿಗೆ ಆಪರಿಚಿತವಾದ ಬಡಾವಣೆ. ಎಲ್ಲಿ ಏನಿದೆ ಎನ್ನುವುದು ಗೊತ್ತಿರಲಿಲ್ಲ. ನರ್ಸಿಂಗ್ ಹೋಮಿನಿಂದ ನೇರ ವಿವೇಕನ ಮನೆಗೆ ಬಂದಿದ್ದಳು.

ಎದುರಿಗೆ ಒಂದು ಹೋಟೆಲ್ ಕಾಣಿಸಿತು ಅದು ದುಬಾರಿ ಹೋಟೆಲ್ ಎನಿಸಿದರೂ ಆದರೊಳಗೆ ಕೆಲವು ಕಾಲ ಕೂತು ಯೋಚಿಸಬಹುದು ಎನ್ನಿಸಿ ಆ ಹೋಟೆಲನ್ನು ಪ್ರವೇಶ ಮಾಡಿದಳು.

ಹೋಟೆಲಿನೊಳಗೆ ಕೆಲವೇ ಹೆಜ್ಜೆಗಳು ಮುಂದಿಟ್ಟಾಗ ಮೊಬೈಲ್ಗೆ ಮೆಸೇಜು ಬಂದ ಶಬ್ದ ಕೇಳಿಸಿತು. ಅದು ಮಾಧವನದೆ?

ಎದೆ ಬಡಿತ ಹೆಚ್ಚಾಯಿತು.

ನಡೆಯುತ್ತಿದ್ದವಳು ಗಕ್ಕನೆ ನಿಂತು ಮೊಬೈಲ್ ನೋಡಿದಳು.

'ನನ್ನ ಮೆಸೇಜಿಗಾಗಿ ಕಾಯುತ್ತಿರು...ಇನ್ನು ಕೆಲವೇ ಗಂಟೆಗಳಲ್ಲಿ ನಮ್ಮ ಭೇಟಿ-ಮಾಧವ'

ಮೆಸೇಜ್ ಓದುತ್ತಲೇ ಅವಳಿಗೆ ಅಲ್ಲೇ ಹರ್ಷಾತಿರೇಕದಿಂದ ಕುಣಿದಾಡುವಂತಾಯಿತು. ಆದರೆ ಅದು ತನ್ನ ಹಾಸ್ಟೆಲ್ ಅಲ್ಲ. ಸಾರ್ವಜನಿಕರ ಹೋಟೆಲು ಎಂದು ನೆನಪಾಗಿ ತನ್ನ ಆನಂದವನ್ನು ಹತ್ತಿಕ್ಕಿಕೊಂಡಳು.

ಹೋಟೆಲ್ನಲ್ಲಿ ಕಾಲಿ ಇದ್ದ ಒಂದು ಟೇಬಲ್ ಆರಿಸಿಕೊಂಡು ಕುಳಿತಳು.

ಎಷ್ಟು ಹೊತ್ತು ಕಾಯಬೇಕು ಎನ್ನುವುದನ್ನು ಮಾಧವ ಹೇಳಿಲ್ಲ. ಇನ್ನು ಕೆಲವೇ ಗಂಟೆಗಳಲ್ಲಿ ಎಂದಿದ್ದಾನೆ! ಆ ಅಮೃತಗಳಿಗೆಗಾಗಿ ತಾನು ಕಾಯಬೇಕು!

ಹೋಟೆಲ್ ಪರಿಚಾರಕ ಬಂದು ಅವಳೆದುರಿಗೆ ಮೆನು ಕಾರ್ಡ್ ಇಟ್ಟ.

“ನಾನು ಯಾರಿಗೋ ಕಾಯುತ್ತಿದ್ದೇನೆ..ಅವರು ಬಂದ ನಂತರ ಆರ್ಡರ್ ಮಾಡ್ತೀನಿ..”

ಸುಮನಾ ಹೇಳಿದಳು.

ಇದು ಹಣ ಬಿಚ್ಚುವ ಗಿರಾಕಿಯಲ್ಲ ಎನ್ನಿಸಿ ಪರಿಚಾರಕ ಮುಂದೆ ನಡೆದ.

ಅವನ ಧೋರಣೆಗೆ ಸುಮನಾಗೆ ಅವಮಾನವಾದಂತಾಯಿತು! ಛೆ...ಈ ಹಣ ಎನ್ನುವುದು ಎಷ್ಟು ಕೆಟ್ಟದ್ದು! ಅದು ಗೊತ್ತಿದ್ದರೂ ಜನ, ಸಮಾಜ ಮಣೆ ಹಾಕುವುದು ಹಣ ಉಳ್ಳವರಿಗೆ! ಈಗ ಮಾಧವನ ಬಳಿ ಕೋಟಿಗಟ್ಟಲೆ ಹಣವಿದೆ! ಆದರೆ ಅವನಿಗೆ ಸುಖವಿದೆಯೆ? ತನ್ನತನವನ್ನು ಕಳೆದುಕೊಂಡು ಪರಿತಪಿಸುತ್ತಿದ್ದಾನೆ..ಅವನಿಗೆ ನನ್ನ ಅವಶ್ಯಕತೆಯಿದೆ! ಹಾಗೇ ನನಗೂ ಅವನ ಅವಶ್ಯಕತೆಯಿದೆ!

“ಮೇಡಮ್, ನಮ್ಮ ಹೋಟೆಲಿನ ಸೇವೆ ಪಡೆಯದು ಇಲ್ಲಿ ಕುಳಿತಿರಲಾಗದು...”

ಹೋಟೆಲಿನ ಮ್ಯಾನೇಜರ್ ಸುಮಳ ಬಳಿ ಬಂದು ಮೆಲುದನಿಯಲ್ಲಿ ಹೇಳಿದ.

“ಹಾಗಾದರೆ ನಿಮ್ಮ ಹೋಟೆಲಿನಲ್ಲಿನ ದುಬಾರಿ ಬೆಲೆಯ ಐಟಮ್ಮನ್ನು ತನ್ನಿ”

ತೀವ್ರ ಮುಖಭಂಗವಾದಂತೆ ಸುಮನಾ ಹೇಳಿದಳು!

ಮ್ಯಾನೇಜರ್ ಅಚ್ಚರಿಯಿಂದ ಅವಳ ಮುಖ ನೋಡಿದ!

ಮುಂದೇನು? ಎಲ್ಲಿಯವರೆಗೆ ಈ ಹೋಟೆಲಿನಲ್ಲಿರಲಿ? ಯಾವಾಗ ಮಾಧವ ಮೆಸೇಜು ಮಾಡುತ್ತಾನೆ? ಯೋಚಿಸುತ್ತಿದ್ದಳು ಸುಮನಾ!

41

ಹೆಲಿಕಾಪ್ಟರ್ ಶಿಮ್ಲಾದಿಂದ ಮುಂಬೈ ಕಡೆಗೆ ಪ್ರಯಾಣ ಕೈಗೊಂಡಿತ್ತು. ಟೈಗರ್ಗೆ ಒಂದಿಷ್ಟು ನೆಮ್ಮದಿಯಾಗಿತ್ತು. ಆದರೂ ಒಳಗೊಳಗೇ ಕುದಿಯುತ್ತಿದ್ದ. ಚಿತ್ರ ಇಷ್ಟು ಬದಲಾಗಬಹುದು ಎಂದು ಅವನು ಕನಸು ಮನಸ್ಸಿನಲ್ಲಿಯೂ ಎಣಿಸಿರಲಿಲ್ಲ.

ಶಿಮ್ಲಾದಲ್ಲಿ ಶೂಟಿಂಗ್ ಕ್ಯಾನ್ಸಲ್ ಮಾಡಿಸಿರುವುದು ಉದ್ದೇಶಪೂರ್ವಕವಾಗಿಯೇ ಎನ್ನುವಂತಿತ್ತು. ಅದು ಕೂಡ ತನ್ನ ದಿಕ್ಕು ತಪ್ಪಿಸುವುದೇ ಉದ್ದೇಶ! ಹಾಗೆ ಮಾಡಿ ಕೆಲವು ಕಾಲ ತನ್ನ ಭಯದಿಂದ ಮುಕ್ತರಾಗುವ ಹುನ್ನಾರವಿದ್ದಂತೆ ಭಾಸವಾಯಿತು.

ಚಿತ್ರಳಿಗೆ ತಕ್ಕ ಬುದ್ಧಿ ಕಲಿಸಬೇಕು. ಅವಳಿಲ್ಲದೆಯೂ ವಿವೇಕನನ್ನು ಹತೋಟಿಯಲ್ಲಿಟ್ಟುಕೊಳ್ಳುವ ಬೇರೊಂದು ಉಪಾಯವನ್ನು ಮಾಡಲೇಬೇಕು. ಚಿತ್ರಳನ್ನು ಮುಗಿಸಿಬಿಟ್ಟು ಅವಳ ಸ್ಥಾನದಲ್ಲಿ ಇನ್ನೊಬ್ಬರನ್ನು ಕೂರಿಸಲು ಸಾಧ್ಯವೇ? ಚಿತ್ರಳಂತವರು ತನಗೆ ಸಿಕ್ಕೇಸಿಗುತ್ತಾರೆ. ಹಣಕ್ಕೆ ಹೆಣ ಕೂಡ ಬಾಯಿ ಬಿಡುತ್ತದೆ! ವಿವೇಕನ ಹಣ ಕೋಟಿಗಟ್ಟಲೆ ದರೋಡೆ ಮಾಡಿದ್ದೇನೆ. ಹಣ ಚೆಲ್ಲಿದರೆ ಚಿತ್ರಳಂತ ಹತ್ತಾರು ಯುವತಿಯರು ಸಿಗುತ್ತಾರೆ. ಚಿತ್ರಳನ್ನು ವಿವೇಕನ ದಾರಿಯಿಂದ ಪಕ್ಕಕ್ಕೆ ಸರಿಸಿ, ಆ ಸ್ಥಾನದಲ್ಲಿ ಇನ್ನೊಬ್ಬಳಿಗೆ ಜಾಗ ಕೊಡುತ್ತೇನೆ! ಅದೇ ಈಗ ಮಾಡಬೇಕಾಗಿರುವುದು!

ಡಾಕ್ಟರ್ ಬ್ಯಾನರ್ಜಿ ಮತ್ತು ಫಾರೂಕ್ ತಮಗೂ ಮತ್ತು ಟೈಗರ್ ತಲೆಯೊಳಗೆ ನಡೆಯುತ್ತಿರುವ ಯೋಚನೆಗಳಿಗೂ ಯಾವುದೇ ಸಂಬಂಧ ಇಲ್ಲ ಎನ್ನುವಂತೆ ನಿರ್ಲಿಪ್ತರಾಗಿ ಕುಳಿತಿದ್ದರು.

"ಇನ್ನಷ್ಟು ವೇಗವಾಗಿ ಹೋಗು"

ಎಂದು ಟೈಗರ್ ಹೆಲಿಕ್ಯಾಪ್ಟರ್ ಪೈಲೆಟ್ ಗೆ ಕೂಗಿ ಹೇಳಿದ.

"ಇದು ಗರಿಷ್ಠ ವೇಗ ಇದಕ್ಕಿಂತ ಹೆಚ್ಚು ವೇಗವಾಗಿ ಹೋಗಲು ಪ್ರಯತ್ನಿಸಿದರೆ ಅಪಾಯ"

ಪೈಲಟ್ ಹಿಂದೆ ತಿರುಗದೆ ದನಿ ಎತ್ತರಿಸಿ ಹೇಳಿದ.

ಟೈಗರ್ ಕೈ ಕೈ ಹಿಸುಕಿಕೊಂಡ!

****

"ನಮ್ಮ ದೇಶದ ಭಿಕ್ಷುಕರ ಜ್ಞಾನ ಇಷ್ಟು ಉನ್ನತ ಮಟ್ಟದ್ದು ಎಂದು ನನಗೆ ತಿಳಿದೇ ಇರಲಿಲ್ಲ- ಇವತ್ತೇ ತಿಳಿದಿದ್ದು! ಇದು ನಮ್ಮ ದೇಶಕ್ಕೆ ಹೆಮ್ಮೆಯ ವಿಷಯ"

ಬಾಗಿಲಲ್ಲಿ ನಿಂತಿದ್ದ ಸಮವಸ್ತ್ರದ ಬಂದೂಕು ಧಾರಿ ಸೆಂಟ್ರಿಗಳಲ್ಲೊಬ್ಬ ವ್ಯಂಗ್ಯವಾಗಿ ಹೇಳಿದ.

ಮುಂಬೈನ ಪೊಲೀಸ್ ಕಮಿಷನರ್ ಅವರ ಆಫೀಸಿನ ಮುಂದೆ ಮೂರು ಭಿಕ್ಷುಕರು ನಿಂತಿದ್ದರು! ಅವರು ಕಮಿಷನರ್ ಆಫೀಸಿನ ಬಾಗಿಲು ಕಾಯುತ್ತಿದ್ದ ಸೆಂಟ್ರಿ ಜೊತೆ ಮಾತನಾಡುತ್ತಿದ್ದರು. ಆ ಭಿಕ್ಷುಕರಲ್ಲಿ ಇಬ್ಬರು ಗಂಡಸರು ಒಬ್ಬಳು ಹೆಂಗಸು. ಆ ಇಬ್ಬರು ಗಂಡಸರು ಮಾತ್ರ ಒಂದೇ ಮೈ ಕಟ್ಟಿನವರು, ಆದರೆ ಅವರಲ್ಲಿ ಒಬ್ಬ ಸ್ವಲ್ಪ ಸೊರಗಿದ್ದ.

'ಅರ್ಜೆಂಟಾಗಿ ಪೊಲೀಸ್ ಕಮಿಷನರ್ ಅವರನ್ನು ನೋಡಲೇಬೇಕೆಂದು ಅದಕ್ಕೆ ತಮಗೆ ಅವಕಾಶ ಮಾಡಿಕೊಡಬೇಕು' ಎಂದು ಸೆಂಟ್ರಿಯನ್ನು ಅಸ್ಖಲಿತ ಇಂಗ್ಲೀಷಿನಲ್ಲಿ ಕೇಳಿದಾಗ ಸೆಂಟ್ರಿ ದಂಗಾಗಿ ಉತ್ತರ ನೀಡಿದ್ದ.

"ತಮಾಷೆಯಲ್ಲ, ನಾವು ನಿಜವಾದ ಭಿಕ್ಷುಕರಲ್ಲ, ಆ ವೇಷದಲ್ಲಿದ್ದೀವಿ ಅಷ್ಟೇ"

"ನೀವು ಏನು ಹೇಳಿದ್ರೂ ನನ್ನ ಕಣ್ಣಿಗೆ ಮಣ್ಣೆರಚೋಕೆ ಸಾಧ್ಯವಿಲ್ಲ! ನೀವು ಭಿಕ್ಷುಕರಲ್ಲದೆ ಸಿನಿಮಾ ನಟರೆ?"

ಸೆಂಟ್ರಿ ವ್ಯಂಗ್ಯವಾಗಿ ಕೇಳಿದ.

"ಕೆಲಸ ಕಳಕೊಂಡು, ಹೆಂಡತಿ ಮಕ್ಕಳನ್ನು ಉಪವಾಸದಿಂದ ಸಾಯಿಸಬೇಕು ಅಂತ ಮಾಡಿದ್ದೀರೇನು?"

"ಏಯ್, ಏನು ಹಾಗಂದ್ರೆ?"

ಆ ಸೆಂಟ್ರಿ ಕಣ್ಣು ಕೆಕ್ಕರಿಸಿ ನೋಡಿದ.

"ಕೆಲಸ ಕಳಕೊಂಡು ಮಣ್ಣು ತಿನ್ನಬೇಕು ಅಂತ ಮಾಡಿದೀಯ?"

"ಯಾರು ನೀವು? ಇಷ್ಟೊಂದು ಅಹಂಕಾರದಿಂದ ಮಾತಾಡ್ತಿದ್ದೀರ?"

"ಅದನ್ನೆಲ್ಲಾ ನಾವು ಹೇಳೋದು ಕಮಿಷನರ್ ಮುಂದೇನೆ!"

ಸೆಂಟ್ರಿಗಳಿಬ್ಬರಿಗೂ ಅನುಮಾನ ಬಂತು. ರಿಸ್ಕ್ ಬೇಡ ಎನಿಸಿ ಒಬ್ಬ ಒಳಗೆ ಹೋಗಿ ಯಾರೊಂದಿಗೋ ಮಾತಾಡಿ ಬಂದು ನಂತರ ಅವರನ್ನು ಒಳಗೆ ಹೋಗಲು ಅನುವು ಮಾಡಿಕೊಟ್ಟ.

ತಮ್ಮ ಚೇಂಬರಿನೊಳಕ್ಕೆ ಬಂದ ಭಿಕ್ಷುಕರನ್ನು ನೋಡಿ ಕಮಿಷನರಿಗೆ ಸಿಟ್ಟು ನೆತ್ತಿಗೇರಿತು. ಅವರು ತಮ್ಮ ಸಹಾಯಕನನ್ನು ಕರೆದು ಅವರನ್ನು ಆಚೆ ಹಾಕೆಂದು

ಚೇರುವ ಮುಂಚೆಯೇ ಮಾಧವ ಇಂಗ್ಲಿಷಿನಲ್ಲಿ ಮಾತನಾಡಿದ. 'ಇವರನ್ನು ಆಚೆ ಹಾಕಿ' ಎಂದು ಹೇಳಬೇಕಿಂದಿದ್ದ ಕಮಿಷನರ್ ಮಾತುಗಳು ಗಂಟಲಿಂದ ಹೊರಡಲಿಲ್ಲ!

"ಗುಡ್ ಇವಿನಿಂಗ್ ಸರ್ ವಿ ಆರ್ ನಾಟ್ ಬೆಗ್ಗರ್ಸ್"

"ದೆನ್ ಹೂ ದ ಹೆಲ್ ಆರ್ ಯು?"

ಕಮಿಷನರ್ ಕೆರಳಿ ಕೇಳಿದರು.

"ಅದಕ್ಕೆ ಮುಂಚೆ ನಮಗೆ ರಕ್ಷಣೆ ಬೇಕು ಸರ್ ನಮ್ಮ ಜೀವಕ್ಕೆ ಅಪಾಯವಿದೆ"

"ನೀವು ಯಾರು ಅನ್ನೋದನ್ನ ಮೊದಲು ಹೇಳಿ"

"ನಾನು ಫಿಲಂ ಸ್ಟಾರ್ ವಿವೇಕ್"

ಮುಖದಲ್ಲಿ ಬೆಳೆದಿದ್ದ ಗಡ್ಡವನ್ನು ತುರಿಸುತ್ತಾ ಹೇಳಿದ ಒಬ್ಬ ಭಿಕ್ಷುಕ!

ಅಂತ ಸ್ಥಿತಿಯಲ್ಲೂ ಫಿಲಂ ಸ್ಟಾರ್ ವಿವೇಕನ ಗುರುತು ಕಮಿಷನರಿಗೆ ಸಿಕ್ಕಿತು.

"ಮೈ ಗಾಡ್! ದಾದಾ ಇದೇನು ವೇಷ?"

ಬೆಕ್ಕಸಬೆರಗಾಗಿ ಕೇಳಿದರು.

"ಇವತ್ತು ಬೆಳಿಗ್ಗೆಯಿಂದಲೂ ನೀವು ತಪ್ಪಿಸಿಕೊಂಡಿದ್ದೀರಿ ಅಂತ ಫಿಲಂ ಸರ್ಕಲಲ್ಲಿ ಹಾಂಹಾಕಾರ ಎದ್ದಿದೆ! ಯಾರೋ ನಿಮ್ಮನ್ನ ಕಿಡ್ನಾಪ್ ಮಾಡಿದ್ದಾರೆ ಅಂತ ನಾವು ಎಷ್ಟೊಂದು ಹೆದರಿದ್ದೀವಿ..."

ಕಮಿಷನರ್ ಮುಖದ ಮೇಲೆ ಕವಿದಿದ್ದ ಚಿಂತೆ ಕರಗಿತ್ತು.

"ಅಷ್ಟು ಬೇಗ ನೆಮ್ಮದಿ ಪಡಬೇಡಿ ಸರ್, ಅದೊಂದು ದೊಡ್ಡ ಕಥೆ. ಅದನ್ನು ಹೇಳೋದಕ್ಕೆ ಮುಂಚೆ ನನ್ನನ್ನ ಕಿಡ್ನಾಪ್ ಮಾಡಿದ ಆರೋಪದ ಮೇಲೆ ಟೈಗರ್ ಅನ್ನೋ ಭೂಗತ ರೌಡಿಯ ಗ್ಯಾಂಗ್ ಅರೆಸ್ಟ್ ಮಾಡಿಸಬೇಕು. ಸದ್ಯದಲ್ಲಿ ಅವನೀಗ ಶಿಮ್ಲಾದಿಂದ ಹೊರಟಿರಬಹುದು. ಇನ್ನೇನು ಕೆಲ ಸಮಯದಲ್ಲಿ ಮುಂಬೈ ತಲುಪಿ ತನ್ನ ಅಡ್ಡಾ ಸೇರುತ್ತಾನೆ. ಅವನ ಅಡ್ಡಾ ಇರುವ ಲೊಕೇಶನ್ ನಾನು ತಿಳಿಸುತ್ತೇನೆ. ಅವನೊಬ್ಬ ಗ್ಯಾಂಗ್ಸ್ಟರ್! ಅವನದೊಂದು ದೊಡ್ಡ ಗ್ಯಾಂಗ್ ಇದೆ"

ವಿವೇಕ್ ಬೇಗಬೇಗನೆ ವಿವರಗಳನ್ನು ನೀಡಿದ.

ಕಮಿಷನರ್ ತಮ್ಮ ಕಾರ್ಯದರ್ಶಿ ಕರೆದು ವಿವೇಕ್ ಹೇಳಿದ್ದನ್ನೆಲ್ಲ ಶಾರ್ಟ್ ಹ್ಯಾಂಡಿನಲ್ಲಿ ಬರೆದುಕೊಳ್ಳುವಂತೆ ಹೇಳಿದರು.

ವಿವೇಕ್ ಹೇಳಿದ ವಿಷಯದ ಬಗ್ಗೆ ಕೆಲವು ಸಂದೇಶಗಳನ್ನು ಕೇಳಿದರು ಕಮಿಷನರ್. ವಿವೇಕ್ ಎಲ್ಲ ಸಂದೇಹಗಳಿಗೂ ಸೂಕ್ತ ಉತ್ತರ ನೀಡಿದ.

ಅವನಷ್ಟೇ ಅಲ್ಲದೆ ಭಿಕ್ಷುಕರ ವೇಷದಲ್ಲಿದ್ದ ಮೂರು ಜನ ಸಮರ್ಪಕವಾದ ಉತ್ತರಗಳನ್ನು ನೀಡುತ್ತಿದ್ದರು.

ಕಮಿಷನರ್ ಸುಮಾರು ಕಾಲು ಗಂಟೆ ಸಮಯ ಅವಸರದಿಂದ ತಮ್ಮ ಸಿಬ್ಬಂದಿಯನ್ನು ಕರೆದು ಟೈಗರ್ ಅಡ್ಡಾ ಇದ್ದ ಸಿನಿಮಾ ಥಿಯೇಟರಿನ ಅಂಡರ್ ಗ್ರೌಂಡ್ ರೈಡ್ ಮಾಡಲು ವ್ಯವಸ್ಥೆ ಮಾಡಿದರು. ಅದೇ ಸಮಯಕ್ಕೆ ಮಿಂಚಿನಂತೆ ಪತ್ರಕರ್ತರು ಬರತೊಡಗಿದ್ದರು.

ಅವರಿಗೆಲ್ಲ ಈ ವಿಷಯ ಹೇಗೆ ತಿಳಿಯುತ್ತೆ ಎಂಬುದು ಎಲ್ಲರಿಗೂ ಆಶ್ಚರ್ಯವಾಗಿತ್ತು.

"ಈಗ ನೀವು ನಿಮ್ಮ ಕಿಡ್ನಾಪ್ ವಿಷಯ ಮತ್ತು ಅದರಿಂದ ಹೇಗೆ ತಪ್ಪಿಸಿಕೊಂಡಿರಿ ಅನ್ನೋದನ್ನೆಲ್ಲಾ ಹೇಳಬಹುದು"

ಕಮಿಷನರ್ ಹೇಳಿದರು.

ಅದಕ್ಕೆ ಮುಂಚೆ ನನ್ನದೊಂದು ಕೋರಿಕೆ ಇದೆ ಸರ್, ನಾನು ಹೇಳುವ ವಿಳಾಸದಲ್ಲಿ ಒಬ್ಬ ವ್ಯಕ್ತಿ ಇದ್ದಾರೆ. ಅದು ಒಬ್ಬಳು ಯುವತಿ. ಆಕೆಯನ್ನು ತಾವು ದಯವಿಟ್ಟು ಕರೆಸಬೇಕು ಆಕೆ ಈ ಕೇಸ್ನಲ್ಲಿ ಬಹಳ ಮುಖ್ಯ! ಅಷ್ಟೇ ಅಲ್ಲದೆ ಆಕೆಗೆ ಯಾವ ಗಾಬರಿಯೋ ಆಗದಂತೆ ಕರೆ ತರಬೇಕೆಂದು ವಿನಂತಿಸಿಕೊಂಡ ಮಾಧವ.

“ಅವರೀಗ ಎಲ್ಲಿದ್ದಾರೆ...? ಎಲ್ಲಿಂದ ಅವರನ್ನು ಕರೆದುಕೊಂಡು ಬರಬೇಕು..?”

ಕಮಿಷನರ್ ಕೇಳಿದರು.

“ವಿಲೇಪಾರ್ಲೆ ಬಳಿಯ 'ರಕ್ಷಿತ ವರ್ಕಿಂಗ್ ವುಮೆನ್ ಹಾಸ್ಟೆಲ್'. ಆಕೆಯ ಹೆಸರು ಸುಮನಾ..”

ಚಿತ್ರ ಆ ಹೆಸರು ಕೇಳುತ್ತಲೇ ಹತ್ತಾರು ರೀತಿಯಲ್ಲಿ ಯೋಚಿಸಲು ಶುರು ಮಾಡಿದಳು. ಆಕೆ ಮಾಧವನ ಪ್ರೇಯಸಿ! ಅವಳು ಮಾಧವನ ಜೀವನ ಪ್ರವೇಶಿಸಿದರೆ ತನ್ನ ಗತಿ? ಮೂಲ ವಿವೇಕ ತನ್ನನ್ನು ದ್ವೇಶಿಸುತ್ತಾನೆ! ಟೈಗರ್ ತನ್ನ ಶತೃವಾಗಿದ್ದಾನೆ! ಮಾಧವನ ಪ್ರೇಯಸಿ ಸಿಕ್ಕಿದ್ದಾಳೆ! ತನ್ನ ಗತಿ ಏನು? ಹತಾಶೆ ಅವಳನ್ನು ಮುತ್ತಿತ್ತು.

ಕಮಿಷನರ್ ಒಪ್ಪಿ ಆ ವ್ಯವಸ್ಥೆ ಮಾಡಲು ತಮ್ಮ ಸಹಾಯಕರಿಗೆ ಹೇಳಿದರು.

"ಸರಿ, ಈಗಲಾದರೂ ಎಲ್ಲಾ ಹೇಳಬಹುದಲ್ಲ?"

"ಮೀಡಿಯಾದವರು ಕುತೂಹಲ ತಾಳದೆ ಕೇಳಿದರು ಆಗಲೇ ಮೀಡಿಯಾದವರ ಫೋಟೋ ಮತ್ತು ವಿಡಿಯೋಗೆ ಅಗತ್ಯವಾದ ಬೆಳಕನ್ನು ಅವರ ಫ್ಲಾಶ್ ಲೈಟುಗಳು ಚೆಲ್ಲುತ್ತಿದ್ದವು.

"ಇದು ಐದು ವರ್ಷಗಳ ಹಿಂದಿನ ಮಾತು "

ವಿವೇಕ ಮಾತು ಪ್ರಾರಂಭಿಸಿದ.

ಸುಮನಾಳಿಗೆ ಅರ್ಜೆಂಟಾಗಿ ಮುಖ್ಯವಾದ ವಿಷಯ ತಿಳಿಸಬೇಕು ಎನ್ನುವುದನ್ನು ನೆನಪು ಮಾಡಿಕೊಂಡ ಮಾಧವ.

"ದಯವಿಟ್ಟು ಕ್ಷಮಿಸಿ, ನಿಮ್ಮ ಅನುಮತಿಯೊಂದಿಗೆ ಒಂದು ನಿಮಿಷ ನಾನು ಹೊರಗೆ ಹೋಗಿ ಬರುತ್ತೇನೆ"

ವಿನಂತಿಸಿಕೊಂಡ.

"ಓ..ಕೆ..ಗೋ ಅಹೆಡ್"

ಕಮಿಷನರ್ ಅನುಮತಿಸಿದ ನಂತರ ಮಾಧವ ಕಮಿಷನರ್ ಚೇಂಬರಿಂದ ಈಚೆ ಬಂದು ಸುಮನಾಗೆ ಫೋನ್ ಮಾಡಿದ.

*****

ಸುಮನಾ ತಕ್ಷಣ ಕಾಲ್ ರಿಸೀವ್ ಮಾಡಿದಳು.

"ಸುಮನಾ...?"

"ಮಾಧು..? ನಿನ್ನ ಧ್ವನಿ ಕೇಳಿ ಎಷ್ಟು ವರ್ಷ ಆಗಿತ್ತು...ಎಲ್ಲಿದ್ದೀಯ..ಹೇಗಿದ್ದೀಯ...?"

"ಅದೆಲ್ಲಾ ಆಮೇಲೆ ಹೇಳ್ತೀನಿ..ಈ ತಕ್ಷಣ ನೀನು ಒಂದು ಟ್ಯಾಕ್ಸಿ ತಗೊಂಡು ಹಾಸ್ಟೆಲ್ಲಿಗೆ ಹೋಗಿ. ಅಲ್ಲಿಗೆ ಪೋಲೀಸ್ ಜೀಪು ಬರುತ್ತದೆ. ಹೆದರಬೇಡ..ಅವರ ಜೊತೆ ಅವರು ಕರೆದುಕೊಂಡು ಹೋಗುವ ಸ್ಥಳಕ್ಕೆ ಹೋಗು...ಅಲ್ಲಿ ನಮ್ಮ ಭೇಟಿ...ಇಷ್ಟೇ ಈಗ ಮಾತು ಸಾಧ್ಯ..ಕ್ಷಮಿಸು..ಹೆಚ್ಚು ಮಾತಿಗೆ ಅವಕಾಶವಿಲ್ಲ"

ಮರುಕ್ಷಣ ಕಾಲ್ ಕಟ್ಟಾಯಿತು!

ಸುಮನಾ ನಿಟ್ಟುಸಿರಿಟ್ಟಳು!

ಅದೇ ಸಮಯಕ್ಕೆ ಹೋಟೆಲಿನ ಪರಿಚಾರಕ ಸುಮನಾ ಆರ್ಡರ್ ಮಾಡಿದ್ದ ತಿನಿಸನ್ನು ತಂದು ಟೇಬಲ್ ಮೇಲಿಡಲು ಅನುವಾದ.

"ಇದಕ್ಕೆ ಹಣ ನಾನು ಕೊಡುತ್ತೇನೆ. ನಿನ್ನ ಮ್ಯಾನೇಜರನಿಗೆ ಇದನ್ನು ಫ್ರೀಯಾಗಿ ಕೊಡುತ್ತಿದ್ದೇನೆ. ತಿನ್ನಲು ಹೇಳು"

ಎಂದು ವ್ಯಂಗ್ಯವಾಗಿ ಹೇಳಿದ ಸುಮನಾ ಹಣ ತೆತ್ತು ಹೋಟೆಲಿನಾಚೆ ಧಾವಿಸಿದಳು! ಮುಖದ ಮೇಲೆ ಗೆಲುವಿನ ನಗೆಯಿತ್ತು!!

ಹೋಟೆಲ್ ಪರಿಚಾರಕ ಮತ್ತು ಆಕೆಯ ಮಾತು ಕೇಳಿಸಿಕೊಂಡ ಮ್ಯಾನೇಜರ್ ಕಕ್ಕಾಬಿಕ್ಕಿಯಾಗಿ ಸುಮನಾಳನ್ನು ನೋಡುತ್ತಿದ್ದರು!

ಮರುಕ್ಷಣ ಹೋಟೆಲಿನಿಂದ ಆಚೆ ಧಾವಿಸಿ ಟ್ಯಾಕ್ಸಿಯನ್ನು ಕರೆದಳು.

42

ಮಾಧವ ಹೇಳಿದ ವ್ಯವಸ್ಥೆಗೆ ಒಪ್ಪಿ ಮಾಡಲು ತಮ್ಮ ಸಹಾಯಕರಿಗೆ 'ವಿಲೇಪಾರ್ಲೆಯ ವರ್ಕಿಂಗ್ ವುಮೆನ್ ಹಾಸ್ಟೆಲಿನಿಂದ' ಆ ಯುವತಿಯನ್ನು ಕರೆದು ತರಲು ಅರ್ಡರ್ ಮಾಡಿದರು ಕಮಿಷನರ್.

ಚೇಂಬರ್ ಹೊರಗೆ ನಿಂತು ಸುಮನಾಗೆ ಫೋನ್ ಮಾಡಿದ, ಮಾಧವ ಕಮಿಷನರ್ ಚೇಂಬರ್ ಒಳಗೆ ಬಂದ.

"ಸರಿ ಈಗಲಾದರೂ ಎಲ್ಲಾ ಹೇಳಬಹುದಲ್ಲ?"

ಮೀಡಿಯಾದವರು ಕುತೂಹಲ ತಾಳದೆ ಕೇಳಿದರು ಆಗಲೇ ಮೀಡಿಯಾದವರ ಕ್ಯಾಮೆರಾಕ್ಕೆ ಅಗತ್ಯವಾದ ಬೆಳಕನ್ನು ಅವರ ಫ್ಲಾಶ್ಗಳು ಚೆಲ್ಲುತ್ತಿದ್ದವು.

"ಇದು ಐದು ವರ್ಷಗಳ ಹಿಂದಿನ ಮಾತು "

ವಿವೇಕ ಪ್ರಾರಂಭಿಸಿದ.

"ಐದು ವರ್ಷಗಳ ಹಿಂದಿನ ಮಾತು...? ಆದರೆ ನೀವು ಕಾಣೆಯಾಗಿದ್ದು ಇವತ್ತು ಬೆಳಗಿನದಷ್ಟೇ ಅಲ್ಲವೇ?"

ಕಮಿಷನರ್ ಅಚ್ಚರಿಯಿಂದ ಕೇಳಿದರು ಕಮಿಷನರ್ ಅಚ್ಚರಿಯಿಂದ ಕೇಳಿದರು.

"ಹೌದು, ಆದರೆ ಮೂಲ ವಿವೇಕ್ ಕಾಣೆಯಾಗಿದ್ದು ಐದು ವರ್ಷಕ್ಕೂ ಹೆಚ್ಚು ಸಮಯ ಆಗಿದೆ, ತದ್ರೂಪಿ ವಿವೇಕ್ ಇಂದು ಬೆಳಗಿಂದ ಕಾಣೆಯಾಗಿದ್ದಾರೆ.."

ವಿವೇಕ್ ಮಾತಿಗೆ ಕಮಿಷನರ್ ಆದಿಯಾಗಿ ಮೀಡಿಯಾದವರೂ ಮುಖ ಗಂಟಿಕ್ಕಿಕೊಂಡರು!

"ನೀವೇನು ಹೇಳ್ತಿದ್ದೀರಿ ಮೂಲ ವಿವೇಕ್? ತದ್ರೂಪಿ ವಿವೇಕ್..? ಎಲ್ಲಾ ಕನ್ಫ್ಯೂಸ್ ಆಗ್ತಾ ಇದೆಯಲ್ಲ?"

"ಮಾಧವ್ ನಿಮ್ಮ ವೇಷ ತೆಗೆಯಿರಿ"

ವಿವೇಕ್ ಆ ಇನ್ನೊಬ್ಬ ವ್ಯಕ್ತಿಗೆ ಹೇಳಿದ. ಆ ವ್ಯಕ್ತಿ ಮೆಲ್ಲನೆ ಅಂಟಿಸಿಕೊಂಡಿದ್ದ ಗಡ್ಡ ಮೀಸೆಗಳನ್ನು ಕಿತ್ತು ಬಟ್ಟೆಯಿಂದ ಮುಖ ಒರೆಸಿಕೊಂಡ.

ಕಮಿಷನರ್ ಆಫೀಸಿನಲ್ಲಿ ನೆರೆದಿದ್ದವರಿಗೆಲ್ಲ ಆಶ್ಚರ್ಯವಾಗಿತ್ತು! ಮಾತು ಬಾರದ ಮೂಕರಾಗಿದ್ದರು.

ಅವರೆಲ್ಲರ ಎದುರು ಇಬ್ಬರು ವಿವೇಕರಿದ್ದರು!

ಒಂದೇ ಮೈಕಟ್ಟು, ಒಂದೇ ರೂಪ... ಆದರೆ ಒಬ್ಬ ಮಾತ್ರ ಸ್ವಲ್ಪ ಸೊರಗಿದ್ದ ಅವನ ಮುಖದಲ್ಲಿ ಗಡ್ಡ ಮೀಸೆ ಬೆಳೆದಿದ್ದವು. ಇನ್ನೊಬ್ಬ ತನ್ನ ಕೃತಕ ಗಡ್ಡ ಮೀಸೆ ಇದೀಗ ತೆಗೆದಿದ್ದ!

"ಇದು ಹೇಗೆ ಸಾಧ್ಯ?"

"ಮೈ ಗಾಡ್ ದಿಸ್ ಇಸ್ ಅನ್ಬಿಲೀವಬಲ್"

"ಇಂಪಾಸಿಬಲ್!"

"ಬಟ್ ಇಟ್ ಇಸ್ ಟ್ರೂ...!"

"ಈ ಇಬ್ಬರದೂ ಒಂದೇ ರೂಪ..."

"ಇವರಿಬ್ಬರಲ್ಲಿ ದಾದಾ ವಿವೇಕ್ ಯಾರು?"

ಕಮಿಷನರ್ ಬೆರಗಾಗಿ ಕೇಳಿದರು.

" ಗುರುತಿಸಲು ನಿಮಗೆ ಸಾಧ್ಯವೇ? ಪ್ರಯತ್ನಿಸುವಿರಾ..?"

ಇಬ್ಬರು ವಿವೇಕರಲ್ಲಿ ಒಬ್ಬರು ಹೇಳಿದರು.

ಕೆಲವು ನಿಮಿಷಗಳು ಇಬ್ಬರನ್ನು ದೃಷ್ಟಿಸಿ ನೋಡುತ್ತಿದ್ದ ಕಮಿಷನರ್ ಕೊನೆಗೆ ಸೋಲು ಒಪ್ಪಿಕೊಳ್ಳುವಂತೆ ಹೇಳಿದರು.

"ನೋ ಇಟ್ ಇಸ್ ಇಂಪಾಸಿಬಲ್"

"ದಾದಾ ಮುಂಚೆ ನಿಮ್ಮ ಕಥೆ ಹೇಳಿ"

ಕೃಶನಾಗಿದ್ದ ವಿವೇಕನಿಗೆ ದೃಢಕಾಯನಾದ ವಿವೇಕ್ ಹೇಳಿದ.

"ಆಗಲಿ ಹೇಳುತ್ತೇನೆ ನಾನೇ ಫಿಲಂ ಆಕ್ಟರ್ ವಿವೇಕ್. ನನ್ನ ಫ್ಯಾನ್ ಗಳು ಪ್ರೀತಿ ಮತ್ತು ಗೌರವದಿಂದ ನನ್ನನ್ನು ದಾದಾ ಅಂತ ಕರೀತಾ ಇದ್ದರು ಇದು ವರ್ಷಗಳ ಹಿಂದಿನ ಮಾತು"

“ಈಗಲೂ ಹಾಗೆ ಕರೀತಾರೆ"

ಮೀಡಿಯಾದವರಲ್ಲಿ ಒಬ್ಬ ಪತ್ರಕರ್ತ ಹೇಳಿದ.

"ಪ್ಲೀಸ್, ಮಧ್ಯದಲ್ಲಿ ಯಾರು ಮಾತಾಡಬೇಡಿ ಕೃಶನಾಗಿದ್ದ ವಿವೇಕ್ ವಿನಂತಿಸಿದ. ನನ್ನಂತೆ ಕಾಣಿಸುತ್ತಿರುವ ಈ ವ್ಯಕ್ತಿಯ ಪತ್ನಿ ಚಿತ್ರ, ಆಗ ನನ್ನ ಸೆಕ್ರೆಟರಿಯಾಗಿದ್ದಳು. ನನ್ನ ವ್ಯವಹಾರಗಳನ್ನೆಲ್ಲ ನೋಡಿಕೊಳ್ಳುತ್ತಿದ್ದಳು. ಅಷ್ಟೇ ಅಲ್ಲ ಅವಳು ನನ್ನನ್ನು ಪ್ರೀತಿಸುತ್ತಲೂ ಇದ್ದಳು. ಆದರೆ ನನಗೆ ಅವಳಲ್ಲಿ ಪ್ರೇಮ ಹುಟ್ಟಿರಲಿಲ್ಲ. ಅದಕ್ಕೂ ಮೊದಲು ನನ್ನ ಸೆಕ್ರೆಟರಿಯಾಗಿದ್ದ ರಾಧಿಕಾಳಲ್ಲಿ ನನ್ನ

ಪ್ರೇಮ ಅರಳಿತ್ತು. ಇದೇ ಸಮಯದಲ್ಲಿ ಟೈಗರ್ ಅನ್ನೋ ಒಬ್ಬ ಚಿಲ್ಲರೆ ರೌಡಿಗೆ ಒಂದು ವಿಲಕ್ಷಣವಾದ ಯೋಚನೆ ಬಂದಿತ್ತು! ವಿವೇಕ್ ಅನ್ನೋ ಸೂಪರ್ ಸ್ಟಾರ್ನ ಅಂದರೆ ನನ್ನನ್ನು ಒಂದು ಸೂತ್ರದ ಬೊಂಬೆ ಮಾಡಿಕೊಂಡು ಹಣ ಸುಲಿಯುವ ಯೋಚನೆ ಬಂದಿತ್ತು! ಆ ಐಡಿಯಾ ಬರೋದಕ್ಕೆ ಒಂದು ಘಟನೆ ಕಾರಣವಾಯಿತು. ರಾಧಿಕಾಳಿಗೆ ಅಮಿಷವೊಡ್ಡಿ ಅವಳನ್ನು ದೂರ ಕಳಿಸಿಬಿಟ್ಟ. ಮುಂದಿನದನ್ನು ಇವರು, ನನ್ನ ತದ್ರೂಪಿನಂತೆ ಕಾಣುವ ಮಾಧವ್ ಹೇಳ್ತಾರೆ. ಇವತ್ತು ನಾನು ಅಜ್ಞಾತವಾಸ ಕಳೆದು ಬೆಳಕಿಗೆ ಬಂದಿರೋದಕ್ಕೆ ಇವರೇ ಕಾರಣ. ಇವರು ನನ್ನ ಭಾಗದ ದೇವರು! ನನ್ನ ಜೀವ ಇರುವವರೆಗೂ ಇವರ ಹೆಸರು ಹೇಳಿಕೊಂಡು ನಾನು ಬದುಕಬೇಕು. ನನಗೆ ತೀವ್ರ ಆಯಾಸವಾಗಿದೆ"

ಆತ ಕಳಕಳಿಯಿಂದ ಹೇಳಿಕೊಂಡ. ಅವನೆಷ್ಟು ಭಾವಪರವಶನಾಗಿದ್ದ ಎಂದರೆ ಅವನ ಕಣ್ಣುಗಳಿಂದ ನೀರು ಹರಿಯುತ್ತಿದ್ದವು.

“ನೀವು ಕೂರಿ ದಾದಾ..ತಗೊಳ್ಳಿ..ಈ ನೀರು ಕುಡಿಯಿರಿ..ಏನಾದರೂ ತಿನ್ನಲು ತರಿಸುತ್ತೇನೆ..”

ಕಮಿಷನರ್ ಮನಸ್ಸು ಕರಗಿತ್ತು.

"ದಾದಾ, ನೀವು ನನ್ನನ್ನು ತುಂಬಾ ಹೊಗಳುತ್ತಾ ಇದ್ದೀರಿ. ನಾನು ಮಾಡಿದ್ದು ನೀವು ಹೇಳೋ ಹೊಗಳಿಕೆಗೆ ಅರ್ಹವಲ್ಲ. ಇಲ್ಲೀತನಕ ಅಂದರೆ ಸುಮಾರು ಐದು ವರ್ಷ ನನ್ನನ್ನು ನಾನು ವಿವೇಕ್ ಅಂತಾನೇ ತಿಳ್ಕೊಂಡಿದ್ದೆ!”

ಮಾಧವ ಮಾತಿಗೆ ತೊಡಗಿದ.

"ಅಂದರೆ ನೀವು ವಿವೇಕ್ ಅಲ್ಲವೇ?"

ಗುಂಪಿನಲ್ಲಿ ಒಬ್ಬ ಆತುರದಿಂದ ಕೇಳಿದ.

"ಇಲ್ಲ, ನಾನು ವಿವೇಕ್ ಅಲ್ಲ ನಾನೊಬ್ಬ ಸಾಧಾರಣ ಮನುಷ್ಯ. ನಾನು ಸೂಪರ್ ಸ್ಟಾರ್ ಅಲ್ಲ. ನನ್ನ ಹೆಸರು ಮಾಧವ. ನಾನು ಕರ್ನಾಟಕದವನು, ಹುಟ್ಟಿದ್ದು ಒಂದು ಹಳ್ಳಿಯಲ್ಲಿ. ಓದಿದ್ದು, ಬೆಳೆದಿದ್ದು ಬೆಂಗಳೂರೆಂಬ ಮಹಾನಗರದಲ್ಲಿ. ನಾನು ಕಾಲೇಜಿನಲ್ಲಿ ಓದುವಾಗ ನಾಟಕದಲ್ಲಿ ನಟನೆ ಮಾಡೋದಕ್ಕೆ ಶುರು ಮಾಡಿದ್ದೆ. ನೃತ್ಯವನ್ನು ಕಲಿತು ಒಳ್ಳೆ ನೃತ್ಯಪಟು ಕೂಡ ಆಗಿದ್ದೆ. ಅನೇಕ ನೃತ್ಯ ನಾಟಕಗಳಲ್ಲಿ ಭಾಗವಹಿಸಿ ಹೆಸರು ಗಳಿಸಿದೆ. ನಂತರ ನಟನೆ, ನಿರ್ದೇಶನ ಎರಡನ್ನೂ ಮಾಡತೊಡಗಿದೆ. ಅಂತರ ಕಾಲೇಜು ನಾಟಕ ಸ್ಪರ್ಧೆಗಳಲ್ಲಿ ನಮ್ಮ ಕಾಲೇಜಿಗೆ, ಯೂನಿವರ್ಸಿಟಿಗೆ ಗ್ಯಾರಂಟಿ ಫಲಕ ತರುತ್ತಿದ್ದೆ. ಡಿಗ್ರಿ ಮುಗಿದು ನಾವೊಂದು ಹವ್ಯಾಸಿ ನಾಟಕ ತಂಡವನ್ನು ಕಟ್ಟಿಕೊಂಡೆವು. ದುಶ್ಯಂತ ಶಾಕುಂತಲ ಎಂಬ ನೃತ್ಯ ನಾಟಕವನ್ನು ಚೆನ್ನಾಗಿ ಅಭ್ಯಾಸ ಮಾಡಿ

ಅದನ್ನು ಮಾಸ್ಟರ್ ಪೀಸ್ ಮಾಡಿಕೊಂಡು, ಭಾರತದಾದ್ಯಂತ ಪ್ರದರ್ಶಿಸುವ ಯೋಜನೆ ಹಾಕಿಕೊಂಡಿದ್ದೆವು. ಅದರಂತೆ ನಮ್ಮ ತಂಡ ಮುಂಬೈಗೆ ಬಂತು. ಸರಿಯಾಗಿ ಐದು ವರ್ಷದ ಹಿಂದಿನ ಘಟನೆ ಇದು.

ಟ್ಯಾಗೋರ್ ಥೀಯೇಟರ್ನಲ್ಲಿ ನಮ್ಮ ದುಶ್ಯಂತ ಶಾಕುಂತಲ ನೃತ್ಯ ನಾಟಕ ಐದು ದಿನಗಳು ಯಶಸ್ವಿಯಾಗಿ ನಡೆಯಿತು. ನಮ್ಮ ನಾಟಕ ಮುಂಬೈನ ಮನೆಮಾತಾಗಿತ್ತು. ಕೊನೆಯ ಶೋ ಮುಗಿದು ಮುಗಿದು ಮೇಕಪ್ ಒರೆಸಿಕೊಳ್ಳುತ್ತಿದ್ದೆ. ಆಗ ಯಾರೋ ನನಗೆ ಒಂದು ಚೀಟಿ ಕಳಿಸಿದ್ದರು. 'ನಿನ್ನ ನಾಟಕದ ನಾಯಕಿ, ನಿನ್ನ ಪ್ರೇಯಸಿ ನಮ್ಮ ಕಸ್ಟಡಿಯಲ್ಲಿದ್ದಾಳೆ! ನೀನು ಈಗಲೇ ಥಿಯೇಟರ್ ಈಚೆ ಬಂದು ಮರದ ಕೆಳಗಿರುವ ಕಪ್ಪು ಬಣ್ಣದ ಕಾರಿನ ಬಳಿ ಬರಬೇಕು' ಎಂದು ತಪ್ಪುತಪ್ಪು ಇಂಗ್ಲಿಷಿನ ಬರಹ ಆ ಚೀಟಿಯಲ್ಲಿತ್ತು!

ನನಗೆ ಗಾಬರಿಯಾಗಿ ನನ್ನ ಪ್ರೇಯಸಿ ಉಳಿಸಿಕ್ಕೊಳ್ಳಲು ಥಿಯೇಟರಿನಿಂದ ಈಚೆ ಬಂದು, ಒಂದು ಮರದಡಿ ಇದ್ದ ಕಪ್ಪು ಬಣ್ಣದ ಕಾರಿನ ಕಡೆಗೆ ನಡೆದೆ. ಕಾರು ಹತ್ತಿರವಾದಾಗ ಯಾರೋ ನನ್ನನ್ನು ಬಾಗಿಲು ತೆರೆದು ಒಳಗೆ ಎಳೆದುಕೊಂಡರು. ಅದಷ್ಟೇ ನೆನಪು ನನಗೆ ಇರೋದು.

ಆ ಸಮಯದಲ್ಲಿ ನನ್ನನ್ನು ಕಿಡ್ನ್ಯಾಪ್ ಮಾಡಿದವನು ಟೈಗರ್! ಸೂಪರ್ ಸ್ಟಾರ್ ವಿವೇಕನನ್ನು ತನ್ನ ಅಡ್ಡಾದಲ್ಲಿ ಬಂಧಿಯನ್ನಾಗಿ ಮಾಡಿಕೊಂಡು, ಅವನ ಜಾಗದಲ್ಲಿ ನನ್ನನ್ನು ಸ್ಥಾಪಿಸಿದ. ಏಕೆಂದರೆ ನಾವಿಬ್ಬರೂ ನೋಡಲು ಒಂದೇ ರೀತಿ ಇದ್ದೀವಿ. ಸಣ್ಣ ಪುಟ್ಟ ಬದಲಾವಣೆಗಳನ್ನ ಟೈಗರ್ನ ಖಾಸಗಿ ವೈದ್ಯ ಡಾ.ಬ್ಯಾನರ್ಜಿ ಮಾಡಿದರು. ವ್ಯವಸ್ಥಿತವಾಗಿ ನನಗೆ ಬ್ರೈನ್ ವಾಶ್ ಮಾಡಿದರು. ಬ್ಯಾನರ್ಜಿ ನಮ್ಮ ದೇಶದ ಮೇಧಾವಿ ಮನಶಾಸ್ತ್ರಜ್ಞ. ನನ್ನನ್ನು ವಿವೇಕನ ಸ್ಥಾನದಲ್ಲಿ ನಿಲ್ಲಿಸಿದ ಟೈಗರ್. ನಾನು ದುಡಿದ ಹಣವನ್ನೆಲ್ಲ ಕೊಳ್ಳೆ ಹೊಡೆಯುತ್ತಿದ್ದ.

ಯಾರ ಸಹಾಯವೂ ಇಲ್ಲದೆ ಏಕಾಂಗಿಯಾಗಿ ನನ್ನನ್ನು ನಿಯಂತ್ರಣ ಮಾಡೋದಿಕ್ಕೆ ಟೈಗರ್ಗೆ ಆಗ್ತಾ ಇರಲಿಲ್ಲ. ಆಗಲೇ ಅವನಿಗೆ ನೆನೆಪಗಿತ್ತು ಚಿತ್ರ. ಚಿತ್ರ ಸೆಕ್ರೆಟರಿಯಾಗಿ ಕಾರ್ಯ ನಿರ್ವಹಿಸುತ್ತಿದ್ದಳು. ವಿವೇಕ ಮತ್ತು ಚಿತ್ರಳ ನಡುವೆ ಪ್ರಣಯ ಪ್ರಸಂಗವಿದೆ ಎಂದು ಬೇಕಂತಲೇ ಸಿನಿಮಾ ಪತ್ರಿಕೆಗಳಿಗೆ ಗಾಸಿಪ್ ವಿಷವನ್ನಾಗಿ ನೀಡಿ ಹೊಸದೊಂದು ಯೋಜನೆ ತಯಾರಿಸಿದ್ದ ಟೈಗರ್!

ಆ ಗಾಸಿಪ್ ಮೂಲವಾಗಿಟ್ಟುಕೊಂಡು ಈ ಹೊಸ ವಿವೇಕನೊಂದಿಗೆ, ಅಂದರೆ ನನ್ನೊಂದಿಗೆ ಅವಳನ್ನು ಮದುವೆ ಮಾಡಿಸುವ ಭರವಸೆ ನೀಡಿದ್ದ ಚಿತ್ರಾಗೆ. ಆ ಆಪರೇಷನ್ ಯಶಸ್ವಿಯಾಯಿತು. ಚಿತ್ರ ಜೊತೆ ನನ್ನ ಮದುವೆ ಕೂಡ ಆಯಿತು.

ಮೂರು ತಿಂಗಳ ಕೆಳಗೆ ಒಂದು ಪಾರ್ಟಿಯಲ್ಲಿ ನಾನು ಹೆಚ್ಚಿಗೆ ಮಧ್ಯ ಸೇವಿಸಿದ್ದೆ. ಆಗ ಏನಾಯಿತೋ? ಯಾವ ಬದಲಾವಣೆ ಆಯಿತೋ ನನಗೆ ಗೊತ್ತಿಲ್ಲ. ಆದರೆ ನಾನು ವಿವೇಕನಲ್ಲ ಅನ್ನೋ ಅನುಮಾನ ಪ್ರಾರಂಭವಾಯಿತು. ಟೈಗರ್ ಕಡೆಯವನೊಬ್ಬ ಜಾಕ್ ಅಂತ ಇದ್ದ. ಅವನು ನನ್ನ ಬದಲಾದ ವರ್ತನೆಗಳನ್ನು ರಿಪೋರ್ಟ್ ಮಾಡುತ್ತಿದ್ದ.

ಬ್ಯಾನರ್ಜಿಯಿಂದ ಮತ್ತೆ ಮತ್ತೆ ನನಗೆ ಔಷಧ ಪ್ರಯೋಗ ಆಗುತ್ತಿತ್ತು. ಆದರೆ ಪರಿಣಾಮ ತುಂಬಾ ಕಾಲ ನಿಲ್ಲುತ್ತಿರಲಿಲ್ಲ ಮತ್ತೆ ನಾನು ವಿವೇಕನಲ್ಲ ಎಂಬ ಭಾವನೆ ಬಲವಾಗುತ್ತಿತ್ತು! ಒಮ್ಮೆ ರಸ್ತೆಯಲ್ಲಿ ಒಬ್ಬಳು ಯುವತಿ ನನ್ನ ಕಾರಿಗೆ ಸಿಕ್ಕುವುದರಲ್ಲಿದ್ದಳು. ಆ ಹುಡುಗಿ ಬೇರೆ ಯಾರೂ ಅಲ್ಲ, ನನ್ನ ನಾಟಕ ತಂಡದೊಂದಿಗೆ ಬಂದವಳು, ನನ್ನ ಪ್ರೇಯಸಿ ಸುಮನಾ. ಅವಳು ನನ್ನ ಬಾಳ ಸಂಗಾತಿ ಆಗುವವಳಿದ್ದಳು. ಅವಳನ್ನು ನೋಡಿದ ಮೇಲೆ ನಾನು ವಿವೇಕನಲ್ಲ ಎನ್ನುವ ನನ್ನ ನಂಬಿಕೆ ಬಲವಾಯಿತು.

ಕೊನೆಗೆ ಚಿತ್ರಳಿಗೂ ಕೂಡ ಟೈಗರ್ ಹಿಂಸೆ ಸಾಕೆನಿಸಿತ್ತು! ಫಿಲಂ ಆಕ್ಟಿಂಗ್ನಿಂದ ಬಂದ ಹಣ ಟೈಗರ್ ಪಾಲು, ಮತ್ತೆ ನನ್ನ ಮೇಲೆ ಔಷಧ ಪ್ರಯೋಗ- ನರಕ ದರ್ಶನ ಮಾಡಿಸುತ್ತಿದ್ದ ಟೈಗರ್! ಅವನ ಈ ವಿಕೃತ ವರ್ತನೆಯಿಂದ ರೋಸಿ, ಹೇಸಿ ಚಿತ್ರ ನನಗೆ ಪ್ರತಿಯೊಂದನ್ನೂ ಹೇಳಿಬಿಟ್ಟಳು. ಚಿತ್ರ ಮತ್ತು ನಾನು ಇಬ್ಬರೂ ಬಿಕ್ಷುಕರ ವೇಷದಿಂದ ಟೈಗರ್ನ ರಹಸ್ಯ ಅಡ್ಡಾಗೆ ಹೋಗಿ ಮೂಲ ವಿವೇಕ್ ನ ಬಿಡಿಸಿಕೊಂಡು ಬಂದೆವು. ಚಿತ್ರ ಹಿಂದೆ ಟೈಗರ್ ಜೊತೆ ಕೈಜೋಡಿಸಿದ್ದರೂ, ಈಗ ಅವಳಿಂದಲೇ ನನ್ನ ವ್ಯಕ್ತಿತ್ವ ಮರಳಿ ಪಡೆದೆ. ಅಷ್ಟೇ ಅಲ್ಲದೆ ಮೂಲ ವಿವೇಕನನ್ನು ಬಂಧನದಿಂದ ಬಿಡಿಸಿ, ಅವನ ಪ್ರಾಣವನ್ನು ಕಾಪಾಡಿದಳು. ನ್ಯಾಯಾಲಯದಲ್ಲಿ ನೀವೆಲ್ಲ ಅವಳಿಗೆ ಕ್ಷಮಾದಾನವನ್ನು ಕೊಡಿಸಬೇಕು. ಅವಳ ಎಲ್ಲ ತಪ್ಪುಗಳನ್ನೂ ಉದಾರ ಮನಸ್ಸಿನಿಂದ ಕ್ಷಮಿಸಬೇಕು"

ಮಾಧವನ ಮಾತು ಮುಗಿಯುವ ಸಮಯಕ್ಕೆ ಚಿತ್ರ ಇದ್ದಕ್ಕಿದ್ದಂತೆ ನೆಲಕ್ಕೆ ಕುಸಿದು ಬಿದ್ದಳು! ಅವಳ ಬಾಯಿಂದ ನೊರೆ ಒಸರುತ್ತಿತ್ತು!

43

ಆ ಅನಿರೀಕ್ಷಿತ ಘಟನೆಗೆ ಎಲ್ಲರಿಗೂ ಶಾಕ್ ಆಗಿತ್ತು! ದಿಗ್ಭ್ರಮೆಯಿಂದ ಆಕೆಯನ್ನು ನೋಡಿದರು.

ಚಿತ್ರ ಬಾಯಿಂದ ನೊರೆ ಒಸರುತ್ತಿತ್ತು!!

ಮಾಧವ ತಕ್ಷಣ ಪರಿಸ್ಥಿತಿ ಅರ್ಥಮಾಡಿಕೊಂಡು, ನೆಲದ ಮೇಲೆ ಕುಳಿತು ಅವಳ ತಲೆಯನ್ನು ತನ್ನ ತೊಡೆಯ ಮೇಲಿರಿಸಿಕೊಂಡ!

ನಡೆದ ಘಟನೆ ತೀರಾ ಅನಿರೀಕ್ಷಿತ?

ಯಾರಿಗೂ ಅದರ ಸುಳಿವೇ ಇರಲಿಲ್ಲ.

"ಡಾಕ್ಟರ್ನ ಕರೆಯಿರಿ ಪ್ಲೀಸ್, ಯಾರಾದರೂ ಹರಿಯಪ್"

ಕಮಿಷನರ್ ಕೂಗಿಕೊಂಡರು.

ಯಾರೋ ಆಚೆ ಓಡಿದರು! ಇನ್ನೊಬ್ಬರು ಫೋನಿಗೆ ಕೈ ಹಚ್ಚಿದರು.

ಮಾಧವ ಚಿತ್ರಾಳ ತಲೆ ನೇವರಿಸಿ ಕೇಳಿದ.

"ಏನಾಯ್ತು? ಯಾಕೆ ಹೀಗೆ ಮಾಡಿದೆ?"

"ನನಗೆ ಬೇರೆ ಆಯ್ಕೆ ಇರಲಿಲ್ಲ!"

ತೊದಲುತ್ತಾ ಮುಚ್ಚುತ್ತಿದ್ದ ಕಣ್ಣುಗಳನ್ನು ಪ್ರಯಾಸದಿಂದ ತೆರೆದು ಕಣ್ಣುಗಳಿಂದ ಮಾಧವನನ್ನು ನೋಡಿದಳು ಅಷ್ಟೇ!

ಮುಖ ಒಂದು ಪಕ್ಕಕ್ಕೆ ವಾಲಿತು! ಕಣ್ಣುಗಳು ತೆರೆದೇ ಇದ್ದವು ಅವಳ ಜೀವ ಯಾರಿಗೂ ತಿಳಿಯದ ಅತಿ ನಿಗೂಢ ತಾಣವನ್ನು ಸೇರಿತ್ತು!

"ಸೈನೈಡ್ ಕ್ಯಾಪ್ಸುಲ್...ಆಕೆ ಸೈನೈಡ್ ಕ್ಯಾಪ್ಸೂಲ್ ಸೇವಿಸಿದ್ದಾಳೆ..!"

ಯಾರೋ ಪಿಸುಗುಟ್ಟಿದರು!

ಕಮಿಷನರ್ ಚೇಂಬರಿನಲ್ಲಿ ಅಚಾನಕ್ ನಡೆದ ಘಟನೆಗೆ ಅಲ್ಲಿದ್ದವರೆಲ್ಲ ಮೌನ ಧಾರಣೆ ಮಾಡಿದ್ದರು!

ಆಗ ತಾನೆ ಕಮಿಷನರ್ ಚೇಂಬರ್ ಪ್ರವೇಶಿಸಿದ್ದಳು ಸುಮನಾ. ಕೋಣೆಯಲ್ಲಿ ಸೂಜಿ ಬಿದ್ದರೂ ಕೇಳುವಂತಿದ್ದ ನಿಶ್ಯಬ್ಧಕ್ಕೆ ಗಾಬರಿಯಾಗಿತ್ತು! ಏನು ನಡೆಯುತ್ತಿದೆ? ಇಂತ ಮೌನ ಏಕೆ? ಇಷ್ಟೊಂದು ಜನರಿದ್ದರೂ ಒಂದಿಷ್ಟೂ ಶಬ್ದವಿಲ್ಲ! ಆಗಲೇ ನೆಲದ ಮೇಲೆ ಕುಳಿತಿದ್ದ ಗಂಡಸು, ಅವನ ತೊಡೆಯ ಮೇಲೆ ನಿಶ್ಚಲಳಾಗಿ ಮಲಗಿದ್ದ ಹೆಂಗಸು ಕಣ್ಣಿಗೆ ಬಿದ್ದಳು! ಆಕೆ ಸತ್ತಿರುವಳೆ? ಯಾರವಳು? ತನ್ನ ಮಾಧವ ಎಲ್ಲಿ..? ಯೋಚಿಸುತ್ತಾ ನಿಂತಿದ್ದಳು.

ಮಾಧವ ಭಾರವಾದ ಮನಸ್ಸಿನಿಂದ ಚಿತ್ರಾಳ ತಲೆಯನ್ನು ನೆಲದ ಮೇಲಿಟ್ಟು ಎದ್ದು ನಿಂತ. ಅವನ ಕಣ್ಣಿಂದ ಎರಡು ಹನಿ ಕಣ್ಣೀರು ಒಸರಿದ್ದವು! ದೃಷ್ಟಿ ಬಾಗಿಲ ಕಡೆ ಹರಿಯಿತು.

ಬಾಗಿಲ ಬಳಿ ಸುಮನಾ ಕಂಡಳು!

"ಸುಮನಾ...!"

ನಿಶ್ಯಬ್ದದ ಆ ಸಾಗರದಲ್ಲಿ ಅವನ ಮಾತು ಧ್ವನಿವರ್ಧಕದಲ್ಲಿ ಕೇಳಿಸಿದಂತಿತ್ತು! ಧ್ವನಿ ಬಂದ ಕಡೆಗೆ ಸುಮನ ನೋಡಿದಳು. ಅವಳ ಮುಖದಲ್ಲಿದ್ದ ಆತಂಕ ಗ್ರಹಿಸಿದ ಮಾಧವ ಜನರ ಮಧ್ಯ ದಾರಿ ಮಾಡಿಕೊಂಡು ಅವಳ ಬಳಿಗೆ ಬಂದ! ಸುಮನ ಅನುಮಾನದಿಂದ ಅವನ ಕಡೆ ನೋಡಿದಳು.

"ನಾನು ಯಾರು ಗೊತ್ತಾಯ್ತಾ?"

ಅವಳು ಅವನ ಮುಖವನ್ನು ದಿಟ್ಟಿಸಿ ನೋಡಿದಳು. ಅವನು ಯಾರೆಂಬುದು ಅವಳಿಗೆ ತಿಳಿಯಿತು ಕಣ್ಣುಗಳು ಆನಂದದ ಕಣ್ಣೀರು ಹನಿಸಿದವು. ತುಟಿ ಕಂಪಿಸಿತು.

"ನೀನು ನೀನು ನನ್ನ ಮಾಧವ"

ಅದುರುವ ಅವಳ ತುಟಿಗಳಿಂದ ಮೂಡಿ ಬಂತು ಶಬ್ದ.

ಮಾಧವ ಅವಳನ್ನು ಬಿಗಿದಪ್ಪಿದ!

ಕ್ಯಾಮರಾಗಳು ಬೆಳಕು ಚೆಲ್ಲಿ ಆ ಸಮಾಗಮವನ್ನು ದಾಖಲಿಸಿದವು.

ಹೊರಗೆ ಬಿಟ್ಟು ಕಾಲಿನ ಸಪ್ಪಳ!

ಒಬ್ಬರ ಇನ್ಸ್ಪೆಕ್ಟರ್ ಬಂದು ಕಮಿಷನರ್ ಮುಂದೆ ಸಲ್ಯೂಟ್ ಹೊಡೆದು ಹೇಳಿದರು:

"ಸರ್ ಟೈಗರ್ ಅಡ್ಡಾ ಪೂರಾ ಕವರ್ ಮಾಡಿ ರೈಡ್ ಮಾಡಿದೆವು ಒಬ್ಬರನ್ನೂ ಬಿಡದಂತೆ ಎಲ್ಲರನ್ನೂ ಅರೆಸ್ಟ್ ಮಾಡಿದೆವು"

"ಗುಡ್ ಜಾಬ್! ಆದರೆ ಟೈಗರ್...?"

ಕಮಿಷನರ್ ಅನುಮಾನಿಸಿದರು.

"ಶಿಮ್ಲಾದಿಂದ ವಾಪಸ್ ಆಗುತ್ತಿದ್ದಾನೆ ಅವನನ್ನು ನೇರ ತನ್ನ ಅಡ್ಡಾಕ್ಕೆ ಬರುತ್ತಾನೆ. ಅವನನ್ನು ಅರೆಸ್ಟ್ ಮಾಡಲು ಸಿದ್ಧತೆ ಮಾಡಿಕ್ಕೊಳ್ಳಬೇಕು!"

ವಿವೇಕ್ ಹೇಳಿದ.

"ಆದರೆ ಟೈಗರ್ ಯಾರು? ಹೇಗಿದ್ದಾನೆ..? ಅವನನ್ನು ಯಾರು ನೋಡಿದ್ದಾರೆ..?"

ಕಮಿಷನರ್ ಚೇಂಬರಿನಲ್ಲಿದ್ದ ಇನ್ಸ್ಪೆಕ್ಟರ್ ಕೇಳಿದರು.

ಆ ಸಮಯಕ್ಕೆ ಚಿತ್ರಾಳ ಶರೀರವನ್ನು ಸ್ಟ್ರೆಚರ್ ಮೇಲೆ ಎತ್ತಿಕೊಂಡು ಹೋದರು ಅಂಬುಲೆನ್ಸಿನ ಸಿಬ್ಬಂದಿ.

"ಅವನನ್ನು ನೋಡಿದ್ದಾಕೆ ಚಿತ್ರ! ಈಗ ಆಕೆ ಬದುಕಿಲ್ಲ..."

ಮಾಧವ ಮಾಹಿತಿ ನೀಡಿದ.

"ಆದರೆ ನಾನು ನೋಡಿದ್ದೇನೆ.."

ವಿವೇಕ್ ಮತ್ತು ಸುಮನಾ ಒಟ್ಟಿಗೆ ಹೇಳಿದರು!

"ಹಾಗಾದರೆ ನೀವು ನಮ್ಮ ಜೊತೆ ಬನ್ನಿ.."

"ಓ.ಕೆ..ಗೋ ಅಹೆಡ್.."

ಕಮಿಷನರ್ ಒಪ್ಪಿಗೆ ಕೊಟ್ಟರು,

44

ಎಂಟು ಜನ ಕಾನ್ಸ್ಟೇಬಲ್ಗಳು, ಇಬ್ಬರು ಇನ್ಸ್ಪೆಕ್ಟರ್ಗಳು, ಮಾಧವ, ವಿವೇಕ್ ಮತ್ತು ಸುಮನ ಪೊಲೀಸ್ ವಾಹನದಲ್ಲಿ ಟೈಗರ್ನ ಅಡ್ಡಾದ ಗುಪ್ತ ನೆಲೆ ಆ ಸಿನಿಮಾ ಥೀಯೇಟರ್ ಕಡೆಗೆ ಹೊರಟಿದ್ದರು.

ಪೊಲೀಸ್ ಕಾನ್ಸ್ಟೇಬಲ್ಗಗಳು ಒಂದು ವ್ಯಾನಿನಲ್ಲಿದ್ದರೆ, ಮಾಧವ, ವಿವೇಕ್ ಮತ್ತು ಸುಮನಾ ಮತ್ತು ಇಬ್ಬರು ಇನ್ಸ್ಪೆಕ್ಟರುಗಳು ಇನ್ನೊಂದು ವ್ಯಾನಿನಲ್ಲಿದ್ದರು.

ಇಬ್ಬರು ಇನ್ಸ್ಪೆಕ್ಟರ್ಗಳಲ್ಲಿ ಒಬ್ಬರು ಹೇಗೆ ಟೈಗರ್ನ್ ಹೆಡೆಮುರಿ ಕಟ್ಟಬೇಕು ಎನ್ನುವ ಪ್ಲಾನನ್ನು ವಿವರಿಸುತ್ತಿದ್ದರು.

ವಿವೇಕ್, ಮಾಧವ್, ಸುಮನಾ ಮತ್ತು ಇನ್ನೊಬ್ಬ ಇನ್ಸ್ಪೆಕ್ಟರ್ ಆಸಕ್ತಿಯಿಂದ ಕೇಳುತ್ತಿದ್ದರು.

ತಮ್ಮ ವಾಹನಗಳನ್ನು ದೂರದಲ್ಲೇ ಮರೆಯಾಗಿ ನಿಲ್ಲಿಸಿ, ಯಾರಿಗೂ ಅನುಮಾನ ಬಾರದಂತೆ ಒಬ್ಬೊಬ್ಬರಾಗಿ ಟೈಗರ್ ನ ಅಡ್ಡಾದೊಳಗೆ ನುಸುಳಿದರು.

ವಿವೇಕ್ ಅವರೆಲ್ಲರನ್ನೂ ನೆಲಮಾಳಿಗೆಯಲ್ಲಿದ್ದ ಟೈಗರ್ನ ಖಾಸಗಿ ಕೋಣೆಗೆ ಕರೆದುಕೊಂಡು ಹೋದ.

"ನೇರ ಟೈಗರ್ ಇಲ್ಲಿಗೇ ಬರುತ್ತಾನೆ.." ಎನ್ನುವುದು ಅವನ ಖಚಿತ ಅಭಿಪ್ರಾಯವಾಗಿತ್ತು.

ವಿಶಾಲವಾದ ಟೈಗರ್ ಖಾಸಗಿ ರೂಮು ವೈಭವಪೇತವಾಗಿತ್ತು. ಅಲ್ಲಿ ಏನುಂಟು ಏನಿಲ್ಲ ಎನ್ನುವ ರೀತಿಯಲ್ಲಿತ್ತು. ಅತ್ಯಂತ ಬೆಲೆ ಬಾಳುವ ಪರಿಕರಣಗಳು, ಫ್ರಿಜ್ಜು, ಖಾಸಗಿ ಬಾರ್, ಅದರಲ್ಲಿ ಅತ್ಯಂತ ದುಬಾರಿ ವಿದೇಶೀ ಮದ್ಯಗಳು, ಸಣ್ಣದಾದ ಮಿನಿ ಕಿಚನ್ ಅದಕ್ಕೆ ಎಲೆಕ್ಟ್ರಾನಿಕ್ ಚಿಮಿಣಿ, ಮೇಲ್ನೋಟಕ್ಕೆ ಗೋಡೆಯಂತೆ ಕಾಣುವ, ಆದರೆ ಒಳಗೆ ಒಂದು ಸೀಕ್ರೆಟ್ ಬೀರು, ಅದರಲ್ಲಿ ಎಂಟು ಹತ್ತು ವಿದೇಶೀ ಗನ್ನುಗಳು, ಸುಸಜ್ಜಿತವಾದ ಅಟ್ಯಾಚ್ಡ್

ಬಾತ್ರೂಮ್ ಎಲ್ಲವೂ ಇದ್ದವು. ಇತಿಹಾಸದಲ್ಲಿನ ಅತ್ಯಂತ ಕ್ರೂರ ಆಡಳಿತಗಾರರಾದ ಹಿಟ್ಲರ್, ಇದಿ ಅಮೀನ್, ಸದ್ದಾಂ ಹುಸೇನ್-ಇಂತವರ ಗುಪ್ತ ನೆಲಮಾಳಿಗೆಯನ್ನೂ ನಾಚಿಸುವಂತಿತ್ತು ಟೈಗರ್ನ್ ಖಾಸಗಿ ಕೋಣೆ. ಪೋಲೀಸ್ ರೈಡ್ ಆದರೂ ವಾರಗಟ್ಟಲೆ ಸುರಕ್ಷಿತವಾಗಿ ಇರವಂತ ವ್ಯವಸ್ಥೆ ಮಾಡಿಕೊಂಡಿದ್ದ ಟೈಗರ್. ಸಂಪೂರ್ಣವಾಗಿ ಹವಾ ನಿಯಂತ್ರಿತ ವ್ಯವಸ್ಥೆಗೆ, ಅಲ್ಲಿನ ವೈಭವಕ್ಕೆ ವಿವೇಕ ಕುದಿಯುತ್ತಿದ್ದ. ದುಡಿಮೆ ತನ್ನದು ಮಜಾ ಮಾಡುವವನು ಒಂದು ಕಾಲದ ಪುಡಿ ರೌಡಿ ಜಗ್ಗ! ಈ ಮಟ್ಟಕ್ಕೆ ಬೆಳೆದಿದ್ದಾನೆ-ಅವನನ್ನು ಮನಸೋ ಇಚ್ಛೆ ಥಳಿಸಬೇಕು! ಅದಕ್ಕೆ ಪೋಲೀಸರು ಅವಕಾಶ ಮಾಡಿಕೊಡುತ್ತಾರಾ..? ಅವಕಾಶ ಸಿಗದಿದ್ದರೆ ಏನು ಮಾಡಲಿ? ಮಾಧವ ಯೋಚಿಸುತ್ತಿದ್ದ.

"ನಾವೆಲ್ಲರೂ ಎಲ್ಲಿ ಸಾಧ್ಯವೋ ಅಂತ ಜಾಗಗಳಲ್ಲಿ ಅವಿತುಕೊಂಡಿರೋಣ. ರೂಮಿನ ಹೊರಗೆ ನಮ್ಮ ಕಾನ್ಸ್ಟೇಬಲ್ಲುಗಳು ಲೋಡ್ ಮಾಡಿದ ಗನ್ನಿನೊಂದಿಗೆ ಮರೆಯಲ್ಲಿ ನಿಂತಿರುತ್ತಾರೆ. ನಾವೂ ಗುಪ್ತವಾಗಿ ಅಡಗಿಕೊಂಡಿರೋಣ.

ಟೈಗರ್ ಒಳಗೆ ಬರುತ್ತಲೇ ನಾವು ಲೋಡೆಡ್ ಗನ್ನುಗಳಿಂದ ಅವನತ್ತ ಗುರಿ ಮಾಡಿ ಹಿಡಿಯುತ್ತೇವೆ.

"ನಾನು ಅಟ್ಯಾಕ್ ಎಂದು ಹೇಳಿದ ತಕ್ಷಣ ಎಲ್ಲರೂ ಮರೆಯಿಂದ ಈಚೆ ಬರೋಣ..ನಾನು ಮತ್ತು ನನ್ನ ಸಹೋದ್ಯೋಗಿ ಇನ್ಸ್ಪೆಕ್ಟರ್ ಇಬ್ಬರನ್ನು ಬಿಟ್ಟು ಇನ್ಯಾರೂ ಅವರ ಮೇಲೆ ಕೈಮಾಡಬಾರದು. ಅವನೂ ಅವನ ಜೊತೆಯವರೂ ನಮ್ಮ ಮೇಲೆ ಕೈಮಾಡಲು ಬಂದರೆ ನಮ್ಮ ಗನ್ನುಗಳು ಮಾತಾಡುತ್ತವೆ. ಅವರನ್ನು ಸರೆಂಡರ್ ಆಗಲು ಆದೇಶಿಸುತ್ತೇವೆ. ನಂತರ ಅವನನ್ನು ಅರೆಸ್ಟ್ ಮಾಡೋಣ."

ಇನ್ಸ್ಪೆಕ್ಟರ್ ಮಾತಿಗೆ ಎಲ್ಲಾ ಒಪ್ಪಿ ವಿವಿಧ ಜಾಗಗಳಲ್ಲಿ ಕುಳಿತರು.

ಇತ್ತ ಕಮಿಷನರ್ ಆಫೀಸಿನಲ್ಲಿ ಎವಿಯೇಷನ್ ಕಂಟ್ರೋಲ್ ಜೊತೆ ಸಂಪರ್ಕ, ಸಂವಹನ ನಡೆಯುತ್ತಿತ್ತು. ಟೈಗರ್ ಬರುತ್ತಿದ್ದ ಹೆಲಿಕಾಪ್ಟರನ್ನು ಗುರುತಿಸಲಾಗಿತ್ತು. ಅದರ ದಿಕ್ಕು ವೇಗ ಮತ್ತು ಅದು ತಲುಪುವ ಸ್ಥಳದ ಬಗೆಗೆ ಮಾಹಿತಿ ಪಡೆದುಕೊಂಡಿದ್ದರು ಕಮಿಷನರ್ ಆಫೀಸಿನವರು.

ಅವರು ನಿರಂತರವಾಗಿ ಟೈಗರ್ ಅಡ್ಡಾದಲ್ಲಿ ಅಡಗಿಕೊಂಡಿದ್ದ ಇನ್ಸ್ಪೆಕ್ಟರ್ಗಳಿಗೆ ಮಾಹಿತಿ ನೀಡುತ್ತಿದ್ದರು.

ಹೆಲಿಕ್ಯಾಪ್ಟರ್ ಮುಂಬೈಯಲ್ಲಿ ಲ್ಯಾಂಡ್ ಆಗಿರುವ ಮಾಹಿತಿ ಸಿಕ್ಕಿತು. ಟೈಗರ್ ತಂಡದ ಮೂವರು ಹೆಲಿಕ್ಯಾಪ್ಟರ್ನಿಂದ ಇಳಿದು ಕಾರಲ್ಲಿ ಅಡ್ಡಾದತ್ತ ಹೊರಟಿರುವ ಮಾಹಿತಿ ಸಿಕ್ಕಿದೊಡನೆಯೇ ಅಡ್ಡಾದಲ್ಲಿ ಅಡಗಿದ್ದವರೆಲ್ಲಾ ಅಲರ್ಟಾಗಿ

ಕಾಯುತ್ತಿದ್ದರು. ಆ ಕಾರಿನಲ್ಲಿ ಇರುವ ಮೂವರಲ್ಲಿ ಒಬ್ಬ ಟೈಗರ್ ಎನ್ನುವುದು ಖಚಿತವಾಗಿತ್ತು.

ಕಾರು ಅಡ್ಡಾ ತಲುಪಲು ಇನ್ನೂ ಹದಿನೈದು ನಿಮಿಷಗಳು ಬೇಕು ಎಂಬ ಮಾಹಿತಿ ಸಿಕ್ಕಿದೊಡನೆಯೇ ಇನ್ಸ್ಪೆಕ್ಟರ್ ಎಲ್ಲರನ್ನೂ ಮತ್ತೊಮ್ಮೆ ಎಚ್ಚರಿಸಿದರು.

"ಎಲ್ಲಾ ಅಲರ್ಟ್ ಆಗಿರಿ! ಯಾವುದೇ ಚಲನೆ ಮಾಡಬಾರದು, ಶಬ್ದ ಮಾಡಬಾರದು. ಅವನು ಬಂದ ತಕ್ಷಣ ನಾವು ಆಕ್ಷನ್ಗೆ ಇಳಿಯುತ್ತೇವೆ. ನೀವು ಮೂವರು ಆನಂತರ ಎದ್ದು ಬರಬೇಕು"

ಇನ್ಸ್ಪೆಕ್ಟರ್ಗಳಲ್ಲಿ ಒಬ್ಬರು ಸುಮನಾ ಮತ್ತು ವಿವೇಕರಿಗೆ ತಿಳಿಸಿದರು.

ಅದುವರೆಗೂ ಏನೋ ಅನ್ನಿಸದಿದ್ದ ಸಮಯ ಈಗ ತುಂಬಾ ದೀರ್ಘ ಎನಿಸತೊಡಗಿತ್ತು. ಇದ್ದಕ್ಕಿದ್ದಂತೆ ಆ ರೂಮಿನಲ್ಲಿ ನಿಶಬ್ದ ಮನೆ ಮಾಡಿತು. ಅಲ್ಲೆಲ್ಲೋ ಗೋಡೆ ಗಡಿಯಾರದ ಮುಳ್ಳುಗಳು ಚಲನೆ ಕೂಡ ಶಬ್ದ ಮಾಡುತ್ತಿದ್ದವು. ಆ ಶಬ್ದ ಧ್ವನಿ ಧ್ವನಿವರ್ಧಕದಿಂದ ಹೊರಟಿರುವಂತೆ ಗೋಚರಿಸುತ್ತಿತ್ತು! ಒಂದು ಸಾಮಾನ್ಯ ಗೋಡೆ ಗಡಿಯಾರ ಇಷ್ಟೊಂದು ಶಬ್ದ ಮಾಡಬಹುದೇ ಎಂದು ಅಲ್ಲಿದ್ದವರಿಗೆ ಆಶ್ಚರ್ಯವಾಗಿತ್ತು!

ಅಲ್ಲಿದ್ದವರಿಗೆ ಸಮಯ ದೀರ್ಘವಾಗುತ್ತಿದೆ, ಒಂದೊಂದು ನಿಮಿಷವೂ ಗಂಟೆಯಂತೆ ಭಾಸವಾಗುತ್ತಿದೆ ಎನಿಸುತ್ತಿತ್ತು; ತಮ್ಮ ಎದೆ ಬಡಿತವೇ ತಮಗೆ ಕೇಳಿಸುತ್ತಿದೆ ಎನ್ನುವ ಭಾವನೆ. ಉಸಿರು ಬಿಗಿಹಿಡಿದು ಯಾವ ಕ್ಷಣದಲ್ಲಾದರೂ ಬರಲಿದ್ದ ಪಾತಕಿ ಟೈಗರ್ ಮತ್ತವನ ಸಂಗಾತಿಗಳಿಗಾಗಿ ಕಾಯುತ್ತಿದ್ದರು!

ಟೈಗರ್ ಬಗೆಗೆ ಅವ್ಯಕ್ತವಾದ ಭಯ ಬೇರೆ. ಭೂಗತ ರೌಡಿ, ಕ್ರೂರಿ, ತನ್ನ ಸ್ವಾರ್ಥಕ್ಕಾಗಿ ಏನನ್ನೂ ಮಾಡಲು ಹೇಸದವ! ಅವನನ್ನು ಕೆಲವೇ ನಿಮಿಷಗಳಲ್ಲಿ ಮುಖಾಮುಖಿಯಾಗುತ್ತೇವೆ! ಆಗ ಏನಾಗಬಹುದು? ಎಂತಹ ಮಾರಕಾಸ್ತ್ರವನ್ನು ಅವನು ಈಚೆ ತಗೆಯಬಹುದು? ಜೊತೆಗೆ ಅವನು ಒಬ್ಬಂಟಿಯಲ್ಲ! ಅವನ ಜೊತೆ ಇನ್ನೂ ಇಬ್ಬರು ಇದ್ದಾರೆ. ಅವರೆಷ್ಟು ಕ್ರೂರಿಗಳೋ? ಒಬ್ಬನಂತೂ ವೈದ್ಯ, ಡಾ. ಬ್ಯಾನರ್ಜಿ; ಉಳಿದೊಬ್ಬ ಟೈಗರ್ಗಿಂತಲೂ ಕ್ರೂರಿಯಂತೆ!?

ಆಚೆ ಬೂಟು ಕಾಲಗಳ ಶಬ್ದ ಕೇಳಿಸಿತು! ಮಾಧವ್ ವಿವೇಕ್ ಮತ್ತು ಸುಮನ ಕುಳಿತಲ್ಲಿಯೇ ಸೆಟೆದರು.

ಇಬ್ಬರು ಇನ್ಸ್ಪೆಕ್ಟರ್ಗಳು ಗನ್ನುಗಳನ್ನು ಈಚೆ ತೆಗೆದು, ಟ್ರಿಗರ್ ಮೇಲೆ ಬೆರಳಿಟ್ಟು ಉಸಿರು ಬಿಗಿ ಹಿಡಿದಿದ್ದರು.

ಟೈಗರ್ ಮತ್ತು ಅವನ ಸಂಗಡಿಗರು ಬಾಗಿಲ ಬಳಿ ಬಂದ ಶಬ್ದ ಕೇಳಿಸಿತು. ಆದರೆ ಯಾವ ಕಾರಣಕ್ಕೋ ಅವರು ಒಳಗೆ ಪ್ರವೇಶಿಸುವ ಮುನ್ನ ಕೆಲವು ಕ್ಷಣ

ಬಾಗಿಲಲ್ಲೇ ನಿಂತಂತೆ ಭಾಸವಾಯಿತು!

ಒಳಗಿದ್ದವರಿಗೆ ಭಯ! ಟೈಗರ್ ಏನು ಯೋಚಿಸುತ್ತಿದ್ದಾನೆ? ಏಕೆ ಒಳಗೆ ಪ್ರವೇಶಿಸದೆ ನಿಂತ? ತಾವು ಒಳಗಿರುವುದು ಅವನಿಗೆ ಗೊತ್ತಿದೆಯೆ? ನಿರ್ಜನವಾಗಿರುವ ಅಡ್ಡಾ ಗಮನಿಸಿರುವರೆ? ಅವರಿಗೆ ಅನುಮಾನವಾಗಿರಬಹುದೆ?!

ಟೈಗರ್ಗೆ ವಾತಾವರಣ ಎಂದಿನಂತಿಲ್ಲ ಎನ್ನುವುದು ಅರಿವಾಗಿತ್ತು. ತನ್ನ ಅಡ್ಡಾದಲ್ಲಿ ಒಂದೇ ಒಂದು ನರಪಿಳ್ಳೆ ಇರಲಿಲ್ಲ. ತನ್ನ ಸಂಗಡಿಗರೆಲ್ಲಾ ಎಲ್ಲಿ ಮಾಯವಾದರು? ಅವರಿಗೆಲ್ಲಾ ಏನಾಗಿದೆ?

ಅನುಮಾನದಿಂದ ಟೈಗರ್ ಎರಡು ಹೆಜ್ಜೆ ಒಳಗೆ ಪ್ರವೇಶ ಮಾಡಿದ. ಅಲ್ಲೇ ಬಾಗಿಲ ಹಿಂದೆ ನಿಂತಿದ್ದ ವಿವೇಕ್ ಚಂಗನೆ ಟೈಗರ್ ಮೇಲೆ ಹಾರಿದ.

ಟೈಗರ್ ಅನಾಮತ್ತಾಗಿ ನೆಲಕ್ಕೆ ಬಿದ್ದ!

ವಿವೇಕನ ಚಲನೆ ಯಾರೂ ಊಹಿಸಿರಲಿಲ್ಲ! ಬುಡಕಡಿದ ಬಾಳೆಯಂತೆ ಟೈಗರ್ ನೆಲಕ್ಕುರುಳಿದ! ತನ್ನ ಮೇಲೆ ಹೆಬ್ಬಂಡೆಯೊಂದು ಬಿದ್ದಂತ ಅನುಭವ ಟೈಗರ್ಗೆ!

ಟೈಗರ್ ನೆಲಕ್ಕೆ ಬಿದ್ದಿದ್ದು ನೋಡಿ ಇನ್ನೂ ಆಚೆಯಿದ್ದ ಡಾ. ಬ್ಯಾನರ್ಜಿ ಮತ್ತು ಫಾರೂಕ್ ಹಿಂದೆ ತಿರುಗಿ ಅಲ್ಲಿಂದ ಓಡತೊಡಗಿದರು!

"ದಾದಾ ಏನ್ ಮಾಡ್ತಿದ್ದೀರಿ? ಬಿಡಿ ಅವನನ್ನು ಬಿಟ್ಟುಬಿಡಿ!"

ಇಬ್ಬರು ಇನ್ಸ್ಪೆಕ್ಟರ್ ಅವಿತುಕೊಂಡಿದ್ದ ಜಾಗದಿಂದ ಈಚೆ ಬಂದರು. ಗನ್ನನ್ನು ನೆಲದ ಮೇಲೆ ಬಿದ್ದಿದ್ದ ಟೈಗರ್ ಕಡೆಗೆ ಗುರಿ ಹಿಡಿದು ಬಂದರು.

ಅಷ್ಟರಲ್ಲೇ ಟೈಗರ್ ಮೇಲೆ ಕುಳಿತಿದ್ದ ವಿವೇಕ ಮನಸೋ ಇಚ್ಛೆ ಟೈಗರ್ನ ಥಳಿಸತೊಡಗಿದ್ದ!

ಇನ್ಸ್ಪೆಕ್ಟರ್ ಇಬ್ಬರೂ ಬಂದು ವಿವೇಕನ ಕೈಗಳನ್ನು ಬಲವಾಗಿ ಹಿಡಿದು ಮತ್ತಷ್ಟು ಟೈಗರ್ ನ ತಳಿಸದಂತೆ ಗಟ್ಟಿಯಾಗಿ ಹಿಡಿದರು.

ಆಚೆ ಟೈಗರ್ ಅಡ್ಡಾದ ಪ್ರವೇಶವನ್ನು ಕವರ್ ಮಾಡಿದ್ದ ಪೊಲೀಸರು ಡಾ. ಬ್ಯಾನರ್ಜಿ ಮತ್ತು ಫಾರೂಕ್ ಕಡೆ ಗನ್ನುಗಳನ್ನು ಗುರಿ ಮಾಡಿ ಹಿಡಿದಿದ್ದರು.

ಏನೋ ಹೆಚ್ಚು ಕಮ್ಮಿಯಾಗಿದೆ! ಪೊಲೀಸರು ಸುತ್ತುವರಿದಿದ್ದಾರೆ! ಇನ್ನು ತಪ್ಪಿಸಿಕೊಳ್ಳಲು ಸಾಧ್ಯವೇ ಇಲ್ಲ ಎನ್ನಿಸಿತು ಫಾರೂಕ್ ಮತ್ತು ಡಾ. ಬ್ಯಾನರ್ಜಿಗೆ.

ಅವರಿಬ್ಬರೂ ಕೈಗಳನ್ನು ಮೇಲೆತ್ತುವಂತೆ ಪೊಲೀಸರು ಆರ್ಡರ್ ಮಾಡಿದರು.

ಬೇರೆ ದಾರಿ ಕಾಣದೆ ಯಾವುದೇ ನಿರಾಯುಧರಾದ ಅವರಿಬ್ಬರೂ ಸರಂಡರ್ ಆದರು.

ನೆಲದ ಮೇಲೆ ಬಿದ್ದು ಏಟು ತಿಂದು ಮೇಲೇಳಲು ಶ್ರಮಿಸುತ್ತಿದ್ದ ಟೈಗರ್! ಇಬ್ಬರೂ ಇನ್ಸ್ಪೆಕ್ಟರ್‌ಗಳು ವಿವೇಕನನ್ನು ಟೈಗರ್ ದೇಹದಿಂದ ಮೇಲೆತ್ತಿದರು. ವಿವೇಕ್ ಏಳುತ್ತಲೇ ಸ್ಪ್ರಿಂಗಿನಂತೆ ಚಿಮ್ಮಿ ಎದ್ದು ನಿಂತ ಟೈಗರ್. ಮರುಕ್ಷಣವೇ ಮಿಂಚಿನಂತೆ ಇಬ್ಬರು ಇನ್ಸ್ಪೆಕ್ಟರ್‌ಗಳನ್ನೂ ಪಕ್ಕಕ್ಕೆ ತಳ್ಳಿ ಆಚೆ ಓಡಿದ.

ಈಚೆ ಪ್ಯಾಸೇಜಿನಲ್ಲಿ ಡಾಕ್ಟರ್ ಬ್ಯಾನರ್ಜಿ ಮತ್ತು ಫಾರೂಕ್ಗೆ ಪೊಲೀಸರು ಬೇಡಿ ತೊಡಿಸುತ್ತಿದ್ದರು.

ತಾನು ತಪ್ಪಿಸಿಕೊಳ್ಳುವ ಯಾವ ಅವಕಾಶಗಳೂ ಇಲ್ಲ ಎನ್ನುವುದು ಟೈಗರ್ಗೆ ಅರ್ಥವಾಗಿತ್ತು.

ಆದರೂ ಕೊನೆಯ ಪ್ರಯತ್ನ ಮಾಡಿಯೇಬಿಡೋಣ ಎಂದು ಟೈಗರ್ ಹಲ್ಲುಕಚ್ಚಿ, ಡಾಕ್ಟರ್ ಬ್ಯಾನರ್ಜಿಯ ಹಿಂದೆ ನಿಂತು ಅವರನ್ನು ಕವರ್ ಮಾಡಿಕೊಂಡು ಮುಂದೆ ತಳ್ಳುತ್ತಾ ಆಚೆ ಹೋಗಲು ಪ್ರಯತ್ನಿಸುತ್ತಿದ್ದ.

ಕೆಳಗೆ ಬಿದ್ದ ಇಬ್ಬರು ಇನ್ಸ್ಪೆಕ್ಟರ್‌ಗಳು ತಕ್ಷಣವೇ ಎದ್ದು ಈಚೆ ಬಂದು ಟೈಗರ್ ನೋಡಿದರು. ಅವನಾಗಲೇ ಬ್ಯಾನರ್ಜಿಯನ್ನು ಮುಂದೆ ಮಾಡಿಕೊಂಡು ಅವರನ್ನು ತಳ್ಳಿಕೊಂಡು ಮುಂದೆ ಹೋಗುತ್ತಿದ್ದ. ಅವನನ್ನು ಹೀಗೆ ಬಿಟ್ಟರೆ ಕೈತಪ್ಪಿಬಿಡುತ್ತಾನೆ ಎಂಬ ಭಾವನೆಯಿಂದ ಒಬ್ಬರು ಇನ್ಸ್ಪೆಕ್ಟರ್ ಟೈಗರ್ಗೆ ಎಚ್ಚರಿಸಿದರು.

"ಡೋಂಟ್ ಮೂವ್ ಟೈಗರ್...ಒಂದು ಹೆಜ್ಜೆ ಮುಂದಿಟ್ಟರೆ ಶೂಟ್ ಮಾಡ್ತೀವಿ..ಸರೆಂಡರ್ ಯುವರ್ಸೆಲ್ಫ್.."

ಅವರ ಮಾತಿಗೆ ಸೊಪ್ಪು ಹಾಕದೆ ಟೈಗರ್ ಮುಂದುವರಿದ!

"ಹತ್ತು ಕೌಂಟ್ ಮಾಡ್ತೀನಿ..ನೀನು ಸರೆಂಡರ್ ಆಗಲೇಬೇಕು...ಇಲ್ಲದಿದ್ದರೆ ಈ ಗನ್ನುಗಳಲ್ಲಿರುವ ಬುಲೆಟ್ ನಿನ್ನ ದೇಹ ಪ್ರವೇಶಿಸುತ್ತೆ.."

ಮತ್ತೊಮ್ಮೆ ಎಚ್ಚರಿಸಿದರು ಒಬ್ಬರು ಇನ್ಸ್ಪೆಕ್ಟರ್!

ಆ ಮಾತನ್ನೂ ಧಿಕ್ಕರಿಸಿ ಟೈಗರ್ ಡಾ.ಬ್ಯಾನರ್ಜಿಯವರನ್ನು ಮುಂದೆ ತಳ್ಳುತ್ತಾ ಮುಂದುವರಿದ.

ಹತ್ತು ಎಣಿಸಿದ ಇನ್ಸ್ಪೆಕ್ಟರ್ ಟೈಗರ್ ಕಾಲಿಗೆ ಗುಂಡು ಹಾರಿಸಿದರು.

ಟೈಗರ್ ಚೀರಿ ನೆಲದ ಮೇಲೆ ಕುಸಿದು!

"ನಿನ್ನ ಆಟ ಮುಗಿಯಿತು ಟೈಗರ್! ಖೇಲ್ ಕಥಮ್!"

ವಿವೇಕ್ ಚಪ್ಪಾಳೆ ತಟ್ಟುತ್ತಾ ಈಚೆ ಬಂದ. ಅವನಿಗೆ ಆನಂದವಾಗಿತ್ತು! ನೃತ್ಯಮಾಡತೊಡಗಿದ್ದ!

"ಇವತ್ತು ನೀನು ಗೆದ್ದಿದ್ದೀಯ, ನನಗೂ ಒಂದು ದಿನ ಬರುತ್ತೆ! ನಾನು ಮತ್ತೆ ಗರ್ಜಿಸುತ್ತೇನೆ! ಮತ್ತೆ ನೀನು ನನ್ನ ಅಡಿಯಾಳಾಗುತ್ತಿಯಾ ನೋಡುತ್ತಿರು"

ಕಾಲಿನಲ್ಲಿ ಒಸರುತ್ತಿದ್ದ ರಕ್ತವನ್ನು ಲೆಕ್ಕಿಸದೆ ಟೈಗರ್ ವಿವೇಕನ್ನು ನೋಡುತ್ತಾ ಚೀರಿದ!

"ಅದಕ್ಕೂ ಮುಂಚೆ ಸಾಕಷ್ಟು ಸಮಯ ಜೈಲಿನಲ್ಲಿ ರಾಗಿ ಬೀಸುತ್ತೀಯ"

ವಿವೇಕ್ ಗುಡುಗಿದ!

****

ಮೀಡಿಯಾದವರು ಗಿಜಿಗುಟ್ಟುತ್ತಿದ್ದರು!

ದಾದಾ ವಿವಾಕನ ಬಂಗಲೆಯಲ್ಲಿ ಸಂಭ್ರಮದ ವಾತಾವರಣ!

ತಾನು ಅಜ್ಞಾತವಾಸದಿಂದ ಮುಕ್ತವಾಗಿದ್ದಕ್ಕೆ ವಿವೇಕನ ನಿರ್ಮಾಪಕರೊಬ್ಬರು ಪಾರ್ಟಿ ಆಯೋಜಿಸಿದ್ದರು.

ಸೂಪರ್ ಸ್ಟಾರ್ ದಾದ ವಿವೇಕನ ವಿಶೇಷ ಅತಿಥಿಯಾಗಿ ಅಲ್ಲಿದ್ದರು ಮಾಧವ ಮತ್ತು ಸುಮನಾ.

ಹೃದಯಸ್ಪರ್ಶಿ ವಾತಾವರಣ ಸೃಷ್ಟಿಯಾಗಿತ್ತು.

"ನಿಮ್ಮ ಋಣ ನಾನು ಹೇಗೆ ತೀರಿಸಲಿ? ನೀವು ಮತ್ತು ನಿಮ್ಮ ಭಾವೀ ಪತ್ನಿ ಕೆಲವು ತಿಂಗಳು ನನ್ನ ಅತಿಥಿಯಾಗಿರಿ..ಪ್ಲೀಸ್, ಇಷ್ಟಾದರೂ ಋಣ ಸಂದಾಯಕ್ಕೆ ಅವಕಾಶ ಮಾಡಿಕೊಡಿ"

ದಾದಾ ವಿವೇಕ್ ಬೇಡಿದ.

"ದಾದಾ ಈಗಾಗಲೇ ಬರೋಬ್ಬರಿ ಐದು ವರ್ಷ ನಿಮ್ಮ ಆತಿಥ್ಯ ನಿಮಗರಿಯದಯೇ ನಾನು ಅನುಭವಿಸಿದ್ದೇನೆ. ನಿಮ್ಮಷ್ಟೇ ಸಂತೋಷ ನನಗೂ ಇದೆ. ನನ್ನ ನೈಜ ವ್ಯಕ್ತಿತ್ವ ಈಚೆ ಬಂದಿದೆ! ಅದಷ್ಟೆ ಸಾಕು ನನಗೆ, ಜೊತೆಗೆ ನನ್ನ ಪ್ರೇಯಸಿ ಸಿಕ್ಕಳು! ನನಗಿನ್ನೇನೂ ಬೇಡ..ನೀವು ನನ್ನ ಋಣದಲ್ಲಿ ಇಲ್ಲ..ಬದಲಿಗೆ ನಾನೇ ನಿಮಗೆ ಆಭಾರಿಯಾಗಿರುವೆ! ಪ್ಲೀಸ್..ನಮಗೆ ವಾಪಸ್ಸು ನಮಗೆ ನಮ್ಮ ತಾಯ್ನೆಲ್ಲಕ್ಕೆ ಹೋಗಲು ಅನುಮತಿ ನೀಡಿ.."

ಮಾಧವ ಕೇಳಿಕೊಂಡ!

"ಇವತ್ತಿನ ಪಾರ್ಟಿ ಮುಗಿಯಲಿ..ನಾಳೆ..ನಾನೇ ಸ್ಪೆಷಲ್ ಚಾರ್ಟಡ್ ವಿಮಾನದಲ್ಲಿ ನಿಮ್ಮನ್ನು ಬೆಂಗಳೂರಿಗೆ ಬಿಟ್ಟು ಬರುತ್ತೇನೆ"

"ಏನನ್ನುತ್ತೀಯ ಸುಮನಾ..?"

ಮಾಧವ ಕೇಳಿದ.

ಅವಳ ಮುಗುಳ್ನಗೆ ಉತ್ತರವಾಗಿತ್ತು!

ಅಷ್ಟರಲ್ಲಿ ಮೀಡಿಯಾದವರು ಮಾಧವನನ್ನು ಸಂದರ್ಶನ ಮಾಡಲು ಕಾಯುತ್ತಿದ್ದರು!

ಒಂದೇ ದಿನದಲ್ಲಿ ದೇಶದಾದ್ಯಂತ ದಾದಾ ವಿವೇಕನ ಅಜ್ಞಾತವಾಸ, ಮಾಧವ

ವಿವೇಕನಾಗಿ ಐದು ವರ್ಷದ ಅದ್ವಿತೀಯ ನಟನೆ, ಟೈಗರ್ನ್ ಮಾಸ್ಟರ್ ಪ್ಲಾನ್ ಮತ್ತು ಐದು ವರ್ಷ ಚಿತ್ರಜಗತ್ತಿಗೆ ಮಣ್ಣೆರಚಿದ್ದು ಎಲ್ಲವೂ ರೋಚಕ ಕಥೆಗಳಾಗಿ ಎಲ್ಲ ಟಿವಿ ಚಾನಲ್ಲುಗಳಲ್ಲೂ, ದಿನಪತ್ರಿಕೆಗಳಲ್ಲೂ ಹರಿದಾಡುತ್ತಿದ್ದವು!

ಇದೇ ಘಟನೆಯನ್ನು ಆಧರಿಸಿ ಸಿನಿಮಾ ಮಾಡುವ ಯೋಚನೆಗಳನ್ನು ಕೂಡ ಮಾಡುತ್ತಿದ್ದರು ನಿರ್ಮಾಪಕರು!!

(ಮುಗಿಯಿತು)

Made in the USA
Monee, IL
20 August 2025

23885857R00135